AF517599

अभिप्राय

गूढ, कल्पनारम्य कथा...

विजयदान देथा लिखित मूळ राजस्थानी कथांचा वनिता सावंत यांनी केलेला अनुवाद म्हणजे 'द्वंद्व'. 'द्वंद्व' या कथेत भुताने दुल्ह्याच्या शरीरात प्रवेश केल्यानंतर उभे राहिलेले प्रश्न असोत, 'काकपंथ'मध्ये मोती आणि माणिक खाणाऱ्या हंसांना पाणी पाजणाऱ्या सावकाराच्या मुलामुळे त्याच्या बायकोसमोर निर्माण झालेल्या समस्या असोत, प्रत्येक कथेचे कथासूत्र वेगळे असले, तरी स्त्री-पुरुष संबंधावर ते वेगवेगळ्या अंगाने भाष्य करते. गूढ वातावरण आणि कल्पनारम्य असलेल्या या कथा वाचल्यानंतर माणूस अस्वस्थ झाल्याशिवाय राहत नाही.

सामना, रविवार पुरवणी २.७.२०००

मानवीमनाचा वेध घेणारा कथासंग्रह

मुंबई तरुण भारत, रविवार, ९-७-२०००

आपल्या स्नेहीजनांना पुस्तके भेट द्या

द्वंद्व

लेखक

विजयदान देथा

अनुवाद

वनिता सावंत

मेहता पब्लिशिंग हाऊस

Please contact us at **Mehta Publishing House,** Pune 411030.
✆ +91 020-24476924 / 24460313 / Mob. No. 9545000513
Email : production@mehtapublishinghouse.com
Website : www.mehtapublishinghouse.com

- *या पुस्तकातील लेखकाची मते, घटना, वर्णने ही त्या लेखकाची असून त्याच्याशी प्रकाशक सहमत असतीलच असे नाही.*

THE DILEMMA & OTHER STORIES by Vijaydan Detha

द्वंद्व : विजयदान देथा / कथासंग्रह

अनुवाद : वनिता सावंत

Email : author@mehtapublishinghouse.com

मराठी अनुवादाचे व प्रकाशनाचे हक्क : मेहता पब्लिशिंग हाऊस, पुणे ३०.

प्रकाशक : सुनील अनिल मेहता, मेहता पब्लिशिंग हाऊस,
१९४१, सदाशिव पेठ, माडीवाले कॉलनी, पुणे- ४११ ०३०.

मुद्रक : पार्कसन्स ग्राफिक्स

प्रकाशनकाल : जानेवारी, २००० / पुनर्मुद्रण : ऑक्टोबर, २०१७

मुखपृष्ठ : सिद्धार्थ पारसनीस

किंमत : ₹ २२०

P Book ISBN 9788171619474
E Book ISBN 9789387319103
E Books available on : amazonkindle Apple Books Google Play Books

---

प्रिय बिज्जी,
स्त्री-मन इतकं जाणून घेण्याचा
प्रयत्न करणारे आपल्यासारखे पुरुष
शोधावे लागू नयेत.
आपल्या या कथा आपल्यालाच–

अनुक्रमणिका

द्वंद्व

एक धनवान सेठजी होते. त्यांच्या एकुलत्या एका मुलाची वरात धूमधडाक्यात विवाह पार पाडून परत येताना जंगलात विश्रांतीसाठी थांबली. घनदाट खेजडीची गार सावली. समोर लाटांनी हिंदकळणारा तलाव. कमलफुलांनी आच्छादित निर्मळ पाणी. सूर्य डोक्यावर चढू लागला होता. ज्येष्ठातील वेगानं वहाणाऱ्या गरम झळींमुळे जंगल चीत्कार करीत होतं. खाणं-पिणं आटपून पुढे निघालं तर बरं. वरपित्यानं खूप आग्रह केला तेव्हा सर्व वराती मोठ्या आनंदानं तिथं थांबले. दुल्हनसोबत पाच दासी होत्या. त्या सगळ्या खेजडीच्या छायेत दरी अंथरून बसल्या. जवळच एक बाभळीचं विशाल झाड होतं– पिवळ्या फुलांनी बहरलेलं. चांदीप्रमाणे सफेत शेंगा. बाकीचे वराती त्याच्या सावलीत बसले. थोडा वेळ विश्रांती घेतल्यावर फराळाची तयारी होऊ लागली.

दुल्हन तोंड फिरवून, घुंघट वर करून बसली. वरती पाहिलं– नाजूक नाजूक हिरव्या अगणित शेंगाच शेंगा. पहाताच डोळ्यांत शीतलता पसरली. योगायोगाची गोष्ट म्हणजे त्या खेजडीवर एका भुताचा मुक्काम होता. अत्तर तेलाच्या सुगंधानं दरवळणाऱ्या दुल्हनच्या उघड्या चेहऱ्याकडे पाहिलं तेव्हा त्याचे डोळे दिपले. स्त्रीकडे असं रूप आणि तारुण्य सुद्धा असतं काय? गुलाबफुलांची कोमलता, सुगंध आणि रस जणू साच्यातून काढला आहे. डोळ्यांनी पाहून सुद्धा अशा रूपावर विश्वास बसत नाही. ढगांतील मुक्काम सोडून बिजली तर नाही ना खाली उतरून आली! या मदभरी डोळ्यांना तर काही उपमाच नाही. जणू संपूर्ण निसर्गाचं रूप या

चेहऱ्यात सामावलं आहे. हजारो स्त्रियांचं रूप पाहिलं, पण या चेहऱ्याची तर रंगतच निराळी! खेजडीची सावली सुद्धा चमकू लागली. भूतयोनीचं सार्थक झालं. दुल्हनच्या शरीरात प्रवेश करण्याचा विचार मनात येताच त्याला पुन्हा भान आलं. त्यामुळे हिला त्रास सोसावा लागेल! अशा रूपाला त्रास कसा देता येईल! त्याला काही समजेना. ही तर आता बघता बघता निघून जाईल. मग! ना तिच्यात प्रवेश करून त्रास द्यायला मन होत आणि ना सोडायला तयार होत. असं तर कधी घडलं नव्हतं. मग काय हिच्या पतीच्या देहात प्रवेश करू? पण पतीला बाधा झाली तर पत्नीचं मन तडफडणारच! हे रूप तडफडू लागल्यावर ना मेघ बरसतील, ना बिजली चमकेल. ना सूर्य उगवेल, ना चंद्र. निसर्गाचं सारं दृश्यच बिघडून जाईल. त्याच्या मनात पूर्वी कधी अशा प्रकारची दया उत्पन्न झाली नव्हती. या रूपाला दुःख देण्याऐवजी स्वतः दुःख सहन करणं चांगलं. अशा तऱ्हेचं दुःख तरी कुठं नशिबात असतं! या दुःखाच्या स्पर्शाने भुताचं जीवन सुद्धा सफल होईल.

शेवटी विश्रांतीनंतर पुढे निघायचंच होतं. दुल्हन उठून चालू लागली. तेव्हा भुताच्या डोळ्यांसमोर अंधार पसरला. रात्रीसुद्धा स्पष्ट दिसणाऱ्या डोळ्यांसमोर ही धूसरता कसली! माथ्यावर चढलेल्या सूर्याच्या प्रकाशावर अचानक ही काळोखी कशी फासली गेली!

छुम-छुम करीत दुल्हन पतीसोबत रथात चढली. हा दुल्हा किती भाग्यशाली आहे! किती सुखी आहे! भुताच्या अंगांगात जणू काटे टोचू लागले. हृदयात जशी काही आग भडकून उठली. विरहाच्या या दाहामुळे ना मरणं शक्य आहे ना जगणं सुद्धा.

हा दाह जिवंतपणी कसा सहन करता येईल! आणि मेल्यावर मग ही आग तरी कुठं उरणार! भुताच्या मनात असा पेच कधी निर्माण झाला नव्हता. रथ अदृश्य होताच तो मूर्च्छा येऊन पडला.

आणि तिकडे रथात बसलेल्या पतीला सुद्धा चिंता कमी नव्हती. माथेफोड करता करता दोन घडी उलटल्या, पण अजूनही विवाहाच्या खर्चाचा हिशोब लागत नव्हता. बापू खूप नाराज होतील. खर्च सुद्धा जरा जास्त झाला होता. अशी चूक-भूल झाली तर ते सहजतेनं खूश होत नाहीत. हिशोब आणि व्यापाराचं सुखच सर्वांत मोठं सुख आहे. बाकी सगळ्या कटकटी. खुद्द ईश्वरसुद्धा पक्का हिशोबी आहे. प्रत्येकाच्या श्वासाचा संपूर्ण हिशोब ठेवतो. त्याच्याजवळ पावसाचा थेंब-थेंब, हवेची रेषा न् रेषा आणि धरतीच्या कणा-कणाचा अगदी अचूक जमाखर्च असतो. निसर्गाच्या हिशोबात सुद्धा चूक होत नाही, तर व्यापाऱ्याच्या वहीत चूक कशी चालवून घेता येईल!

दुल्हा कपाळावर आठ्या चढवून आकड्यांचा जमाखर्च मिळवीत होता म्हणून

दुल्हननं रथाचा पडदा बाजूला करून बाहेर पाहिलं. बघवणार नाही इतकं कडक ऊन. हिरव्यागार काटेरी झुडुपांवर लालभडक ढालू चमकत होते. किती सुंदर! किती मोहक! हसणाऱ्या ढालूंवर दुल्हनची नजर अडकली. पतीची बाही पकडून दुल्हन अजाण मुलाप्रमाणे म्हणाली, ''वहीतून नजर वर करून एकदा बाहेर तर पहा. हे ढालू किती सुंदर आहेत. जरा खाली उतरून दोन-तीन ओंजळ्या भरून ढालू तरी आणून द्या. बघा, अशा कडक उन्हातही ते फिके पडलेले नाहीत. जसंजसं ऊन वाढतं, तसतसा रंग जास्तच खुलतो. उन्हात कुठलाही रंग एकतर उडून जातो किंवा काळा पडतो.''

दुल्हा माणसासारखा माणूस होता. ना अधिक सुंदर, ना अधिक कुरूप. विवाह तर भर तारुण्यातच झाला होता, पण त्याला काही विशेष आनंद झाला नव्हता. पाच वर्षांनंतर झाला असता तरी चाललं असतं आणि झालाच आहे तरीही हरकत नाही. केव्हा ना केव्हा होणारच होता. एक मोठं काम पार पडलं. नवलाखी हारावर हात फिरवीत म्हणाला, ''हे ढालू भिकारड्या गांवढळांना आवडतात. तुला त्यांची इच्छा कशी झाली? भूक लागली तर गाठोडं सोडून खारीक देऊ? खोबरं देऊ? हवं तेवढं खा.''

दुल्हन सुद्धा अगदी गावंढळ निघाली. हट्ट करून म्हणाली, ''नाही, मला फक्त ढालू आणून द्या. मेहरबानी होईल. आपल्याला त्रास नसेल घ्यायचा तर मला परवानगी द्या, मी तोडून आणते.''

पती पहिल्याप्रमाणेच बोलला, म्हणाला, ''या काट्यात कोण धडपडेल? जे अगदी जंगली असतात तेच ढालू तोडतात आणि तेच खातात. मकाणे खा, बत्तासे खा, हवी तर खडीसाखर खा. घरात तर या निंबोळ्या आणि ढालूची गोष्ट अजिबात काढू नकोस. लोक हसतील.''

''हसू दे.'' असं म्हणून दुल्हननं लगेच रथातून उडी मारली. फुलपाखरांप्रमाणं झुडुपाझुडुपांवर उडत राहिली. थोड्याच वेळात ओढणी भरून लालभडक ढालू घेऊन आली. ते घड्यातील पाण्यानं चांगले धुतले. थंड केले. ओठ आणि ढालूंचा रंग एकच, पण पतीला ना ढालूंचा रंग आवडला, ना ओठांचा. तो तर हिशोबात गुंतला होता. दुल्हननं खूप विनवण्या केल्या, पण तो ढालू खाण्यासाठी राजी झाला नाही.

दुल्हन म्हणाली, ''आपली मर्जी. ज्याची त्याची आवड. माझ्या तर एकदा मनात आलं की या ढालूंच्या बदली नवलाखी हार काटेरी झुडुपांत टाकावा. तरीही कमीच होईल.''

ढालू खाणाऱ्या दुल्हनच्या चेहऱ्याकडे पहात पती सांगू लागला, ''अशी मूर्खपणाची गोष्ट पुन्हा कधी करू नकोस. बापू खूप नाराज होतील. ते स्त्रियांच्या

रूपाऐवजी गुणांचा आदर करतात.''

दुल्हन हसून म्हणाली, ''आता लक्षात आलं, त्यांच्या भीतीनंच आपण हिशोबात गुंतला आहात. पण सगळ्या गोष्टी आपापल्या जागी शोभतात. विवाहाच्या वेळी हिशोबात गुंगून जाणं हा कुठला न्याय!''

पती म्हणाला, ''विवाह होणार होता, तो झाला. पण हिशोब अजून शिल्लक आहेत. विवाहाच्या खर्चाचा सगळा हिशोब जुळवून ठीक तृतीयेच्या दिवशी मला व्यापारासाठी परदेशी जायचं आहे. असा शुभ मुहूर्त पुन्हा सात वर्षं येणार नाही.''

पण गांवढळ दुल्हनला ही शुभ मुहूर्ताची गोष्ट ऐकून तीळमात्र आनंद झाला नाही. बोलणं ऐकताच ढालूंची चव बिघडली. वाटलं, जणू कुणी हृदय दाबून रक्त पिळून काढीत आहे. हे कसलं चमत्कारिक बोलणं ऐकलं! एकवेळ विश्वासच बसला नाही. विचारलं, ''काय म्हणालात, आपण व्यापारासाठी परदेशी जाणार? आपल्या हवेलीत तर दौलतीचे भांडार भरलेले आहेत असं ऐकलं आहे.''

पती अहंकारी सुरात म्हणाला, ''यात काय शंका आहे! तू स्वतःच्या डोळ्यांनी बघ. हिऱ्या-मोत्यांचे ढीग लागलेत. पण दौलत सतत शुक्लेंदूवत वाढत राहिली तरच चांगलं. व्यापार हा तर व्यापाऱ्याचा पहिला धर्म आहे. अजून दौलत खूप वाढवायची आहे. असा उत्तम मुहूर्त कसा चुकविता येईल!''

यावर दुल्हन काही बोलली नाही. बोलण्यात अर्थच काय होता! एक एक करून सगळे ढालू बाहेर फेकून दिले. पती हसून म्हणाला, ''मी तर तुला आधीच सांगितलं होतं की हे ढालू गांवढळानी खाण्याची वस्तू आहे! आपल्यासारख्या बड्या लोकांना ते चांगले नाही लागत. शेवटी खाववले नाहीत तेव्हा तुला सुद्धा फेकावे लागले. कडक उन्हात तापलीस ते वेगळंच!''

असं बोलून पती उन्हाची तलखी आजमावण्यासाठी रथातून बाहेर पाहू लागला. नजर पेटेल असं कडक ऊन. पिवळ्या फुलांनी लहडलेली हिंगणीची असंख्य झाडं, त्याला वाटलं की जणू ठायी ठायी अग्नीच्या ज्वाळा उफाळल्या आहेत. पतीनं थट्टा केली, ''आता या हिंगण्यांसाठी हट्ट नाही ना करणार! त्या खाण्यासारख्या असत्या तर भले मेंढपाळांनी शिल्लक ठेवल्या असत्या का!''

दुल्हननं काही उत्तर दिलं नाही. मान खाली घालून गुपचूप बसली. विचार करू लागली की या पतीच्या भरवशावर घराचं अंगण सोडलं. आई-वडिलांचा वियोग सोसला. मैत्रिणींच्या झुंडी, भाऊ-भाचे, तलाव-किनारा, गाणी, बाहुला-बाहुलीचे खेळ, झोपाळा, आंधळी कोशिंबीर, धिंगामस्ती– ही सगळी सुखं सोडून या पतीचा हात हातात घेतला. आईच्या कुशीतून बाहेर पडून परक्या घराचा आधार घेतला. आणि हा ठीक तृतीयेच्या शुभ मुहुर्तावर व्यापारासाठी परदेशी जायचा बेत करतोय! मग ही बेसुमार दौलत कोणत्या सुखासाठी आहे? जिवंतपणी उपयोगी पडत नाही.

मेल्यावर कफनाची गरज सुद्धा भागवत नाही. कोणत्या सुखाच्या आशेनं याच्या मागोमाग आले? कोणत्या अदृश्य आनंदाच्या आणि समाधानाच्या भरवशावर परक्या ठिकाणी रहाण्यासाठी कबूल झाले? व्यापार, मालमत्ता आणि दौलत मग कोणत्या दिवसांसाठी आहे? खऱ्या सुखाच्या सौद्याबदली तिन्ही लोकीचं राज्य हाती आलं तरी काय कामाचं! दुनियेतील संपूर्ण दौलतीच्या बदल्यात सुद्धा गेलेला क्षण परत आणता येत नाही. माणूस दौलतीसाठी आहे की दौलत माणसासाठी, फक्त हा हिशोब नीट समजला पाहिजे. मग कोणता हिशोब शिल्लक रहातो! सोन्याचं माहात्म्य मोठं की शरीराचं? श्वासाचं माहात्म्य मोठं की संपत्तीचं? या प्रश्नांच्या उत्तरातच संपूर्ण जीवनाचं सार गुंफलेलं आहे.

पती आपल्या हिशोबात बुडाला होता, दुल्हन आपल्या विचारांत बुड्या मारीत होती आणि बैल आपल्या चालीत मग्न होते. चालणारा मुक्कामाला पोहोचणारच. शेवटी वरात शेठजींच्या हवेलीसमोर येऊन थांबली. वाजत-गाजत आणि ढोल-नगाऱ्याच्या स्वागतासह दुल्हन अंतःपुरात पोहोचली. ज्यानं पाहिलं त्याला प्रशंसा केल्याविना राहवलं नाही. रूप असावं तर असं! रंग असावा तर असा!

संध्याकाळी शेजघरात तुपाचे दीप लावले गेले. पती रात्रीच्या दुसऱ्या प्रहरी शेजघरात आला. येताच दुल्हनला उपदेश करू लागला, तिनं घराच्या इज्जतीचा पुरेपूर विचार करावा. सासू-सासऱ्यांची सेवा करावी. आपली अब्रु आपल्या हातात. दोन दिवसांसाठी शरीराची गरज का चाळवायची! दोन दिवसांचा सहवास पाच वर्षे त्रास देत राहील. दिवस जायला काय वेळ लागतो! पहाता पहाता पाच वर्षे निघून जातील. मग कसल्या गोष्टीची उणीव. हेच शेजघर. हेच दीप. याच रात्री आणि हीच शेज. कसल्याही चिंतेला जवळ फिरकू द्यायचं नाही. पापणी लवताच पाच वर्षे निघून जातील.

दुल्हन उपदेशाची अमोल गोष्ट चुपचाप ऐकत राहिली. काही सांगणं-सवरणं किंवा करणं तर तिच्या हातात नव्हतं. जी पतीची इच्छा, तीच तिची इच्छा. जी बापूंची इच्छा, तीच मुलाची इच्छा. जी लक्ष्मीची इच्छा, तीच बापूंची इच्छा. आणि जी लालसेची इच्छा, तीच लक्ष्मीची इच्छा. संपूर्ण रात्र या उपदेशांच्या गोष्टीत निघून गेली. रात्रीसोबत चमचमणारे नऊ लाख तारे सुद्धा मावळले.

आणि तिकडे त्या खेजडीखाली मूर्च्छा जाताच भुताचे डोळे उघडले! चहुबाजूला पाहिलं. निर्जन जंगल. रिकामी हिरवळ. दाट खेजडी. दाट छाया. झुलणाऱ्या शेंगा. पण कुठे आहे दुल्हन? कुठे तिचे ते मदहोश डोळे? कुठे तिचा सुंदर चेहरा? कुठे तिचे गुलाबी ओठ? ते स्वप्न तर नव्हतं? मूर्च्छेनंतर शुद्धीवर येताच त्याला वाटलं, जणू आपल्या मनातील कूट-कपटाच्या घाणीची जागा धारोष्ण दुधानं घेतली आहे. यापूर्वी तर असा सूर्य कधी उगवला नाही. मोठासा गुलाबी गोळा. संपूर्ण जगात

प्रकाशच प्रकाश. कसा मंद-मंद वारा वहात आहे! वाऱ्याच्या अदृश्य झोक्यावर झुलणारी हिरवाई! त्याचं मन नाना प्रकारची अगणित रूपे धारण करून निसर्गाच्या कणाकणात विलीन झालं.

अरे, यापूर्वी तर सूर्य कधी अशा प्रकारे मावळला नव्हता! पश्चिम दिशेला जणू गुलालच गुलाल उधळला गेला आहे. धरतीवर ना खटकणारा प्रकाश, ना संपूर्ण अंधार. आकाशात ना चंद्र, ना सूर्य आणि ना कुठला तारा. निसर्गानं झिरझिरित घुंघट ओढून घेतला आहे. चेहरासुद्धा दिसतो, घुंघटसुद्धा दिसतो आहे. आता निसर्गानं पुन्हा चुनडी बदलली. नवलाख तारे जडवलेली श्यामल चुनडी. चेहरा अंधुक-अंधुक दिसत आहे. अंधुक वृक्ष. अंधुक हिरवाई. जणू स्वप्नाचा धागादोरा विणला जात आहे. पूर्वी कधी निसर्ग इतका मोहक वाटला नाही. हा सगळा दुल्हनच्या चेहऱ्याचा चमत्कार आहे!

आणि तिकडे दुल्हनच्या पतीने त्या सौंदर्याकडे पाठ करून परदेशचा रस्ता धरला. कमरेला हिऱ्या-मोत्यांची थैली बांधली होती. खांद्यावर पुढे-मागे लटकणारी दोन गाठोडी आणि समोर आकाशात चमकणारा व्यापाराचा अखंड सूर्य. सुख, लाभ आणि कमाईला कुठली सीमा!

तो त्या खेजडी वृक्षाजवळून जाऊ लागला. भुतानं त्याला लगेच ओळखलं. मानवी रूप धारण करून त्याला राम-राम केला. विचारलं, "भाई, अजून विवाहाची मंगलगाठ सुद्धा सुटली नाही. इतक्या लवकर कुठे चाललात?"

सेठजींच्या मुलानं सांगितलं, "का, मंगलगाठ काय परदेशात सोडता येत नाही?"

भूत खूप दूरवर सोबत चालत राहिलं. सगळी हकीकत जाणून घेतली. तो पाच वर्षे परदेशात व्यापार करणार आहे. हा मुहूर्त चुकला असता तर पुढील सात वर्षे असा उत्तम मुहूर्त मिळणार नव्हता. सेठजींच्या मुलाचं बोलणं-चालणं आणि त्याचा स्वभाव नीट पाहून-समजावून घेतल्यानंतर भुतानं आपली वाट धरली. मनातल्या मनात ठरवू लागला की सेठजींच्या मुलाचं रूप धारण करून सकाळीच सेठजींच्या हवेलीत पोहचलो तर पाच वर्षे कुणी विचारणारा नसणार. ही गोष्ट तर छान जमली! काय फक्कड संधी गवसली आहे! पुढचं पुढे पाहता येईल. ईश्वराने शेवटी विनवणी ऐकलीच. मग त्याला क्षणभरही रहावलं नाही. शेठजींच्या मुलाचं हुबेहूब रूप धारण करून गावाच्या दिशेनं चालू लागला. ना मनातील समाधानाला सीमा होती, ना आनंदाला.

दिवस एक प्रहर बाकी होता तरीही खूप अंधार झाला. उत्तरेकडून काळ्या-पिवळ्या धुळीचं विक्राळ वादळ येताना दिसलं. वाळू वादळ हळूहळू चढू लागलं. हळूहळू अंधार वाढू लागला. सूर्य असूनही अंधार! हाताला हात दिसत नव्हता. निसर्गाला सुद्धा कसली कसली स्वप्नं पडतात! निसर्गाच्या या स्वप्नाशिवाय जमिनीवर पसरलेल्या पायदळीच्या धुळीला सूर्याला झाकण्याची संधी कधी मिळणार!

जमिनीवर पडलेली धूळ आकाशात चढली. वावटळीच्या माऱ्यानं संपूर्ण वातावरणात आरोळ्या घोंघावू लागल्या. पहाडासारखी मुळं हलविणारं धुळीचं वादळ! पोकळ घमेंड असणारे विशाल वृक्ष कडाकडा मोडू लागले. नम्रतेनं वागणारी लवचिक झुडुपं धुळीच्या वादळानं इकडे-तिकडे झुलू लागली. त्यांचं काही सुद्धा बिघडलं नाही. पायदळी तुडवल्या जाणाऱ्या गवताच्या बाबतीत तर काहीसुद्धा अनिष्ट घडलं नाही. हाल-हवाल विचारीत, लाडानं कुरवाळीत धुळीचं वादळ वरून निघून गेलं. सगळी झाडं जणू पाळण्यात डोलू लागली. पान-पान आणि कोंब-अंकुर नीट सावरले. मोठ्या पक्ष्यांना हिसके बसू लागले. लहान पक्षी फांद्यांना चिपकून बसले. उडायला जमत नव्हतं. संपूर्ण आकाशात धुळीच्या वादळाचं राज्य आलं. चहु दिशांनी घों घों वारे वहात होते. जणू जंगल विव्हळत होतं. सूर्याच्या तपतेजाला जमिनीवरील धुळीनं गिळंकृत केलं. धुळीच्या वादळाचं हे नृत्य अद्‌भूत आहे! अद्‌भूत आहे ही वाळूची गिरकी! संपूर्ण निसर्ग या तुफानात लपला. संपूर्ण ब्रम्हांड एकाकार झालं. ना आकाश दिसत आहे, ना सूर्य. ना पहाड, ना वनस्पती आणि ना जमीन. निराकार. अगोचर. निसर्गाच्या या किंचितशा जांभईपुढे ना मनुष्याच्या ज्ञानाचं अस्तित्व, ना त्याच्या सामर्थ्याचा पराक्रम, ना त्याच्या अहंकाराची काही योग्यता आणि ना त्याच्या कर्तृत्वाचा काही अधिकार.

निसर्गसौंदर्याचं दुसरं चित्र– हलके हलके उजेड पसरू लागला, हाताला हात दिसू लागला. क्षणोक्षणी प्रकाशाचं अस्तित्व वाढू लागलं. हळूहळू निसर्गाचं चित्र स्पष्ट दिसू लागलं. पहाडाच्या जागी पहाड, सोन्याच्या थाळीसारखा गोल सूर्य. वृक्षांच्या जागी वृक्ष. झुडुपांच्या जागी झुडुपं. वाऱ्याच्या ठिकाणी वारा. ही काय जादू झाली?..... कारण एकाएकी तडातड मुसळधार पाऊस कोसळू लागला. थेंबाला थेंब टक्कर देऊ लागला, जणू मेघांची मुखं उघडून टाकली आहेत. निसर्ग स्नान करू लागला. त्याचा अणुरेणु न्हाऊन निघाला. नदी-नाल्यांत पाणी वाहू लागलं. चहु दिशांना पाणीच पाणी. नहाणारा निसर्ग पाहून सूर्याच्या किरणांचं सार्थक झालं.

भूत विचार करू लागलं की अगदी थोडक्या वेळात हा काय चमत्कार झाला? पाहूनसुद्धा विश्वास बसणार नाही, निसर्गाचा हा कसला खट्याळपणा आहे? हे का झालं? कसं झालं? कुठे त्याच्या मनातील वादळच बाहेर प्रकट झालं नव्हतं ना? त्याच्या मनातच ही निसर्गाची लीला दबून राहिली नव्हती ना? या संशयाच्या जोमात तो वेगानं चालू लागला. मनातल्या मनात उपाययोजनेचा विचार करीत वाट चालत राहिला होता.

तो सरळ हवेलीत न जाता प्रथम सेठजींच्या दुकानात पोहोचला. हिशोब-ठिशोब करणाऱ्या सेठजींनी मुलाला पाहिलं, तरी त्यांचं मन मानायला तयार नव्हतं. परदेशी गेलेला मुलगा परत कसा येईल? आजपर्यंत कधी त्यानं सांगितलेली गोष्ट

टाळली नाही. विवाह झाल्यावर माणूस कामाचा रहात नाही. हे सगळं कौतुक सेठानीचं असणार. आता झाली कमाई! एकतर व्यापाराकडे लक्ष द्या किंवा बायकोकडे!

बापूंच्या ओठांवर आलेलं बोलणं मुलाला न सांगता समजलं. हात जोडून म्हणाला, "आधी मी काय सांगतो ते तर ऐका! व्यापाराच्या बाबतीत सल्ला-मसलत करण्यासाठीच परत आलो आहे. आपली मर्जी नसेल तर घरी न जाता तसाच परत फिरेन. रस्त्यात समाधी लावलेल्या एका महात्म्याचं दर्शन झालं. संपूर्ण शरीरावर वाळवीची पुटं चढलेली होती. मी साफसफाई करून वाळवी काढली. विहिरीतून पाणी काढून त्याला न्हाऊ घातलं. पाणी पाजलं. खायला दिलं. तेव्हा महात्म्यानं प्रसन्न होऊन मला वर दिला की रोज सकाळी पलंगावरून खाली उतरताच पाच मोहरा मिळतील. परदेशी जाण्याचा विचार मनात आणताच वरदान संपुष्टात येईल. आता आपण जो हुकूम कराल तो मला मान्य आहे."

अशा अनपेक्षित वरदानानंतर जो हुकूम होणार होता तोच झाला. सेठजींनी आनंदानं मान्यता दिली. सेठजींबरोबर सेठानी पण खूप खूष झाली. एकुलता एक मुलगा डोळ्यांसमोर राहील आणि कमाईच्या जागी कमाईची जुळणी झाली. दुल्हनला आनंद झाला, आश्चर्य वाटलं आणि गर्वानं फुगली की भले हे रूप सोडून कोण परदेशी जाईल! तिसऱ्या दिवशीच परत फिरावं लागलं.

पती दुकानातील हिशोब-ठिशोब आणि भोजन करून दोन घडी रात्र उलटल्यावर शेजघरात येऊन झोपला. चारही कोपऱ्यांत तुपाचे दिवे जळत होते. फुलांची शेज. अशी वाट पहात रहाण्यापेक्षा मोठा कसला आनंद नाही. पैंजणांचा छुमछुम आवाज ऐकू आला. अशा छुमछुमाटापेक्षा उत्तम कुठला स्वर नाही. दुल्हन सोळा शृंगारानी सजून शेजघरात आली. या सौंदर्याहून उत्कृष्ट कुठलं दृश्य नाही. संपूर्ण शेजघरात अत्तरतेलाचा सुगंध पसरला. या सुगंधाहून उत्तम कुठला सुगंध नाही. या सुगंधानंच तर त्या खेजडीच्या मुक्कामी भुताच्या सुप्त भावना जागवल्या होत्या. आणि आज शेजघरात प्रत्यक्ष नजरांचं मीलन झालं. एवढ्या लवकर मनाप्रमाणे होईल असं स्वप्नातही वाटलं नव्हतं.

दुल्हन निःसंकोच जवळ येऊन बसली. घुंघट बाजूला केला मात्र– जणू तिन्ही लोकीची सर्वोपरी सुखं लखलखत होती. या रूपाची सावली सुद्धा चमकत आहे. दुल्हन हसून म्हणाली, "मला माहीत होतं, तुम्ही अर्ध्या वाटेतूनच परत येणार. ही चांदणी रात्र अशा वेळी पुढे जाऊ देत नाही. या संकल्पाचे स्वामी होतात तर मग मी नको म्हणत असताना गेलाच का? माझा नवस फळाला आला."

हे बोलणं ऐकताच पतीच्या मनात तुफान माजलं. या पवित्र दुधात चिखल कसा मिसळायचा! हिला फसवण्याहून मोठं कुठलं पाप नाही. ही तर खरा पती मानून इतकी आनंदी झाली आहे. पण यापेक्षा नीच असत्य आणखी कोणतं असेल!

हे असत्याचं अंतिम टोक आहे. शेवटची सीमा. या अबोध प्रीतीला कसा दगा द्यायचा! प्रीत केल्यानंतर भुताचं मन सुद्धा धुतलं जातं. कोणी बरोबरीचं असेल तर कपट- सामर्थ्याची ताकद आजमवावी, पण झोपेत असलेल्याचा गळा कापला तर तलवारही कलंकित होते.

भूत जरा दूर सरकून म्हणालं, ''काय माहीत नवस फळाला आला की नाही. आधी नीट तपास तर करून घे, मी कुणी दुसरा माणूस तर नाही ना! तुझ्या पतीचं रूप धारण करून कुणी मायावी तर आलेला नाही ना!''

दुल्हन हे बोलणं ऐकून आधी जरा चमकली. नंतर जवळ बसलेल्या व्यक्तीला टक लावून चांगल्या प्रकारे निरखलं. हुबेहूब तसाच चेहरा. तेच रंग-रूप. तीच नजर. तसंच बोलणं. लगेच लक्षात आलं– पतीला तिच्या शीलाची परीक्षा घेऊन पहायची आहे. मंद हास्याची आभा पसरवीत म्हणाली, ''मी स्वप्नातही परपुरुषाच्या सावलीचाही स्पर्श होऊ देणार नाही, मग उघड्या डोळ्यांनी ही गोष्ट कशी शक्य आहे! दुसरा पुरुष असता तर माझ्या शीलाच्या अग्नीत कधीच भस्म होऊन गेला असता!''

भुताला प्रथम हे बोलणं बोचलं. ओठांवर आलेले शब्द लगेच गिळून टाकले. म्हणजे हिच्या शीलात नक्कीच खोट आहे. त्याचं भस्म झालं असतं तर तिचं शील शुद्ध ठरलं असतं. प्रत्यक्षात परपुरुष असूनही त्याचं भस्म झालं नाही म्हणजे तिचं शील भ्रष्ट आहे. पण पुढच्या क्षणी या गोष्टीच्या दुसऱ्या बाजूचा विचार करताच त्याचा राग थंड झाला. उलट तो अतिशय प्रसन्न झाला. विचार करू लागला की नुसत्या चेहऱ्यानं काय होतं! जर तो खरा पती असता तर त्याला व्यापाराच्या लालसेनं स्त्रीची ही माया सोडता आली असती? अशा सौंदर्याला विरहाग्नीत जळण्यासाठी सोडून चालू लागावं यासाठी का त्यानं हिचा हात हातात घेतला होता? कुणी आंधळा सुध्दा या रूपाच्या तेजाला नजरेआड करणार नाही, मग तो डोळे असूनही कसा आंधळा झाला? अग्नीच्या साक्षीनं सात फेरे घातले म्हणून काय झालं, त्याच्या प्रीतीत प्रामाणिकपणा कुठे आहे! आणि मी भूत असूनही खरी प्रीत केली. फसवणूक करताना मन थरथरत आहे. माझी प्रीत खरी आहे. माझी अभिलाषा खरी आहे. म्हणून तर दोघांचं सत्व बचावलं. पण तरीही दुरावा राखला तर प्रीतीला धक्का बसेल. सत्य सांगितल्यशिवाय या शेजघरात श्वास घेणं सुद्धा कठीण आहे. जवळ सरकून बोलू लागला, ''खरं तर मी परका पुरुषच आहे. तरीही तुझं शील शुद्ध आहे, कारण माझी प्रीत खरी आहे. मंडपातील खऱ्या पतीची प्रीत खोटी आहे. म्हणून तर तो अशा रूपाकडे पाठ करून परदेशी निघून गेला!''

पण दुल्हन खरं-खोटं कसं ओळखणार! तिच्या गळी हे बोलणं गुंजभरसुद्धा उतरलं नाही. खुद्द आई-वडील ज्याला आपला मुलगा मानतात त्या हुबेहूब

चेहऱ्यामोहऱ्याच्या पुरुषाला आपला पती मानण्यात कसला संकोच! चेहरा आणि रंगरूपच सगळ्या नात्यांची सर्वांत मोठी ओळख आहे.!

त्यानंतर त्या भुतानं दुल्हनला सर्व हकीकत सांगितली, त्या खेजडीच्या मुक्कामावर तिचं रूप पाहून त्याची काय अवस्था झाली. ती निघून जाताच तो कसा मूर्च्छित झाला. पुन्हा कधी शुद्धीत आला. परदेशी जाणाऱ्या तिच्या पतीबरोबर त्याचं काय काय बोलणं झालं. मग त्याचं रूप धारण करून या हवेलीत येण्याचा निश्चय कसा केला. वाटेत झालेल्या धूळवादळाची आणि पावसाची घटनाही सविस्तर सांगितली. दुल्हन कठपुतळीप्रमाणे स्तब्ध बसून सारं बोलणं ऐकत राहिली. हीच गोष्ट ऐकण्यासाठी विधात्यानं कान दिले आहेत काय!

तिचं मनगट कुरवाळीत भूत पुढे सांगू लागलं, "आई-वडिलांना तर रोजच्या पाच मोहरा आणि दुकानातील कमाईशी मतलब आहे, वास्तवातील फरकाशी त्यांना काही देणं-घेणं नाही. पण तुला जाणीव करून दिली नसती तर प्रीतीच्या चेहऱ्याला काळिमा फासला गेला असता. मी हे रहस्य उघड केलं नसतं तर तुला पाच वर्षांत स्वप्नातही खरी गोष्ट समजली नसती. तू तर खरा पती मानूनच संग केला असतास. पण माझ्या मनाला पटलं नाही. मी स्वतःच्याच मनात खरी गोष्ट कशी लपवू! यापूर्वी अनेक स्त्रियांच्या शरीरात घुसून त्यांना खूप त्रास दिला, पण माझ्या मनाची अशी अवस्था कधी झाली नाही. एवढी दया माझ्या मनाच्या कोणत्या कोपऱ्यात लपली होती देव जाणे? याउपरही तुझी इच्छा नसेल तर मी या क्षणी परत निघून जाईन. आजन्म या दिशेला तोंडही वळवणार नाही. तुला तडफडत ठेवून मला प्रीतीचा आनंद नको. तरीही आयुष्यभर तुझे उपकार मानीन, कारण तुझ्या प्रीतीमुळे माझ्या हृदयातील विषाचं अमृतात रूपांतर झालं. स्त्रीचं सौंदर्य आणि पुरुषाच्या प्रेमाची हीच तर सर्वोच्च मर्यादा आहे!"

सौंदर्याच्या पुतळीचे ओठ विलगले. म्हणाली, "अजूनही मला एक गोष्ट समजलेली नाही की हे रहस्य प्रकट झालं ते योग्य की प्रकट न होतं तर योग्य झालं असतं. कधी पहिली गोष्ट योग्य वाटते आणि कधी दुसरी!"

दुल्हनच्या डोळ्यांत नजर रोखून भूत म्हणालं, "वांझेला भले प्रसववेदना कशा समजतील! या वेदनेतच कूस उजवण्याचा परम आनंद घर करून असतो. प्रामाणिकपणा आणि गर्भाशयाच्या सृजनाची वेदना समान असते. हे सत्य लपविण्यात ना वेदना होती, आणि ना आनंद. तो फक्त परिस्थितीचा भ्रम ठरला असता. आनंदाचं ढोंग. मी अनेक स्त्रियांच्या शरीरात प्रवेश केला, तेव्हा कुठे वास्तवातील भ्रमाची नीट ओळख झाली. मला अशा काही सती-सावित्री स्त्रिया माहीत आहेत की ज्या सहवासच्या वेळी पतीच्या चेहऱ्यात कुणा दुसऱ्याचा चेहरा पहातात. सांगताना सांगतील की आपण परपुरुषाच्या सावलीला सुद्धा स्पर्श करीत नाही. पण

पतीच्या बहाण्याने दुसऱ्या चेहऱ्याचा विचार करणं यात किती पातिव्रत्य आहे, याची खरी ओळख जेवढी मला आहे तेवढी खुद्द विधात्यालाही नाही. मी पतिव्रता स्त्रियांचे तमाशे खूप पाहिलेत. भय तर फक्त बदनामीचं आहे. रहस्य उघडं होण्याचं भय नसेल तर स्वतः ईश्वर सुद्धा पाप करायला मागे-पुढे पहाणार नाही. आता जी तुझी इच्छा असेल, उघड सांगून टाक. मी तर भूत असूनही कुठलीही गोष्ट लपविली नाही.''

आजपर्यंत कुणा स्त्रीला असा कूटप्रश्न पडला नसेल. स्वेच्छेनं व्याभिचारीण होणं ही गोष्टच वेगळी आहे. परस्त्री आणि परपुरुषासाठी कुणाचं मन लालचावत नाही, पण सामाजिक प्रतिष्ठेमुळे पडदा हटवता येत नाही. पण पडद्याच्या मागे जे घडायचं ते घडतंच. अशा गोष्टीचा विचार करून उत्तर देणं किती दुष्कर आहे! ती अशी गप्प बसून राहिली, जणू बोलणंच विसरून गेली. एवढ्या गोष्टी ऐकल्यानंतर ती अगदी मुकी झाली.

दुल्हनच्या मनात अचानक एक तरंग उमटला. ती विचार करू लागली– जन्माच्या वेळी थाळीऐवजी सूप वाजलं. घरातल्यांना विशेष काही आनंद झाला नाही. मुलगा झाला असता तर जास्त आनंद वाटला असता. मुलीचं शरीर भरायला काय वेळ लागतो. दहावं वर्ष लागताच आई-वडील तिचे हात पिवळे करून दुसऱ्या घरी पाठविण्याची चिंता करू लागले. ती ना अंगणात सामावत होती ना गगनात. ताक आणि मुलगी मागण्यास कसली लाज! मागण्यांवर मागण्या येऊ लागल्या. तिच्या सौंदर्याची चर्चा चहुदिशांनी हवेत पसरली होती. सोळावं वर्ष पुरं करणंही कठीण झालं. आईच्या कुशीत सामावली पण घरच्या अंगणात सामावली नाही. अचानक या हवेलीतून नारळ आला. तिचं नशीब की घरातल्यांनी नारळ परत पाठवला नाही. या हवेलीऐवजी दुसरं एखादं घर असतं तर तिला जावंच लागलं असतं. घरातल्यांना जो आवडेल त्याच्याशी विवाह करावा लागणार होता. पती व्यापार आणि हिशोब वह्यांतच हरवलेला असतो. त्याच्या दृष्टीनं हंडीचा तळ आणि स्त्रीचा चेहरा यात काही फरक नसतो. भंगणारं तारुण्य सुद्धा तसंच आणि ढेपाळणारी माती सुद्धा तशीच. ना रथात पत्नीच्या मनातली गोष्ट जाणली, ना शेजघरात. रिकामं शेजघर आणि नीरस शेज मागे ठवून आपल्या व्यापारासाठी निघून गेला. मागं वळूनही पाहिलं नाही. आणि आज भुताच्या प्रीतीच्या प्रकाशात सूर्य सुद्धा फिका पडला! सात फेरे घेतलेला पती बळजबरीनं निघून गेला तेव्हा तिचं काही चाललं नाही. भुताच्या या प्रीतीपुढेही तिचं कुठं काय चाललं! जाणाऱ्याला थांबवता आलं नाही तर शेजघरात येणाऱ्याला कसं थांबवणार! हा प्रीतीचं दर्शन घडवीत आहे तर कानात तेल कसं घालणार? पतीनं असहाय्य स्थितीत सोडून

दिलं. भूत असूनही यानं प्रीत जपली, तर नकार कसा देणार? स्वप्नं आपल्या ताब्यात राहिली तर ना प्रीत आपल्या ताब्यात राहील! ती आपली शुद्ध-बुद्ध विसरून भुताच्या मांडीवर कलंडली.

कदाचित हे दुल्हनच्या मनातील भूतच साकार रूप धारण करून प्रकट झालं नव्हतं ना? मग स्वतःच्याच मनाशी कसला दुरावा! जिथं वाणी अडकते तिथं मौनानं काम साधतं. आता काहीही सांगण्या-ऐकण्याचं शिल्लक राहिलेलं नाही. एकमेकांच्या अंतःकरणातील विचार आपोआप समजून आले. मग दिव्यांचा उजेड लुप्त झाला आणि अंधार प्रकाशाचं रूप धारण करून लुकलुक करू लागला. शेजेवरील कोमेजलेल्या फुलांची पाकळी न् पाकळी प्रफुल्लित झाली. शेजघरातील प्रकाशाचं सार्थक झालं. शेजघरातील अंधाराचं सार्थक झालं. आकाशातील नवलाख ताऱ्यांचा झगमगाट आपोआप वाढला.

अशा रसिल्या रात्रींमुळे वेळ संपायला काय उशीर लागतो! चुटकीसरशी दिवस जाऊ लागले. व्यापार खूप वाढला. देणं-घेणं खूप वाढलं. प्रतिष्ठा खूप वाढली. आई-वडील तर खूष होतेच, सगळे लोकसुद्धा सेठजींच्या मुलावर बेहद खूष झाले. वेळी-अवेळी सगळ्यांच्या उपयोगी पडत असे. दुसऱ्या व्यापाऱ्यांसारखा गळे कापीत नव्हता. अगदी संयमी. सदाचारी. दुकानावर येणाऱ्या स्त्रियांकडे नजर वर करून पाहतही नसे. लहानांना बहीण आणि मोठ्यांना आईप्रमाणे मानीत असे. त्याचं नाव घेताच लोकांचं मन श्रद्धेनं भरून जात असे. त्याच्यात फक्त एकच दोष होता, परदेशातून सेठजींच्या मुलाचं पत्र आलं की ते फाडून फेकून देत असे. त्याला काही उत्तर पाठवीत नसे.

अशा आनंदात आणि भरभराटीत बघता बघता तीन वर्षे संपली– जणू गोड स्वप्न पडलं होतं. भूतसुद्धा त्या हवेलीच्या प्रेमात गुंतलं. जणू सेठजींचा सख्खा मुलगाच. बहू सुद्धा शेजघरातील नशेत चूर होती. शेजघरात जाण्याच्या आतुरतेत दिवस उगवताच मावळत असे. शेजघरात शिरताच क्षणभरातच रात्र संपून जाई.

बहूला डोहाळे लागले. तिसरा महिना चालू होता. गर्भ राहिल्याची आनंदवार्ता ऐकून सेठजींनी आपल्या हातांनी सव्वा मण गूळ वाटला. लोकांनी सव्वा मण सोने समजून स्वीकार केला. सेठजींनी आयुष्यात प्रथमच इतकी उदारता दाखविली होती. आज हात सैल झाला आहे तर पुढेही काही ना काही मिळेल. मुलानं आणि बहूनं गुपचुप खूप दानधर्म केला. हर्षाच्या नवलाख ताऱ्यांमध्ये आता नवा चंद्र अवतरेल. आकाशीच्या चंद्रापेक्षा कुशीतला चंद्र नेहमी अमोल असतो.

पती-पत्नीला मुलीची अतिशय आवड होती. खूप मजा करता येईल. मुलगा कुठल्या स्वर्गात घेऊन जातो? देवजाणे कुणाच्या रूपावर जाईल! मुलाच्या जन्मापेक्षा मूल होण्याच्या कल्पनेतच जास्त सुख असतं. उदरात मुलाच्या बरोबरीनं

स्वप्नं वाढतात.

दिवस घोड्याच्या गतीनं धावू लागले. पाच महिने पूर्ण झाले. सात महिने पूर्ण झाले. नववा महिना लागला आहे. बहू दिवसभर शेजघरात झोपून रहात असे. तिच्या सेवेसाठी तीन दासी अष्टौप्रहर हजर असत.

एकदा रात्री पतीच्या कुशीत झोपलेली पत्नी चेहरा वर करून म्हणाली, ''अनेकदा विचार करते, त्या दिवशी खेजडीच्या सावलीत विश्रांती घेण्यासाठी थांबलो नसतो तर देवजाणे माझी ही चार वर्षं कशी संपली असती. मला तर वाटतं संपलीच नसती.''

भूत म्हणालं, ''तुझे दिवस असे-तसे कसेही संपले असते, पण माझी काय दशा झाली असती? झुडुपा-झुडुपांत, झाडा-झाडांवर राहून भूतयोनी पूर्ण केली असती. त्या दिवशी सुबुद्धी सुचली की मी तुला लागलो नाही. माझा तर अजूनही विश्वास बसत नाही, जीवनातील आनंद भोगत आहे की एखादं स्वप्न पहात आहे!''

मुलायम रेशमी केसांवर बोटं फिरवता-फिरवता रात्र निसटून गेली.

तिकडे दूर परदेशी बहूचा पती रात्रीच्या अंतिम प्रहरी उठून बसला. आळस झटकून जांभई देत घड्यातील थंड पाणी प्यायला. चहुकडे बघितलं. सगळीकडे अंधार. एकसारखे चमचमणारे तारे. कुठल्याही दिशेला उजेड नाही. मनात आलं की ही रात्र आणखी लहान असती तर किती छान झालं असतं! काय गरज आहे इतक्या मोठ्या रात्रींची! झोपण्यातच अर्धं आयुष्य निघून जातं. झोपेत व्यापार आणि देण्याघेण्याचे व्यवहार करता येत नाहीत, नाहीतर दुप्पट कमाई झाली असती. तरीही दौलत कमी नाही गोळा केली! बापू खूप खूष होतील.

अधून-मधून आजूबाजूचे व्यापारी भेटत असत. त्याला तिथं पाहून त्यांना खूप आश्चर्य वाटे. एकदा विचारलं सुद्धा– गावाहून परत कधी आलात? हे ऐकून त्यालाही कमी आश्चर्य नव्हतं वाटलं. अजून गावाच्या दिशेनं तोंडही वळवलेलं नाही असं उत्तर दिलं, तुम्हाला वेड तर नाही लागलेलं. लोकांनी जोर देऊन सगळी हकीकत सविस्तर सांगितली, तरीही त्याचा विश्वास बसला नाही. तो जर इथं आहे तर तिथं कसा असेल! कमाई सहन होत नाही म्हणून मत्सरी लोक कोड्यात टाकू पहात आहेत. पण तो तसा अडाणी नाही. त्यांच्यापेक्षाही वरचढ आहे. कमाई आणि व्यापारात जास्त मन घालू लागला.

पण आज अगदी सकाळी सकाळी एका विश्वासू शेजाऱ्यानं बातमी दिली की बहूला मूल होणार आहे. कदाचित झालंही असेल.

सेठजींचा मुलगा मध्येच म्हणाला, ''असं काही असतं तर घरातल्यांनी मला नक्की कळवलं असतं. मी पाच-सात पत्रं पाठवली, पण एकाचंही उत्तर आलं नाही.''

शेजारी म्हणाला, ''भल्या माणसा, जरा विचार तर कर, घरातले लोक

कशाला कळवतील? कुणाला कळवतील? त्यांचा मुलगा तर तिसऱ्याच दिवशी अर्ध्या वाटेतून परत आला होता. एका महात्म्यानं सांगितलेल्या मंत्रामुळे सेठजींना रोज पाच मोहरा देतो आहे. हवेलीवर देवाची कृपा आहे. गाजत-वाजत उत्सवांचा थाट आहे. शेजघरात तुपाचे दिवे जळतात. हं, आता समजलं की आपला चेहरा हुबेहूब सेठजींच्या मुलासारखा आहे. विधात्याचा खेळ! स्वतः सेठजींनी पाहिलं तरी ओळखणार नाही. आता बोलणं झाल्यावर लक्षात आलं की चेहरा अगदी हुबेहूब आहे, पण आपण दुसरे आहात."

"भले, मी दुसरा कसा झालो? आता वाटतं की उद्या-परवाच निघायला हवं."

म्हणून सेठजींच्या मुलानं आपला धंदा आवरला, मुनिमाला हिशोब-ठिशोब समजावून सांगितले, आणि आपल्या गावाच्या दिशेनं चालू लागला. तोच ज्येष्ठाचा महिना. गरम हवेच्या झळा धुमाकूळ घालीत होत्या. काटेरी झुडुपांवर लालभडक ढालू पाहून एकाएकी त्या दिवसाची आठवण झाली. विचार केला– बायकोला आवडत असेल तर आपलं काय जातं! पैसे थोडेच पडणार! पिकलेले ढालू तोडून पंचाच्या शेवात बांधून घेतले.

तो हवेलीत पोहोचला तेव्हा अंगणात स्त्रियांची गर्दी जमली होती. सेठ-सेठानी घाबरून नवसावर नवस बोलत होते. भूतयोनीतला पती वरती शेजघराच्या दरवाजावर उभा होता. उदास, उद्विग्न. बहू खालती बाळंतिणीच्या खोलीत कण्हत होती. मूल अडलं होतं. सुईणी आपलं कसब पणाला लावीत होत्या.

अंगणात गोंगाट चालू होता, त्याच वेळी सात फेरे घातलेला आणि धुळीनं माखलेला पती निःसंकोचपणे अंगणात येऊन उभा राहिला. खांद्यावर ढालूंचा पंचा लटकत होता. आई-वडिलांच्या चरणी मस्तक नमवून प्रणाम केला. ही काय भानगड आहे. हुबेहूब मुलाशी चेहरा जुळतो! धुळीनं माखलेला असला म्हणून काय झालं! दौलतीच्या लालसेनं कोणी मायावी तर नाही आलेला! अतोनात आश्चर्य सुद्धा मूक होतं. आई-वडिलांना बोलायचं होतं तरीसुद्धा बोलता आलं नाही. स्त्रियांच्या गळ्यातील सूर बदलला. अरे दैवा, एकाच चेहऱ्याचे दोन पती! कोण खरा, कोण खोटा? हे कसलं कौतुक? कसला तमाशा? कुणी इकडे धावली, कुणी तिकडे धावली.

बाळंतिणीच्या खोलीतून पत्नीचं कण्हणं ऐकल्यावर तो लगेच सगळं समजून चुकला. ऐकली ती बातमी खरी आहे तर! अशी फसवणूक कुणी केली? याची ओळख कशी पटेल? लोक कुणाच्या सांगण्यावर विश्वास ठेवतील? अचानक त्याची नजर वरती शेजघराच्या दारी उभ्या असलेल्या तरुणावर पडली. हा तर हुबेहूब माझ्यासारखा आहे! मायावीच्या कपट-छलाशी कोण सामना करील! धमन्यांतील रक्त गोठलं. बापरे, हा चमत्कार कसा झाला?

प्रीतीतल्या पतीच्या कानात फक्त बाळंतिणीचं कण्हणं घुमत होतं. त्याला तर दुसऱ्या कुठल्या गोष्टीचं भानच नव्हतं. वारा थांबला होता. सूर्य थांबला होता. केव्हा हे कण्हणं थांबेल आणि केव्हा निसर्गाचं बंधन मोकळं होईल!

बापूंच्या तोंडाकडे पहात मुलगा म्हणाला, ''मी तर चार वर्षं दूर परदेशी होतो, समजत नाही बहूला गर्भ कसा राहिला? तुम्ही जरा तरी अकलेनं वागायला हवं होतं!''

सेठजींनी मनातल्या मनात सगळा हिशोब केला. म्हणाले, ''तू कोण आहेस? माझा मुलगा तर तिसऱ्या दिवशीच परत आला होता. इथं चलाखी दाखवली तर डाळ नाही शिजणार!''

बापूंच्या तोंडून हे बोलणं ऐकून मुलाला अतोनात आश्चर्य वाटलं. गप्प राहिलं तर सगळंच बिघडून जाईल. लगेच म्हणाला, ''चार वर्षं बेसुमार कमाई करून परदेशाहून बापाच्या घरी आलो. यात चलाखी कसली! तुम्हीच तर जबरदस्तीनं पाठवलं होतं.''

सेठजी म्हणाले, ''मला नको असली कमाई. तू मला कमाईची काय लालूच दाखवतोस! ज्या वाटेनं आलास त्या वाटेनं सरळ निघून जा. नाहीतर काहीतरी भयंकर घडेल.''

बापूंची तर बुद्धीच फिरलेली दिसते. त्यानं आईच्या तोंडाकडे पाहून विचारलं, ''आई, तू पण आपल्या उदरी जन्मलेल्या मुलाला नाही ओळखलं?''

आई या प्रश्नाला काय उत्तर देणार! तिची जीभ जणू टाळूला चिकटली होती. ती टकामका पतीच्या चेहऱ्याकडे पाहू लागली. आईनं काही उत्तर दिलं नाही तेव्हा मुलगा पण गोंधळात पडला. तेवढ्यात त्याला ढालूंची गोष्ट आठवली. लगेच थरथरत्या हातांनी पंचा उघडून लाल-लाल ढालू वडिलांच्या समोर धरून म्हणाला, ''बहूला त्या दिवशीची ढालूची गोष्ट तर विचारा. ती सगळा प्रसंग सांगेल. त्या दिवशी तिनं स्वतः ढालू तोडून खाल्ले होते. आज मी आपल्या हातानं तोडून आणलेत. एकदा तिला विचारा तर खरं. आपण म्हणत असाल तर मी बाहेर राहून विचारतो.''

सेठजींना राग आला. म्हणाले, ''वेडाच आहेस! ही काय ढालूंची गोष्ट विचारण्याची वेळ आहे! बहू मृत्यूशी झुंजते आहे आणि तुला ढालूंचं पडलंय. मसणात जावो तुझे हे ढालू. मी तर हे असंबद्ध बोलणं ऐकूनच सगळं काही समजलो. माझी बहू गांवढळांप्रमाणे हातानं तोडून ढालू खाणार! इज्जत प्यारी असेल तर इथून चालता हो, नाहीतर इतके जोडे पडतील की मोजायलाही कुणी मिळणार नाही.''

मुलगा म्हणाला, ''वडिलांच्या जोड्यांची काही पर्वा नाही, पण खरोखर मी सुद्धा त्या दिवशी रथात अगदी असंच बोललो होतो.''

बाळंतिणीच्या खोलीत बहूचं कण्हणं तसंच चालू होतं. सुईणींनी अनेक वेळा विचारलं, तरीही ती चीर देऊन मूल बाहेर काढायला तयार झाली नाही. मोठ्या प्रयासानं मरणातून वाचली. बहूच्या डोळ्यांसमोर कधी अंधार पसरत होता, कधी विजा चमकत होत्या.

हवेलीतून पळालेल्या स्त्रियांकडून ही गोष्ट वाऱ्यासारखी घरा-घरांत पसरली. पहाता-पहाता सेठजींच्या हवेलीसमोर जत्रा भरली. वर्षानुवर्षातून कधीतरी अशा असंभवनीय गोष्टींची चव जिभेला मिळते. प्रत्येकाच्या जिभेला पंख फुटले. एकाच चेहऱ्या-मोहऱ्याचे दोन पती! एक तर चार वर्षांपासून शेजघरात ऐश करीत आहे आणि एक आज परदेशातून परतला आहे. बहू बाळंतिणीच्या खोलीत प्रसववेदनांनी कण्हत आहे. खूप तमाशा झाला. आता पहायचं की धन्ना सेठ हा मामला कसा मिटवतात? कसं लपवतात? भले, अशा गोष्टींवर पडदा कोण पडू देईल! लोक चावून-चावून पुन्हा रवंथ करू लागले.

आपल्या हवेलीच्या चहुबाजूला हा जमाव पाहिला तेव्हा सेठजी आपाद-मस्तक पोळून निघाले. थुंकी उडवीत म्हणाले, ''माझ्या घरची गोष्ट आहे. आमचं आम्ही पाहून घेऊ. गाववाले कशाला मध्ये पडतात? मी म्हणतो की नंतर आलेला माणूस कपटी आहे. मी आपल्या नोकरांकडून त्याला धक्के देऊन हाकलून देईन. दिवसाढवळ्या अशी लबाडी चालणार नाही.''

मुलगा ओरडला, ''बापू, तुम्ही हा काय वेडेपणा करीत आहात? सूर्याला तवा आणि तव्याला सूर्य म्हणता का? तुम्हाला हवा तसा पूर्ण तपास करून घ्या. हा तर सरासर अन्याय आहे.''

या धनवंत लोकांना मान खाली घालायला लावायची संधी चुकून कधीतरी मिळते! लोक सुद्धा अडून बसले की खरा न्याय झाला पाहिजे. दूध ते दूध आणि पाणी ते पाणी. अपराध्याला योग्य शिक्षा मिळावी. अशी दोन पतींची पद्धत सुरू झाली तर कसं निभावणार? श्रीमंतांचं काही नाही, पण गरिबांना जगणं अशक्य होईल. गावाची उपेक्षा करता येणार नाही. दौलतीचा माज कितीही असू दे, खांदा देणारे भाड्याने नाही मिळणार.

चांगलाच गुंता झाला. दोघेही आपापल्या म्हणण्यावर अडून बसले. कुणीही मागे हटायला तयार नव्हतं. ना सेठजी ना गाववाले. लोकांची जीभ होती आणि बहूचे कान होते, त्यामुळे तिच्यापर्यंत सुद्धा सगळी बातमी पोहोचली. या स्त्री जीवनात देवजाणे काय काय गोष्टी ऐकाव्या लागतील, कसले कसले अपमान सहन करावे लागतील आणि कसले कसले तमाशे पहावे लागतील! शेवटी एक दिवस ही कटकट होणारच होती. चार वर्षे स्वप्नाप्रमाणे अदृश्य झाली. भले, स्वप्नाच्या भरवशावर कुठवर मनाची समजूत घालता येईल! कितीसा त्याचा

आसरा! आणि तो किती टिकणार?

लोक एखाद्या प्राचीन भग्नावशेषातील वटवाघुळांप्रमाणे इकडे-तिकडे चकरा मारू लागले. हा मामला निकालात निघाल्याशिवाय घशाखाली घासही उतरणार नाही.

बाळंतिणीच्या खोलीचा दरवाजा उघडून सुईणींनी बहूला मुलगी झाल्याचं सांगितलं. मृत्यूची बिकट घाटी पार पडली. बाळंतिणीच्या मृत्यूनं काही तोटा होणार नव्हता. वाचली ही नशिबाची गोष्ट. बाळंतिणीच्या खोलीबाहेर भुणभुण करणाऱ्या स्त्रियांना मुलीचं रडणं ऐकू आलं. शेजघराच्या बाहेर उभ्या असलेल्या पतीला आता कुठे भान आलं. पण भानावर येताच कानावर कुणकुण पडली, वाटलं जणू काळजात अकस्मात कुणी सुरुंग पेटवला आहे. चेतनाशक्ती लुळी पडली. एक वर्ष आधीच हा वज्रपात कसा झाला?

सेठ-सेठानी वेड्यासारखे गोंधळून उभे होते. हतप्रभ! सगळ्या गावात कुजबुज होऊ लागली. हे कसलं अनपेक्षित संकट कोसळलं! या हरामजाद्या चांडाळाने न जाणे कोणत्या जन्माचा बदला घेतला. मामला तर हातातून निसटतो आहे. आता कसा आवरायचा! कुणास ठाऊक कुणी हा डाव टाकला आहे? शेजघर तर गेली चार वर्षे प्रकाशत आहे. ही गोष्ट मान्य केली नाही, तर हवेलीची सगळी इज्जत मातीला मिळेल. ढालूवाल्यानं कोणत्याही प्रकारे मान्य केलं तर पडदा पडलेला राहील. मागेल तेवढी दौलत द्यायला तयार आहे. त्याला आणखी काय पाहिजे.

पण ना ढालूवाल्यानं मानलं आणि ना गावातल्या लोकांनी मानलं. खरा न्याय झाला पाहिजे. साऱ्या गावाचं नाक कापलं जात आहे. चार वर्षांनंतर कूस उजवताच आणखी एक पती येऊन टपकला. काय माहीत कोण खरा आहे? एकाला तर खोटं पडावंच लागेल. लोकांनी आरडा-ओरडा करून आकाश डोक्यावर घेतलं, जणू गांधील माश्यांचं मोठं पोळं खाली येऊन पडलं आहे. ढालूवाल्याचं समर्थन केलं नाही, तर हातानं भडकवलेल्या आगीवर पाणी ओतल्यासारखं होईल. मग सगळ्या आनंदावर विरजण पडेल. ही मजा चाखण्यासाठी प्रत्येक व्यक्ती ढालूवाल्या पतीची तरफदारी करू लागली.

सेठजी हात जोडून अडखळत्या स्वरात म्हणाले, ‘‘माझी बेइज्जत करून तुम्हाला काय मिळणार? भावाप्रमाणे सोबत रहात आहोत. वेळी-अवेळी एकमेकांच्या उपयोगी पडतो. माझ्या मुलाचे गुण तर तुम्हा लोकांपासून लपलेले नाहीत. त्याच्या हातून कुणाचं भलं नाही झालं! इतक्या लवकर कृतघ्न होऊ नका. माझी इज्जत आता तुमच्या हातात आहे. कशाही प्रकारे मामला सोडवा. हा ढालूवाला माणूस नकली आहे. याला धक्के मारून गावाच्या बाहेर हाकला.’’

वडीलधाऱ्यांनी म्हटलं, ‘‘सेठजी, दिसणारी माशी गिळली नाही जात. वेळ

येताच प्राण द्यायची तयारी आहे, पण पाण्याचं गाठोडं कसं बांधता येईल! हा माणूस पुन्हा-पुन्हा सांगतो आहे तर बहूला ढालूवाली गोष्ट विचारा तर खरी, यात नुकसान कसलं आहे?''

अशी गोष्ट कशी विचारणार? कोण विचारेल? तेव्हा काही समजूतदार वृद्ध स्त्रिया पुढे सरसावल्या. संकटात माणूसच माणसाच्या उपयोगी पडतो. बाळंतिणीच्या खोलीचा दरवाजा उघडून आत गेल्या. बाळंतिणीचं पोट वेदनेनं पिळवटत होतं. प्रसूतीची घाटी पार केल्यावर या गोष्टीची कुणकुण तिच्या कानावर पडली तेव्हा ती प्रसूतीचे सारे कष्ट विसरून गेली. या दुसऱ्या वेदना खूप-खूप भयानक होत्या. दात आवळीत मोठ्या कष्टानं बोलली, ''एखाद्या पुरुषानं ही गोष्ट विचारली असती तर त्याला हो किंवा नाही उत्तर दिलं असतं. पण स्त्रियांचं मन असूनही तुम्ही ही गोष्ट विचारण्याची हिम्मत कशी केली! मला माझ्या दुर्दशेत सोडून द्या. त्रास द्यायला तुम्हाला हीच वेळ मिळाली? धन्य आहे तुमच्या धैर्याची!''

वृद्धा तोंड वाकडं करून बाहेर आल्या. म्हणाल्या, ''अशा बाबतीत स्त्रिया खरं बोलत नाही की काय? आम्हाला यात काहीतरी काळंबेरं दिसतंय. तुम्हाला सुचेल ते करा.''

अशा मोक्याच्या वेळीच जाणिवेची धार तीक्ष्ण होते. दोरा तर चांगलाच गुंतला. मान्यवरांनी पुन्हा समजूतदारपणा दाखविला. म्हणाले, ''राजाशिवाय हा न्याय कुणालाही करता येणार नाही. कुणी दुसऱ्यानं यात पाय आडवा घातला तर संपूर्ण गावाला त्याच्या रागाची शिकार व्हावं लागेल. आपल्या भल्याबुऱ्याचा विचार करावाच लागतो. या दोन्ही पतींना एकदाचं राजाच्या हवाली करून टाका. मग राजा जाणो आणि सेठजी जाणो. आपण मध्ये नाहक बदनाम कशाला व्हायचं. तरीही गाव म्हणजे देव आहे. जी सगळ्यांची इच्छा असेल तसं करा.''

त्यानंतर गावाच्या इच्छेनुसारच घडलं. भले, गाव आपलं देवपण का सोडील. दोन्ही पतींना दोरीनं बांधून नेण्याचा निर्णय झाला.

शेजघराच्या बाहेर उभ्या असलेल्या पतीला बांधू लागले तेव्हा त्याला शुद्ध आली, शेवटी गोष्ट कुठल्या थराला पोहचली. त्यानं काहीही टाळाटाळ केली नाही. पायऱ्या उतरताना काळीज ओठांवर आणून म्हणाला, ''मला एकदाच बाळंतिणीच्या खोलीत जाऊ द्या. आई-मुलीची खुशाली तरी विचारतो. तब्येत कशी आहे कुणास ठाऊक?''

पण लोकांनी ऐकलं नाही, म्हणाले, ''निकाल लागल्यावर आयुष्यभर खुशाली विचारायचीच आहे. इतकी घाई काय आहे?''

लोकांचे तुफान पायी-पायी पुढे निघाले. बांधून ठेवलेले दोन्ही पती बरोबरीनं चालत होते. सेठजी सुद्धा जोडे फटकारीत सोबत फरफटत चालले होते. पगडी

सुटून गळ्यात झुलत होती. वेगवान वाऱ्याचे झोके पाना-पानाला हिसके देत होते. चालता-चालता भुताची नजर त्या खेजडीवर पडली. संपूर्ण शरीरात वीज सळसळली. त्याचे पाय तिथंच चिकटले. मस्तकात वादळ घोंघावू लागलं. डोळ्यांसमोर आठवणींची चित्रं फडफडू लागली. तेवढ्यात दोरीचा हिसका बसून तो भानावर आला. पाय आपोआप चालू लागले. डावा-उजवा, डावा-उजवा. माणसाच्या मनात आठवणींची कटकट राहिली नाही तर किती छान होईल! ही आठवण तर जणू रक्त पिळून काढील.

सोबत बांधलेल्या व्यापारवाल्या पतीचं मन निश्चल होतं. पण आज सत्याला ही आच कशी लागली! तो स्वतः गोंधळात पडला. हा काय चमत्कार झाला? सोबत चालणारा हा माणूस पाहून वाटत होतं की जणू आपण आरशात स्वतःचंच प्रतिबिंब पहात आहोत. याला विचारलं तरच गोंधळ संपेल. त्याच्या गळ्यातून मोठ्या प्रयासानं अडखळत अडखळत शब्द बाहेर पडले, ‘‘भाई, देव जाणे न्याय काय होईल ते. पण तुला नक्की माहीत आहे की मीच सेठजींचा मुलगा आहे. सात फेरे घातलेला खरा पती आहे. पण तू कोण आहेस ते तरी सांग. हे कसलं इंद्रजाल आहे? बसल्याबसल्या हे कसलं संकट येऊन कोसळलं! सांग, मला तरी सांग की तू कोण आहेस?’’

तो तर महाबली भूत होता. न्याय करणाऱ्या पंचांच्या माना एकसाथ मुरगळून टाकल्या असत्या. एखादी युक्ती केली असती. कुणाच्याही शरीरात घुसून त्याचा सत्यानाश केला असता. पण चार वर्षे प्रीतमय आयुष्य जगल्यामुळे त्याचं अंतःकरणच बदलून गेलं. खोटं बोलावंसं वाटलं तरीही त्याला बोलता आलं नाही. पण खरी गोष्ट स्पष्टपणे कशी सांगणार! प्रियतमेची इज्जत तर राखलीच पाहिजे. तिचा विश्वासघात कसा करणार! युधिष्ठिराची मर्यादा निभावली. म्हणाला, ‘‘मी स्त्रियांच्या शरीराच्या अंतर्भागातील सूक्ष्म जीव आहे. त्यांच्या प्रीतीचा स्वामी आहे. व्यापार आणि कमाईपेक्षा मला मोह-प्रीतीची लालसा अधिक आहे.’’

सात फेरे घातलेला पती उतावीळपणाने मध्येच बोलला, ‘‘फालतू बडबड कशाला करतोस! खरं-खरं सांग की तू मंडपात विवाह केला होतास काय?’’

‘‘नुसत्या विवाहानं काय होतं! विवाहाची शपथ आयुष्यभर उपयोगी पडत नाही. व्यापार वस्तूंचा होतो, प्रीतीचा नाही. तू तर प्रीतीचाही व्यापार करू लागलास! या व्यापारात असाच लाभ होतो!’’

सेठजींच्या मुलाच्या मनात जणू तप्त सळया घुसल्या. अशा गोष्टींचा तर त्यानं कधी विचारही केला नव्हता. विचार करायची संधीच कधी मिळाली होती! आज संधी मिळाली ती अशा अवस्थेत!

तुफान गर्दी राजाकडे न्याय मिळवण्यासाठी घाई-घाईनं पुढे जात होती, तर

वाटेत शेळ्यामेंढ्यांचा कळप चरवणारा एक मेंढपाळ भेटला. हातात तडा. लाल साफ्यातून बाहेर पडलेले केस. भरदार काळी दाढी. हातात चांदीची कडी. भरपूर उंचपुरं शरीर. अस्वलासारखे संपूर्ण शरीरावर केसच केस. पापणी आणि भुवयांचे केसही खूप वाढलेले होते. कानांवर केसांचे पुंजके. पिवळे दात. तडा समोर धरून विचारलं, ‘‘एवढे सारे लोक जमून कुठं चालला आहात? बहुतेक तेराव्याच्या भोजनासाठी हा तांडा निघाला आहे का?’’

दोन-तीन वेळा समजावून सांगितल्यावर शेवटी त्याला भानगड काय आहे ते समजलं. ओठांच्या कोपऱ्यात हास्य झळकवीत म्हणाला, ‘‘इतक्या लहानशा कामासाठी बिचाऱ्या राजाला का त्रास देता! ही भानगड तर मीच निपटून टाकीन. एक पाऊलही पुढे टाकलंत तर तुम्हाला माझ्या डोळ्यांची शपथ आहे. नदीचं थंड पाणी प्या. थोडा आराम करा. तुमच्या मुलुखाचं बिंग तर चांगलंच फुटलं. कुणा माईच्या लालाला हा न्याय करता आला नाही! जोडे फटकारीत सरळ राजाकडे निघालात!’’

लोकांनीही विचार केला की राजदरबार अजून खूप लांब आहे. या अडाण्याच्या अकलेनं काम होणार असेल तर काय हरकत आहे? नाहीतर पुढे जायचंच आहे. त्यांनी मान्य केलं. तेव्हा मेंढपाळानं पुन्हा पुन्हा दोघांचे चेहरे न्याहाळले. बिलकुल एकसारखे चेहरे. केसाइतकाही फरक नाही. चंचल विधात्याने सुद्धा काय थट्टा केली आहे!

तो त्या दोघांच्या दोऱ्या सोडून म्हणाला, ‘‘भल्या माणसांनो, यांना अशा प्रकारे बांधण्याची काय गरज होती? या गर्दीतून ते कुठं पळून जाणार होते?’’

नंतर मुखियाकडे पाहून विचारलं, ‘‘हे मुके-बहिरे तर नाहीत ना?’’

मुखियानं उत्तर दिलं, ‘‘नाही, ते मुके-बहिरे मुळीच नाहीत. बेधडक बोलतात.’’

हे बोलणं ऐकून मेंढपाळ खो-खो हसत म्हणाला, ‘‘मग हा फुकट घोळ कशाला घातलात? यांची तिकडेच चौकशी करायची. दोघांतला एक खोटा आहेच.’’

पंच मनातल्या मनात हसले. हा मेंढपाळ तर निव्वळ मूर्ख आहे. हे खरं बोलले असते तर कुठल्या गोष्टीसाठी रडत बसलो असतो? पुरे झाला याच्या हातून न्याय! अशी न्याय करण्यालायक अक्कल असती तर हा तडा घेऊन मेंढ्यांच्या मागे हुर्-हुर् करीत कशाला भटकला असता!

मेंढपाळ दोरी गुंडाळीत म्हणाला, ‘‘समजलं, समजलं. बोलता येतं आणि त्याबरोबर खोटं बोलायलाही शिकलेत. पण काही हरकत नाही. सत्य बाहेर काढणं हा माझ्या डाव्या हाताचा खेळ आहे. गळ्यात तडा घालून आतड्यांत अडकलेलं सत्य आत्ता बाहेर काढून दाखवितो. उशीर कशासाठी! या तड्यासमोर खेजडीच्या फांद्यासुद्धा टिकत नाहीत, मग बिचाऱ्या सत्याचा किती टिकाव लागेल! बोला,

कुणाच्या गळ्यात तडा खुपसू! जो प्रथम तोंड उघडेल तोच खरा असेल.''

भुतानं विचार केला की त्याची एकट्याची बाब असती तर कसलाही धोका आणि संकट पत्करलं असतं. पण आता सत्य बाहेर पडल्यावर शेजघराच्या मालकिणीला दुःख सहन करावं लागेल. हे असं माहीत असतं तर खेजडीच्या काट्यांतच अडकून रहाणं योग्य ठरलं असतं. भूतयोनीतल्या कपटजालात तो उस्ताद होता, पण त्याला माणसांच्या कपट-कारस्थानांची तीळमात्रही माहिती नव्हती. त्याला माणसाच्या तोंडून बाहेर पडणारा प्रत्येक शब्द खरा वाटत असे. तडा त्याच्या गळ्याचं काय बिघडवणार! असे सात तडे खुपसूनही याला माझा केसही वाकडा करता येणार नाही. माझी प्रीत मुळीच खोटी ठरणार नाही, यात एवढं विचार करण्यासारखं काय आहे! त्यानं लगेच तोंड उघडून दाखवलं. सेठजींच्या मुलानं तर ओठही उघडला नाही. राग तर असा आला होता, या अडाणी मेंढपाळाची चटणी करावी. पण काही बोलला नाही.

तोंड उघडलेल्या पतीची पाठ थोपटीत मेंढपाळ म्हणाला, ''वा रे पठ्ठे, तुझ्यासारख्या सत्यवादी माणसाला या मूर्ख लोकांनी किती त्रास दिला! पण मनाचं समाधान महत्त्वाचं असतं. थोड्या तरी संशयाला थारा का द्यावा!''

त्याच्या मेंढ्या खूप दूर इकडे-तिकडे चरत होत्या. त्यांच्याकडे हात दाखवीत मेंढपाळ म्हणाला, ''मी सात टाळ्या वाजवतो, तोपर्यंत या सगळ्या मेंढ्यांना गोळा करून या खेजडीच्या चहुबाजूला एकत्र करील तोच खरा आहे.''

मेंढपाळानं असं सांगताच भुतानं वादळी रूप धारण करून पाचवी टाळी वाजण्याच्या आतच सर्व मेंढ्या एकत्र केल्या. सेठजींचा मुलगा मान टाकून उभा राहिला. तिथून हलला सुद्धा नाही. जशी मेंढपाळांची जात मूर्ख, तसाच त्यांचा न्याय मूर्खपणाचा. मानणं न मानणं तर त्याच्या मर्जीवर आहे.

मेंढपाळ म्हणाला, ''शाबास! इतका जोश आणि इतकी ताकद, भले खऱ्या पतीशिवाय कुणाची असेल! आता आणखी एक शेवटची परीक्षा घेतो. जरा दम खा.''

तडा बगलेत धरून कातडी पिशवीचं तोंड उघडलं. एका दमात सगळं पाणी घटाघटा तोंडात ओतून जोरात ढेकर दिला. मग पोटावर हात फिरवीत म्हणाला, ''सात चुटक्या वाजवताच जो या कातडी पिशवीत घुसेल तोच शेजघराचा खरा मालक आहे. जो माझा न्याय चूक म्हणेल त्याच्या गळ्याला माझ्या तड्याचा एक झटका पुरेसा आहे, हे लक्षात ठेवा.''

लोकांनी तड्याच्या टोकाला बांधलेल्या विळ्याकडे पाहिलं– धार लावलेली. एकदम तीक्ष्ण. एक झटका दिला तर दुसऱ्याची गरजच नाही. खोपडी सरळ धूळ चाटत असलेली दिसेल!

लोकांना विळ्याकडे पहायला तरी वेळ लागला, पण भुताला कातडी पिशवीत घुसायला तेवढाही वेळ लागला नाही. ही युक्ती तर त्याला जन्मापासून माहीत होती. बिचाऱ्या मेंढपाळानं आज अब्रू राखली. भूत आत घुसताच मेंढपाळानं क्षणाचाही विलंब केला नाही. लगेच कातडी पिशवीचं तोंड दुमडून दोरीनं करकचून बांधलं. नंतर पंचांच्या तोंडांकडे गर्वानं पहात म्हणाला, ''न्याय करायला एवढाच वेळ लागला. माझी पाण्याची पिशवी तर जाणार, पण न्याय करायचं मान्य केलं ते काही विचार करूनच. चला, आता सगळ्यांनी जाऊन ही पिशवी नदीच्या हवाली करूया. नदी याला घुसळीत, उलथा-पालथा करीत आपणच शेजघरातील शेजेवर पोहचवून देईल. सांगा, झाला की नाही खरा न्याय?''

सगळ्यांनी एक साथ डोकी हलवून मान्य केलं. सेठजींचा मुलगा तर आनंदानं वेडाच झाला. त्याच्या मनात विवाहापेक्षाही हजारपटीनं अधिक आनंद उसळू लागला. आनंदाच्या माऱ्यानं थरथरणाऱ्या हातातली रत्नजडीत अंगठी काढून मेंढपाळासमोर धरली! न सांगता मेंढपाळानं त्याच्या मनातील गोष्ट ओळखली, पण अंगठी स्वीकारली नाही. काळ्या दाढीआडचे पिवळे दात दाखवीत हसून म्हणाला, ''न्यायाची किंमत वसूल करायला मी काही राजा नाही. मी तर अडलेलं काम निकालात काढलं. आणि ही अंगठी माझ्या काय कामाची! ना बोटात घालता येणार, ना तड्यात. माझ्या मेंढ्या पण माझ्यासारख्या गांवढळ आहेत. गवत खातात, पण सोनं हुंगत सुद्धा नाहीत. बिनकामाच्या वस्तू तुम्हा धनवानांनाच शोभतात.''

आता कुठे मेंढपाळाचा गावंढळ न्याय भूताच्या लक्षात आला. पण आता काय होणार होतं! गोष्ट काबूत राहिली नव्हती. तरीही पिशवीतून ओरडला, ''बापू, माझ्यावर दया करा, एक वेळ बाहेर काढा. आयुष्यभर तुमचा गुलाम होईन.''

भले, आता भुताचं बोलणं कोण ऐकेल! सगळे उत्साहानं नदीकिनारी पोहचले. पिशवी वेगानं वहाणाऱ्या पाण्यात फेकली. शेवटी प्रीतीच्या स्वामीला लचकत-मुरकत, गिरक्या घेत, लाटा उसळीत खळखळ वहाणाऱ्या नदीची शेज मिळाली. त्याचं जीवन सफल झालं. त्याच्या मृत्यूचं सार्थक झालं.

मग गावातले लोक, सेठजी आणि सेठजींचा मुलगा पुन्हा दुप्पट वेगाने गावाकडे परतले.

हवेलीच्या दरवाजातून आत शिरताच सेठजींचा मुलगा सरळ बाळंतिणीच्या खोलीकडे धावला. एक सुईण मुलीला तुपाने मालीश करीत होती. दुसरी चंदनाच्या कंगव्यानं बाळंतिणीचे केस सोडवीत होती. त्यानं एका दमात मेंढपाळाच्या खऱ्या न्यायाची सगळी हकीकत ऐकवली. बाळंतिणीला एका-एका शब्दाबरोबर असं वाटत होतं की जणू अग्नीत तापलेला लालभडक भाला हृदयात घुसवला जात

आहे. प्रसव वेदनेपेक्षासुद्धा हे दुःख हजारपटीनं अधिक होतं. पण तिनं ना 'हाय' केलं की ना कसला निःश्वास तिच्या मुखातून बाहेर पडला. पाषाण-पुतळीप्रमाणे स्तब्ध ऐकत राहिली.

मनातली सगळी मळमळ ओकून टाकल्यावर तो म्हणाला, "पण यामुळे तू चिंतेत का पडलीस? जन्म देणाऱ्या आई-वडिलांना सुद्धा ओळखता आला नाही, तर भले तू कशी ओळखशील? यात तुझी काहीही चूक नाही. पण नालायक भुतावर त्याच्या लक्षणांप्रमाणे चांगलं बेतलं. पिशवीत घुसल्यावर खूप विनवण्या केल्या, खूप रडला. पण रामाचं नाव घे म्हणावं. आम्ही असे बेअकली आहोत का! शेवटी नदीत फेकल्यावर ब्याद टळली आणि त्याचं ओरडणं बंद झालं. हरामजादा, परत कधी कुणाची फसवणूक करील!"

त्यानंतर घरातल्यांनी जसं सांगितलं, तसंच बाळंतिणीनं केलं. कधी कसल्या बोलण्याला उलटून उत्तर दिलं नाही. कोणत्याही कामात टाळाटाळ केली नाही. सासूनं तिच्यासाठी जेवढे लाडू वगैरे केले, तिनं ते चूपचाप खाल्ले. सासूनं सांगितलं तेव्हा केस धुतले. सूर्य पूजला. ब्राम्हणाने होम केला. स्त्रियांनी गाणी म्हटली. गुळाची शुभशकुनी लापशी केली. तलावावर जाऊन जलदेवतेची पूजा केली. पिवळी ओढणी ओढून घेतली. मुलीला पाळण्यात घातलं. जलकुंभ पूजले. अंगणात कुंकवानं रांगोळी रेखली. मेंदी लावली. जसा सांगितला तसा शृंगार केला. अलंकार घातले. अशी सुलक्षणी बहू तर सौभाग्यानं मिळते.

जल-पूजनाच्या रात्री बहू पिवळी ओढणी लेवून पैंजणांची छुमछुम करीत शेजघराच्या पायऱ्या चढू लागली. कडेवर मुलगी. पदरात दूध. डोळे कोरडे. हृदय सुन्न. मस्तकात जणू अगणित रातकिडे गुं-गुं करीत आहेत. पती फुलांच्या शेजेवर वाट पहात बसला होता. या एकाच शेजघरात देवजाणे तिला किती आयुष्यं भोगावी लागतील? पण पदराआड दूध पिणाऱ्या या मुलीला मोठी झाल्यावर स्त्रीचं असं आयुष्य भोगावं लागू नये, म्हणजे आईच्या त्रासाचं सार्थक होईल. जनावरंसुद्धा अशा प्रकारे सहजतेनं त्यांच्या मर्जीविरुद्ध वापरली जात नाहीत. एकदा तरी डोकं हलवतातच. पण स्त्रियांना स्वतःची पसंती असतेच कुठे? मसणात पोहचत नाही तोपर्यंत शेजघर आणि शेजघर सुटल्यावर सरळ मसण!

★

खेजडी-- मध्यम उंचीचं, लहान पानांचं काटेरी झाड. शमी वृक्ष.
ढालू-- गोल द्राक्षाच्या आकाराचं हिरवं फळ, पिकल्यावर लालभडक होतं.
तडा-- झाडाच्या फांद्या तोडण्यासाठी लांब बांबूला जोडलेला कोयता.

न्यारी न्यारी मर्यादा

मनीषांची तीव्रता कोणी ओलांडली, कोण ओलांडेल? हा काळा-शुभ्र सल्ला कोणी मागितला, कोण मागेल? अंतःकरणातील असंख्य कळ्या कोणी मिसळल्या, कोण मिसळेल? हे खोट्या-खऱ्याचे गल्ली-बोळ कोणी जाणले, कोण जाणेल? इंद्रधनुष्याचा तीर कोणी ताणला, कोण ताणेल? हे मेघांतून बरसणारं पाणी कोणी गाळलं, कोण गाळेल? तर भगवान सूर्यानं जन-लोकांच्या डोळ्यांना आपल्यासारखाच प्रकाश द्यावा कारण की एक होते कविराज. तिसरा विवाह झाला होता तरीही भरदार शरीराच्या तरुणांना मागं सारीत होते. ओठांवर सरस्वतीचा निवास होता. अफाट कल्पना सुचत. लोकांच्या गर्दीतील सर्वोत्तम शोभा. ते हजर असताना कुणा दुसऱ्या व्यक्तीचे ओठही उघडत नसत. स्वतःचं बोलणं स्वतःच्या कानांनाही अनोळखी वाटत असे. राज्याच्या स्वामीना तर कविराजांशिवाय करमतच नसे. अगदी हैराण करणारी गोष्ट म्हणजे कविराजांचं बोलणं राजासाठी औषधाचं काम करीत असे. दिवस मावळू लागताच राजाचं पोट हळूहळू फुगू लागे आणि आठ-दहा वेळा जोरात हसल्यावर आपोआप उतरत असे. त्यांचं बोलणं ऐकून राजाला विनाकारण हसू येत असे. राजाला हसताना पाहून दरबारी दुप्पट जोराने हसत. योगायोगाची गोष्ट म्हणजे कविराजांना अकलेपेक्षा सवाई रूप प्राप्त झालं होतं. भरदार शरीर. केशराच्या साच्यातून काढल्यासारखं सुंदर शरीर. तेहतीस वय झाल्यानंतर काळाचा वेग जणू एकाच ठिकाणी थांबला होता. सर्व लोक आश्चर्य करीत की कालचक्र पुन्हा उलटं तर फिरू लागलेलं नाही ना! राज्याच्या स्वामीला कसली कमतरता, पण

पाच वर्षांनी लहान असूनही राजा कविराजांपेक्षा आठ-दहा वर्षांनी मोठा वाटत असे.

या सर्व गुणांव्यतिरिक्त कविराजांच्या ठायी फक्त सैल कासोट्याचा किंचितसा दोष होता. कविराजांचा आवाज ऐकताच स्त्रियांच्या काळजांवर जणू बारीक टीप किंवा धावदोरा घातला जाई. इतरांसाठी कविराजांचं बोलणं पक्ष्यांप्रमाणे भरारी घेत असे, पण अत्यंत आश्चर्याची गोष्ट म्हणजे पत्नीसमोर त्यांच्या भुवया अष्टौप्रहर वर चढलेल्या असत. एकदा हिम्मत करून ठाकुराणीनं पतीला याचा अर्थ विचारला तर कविराजांनी ताबडतोब उत्तर दिलं, ''बावळे, माझी जोडीदारीण असून तुला एवढंही समजत नाही! सांग, ज्याला आपल्या सावलीचा स्पर्श होईल असं कोणतं झाड दुनियेत आहे? संपूर्ण जगाला भिजवणारे ढग तर अगदी रिकामे असतात! सांग, हवेला कधी वाऱ्याची झुळुक चिकटली आहे? सूर्याला कोणाचा प्रकाश मिळाला आहे? आणि खरी नीतिमत्ता अशी आहे की स्त्रियांना हसणं किंवा खिदळणं मुळीच शोभत नाही.''

ठाकुराणीनं अबोध मुलाप्रमाणे शंका घेतली, ''का, हसण्या-रडण्यावर कसलं बंधन? ही तर निसर्गाची लीला आहे.''

''पण माणसाच्या कारागिरीशी निसर्गाचा मेळ जमत नाही. उघडा पडलेला निसर्ग झाकणं यातच माणसाचा समजूतदारपणा आहे. म्हणून आपण कपडे घालतो. शृंगार करतो. पडदे आणि घुंघटातच माणसाचं सर्वोत्कृष्ट ज्ञान लपलेलं आहे.''

ठाकुराणी घुंघट अर्धवट बाजूला करीत सावकाश बोलली, ''जोपर्यंत तुम्ही पुरुष घुंघट घेणार नाहीत तोपर्यंत हे ज्ञान अपूर्णच राहील.''

कविराज केसरी साफ्यावर हात फिरवीत म्हणाले, ''पुरुषाची अक्कल झाकलेली राहिली पाहिजे आणि स्त्रीचा चेहरा. हसण्यामुळे स्त्रीचा पडदा हटतो आणि पाय घसरण्याची जोखीम वेगळीच.''

कविराजाना बऱ्याच दिवसांपासून नवीन ठाकुराणीला ही ज्ञान-गुटी पाजण्याची इच्छा होती. हा तिसरा विवाह होऊन सातवा महिना संपायला आला, पण अजूनपर्यंत अनमोल शिकवण देण्याची संधीच मिळाली नव्हती. आज चांगली संधी सापडली. या ठाकुराणीला सुद्धा इशारा नीट समजला नाही, तर हिची सुद्धा तशीच दुर्दशा होईल. म्हणून आधीच समजावलेलं बरं. दिवसाउजेडी घरवालीच्या जास्त तोंडी लागणं चांगलं नाही. आत्मसन्मान घटतो. इतक्या दिवसांत ठाकुराणीला दुसऱ्यांच्या तोंडून आपोआप पुरेशी माहिती मिळाली असेल की मर्यादेची सीमा ओलांडल्यावर कोणत्याही अवस्थेत सुटका नाही. आधीच्या दोन ठाकुराण्यांप्रमाणे गळा घोटायला काही वेळ लागणार नाही.

पण ठाकुराणीला तर विवाहाच्या आधीच सगळ्या गोष्टींची माहिती झाली होती. जन्मदात्या आई-बापाने सुद्धा त्या गोष्टीची पर्वा केली नाही, तर तिचा काय वश चालणार! आई-बाप ज्याच्याशी ठरवतील त्याच्याशी डोळे मिटून विवाह करणं हा

मुलीचा परम आणि पहिला धर्म आहे. कित्येक दिवस घुसमटणाऱ्या ठाकुराणीचं हृदय आज मोकळं झालं. हसण्याबरोबर पाय घसरण्याची बात ऐकून तिनं निर्मळ भावनेनं विचारलं, "आणि पुरुषांचे जे पावला-पावलावर पाय घसरतात, त्याचं काहीच नाही?"

कविराजांच्या बुलंद ज्ञानाशी कोण टक्कर घेणार! ताबडतोब उत्तर दिलं, "पुरुषांची घडण वेगळी आहे म्हणून त्यांची चाल-चलणूक पण वेगळी आहे. दोघांनाही एका काट्याने जोखता येणार नाही. पुरुषाचं काय, चालता-चालता आडोशाला मुतेल. पण स्त्रियांच्या दृष्टीनं ही गोष्ट मृत्यूपेक्षाही भयंकर असते. यामुळेच मला दोन ठाकुराण्यांचं कल्याण करावं लागलं."

"पण कल्याण झालं कुठे? हे तर उलट दुष्कर्म झालं. मरणानंतर पश्चात्ताप करण्याची गोष्टच कुठे उरली? आणि पश्चात्ताप तर मृत्यूपेक्षा जास्त दुःखदायी ठरतो. आयुष्यभर क्षणोक्षणी मृत्यूशी सामना करायला लावतो. देह सोडल्यावर तर मृत्यूचं दुःखही होत नाही."

थोडा वेळ गप्प राहून विचार केल्यावर कविराज म्हणाले, "स्वतःच्या घामाचा हा गुणधर्म माहीत नव्हता! खरं तर त्याच्या स्पर्शाने तुला पण भली-खाशी अक्कल आली, पण तू नीट लक्षात ठेव, असं न होवो की---"

नवी ठाकुराणी मध्येच बोलली, "माझी लाज तर जगदंबा राखेल. पण आता आपण सुद्धा विचार करा. सफेत झाले नाहीत म्हणून काय झालं, काळ्या केसांना काही मर्यादाच नसते का?"

कविराज उतावीळ होऊन म्हणाले, "कशी नाही असत? भले, माझ्यापेक्षा जास्त काळ्यांची मर्यादा कोण राखणार? पण तुझ्या-माझ्या मर्यादेत खूप फरक आहे. स्त्रियांची मर्यादा पुरुषांसाठी शरमेची गोष्ट आहे. आणि आम्हा पुरुषांची मर्यादा तुम्हा स्त्रियांसाठी बुडून मरण्याची गोष्ट आहे. डोळे मिटल्यामुळे निसर्गातील फरक समान होत नाही."

तिरप्या घुंघटातून पतीच्या टोकदार मिशांत नजर गुंतवीत ठाकुराणी म्हणाली, "डोळे उघडे ठेवण्याचा हा गुरुमंत्र कधी विसरणार नाही. भ्रमाचं जाळं फाटलं-- तेच चांगलं. आपला उपकार सात जन्म विसरणार नाही."

कविराजांच्या घामासारखा त्यांच्या ज्ञानाचा प्रभाव सुद्धा कमी नव्हता. त्या दिवसापासून त्यांच्या मनातील उरला-सुरला अंदेशासुद्धा नाहीसा होऊ लागला. दुप्पट उत्साहानं दरबारात जाऊ लागले. त्यांच्या बोलण्याला नवीन धार चढली. मंद-मंद हास्याची छिडकावणी करीत राजा आणि दरबारींना खूप हसवीत. राजाची पोटफुगी उतरल्यानंतर त्यांच्यावर कामदेवाची धुंदी चढू लागे. धुळीचं वादळ उठवीत शेजघराच्या दिशेनं घोडा दौडवीत. जिला इशारा केलेला असेल ती दासी आपणच काहीतरी युक्ती करून कविराजांच्या घरी पोहचत असे. नवी ठाकुराणी त्या दिवसापासून ना कधी

रुसून बसली आणि ना कसली तक्रार केली. वेगळ्या-वेगळ्या मर्यादांची शिकवण तिच्या हृदयात हळू-हळू ठसू लागली. कधीमधी पतीला इच्छा झाल्यावर हिंगुलू-शेजेवर हजेरी लावण्यास कधी नकार देत नसे. पाणिग्रहणाच्या विवाहाचा कुलाचार तर पाळावाच लागतो! कुलाचारासोबत शिकवणीची पुनरावृत्ती करण्यातही कधी चूक होत नसे.

प्रसन्नतेच्या उतरणीवरून दिवस मजेत गडगडत जात होते. घोड्यावरून नित्य पाच कोसांचा प्रवास. त्यात आणखी कविराजांच्या मनाचा वेग. दिवस चढू लागण्यापूर्वीच कविराज दरबारात हजर होत. ते येताच आनंदाची अदृश्य लहर नाचू लागे. राजाचा तर प्राणच जणू कविराजांच्या श्वासात मुक्कामाला होता.

एक दिवस कविराज स्थानापन्न होताच दिवाण म्हणाले, "कविराज, आपल्याला खूप आयुष्य आहे, इतका वेळ आपलीच आठवण काढीत होतो."

कविराज राजाला उद्देशून म्हणाले, "जोपर्यंत अन्नदात्यांची कृपा आहे तोपर्यंत वर्ष सुद्धा क्षणासारखं वाटतं."

नंतर राजाला राहवलं नाही. ओठांवर मंद हास्य पसरवीत म्हणाला, "एक गोष्ट विचारतो, बेधडक उत्तर द्यायचं."

कविराज नरमाईनं म्हणाले, "अन्नदाता असताना मला कुणाचं भय?"

"भय तर माझंच, इथं घाबरवणारा आणखी कोण आहे? तुम्हाला माझी थोडी सुद्धा भीती वाटत नाही काय?"

"पण मी भय वाटेल असं काम स्वप्नातही करीत नाही. आपल्याला घाबरण्यापेक्षा मरण पत्करणं चांगलं."

राजपंडितानी राजाच्या कानात काहीतरी मंत्र सांगितला. राजानं दोन-तीन वेळा डोकं हलवलं आणि नंतर म्हणाला, "आपल्या शास्त्रातच सांगितलं आहे की आग, राजा आणि पाण्याला घाबरण्यातच भलाई आहे. एक तर आपली शास्त्रं खोटी आहेत किंवा तुम्ही मला राजाच नाही मानत!"

कविराज हात जोडून म्हणाले, "माझ्या मानण्या न मानण्याने काय होणार आहे! खुळ्यानं सूर्याला नाही मानलं तर सूर्याचं काय बिघडतं! आग, राजा आणि पाण्याचा योग्य प्रकारे उपयोग करून घेतला की कसली जोखीम नाही."

इकड-तिकडच्या गोष्टींची भानगड सोडून राजानं स्पष्टपणे विचारलं, "कविराज, तुमचं घर तर जिथं आहे तिथंच आहे. जाताना जास्त वेळ लागतो की इकडे येताना. कुणी म्हणतं की नव्या ठाकुराणीच्या उमंगीने जाताना बिलकुल कमी वेळ लागतो. कुणी म्हणतं की माझ्या दर्शनाच्या इच्छेमुळे, येताना निम्मा वेळ सुद्धा लागत नाही."

मोठ्या प्रयासानं हसू दाबीत कविराज म्हणाले, "अन्नदात्यांचं मन काय म्हणतं? माझ्या मनातली गोष्ट आपल्यापासून लपलेली आहे का!"

राजा मस्तक हलवून म्हणाला, "अं, हं, खोटी गोष्ट. कुणाच्या मनात मन कुणी घातलं आहे! तुमच्या मनातलं मला काय माहीत?"

कविराज सांगू लागले, "मी तर अजूनही मानतो की आपलं आणि माझं मन वेगळं-वेगळं नाही. आपण वेगळं मानत असाल तर आपली मर्जी."

राजा जोर देऊन म्हणाला, "फरक आहे म्हणून तर वेगळं मानतो. या तर बोलण्याच्या गोष्टी झाल्या. आई आणि मुलांची मनं सुद्धा वेगवेगळी असतात. माझ्या गळ्यात पाणी ओतल्यावर तुमची तहान थोडीच भागणार! तुम्हाला जखम झाली तर माझं रक्त कधी येईल का? आता टाळाटाळ न करता जे विचारलं त्याचं योग्य उत्तर द्या."

कविराजांनी तर विचारताक्षणीच उत्तर तयार ठेवलं होतं. म्हणाले, "अन्नदाता, इथं दरबारात येते वेळी माझं घर दूर आहे त्याचं मला भानही नसतं. वेळ आणि अंतराकडे माझं मुळी लक्षच नसतं. पण परतताना मला जरूर वाटतं की माझं घर खूप दूर आहे. दुप्पट अंतर आणि दुप्पट वेळ जाणवतो. बिचाऱ्या बायकोचं काय, एकीच्या जागी एकवीस आणून बसवीन. पण आपल्या जागी दुसरा स्वामी तर सूर्य धुंडाळला तरी मिळणार नाही."

राजा खळखळून हसत म्हणाला, "मी हीच गोष्ट दिवाणजींना पुन्हा-पुन्हा सांगितली, पण त्यांनी मानलं नाही. राण्या तर मी सुद्धा सत्रा आणल्यात, पण तुमच्या तोडीचा कविराज कुठून आणू? कितीही सुंदर आणि पतिव्रता असल्या तरी त्या तुमची गरज कधी पुरी करतात? माझी पोटफुगी तर तुमचं बोलणं ऐकल्यानंतरच उतरते."

राजदरबारातील गप्पांना कुठला अंत! टाळीबरोबर विषय बदलतो. वेगवेगळ्या राण्यांचं रूप-स्वरूप आठवताना राजाच्या मनात एक नवी शंका खदखदली. कविराजांच्या चेहऱ्याकडे पहात म्हणाला, "तुम्ही स्वतः उत्तम रसिक आहात. मग एक सांगा की पुरुषाचं एका बाईनं काम का नाही भागत? नित्य नवी तृष्णा का जागी होते?"

कविराजानी लगेच उत्तर दिलं, "अन्नदाता, यात एवढं विचार करण्यासारखं काय आहे! सांज्यासारखं पक्वान्नसुद्धा घशाशी आलं की खाववलं जात नाही. चव बदलावीच लागते. एकाच बाईचा कंटाळा तर येणारच, स्वाद बदलल्याशिवाय तृप्ती अशक्य आहे. एकच रस सारी मजा बिघडवून टाकतो."

दिवाणांनी मध्येच शंका काढली, "पण वाट्या वेगवेगळ्या असल्या तरी काय झालं, आत पक्वान्न तर एकच आहे. लक्षात आलं की नाही?"

कविराज तर जसे काही उत्तर तयार ठेवूनच बसले होते. लगेच म्हणाले, "आपण सांगण्यापूर्वीच मी सगळं जाणून घेतलं आहे. पण इतकी अक्कल असूनही आपण नऊ विवाह का केलेत? आणि बाकीच्या गोष्टीसुद्धा कुणापासून लपलेल्या नाहीत. तरीही सगळ्यांसमोर सांगायला बरं वाटत नाही. लक्षात आलं की नाही?"

दिवाण बळजबरीनं हसण्याचा प्रयत्न करीत म्हणाले, ''आपण समजावल्यावर समजून घ्याव्याच लागतात.''

त्या वेळी राजपंडितांना अबोल रहावेना. जोशात येऊन म्हणाले, ''पण आपलं हे सगळं बोलणं, लाख समजावलंत तरी मला समजलेलं नाही. आपणा सगळ्यांना माहीत आहे की पंडितीणीला सोडून कधी कुठल्या स्त्रीबद्दल माझ्या मनात लालसा उत्पन्न झाली नाही. मग मला अजून पंडितीणीचा वीट का नाही आला?''

कविराजांना कुठला उशीर. फटकन बोलले, ''कांदा, मिरची आणि सुकी रोटी कधी घशाशी येत नाही.''

सगळे दरबारी एकसाथ जोरात हसले. राजाची तर हसून हसून मुरकुंडी वळली. राजपंडितांचा चेहरा पांढराफटक पडला. हसणं थांबल्यावर गंभीरपणे म्हणाले, ''मला तर सुरणाचं पथ्य आहे, पण आपण सांज्याची उपमा देऊनच जाणू इच्छिता तर माझी पंडितीणसुद्धा कुणापेक्षा कमी नाही.''

राजानं चढवून ठेवलेल्या कविराजांवर कसला लगाम! हातोहात परतफेड केली, ''ते आम्हाला काय माहीत? पण आपलं हे बोलणं लाख समजावलंत तरी माझ्या ध्यानात येत नाही. सांजा आणि बाईचा वीट येणारच. पण तरीही कुणाच्या मनात मन कुणी घातलं आहे! कुणी माझ्यासारखे उघडेबंब निर्लज्ज असतात आणि कुणी आपल्यासारखे निष्णात कारागीर.''

राजपंडितांच्या तोंडाला राख फासली गेली. जणू त्यांच्या शरीरातील सगळं रक्त कुणीतरी पिळून घेतलं.

तेवढ्यात रुण-झुण करीत राणी कविराजांजवळ येऊन उभी राहिली. इतका वेळ ती गवाक्षात गुपचूप बसून सगळी चर्चा ऐकत होती. शेवटी धीर सुटल्यावर तिला गप्प बसवेना. कविराजांच्या डोळ्यांत नजर रोखून टोमणा मारला, ''तुम्हा पुरुषांना सांजा आणि बाईचा वीट आली की चव बदलता, पण आम्हाला पतीचा वीट आला तर चव बदलण्याची सक्त मनाई आहे. पतीच्या मृत्यूनंतर एकतर सोबत सती जातात किंवा उपाशी मरावं लागतं.''

राणीनं कविराजांच्या निमित्ताने राजाला हे कटु बोल ऐकवले होते. वर्षानुवर्षे दगड बनलेल्या छातीला वाणी प्राप्त झाली. पूर्वीचं जीवन विसरून तिनं जणू नवीन योनीत प्रवेश केला होता. कविराजांच्या आधी राजाचं तोंड उतरलं. सूर्याप्रमाणे चमकणाऱ्या या प्रकाशावर पांघरूण कसं घालायचं! शरमेनं अर्धमेला झालेला राजा अडखळत म्हणाला, ''मला काही माहीत नाही, याचं योग्य उत्तर आपल्यालाच द्यायला हवं. आपण कधी इतका वेळ अबोल राहिला नव्हता.''

आता कुठे कविराजांची शुद्ध ठिकाणावर आली. म्हणाले, ''अन्नदाता, उत्तरं तर एकाऐवजी एकवीस सुचतात. पण सिंहासनाच्या इज्जतीसाठी गप्प रहावं लागतं. हे

बोलणं माझ्या तोंडून बाहेर पडलं तरी ते माझं नसतं. मी तर ज्ञानी-पंडितांच्या पवित्र शास्त्रांतील वचनं दाखवून दिली होती. पण पूजनीय राण्यांनी अशा प्रकारे भडकणं शोभत नाही.''

कविराजांचं बोलणं ऐकून राणीला निरर्थक हसू आलं. पण त्या हास्यात तोफेच्या गोळ्यासारखा प्रकाश होता. म्हणाली, ''आम्हाला काय शोभतं आणि काय शोभत नाही, हे आमच्यावर सोडून द्या. पण न पचलेल्या ज्ञानाचं ठिकठिकाणी वमन न कराल तर बरं होईल.''

कविराज टोमण्याचा हलकासा वार करीत समजूतदारपणे म्हणाले, ''पण ओकून टाकलं नाही, तर आपल्या डोळ्यांपुढील अंधार कसा हटेल?''

कुणास ठाऊक कसला विचार करून राणी बरळली, ''आणि या प्रकाशात तुम्हा पुरुषांचे डोळे दिपले तर?''

''त्याची चिंता आपल्याला कशाला?''

''चिंता तर करणारेच करतात. गर्भाशयाच्या सृजनाची जबाबदारी अंगावर घेतल्यानंतर अशा लहान-मोठ्या चिंतांची कसली गणती?''

या बोलण्यानं समस्त दरबारींच्या कानांत जणू उकळतं शिसं ओतलं गेलं. आज तर त्या गळ्याची वाणीच वेगळी होती. त्याचा सूर वेगळा होता. त्याचं सामर्थ्यच वेगळं होतं. प्रत्येकाच्या कानांत खाज सुटली. सुन्न-सुन्न नजरेनं एकमेकांच्या तोंडाकडे पाहू लागले. परत जाताना, चिडलेल्या नागीणीसारखी शेपटी फटकारीत राणी म्हणाली, ''पहिल्याच झटक्यात अशी काय जमिनीला पाठ लावलीत? शास्त्रांच्या आधारांची पकड इतकी सैल असते हे माहीत नव्हतं!''

राणीच्या निमित्तानं आज राजदरबारावर ही अचानक वीज कशी पडली? सगळ्या दरबारींवर एकसाथ ही कसली जादू झाली? राजासोबत तमाम दरबारी चेहरे पाडून जणू कुणाच्या तरी शोकसमाचारासाठी बसले होते. गायीसारखी साधी, सरळ आणि शांत राणी इतकी तिखट असेल असं वाटलं नव्हतं. आयुष्यात प्रथमच तिच्या तोंडून हा कडवटपणा प्रकट झाला होता. इतकी वर्षे कुठल्याही राणीनं चुकूनही कसली कडू-गोड तक्रार केली नाही, तर देशाचे भाग्यविधाते त्यावर कशाला विचार करतील? आणि आज ही ढगांशिवाय अचानक वीज पडली तेव्हा तमाम श्रीमंत संज्ञाहीन होऊन आपली शुद्ध-बुद्ध हरवून बसले. संपूर्ण जगाला प्रकाशित करणाऱ्या सूर्याला ग्रहण लागल्यावर जसा त्याच्या तप-त्तेजाचा नक्षा उतरतो, त्याप्रमाणे राणीच्या निमित्ताने जणू सत्तेच्या सिंहासनाला ग्रहण लागलं होतं. अचानक हे काय घडलं-- कुणालाच काही समजेना, ना दरबारींना आणि ना राजाला.

स्त्री जेव्हा लाज-लज्जा सोडून बोलू लागते तेव्हा ईश्वरालासुद्धा गप्प रहावं लागतं, बिचाऱ्या माणसाची तर ताकदच काय? भले, शास्त्रांतील ठाम वचनं खोटी

कशी ठरतील! कुठल्यातरी अदृश्य जादूटोण्यानं तमाम अक्कडबाज मिशावाल्यांचे जबडे चिकटून बसले. आज कुणाच्याही तोंडून विरोधी बोल ऐकल्यावर राणी भयंकर उसळली असती, पण खाली झुकलेल्या नजरांचं हे निर्लज्ज मौन तिच्या काळजाला निखाऱ्यासारखं चिकटलं. घृणा आणि तिरस्कारानं दुर्गंधित झालेल्या हवेत श्वास घेणं दुष्कर झालं तेव्हा मनाच्या नकळत तिचे पाय आपणहूनच तिला ढकलीत रंगमहालात घेऊन गेले. एखाद्या स्वप्नानं भारल्याप्रमाणे तिनं हिंगलू-शेजेकडे पाठ फिरवली आणि खालतीच झोपली. जिवंत असताना रंगमहालातील या तिरडीवर झोपायला तिचं मन अजिबात तयार झालं नाही.

राणीच्या मनात जुन्या आठवणींचे बुडबुडे उठू लागले. विवाहानंतर याच रंगमहालातील याच हिंगलू-शेजेवरची पाचवी रात्र-- राजाची वाट पहात सुवासिनी स्वप्नांचे धागे-दोरे विणीत होती, तेवढ्यात तिला राजासोबत एक अतुलनीय सुंदर बालिका येताना दिसली. इंद्रगोपाच्या साच्यातून जणू चांदण्याची मूर्ती काढली होती! काळेभोर केस आणि काजळी भुवया! मृगनयन! पांढरेशुभ्र दात! डोळ्यांची नजर टोचेल अशी मुलायम लोकर. राणीचं मन काबूत राहिलं नाही तेव्हा ती तिच्याकडे झेपावली. तिच्या गालांचे लागोपाठ मुके घेऊ लागली ती थांबलीच नाही. तेव्हा नशेत झुलणारा राजा म्हणाला, ''आता मला दोष देऊ नकोस!''

राणी मुके घेता-घेता गुणगुणली, ''का, यात दोष देण्याची गोष्ट कसली?''

दारूच्या भपकाऱ्याला वासनेचं पुट चढवीत राजा म्हणाला, ''स्त्री असून तुझं सुद्धा मन ताब्यात राहिलं नाही, तर माझं मन कसं ताब्यात रहाणार? चेहऱ्यावर नजर पडताच रोमरोमी वासना भडकून उठली!''

जणू नागिणीच्या शेपटीवर पाय पडला. झटक्यात उभी राहून रागानं तणतणली, ''मी तर हिच्यावर मुलीप्रमाणे माया केली आहे! ही फार तर दहा वर्षांची असेल!''

निखाऱ्यांसारखं दाहक हास्य करीत राजा म्हणाला, ''पायांनी चालणं शिकताच स्त्रीचं सौंदर्य चालायला लागतं. शेवटी डोळ्यांनी पाहूनच तुझा माझ्या बोलण्यावर विश्वास बसेल.''

राणीच्या स्वप्नांचे धागे-दोरे क्षणभरात देवजाणे कुठे नाहीसे झाले! अडखळत्या स्वरात विचारलं, ''जर असाच विश्वास दाखवायचा होता तर माझ्याशी विवाहाचं नाटक का केलंत?''

नशेत चूर असलेला राजा तोतरा बोलू लागला, ''याचं उत्तर देण्यासाठी आज माझ्याकडे वेळ कुठं आहे! हळूहळू आपणच सगळ्या गोष्टी समजतील. आजचं हे नाटक पाहिल्यावर कदाचित तुझ्या मनात कोणत्याही प्रकारचा कसला प्रश्न खटकणार नाही.''

त्यानंतर राजाचा इशारा मिळताच दरवाजावर उभ्या असलेल्या दासीनं लगेच

रंगमहालाचा दरवाजा बंद करून कडी लावली. राणीचा काहीसुद्धा वश चालला नाही.

मग पुढील नाटक सुरू होताच ती तोंड फिरवून उभी राहिली. धरतीच्या सृजनानंतर, आजपर्यंत कुठल्याही स्त्रीला, उघड्या डोळ्यांचा असा शाप मिळाला नसेल. त्या वेळी राणीच्या मनात ना चीड होती, ना क्लेश, ना दुःख, ना तक्रार. निष्प्राण पाषाण-पुतळीसारखी अगदी रिकाम्या डोक्यानं उभी राहिली. अचानक तिच्या कानांना एक जोराची किंचाळी ऐकू आली आणि त्या बाजूला तोंड करताच ती बेशुद्ध होऊन खाली पडली.

तीन दिवसांनंतर राणीला मोठ्या मुश्कीलीनं शुद्ध आली. डोळे उघडताच तिची नजर राजाच्या चेहऱ्यावर पडली. पुन्हा डोळे मिटून घेतले. तिची खुशाली न विचारता राजानं पुन्हा एक वाह्यात प्रश्न विचारला, "मी तीन दिवस विचार कर-करून हैराण झालो आहे, मुलीच्या किंचाळीने तू बेशुद्ध कशी झालीस?"

राजानं पुन्हा-पुन्हा डिवचलं तेव्हा तिला उत्तर द्यावंच लागलं. तिला मौनाची जळजळ आणखी सहन करता आली नाही. म्हणाली, "मलाच माहीत नाही, तर आपल्याला काय सांगू!"

त्या दिवसाच्या जागृतीनंतर दुर्भागी राणीला कधी कसलं स्वप्न दिसलं नाही. ना रात्री, ना दिवसा. रंगमहालातील त्या नाटकासमोर बिचारी स्वप्नं कुठवर टिकाव धरणार! आत्मा नावाच्या शब्दाशी तिचा काही संबंध राहिला नव्हता. त्यानंतर राणीनं रंगमहालातील नाटक पहाण्याची कधीही कुठल्या प्रकारे टाळाटाळ केली नाही. त्या हिंगलू-शेजेचा विरोध असता तर ना राणीनं सुद्धा विरोध केला असता. समजूत बदलल्यानंतर काहीही अशक्य नसतं! एक दिवस राजानं राणीच्या बदललेल्या समजुतीची वाखाणणी करीत म्हटलं, "खरोखर, आता तर मला तुझ्या समजूतदारपणाचा गर्व वाटतो. नाहक कटकटीनी काय फायदा! राजा करील तोच न्याय! घरच्या भांड्याचं काय, मर्जी झाली की वापरली. दुसऱ्यांच्या भांड्यांचा वापर करण्यात वैशिष्ट्य आहे."

पण आजच्या या नव्या जागृतीनंतर राणीला असं वाटलं जणू तिच्या समजूतीचं रूप पुन्हा बदलून गेलं आहे. दुरावलेल्या आत्म्यानं अचानक पुन्हा नातं जोडलं आहे. डोकं गरगरू लागलं, हृदय जसं काही उकळू लागलं. झटकन उभी राहून रंगमहालात इकडून-तिकडे फेऱ्या घालू लागली. आरशात नजर रोखून खूप वेळ आपला चेहरा नीट पाहिला तेव्हा गोंधळात पडली, स्वतःच्या डोळ्यांनी स्वतःचा चेहरा तरी तिनं कुठं ओळखला!

तेवढ्यात अचानक राणीच्या कानांना दासीचा आवाज ऐकू आला, "घोडदौडीचा वेळ झाला. आपली इच्छा असेल तर मोतद्दाराला निरोप पाठवते."

राणीनं चमकून मागं बघितलं. दासीचा चेहरा दिसताच म्हणाली, "हो, पाठव."

घोडेदौडीच्या ठरलेल्या कामात कधी खाडा होत नसे. थोड्या वेळानं कपडे बदलून ती खुशी-खुशीत खाली उतरली. पण आज बदललेल्या समजुतीप्रमाणे तिची खुशी सुद्धा बदललेली होती.

नेहमीप्रमाणे मोतद्दार जिन्यासमोर घोड्यांचे लगाम धरून उभा होता. जोहाराला उत्तर म्हणून राणीनं मंद हास्य करीत लगाम पकडला. घोडीच्या पाठीवर थोपटून लगेच रिकिबीत पाय ठेवून वर चढली. नुसत्या 'चाली'ऐवजी राणीच्या इशाऱ्यानुसार घोडी सरपट धावू लागली. मागे-मागे मोतद्दाराची घोडीसुद्धा सरपट धावू लागली. त्याच्या तोडीचा घोडेस्वार आसपासच्या कुठल्याही राज्यात नव्हता. त्यानंच राणीला घोडदौड शिकवली होती. तीन वर्षांत राणी मोतद्दारापेक्षाही जास्त प्रवीण झाली. पण भंगी राणीचा गुरू कसा होईल! शिकवलं म्हणून काय, नोकर तर नोकराच्या जागीच बरा असतो. पण अत्यंत अचंब्याची गोष्ट म्हणजे त्या बदललेल्या समजुतीच्या चमत्कारामुळे आज तिला प्रथमच जाणवलं की मोतद्दार सुद्धा तरुण आहे! सुंदर शरीरयष्टी! साजरा! शोभिवंत! आणि हा मोतद्दार जुन्या दिवाणजींच्या रक्ताचा अंश आहे हे जगजाहीर होतं. पण त्याचं काय! भंगिणीच्या कोखेतून जन्मलेली औलाद भंगीच असणार. स्वप्नात केलेल्या दुष्कर्माला कसलं प्रायश्चित असलं तर बेहोश पुरुषाच्या गुन्ह्यांना कसलं प्रायश्चित असेल. पुरुषांचं काय, चालता चालता कुणाशीही वात्रटपणा करतील! त्यात आणखी बड्या लोकांच्या तर गोष्टीच निराळ्या. ईश्वराच्या लीलांत कसली चूक झाली तर पुरुषांच्या लीलांत काही चूक होईल!

इतके दिवस राणीच्या नजरेत घोडी, झाडं, टेकड्या, नदी, नाले, दगड आणि मोतद्दार सगळे समान होते. कधी कसला फरक वाटला नाही. पण अस्पृश्य मोतद्दाराच्या नजरेत राणी आणि बाभळीत फरक असूनही, मनातील भावना प्रकट करायला मार्गच कुठे होता! तसा तर त्याला स्वप्नांवरही लगाम ठेवावा लागत होता.

साथ-साथ जाणाऱ्या राणीनं मोतद्दाराच्या पाठीवर वेतानं फटकारलं तेव्हा त्यानं घाबरून राणीकडे बघितलं. डोळ्यांतील लालीऐवजी राणीच्या ओठांवर हास्य नृत्य करीत होतं. तरीही त्यानं हात जोडून कापऱ्या स्वरात विचारलं, ''अन्नदाता, काय चूक झाली?''

अस्फुट हास्याचा प्रकाश वाढवीत राणी म्हणाली, ''एकच चूक असेल तर सांगता येईल! तू तर तीन वर्षं चुकांवर चुकाच करीत आला आहेस. मोजू तरी किती!''

मोतद्दार कोपरांपर्यंत हात जोडीत म्हणाला, ''अन्नदाता, त्याच क्षणी मला सुळावर चढवायचं होतं! आम्हा क्षुद्र नोकरांना माफ करण्याची काय गरज?''

या वेळी हसू दाबण्याचा प्रयत्न करतानाच राणी म्हणाली, ''तुझा अपराध तर असाच आहे, पण गुरू आहेस म्हणून पर्वा केली नाही.''

“पण मी तर हुजुरांच्या जोड्याची क्षुल्लक धूळ आहे. मला गुरू मानणं ही सुळापेक्षा मोठी शिक्षा आहे.”

हसणं पूर्णपणे गिळून टाकल्यावर ती दात आवळीत बोलली, “तुझी लक्षणं तर अशीच आहेत. पण आताही चुका करीत राहिलास तर याच्यापेक्षा सुद्धा मोठी शिक्षा करीन.”

मोतद्दाराचं काळीज जोर-जोरात धडधडू लागलं. अडखळत म्हणाला, “हुजुरांच्या हातची शिक्षा मला वरदानापेक्षाही मोठी वाटते, पण आधी माझा अपराध तर समजू दे.”

“बऱ्याचदा माणसांना अपराध समजावल्यानंतरही समजत नाहीत.”

“अन्नदाता, मी इतका मूर्ख नाही.”

राणी जरासा टोमणा मारीत म्हणाली, “हातच्या काकणाला आरसा कशाला! आत्ता तुझ्या अकलेचा पत्ता लागेल.”

मोतद्दाराला दुसरं काही उत्तर सुचलं नाही तेव्हा बळजबरीनं हसण्याचा प्रयत्न करीत म्हणाला, “तीन वर्षं हुजुरांच्या ठोकरा खाल्ल्यावर माझ्यात थोडीफार अक्कल तर आलीच असेल.”

“माझा सुद्धा आधी असाच भ्रम होता. पण तुझ्यासारखा ठोकळा तूच. संपूर्ण जगात शोधूनही सापडणार नाही.”

राणीचे हे उखाणे मोतद्दाराच्या गळी गुंजभरसुद्धा उतरले नाहीत. पेचात पडून उदाससा राणीच्या बरोबरीनं जात राहिला.

राणीच्या बदललेल्या समजुतीला ना कसली सीमा होती आणि ना हद्द. युगानुयुगाच्या बंधनातून मुक्त झालेले राणीचे जुने संस्कार नष्टच झाले. दुविधेच्या भोवऱ्यात गरगरणाऱ्या नजरेनं मोतद्दाराच्या डोळ्यांकडे पहात म्हणाली, “सांग, तू अगदी आंधळा आहेस की नाही?”

मोतद्दार नजर खाली वळवून नरमाईनं म्हणाला, “अन्नदाता, खरी गोष्ट आपल्याला माहीत, तरीही माझ्या मते मी आंधळा नाही.”

“आंधळा नाहीस तर सांग, मी कुरूप आहे की सुंदर?”

या प्रश्नातील रहस्याचा आगापिछा समजला नव्हता तरीही त्याच्या मनातील चिंता मिटली की भल्यामोठ्या शिक्षेची काही बाब नाही आहे. कसलाही विचार न करता त्याच्या तोंडून आपोआप शब्द निसटले की जर राणी कुरूप आहे तर जगात सुंदर काहीच नाही. राणीच्या रूपापुढे चंद्रसुद्धा सात वेळा पाणी भरतो.

मनातील खऱ्या भावनांवर त्राग्याचं झाकण ढापीत राणी म्हणाली, “मग तर तुझा अपराध खूप मोठा आहे. असं रूप लक्षात येऊनही तुला माझ्यात आणि कणकेच्या गोळ्यात काही फरक जाणवला नाही. खरं सांग, या तीन वर्षांत माझ्या

सौंदर्यामुळे तुझ्या मनात एकदाही चलबिचल झाली नाही?''

मोतद्दाराच्या नसानसात वीज सळसळली. राज्याच्या मालकिणीवर हे कसलं वेड स्वार झालं! कानांच्या या पापाला कुठलं प्रायश्चित असेल. मनातली भावना प्रकट होत नाही तोपर्यंत काही गुन्हा नाही होत. देवजाणे कसला विचार करून तो घोडीवरून खाली उतरला. त्याला उतरताना पाहून राणीदेखील लगेच खाली उतरली. मोतद्दारानं लगाम धरूनच राणीच्या चरणी सात वेळा जोहार केला. नंतर उभा राहून म्हणाला, ''मागच्या जन्मी खोटी कर्मं केली म्हणून हे आयुष्य भोगत आहे. मग पुढचा जन्म बिघडवून टाकण्याची व्यवस्था कशी करू, अन्नदाता! राण्यांच्या सौंदर्यानं राजाशिवाय खुद्द ईश्वराचं मन सुद्धा चल-बिचल होत नाही!''

राणी वैतागल्यासारखी बोलली, ''ईश्वराचं ईश्वराला माहीत, मी तर तुझ्या मनातली गोष्ट विचारीत आहे.''

''आम्हा क्षुद्र चाकरांचं कसलं मन आणि कसला आत्मा! अन्नदाता, ही तर बड्या लोकांची जहागिरी आहे! आम्हाला आपल्या चरणी थारा मिळावा, मग आणखी कसल्या सुखाची इच्छा नाही.''

''तुम्हा लोकांना दुसरं सुख तर दिसत सुद्धा नाही.''

''म्हणून तर आम्हाला क्षुद्र चाकर म्हणतात, अन्नदाता!''

''आणि आम्हाला खूप-खूप सुखं दिसतात, म्हणून आम्हाला मोठे लोक म्हणतात, काय?''

''यात काय शंका आहे, अन्नदाता!''

समोर तलावाच्या बांधावर प्रचंड वड हवेच्या लहरींवर मंद-मंद झुलत होता. त्याच्यावर नजर पडताच मोतद्दार चालू विषय झटकून म्हणाला, ''नेहमीचा मुक्काम तर आला. आज पण घोड्यांना इथं पाणी पाजवणार काय, अन्नदाता?''

''का, आज काय विशेष घडलं?''

वास्तविक, आजच्या सगळ्या गोष्टी एकापेक्षा एक वरचढ खास होत्या, पण मोतद्दाराला तसा होकार काही देता आला नाही. थोडा वेळ दोघं गपचूप चालत राहिले तर अचानक राणीची घोडी जोरात खिंकाळली. तिचं पाहून मोतद्दाराची घोडीसुद्धा सवाई जोराने खिंकाळली.

टपटप टापा मारीत दोन्ही घोड्या बांधावर चढल्या. पाणी दिसताच पुन्हा एकसाथ तशाच प्रकारे जोरात खिंकाळल्या. जणू राणी आणि मोतद्दाराऐवजी त्या घोड्या दोघांच्या अंतःकरणाचे पापुद्रे उलगडीत होत्या.

पाणी पाजल्यानंतर मोतद्दारानं नेहमीप्रमाणे घोड्यांना वडाच्या मुळांना बांधून टाकलं. फिकट हिरव्या रंगाचा पोशाख घातलेली राणी कसल्यातरी गहन अंतरद्वंद्वात मग्न होऊन स्तब्ध उभी होती. मोतद्दाराला वाटलं जणू हिरव्यागार वटवृक्षाची ही

कन्या आत्ता आत्ता या धरतीवर अवतरली आहे.

वाऱ्याच्या झुळकीच्या स्पर्शाने विस्तृत तलाव लहरत होता-- राणीची तहान शमविण्याच्या लहरीत. नेहमीप्रमाणे राणीचे पाय आपोआप काठाच्या दिशेनं चालू लागले. वडाची सावली ओलांडताच राणीच्या मनात प्रथमच एक गोष्ट चमकली की हा मोतद्दारपण तहानलेला असेल. निःसंकोचपणे हातानं इशारा करीत म्हणाली, "ये, तू पण पाणी पी."

इशाऱ्याबरोबर मोतद्दार राणीच्या दिशेनं धावत आला. हात जोडून म्हणाला, "अन्नदाता, आपण मोठेपणा दाखवलात, पण मी असं पाप कसं करू? तहानेनं मेलो तरी चालेल, पण मी स्वप्नातही शाही तलावातील पाणी पिणार नाही!"

राणीनं टोमणा मारला, "मग शाही तलावाच्या या हवेत तू श्वास का घेत आहेस?"

मोतद्दार लाचारी दाखवीत म्हणाला, "हवेवर माझा वश चालत नाही, पण पाणी न पिणं तर माझ्या हातात आहे, अन्नदाता!"

"आणि माझा हुकूम टाळणं तुझ्या हातात आहे की नाही?"

"आपला हुकूम टाळण्याचं सामर्थ्य कुणातच नाही, मग माझी तर हिम्मतच काय, अन्नदाता!"

राणी अधीर होऊन म्हणाली, "तर मग गपचूप माझ्याबरोबर पाणी प्यायला चल!"

मोतद्दाराची तर इकडे आड तिकडे विहीर अशी गत झाली. राणीचा हुकूम मानला तरी संकट आणि नाही मानला तरी संकट. हुकूम मानला तर युग-युगान्तराच्या अनेक संस्कारांचा शेवट आणि नाही मानला तर त्याचा मृत्यू. पण राणीचा आदेश टाळण्याची त्याची काय बिशाद होती! नसानसांत मिसळलेले संस्कार मरणार असतील तर मरूदे, पण राणीचा हुकूम तर बजावायलाच हवा. दुसऱ्याच क्षणी त्याचे पाय आपोआप तलावाच्या दिशेनं पडू लागले.

चालता चालता अचानक मोतद्दाराची नजर आपल्या सावलीवर पडली तेव्हा तो उडी मारून मागे हटला. ओठातल्या ओठात पुटपुटला-- "अन्नदाता, अजाणता फार मोठा गुन्हा घडला, माफी असावी. खरोखर, मला तर काही शुद्धच राहिली नाही."

राणीनं मागं वळून विचारलं, "का, काय झालं?"

मोतद्दार कोपरापर्यंत हात जोडून अडखळत म्हणाला, "अन्नदाता, आपल्यावर माझी सावली पडली!"

मोतद्दाराचं बोलणं ऐकून राणीच्या ओठांवर निरर्थक हसू फुटलं. आज ती ज्या अंतर-द्वंद्वात झुलत होती, त्यात असं बोलणं ऐकल्यावर दगड सुद्धा हसल्याशिवाय राहिला नसता. म्हणाली, "वेड्या, ही सावली उन्हात तरी दिसते किंवा उजेडात.

अंधारात तिची नामोनिशाणीही सापडत नाही. बोल, आत्ता अमावस्येची रात्र असती तर?''

मोतद्दार विचित्र जाळ्यात फसला. अडखळत-अडखळत म्हणाला, ''अन्नदाता, भर दिवसाच्या उजेडात अमावस्येची रात्र कशी असेल?''

मोतद्दाराचं हे बोलणं ऐकूण राणी पुन्हा जोरात हसली. हसत-हसतच म्हणाली, ''तू इतका बुद्दू असशीलसं वाटलं नव्हतं. सांग, रात्र पडल्यावर तर रात्र होते की नाही?''

''होते, अन्नदाता!''

''आणि गुडुप अंधारात सावली दिसते की नाही?''

''नाही, अन्नदाता!''

काठावर पोहचताच दोघं थांबली. काचेसारखं निर्मळ पाणी तहानलेल्या प्राण्यांची तहान शमविण्यासाठी हेलकावे खात होतं. दोघं ओंजळी भर-भरून पोटभर पाणी प्यायली. पाणी प्यायल्यावर तर कितीही दाहक तहान भागते, पण मोतद्दाराला यापूर्वी कधी पाणी पिण्याचं असं अथांग सुख आणि समाधान मिळालं नव्हतं. राणीसोबत शाही तलावात तहान भागविण्याचं स्वप्न तरी त्याच्या नशिबी कुठं होतं! पण अत्यंत आश्चर्याची बाब म्हणजे राणीच्या दृष्टीने सुद्धा ही काही कमी सुखाची आणि समाधानाची गोष्ट नव्हती.

आज राणीच्या अंतःकरणाचं हे तळघर कसं उघडलं? आणि या तळघरात नव्या नव्या गोष्टींनी हा कसा धुमाकूळ घातला! दोघं खूप दूरपर्यंत चुपचाप सोबत चालत राहिले, तेवढ्यात अचानक मोतद्दाराच्या दिशेनं तोंड वळवून राणी म्हणाली, ''तुम्ही क्षुद्र-चाकर राण्यांच्या रूप-यौवनाच्या बाबतीत अगदी आंधळे असता....!''

देवजाणे कसला विचार करून मोतद्दार मध्येच हात जोडून म्हणाला, ''आंधळं बनावं लागतं, अन्नदाता!''

''दिसत असूनसुद्धा आंधळे बनलात तर तुमची मर्जी, पण तुमच्याप्रमाणे राण्यांना तर आंधळं व्हावं लागत नाही. जर एखाद्या क्षुद्र-चाकर किंवा अस्पृश्याविषयी एखाद्या राणीच्या मनात चल-बिचल झाली तर?''

समजून-उमजून घेतल्याशिवाय मोतद्दाराच्या तोंडून एक अनुचित वाक्य बाहेर पडलं. हात जोडून म्हणाला, ''राण्यांची इच्छा कोणाला टाळता येईल, अन्नदाता! मालकाचा मालक कोण?''

एक खोल निःश्वास सोडत राणी म्हणाली, ''हो, हे तुझं बोलणं अगदी बरोबर आहे, मालकाचा मालक कोण? पण अशी मिळकत किती दिवस भोगता येईल?''

''ते आपल्याला माहीत, अन्नदाता!''

''मला माहीत आहे, म्हणून तर सांगत आहे.''

या बोलण्याबरोबर राणीची घोडी सरपट धावू लागली. मोतद्दारानं पण मागोमाग घोडी पळविली.

राजमहालात शिरताच दोन्ही घोड्या एकसाथ खिंकाळल्या. मोतद्दार चालत्या घोडीवरून खाली उतरून चालू लागला. जिन्याजवळ पोहचल्यावर राणीनं मागं वळून पाहिलं. घोडीचा लगाम धरून मोतद्दार पायी चालत येत होता. तीच दररोजची रीत. पण आज तिला ही रीत आवडली नाही. लगाम सोडून दाणदाण पायऱ्या चढू लागली.

धुळीनं माखलेली राणी रंगमहालात आली तर तेच नेहमीचं ठरलेलं दृश्य. त्या दिवशीची मुलगी सोन्याच्या पलंगावर बसून सोन्याच्या पेल्यातून राजाला मद्याचा आग्रह करीत होती. ती मुलगी तीन वर्षात सहा वर्षांइतकी मोठी झाली होती. तिचं रूप-यौवन सोन-पलंगावर आणि रंगमहालात सामावत नव्हतं. पण आज गालांचे मुके घेण्याची मुळीच इच्छा झाली नाही. तिचा चेहरा राजाशी किती मिळताजुळता होता! पण सगळं रहस्य माहीत असूनही तिचे ओठ कधी उघडले नाहीत. आज दोघांचे चेहरे पुन्हा-पुन्हा निरखताना मौन आपोआप उसळून बाहेर पडलं. राणीनं निःसंकोच विचारलं, "आपल्याला तर नक्कीच माहीत असेल की ही मुलगी आपल्याच अंशाची आहे."

राजाला मस्त नशा चढली होती. राणीला विचारायला शरम नाही वाटली तर तो बोलायला का संकोचेल! फाडकन उत्तर दिलं, "ही गोष्ट राजमहालात सगळ्यांना माहीत आहे. कुणापासून लपलेली नाही. पण हिची आई माझी फक्त दासी होती. विवाहित राणी असती तर मी हे दुष्कर्म जीव गेला तरी केलं नसतं."

राणीनं हसून टोमणा मारण्याच्या उद्देशानं म्हटलं, "अजूनही तुम्हाला जगण्याचा भ्रम आहे! धन्य आहे तुमचा भ्रम आणि धन्य आहे तुमचं जीवन!"

नशेत नसता तर राजाला या टोमण्याचं मर्म समजलं असतं की नाही, हे तर ईश्वराला माहीत, पण आता खूष होऊन म्हणाला, "धन्य तर आहेच! भले, राजाचं जीवन धन्य नाही होणार तर कुणाचं होणार?"

दोन दासी राणीच्या सेवेसाठी तयारीत उभ्या होत्या. घोडदौडीहून आल्याबरोबर राणी अत्तर-सुगंधी तेलाच्या कोमट पाण्यानं स्नान करीत असे. एक क्षणही उशीर झाला तर तिच्या संतापाला सीमा रहात नसे. पण आज बराच उशीर झाला. दासींनी स्नानासाठी पुन्हा एकदा घाई केली तेव्हा राणी चिडून म्हणाली, "आज मी नहाणार नाही. तुम्ही जा."

कारण समजावं म्हणून दोन्ही दासींचे ओठ उघडलेच होते, तेवढ्यात राजानं बाजू सांभाळून घेतली, म्हणाला, "जशी राणीची मर्जी, तुम्ही विचारण्याची गरज नाही. पण शेजेवरील खेळ पहाण्यासाठी तुम्ही इथंच थांबा, जाऊ नका."

राणीनं बोलणं पुढे वाढवलं नाही. मनाई केली तरीही ती चुपचाप चारी बाजूंनी आरसे जडवलेल्या स्नानगृहात घुसली. न्हायल्यामुळे शरीरावरील धूळ आणि शरीरावरील घाण तर निघून जाईल. रोमरोमी अत्तर-तेलाचा सुगंध घमघमेल. पण पिढ्यानुपिढ्या अंतःकरणात एकत्रित झालेला हा मळ आणि दुर्गंधी येणारा चिखल निपटून काढल्याशिवाय ही घाण जाणार नाही. नासक्या-कुजक्या संस्कारांना चोळून-चोळून धुऊन लखलखीत केल्याशिवाय यापुढे श्वास घेणंही कठीण आहे.

पण युगानुयुगे साचलेली ही घाण आणि गंज काढून चमक आणायची तरी कशी? पुरुषांच्या आचरणाची नक्कल करून? स्वतः स्त्रियांचं आचरण पवित्र राखून? पण पवित्रतेच्या या महसूलावरील सारा स्त्रिया कुठवर भरीत रहातील? हे ओझं ती एकटी कुठवर वाहत राहील? दोघांच्या वेगवेगळ्या मर्यादांमुळे ना पुरुषाचा अंदाज येत ना स्त्रीचा. एक सूर्य, एक चंद्र आणि एक मर्यादा याशिवाय हा अथांग अंधःकार नष्ट होणार नाही. वस्तऱ्याच्या तेज धारेशिवाय पुरुषांच्या डोळ्यांतील हा सारा कोणत्याही प्रकारे दूर होणार नाही. हे तर मानतील तेव्हा मानतील. कुणाच्या समजावण्यानं समजून घेणारे नाहीत. स्त्रियांची मोकळीक पाहूनच यांना आपल्या मोकळीकीतील काळिमा दिसेल.

राणीचं मन आज चमत्कारिक ऊहापोहात गुंतलं होतं. पण अचानक कुणा स्त्रीचा आक्रोश ऐकून तिचं ध्यान भंग पावलं. आरडाओरडीसोबत फिर्याद-फिर्याद अशी गडबड ऐकू आली. सर्व दिशेनं जनलोक जमा होऊ लागले. घाईघाईत राणी सर्वांत प्रथम पोहोचली. बगलेत झाडू धरून राज्याची खास मेहतराणी धाय मोकलून रडत होती. राणीनं तिच्या पाठीवर हात फिरवून धीर दिला, "काय झालं? मला बेधडक सांग."

तोपर्यंत राजदरबारातील बरेचसे दरबारी आसपास गोळा झाले होते. मेहतराणी रडत-रडत म्हणाली, "अन्नदात्यांनी दरबार भरविल्याशिवाय मी काही सांगणार नाही."

शेजेवरील खेळ पूर्ण केल्यावर अन्नदाता आपल्याच मस्तीत डुलत हजर झाले. त्यांच्या आदेशानुसार पहाता-पहाता दरबार भरला. अर्थात राजपंडितांनी दोन-तीन वेळा आजारी असल्याचं निमित्त सांगितलं, पण राजानं ऐकलं नाही. तेव्हा त्यांना मनाविरुद्ध यावं लागलं. घोडेस्वारानं निरोप दिल्यावर कविराजसुद्धा दौडत आले. खचाखच भरलेल्या दरबारात मशालजी चहुदिशांनी मशाली घेऊन उभे होते. फिका-फिका अंधार घेरू लागला होता. एखाद दुसरा तारा दरबारातील गर्दी पहाण्यासाठी डोळे मिचकावीत होता. पेटत्या मशालींचा प्रकाश हळूहळू वाढू लागला होता.

राजाची अनुमती मिळताच क्रुद्ध मेहतराणी राजपंडितांकडे झाडू दाखवीत अशा झणझणीत शब्दांत बोलू लागली की जणू निखाऱ्यांना वाचा फुटली होती. दरबारींच्या कानांत उकळतं तेल पडू लागलं, "या थेरड्या घुबडामुळे मी तुम्हा लोकांना त्रास

दिला. मी वयात येताच हे पूजनीय पंडितजी माझ्यासंगे तोंड काळं करू लागले, त्याबद्दल आजपर्यंत मी हरकत घेतली नाही किंवा तक्रार केली नाही. माझं काय, मी तर मेहतराणी आहे. यांचा धर्म भ्रष्ट झाला, त्यांचे ते धर्म-कर्म तेच जाणोत. पण गेले पंधरा दिवस हे मला माझ्या मुलीसाठी सतावीत आहेत! गळ्यातल्या सरीची लालूच दाखवली, पण मी कबूल झाले नाही. कबूल करण्यासारखी ही गोष्ट आहेच कुठे? पण मला मान्य असून किंवा नसून काय होणार! आग लागो यांच्या पोथी-पुराणांना! शेवटी संधी साधून स्वतःच्याच रक्तापासून जन्मलेल्या मुलीबरोबर यांनी परवा माती खाल्ली. त्या अजाण मुलीला धर्ममर्यादेचे हे बारकावे काय समजणार! अशा निरागस मुलीला चांदीच्या अंगठीची लालूच पुरेशी होते. हुंदके देत घरी आली. पुढची कथा न ऐकाल तर बरं. दोन दिवस मी आतल्या आत रडत राहिले. शेवटी सहन होईना तेव्हा राज्याच्या मालकासमोर फिर्याद करण्यासाठी यावं लागलं. माझ्या बोलण्यावर विश्वास नसेल तर पंडितीणीला विचारा. तिच्यापासून काही लपलेलं नाही. पतीच्या लक्षणांमुळे बिचारी मनातल्या मनात कुढत रहाते. क्षयाच्या खोकल्यानं तिच्या छातीचा खोका झाला आहे, तरीही बिचारीनं कधी पतीशी झगडा केला नाही.''

मेहतराणीच्या त्या अत्यंत अद्‌भूत तक्रारीनं दरबारात निःस्तब्धता पसरली. दरबारींच्या तिरस्कारयुक्त नजरा राजपंडितांकडे वळल्या तर ते जमिनीवर पडताना दिसले. ओठांवर फेस आणि गारगोटीसारखे डोळे! अफूची डबी उपडी पडली होती. मेहतराणीची तक्रार सुरू होताच त्यांनी मूठभर अफू खाल्ली होती. भले, सौभाग्यमरणाशिवाय मान-मर्यादेचं असं रक्षण कुणाला करता येईल? कुणाची काही अक्कल चालेना. कविराजांचं बोलणं सुद्धा बंद पडलं. राजानं खूप टोकलं तेव्हा मोठ्या मुष्कीलीनं हळू आवाजात बोलले, ''पंडितीणीला विचारल्याशिवाय सत्य समोर येणार नाही.''

तेव्हा मेहतराणी कडाडली, ''जर पंडितजी इतके सच्चे होते तर त्यांनी अफू नव्हती खायची.''

कविराजांनी तुरंत उत्तर दिलं की खोट्या आरोपांचं भयसुद्धा कमी नसतं, इज्जतदार माणसाला स्वतःच्या हातांनी मरण पत्करावं लागतं.

मेहतराणीनं हात जोडून पुन्हा तक्रार केली की हे मधले लोक कधी योग्य न्याय करू देणार नाहीत. खरा न्याय मिळाल्याशिवाय ती दरबारातून टस का मस हलणार नव्हती.

दरबारात येण्यासारखी पंडितीणीची परिस्थिती मुळीच नव्हती. तेव्हा पराकोटीचे लाचार होऊन दिवाण आणि कविराज राजपंडितांच्या हवेलीत गेले. पंडितीण पलंगावर खोकत पडली होती. दोन-तीन वेळा ऐकूनही तिला नीट काही समजलं नाही. हवेलीतील हे रहस्य जाहीर झालं तरी कसं? कविराज आणि दिवाणजींनी

पुन्हा-पुन्हा विचारलं तेव्हा भोळ्या पंडितीणीला नाइलाजानं सांगावं लागलं की पतीच्या आचरणाला आच लागेल असं काही बोलण्यासाठी तिला वाचा मिळालेली नाही, मग काय सांगणार आणि काय नाही सांगणार!

पंडितीणीनं न सांगताच त्यांना सगळं काही समजलं. दरबारात ही गोष्ट ऐकल्यावर सगळ्या मातब्बरांनी पंडितीणीचे गुण गायले की पत्नी असावी तर अशी! लाखात एक! पतीच्या मृत्यूनंतरही तिनं अवगुणांबद्दल तोंडातून शब्द काढले नाहीत. घरोघरी याच मातीच्या चुली आणि याच गोवऱ्यांची राख! पण राखेखाली दडपलेली गोष्ट दरबारात सर्वांसमोर प्रकट झाली तेव्हा लोकांचे कान झडून हातात आले. जोपर्यंत मळ पोटात लपलेला असतो तोपर्यंत कुणाला कुणाची घाण वाटत नाही, पण बाहेर दिसल्यावर सगळे नाक-तोंड मुरडतात. त्या गर्दीत बसलेले तमाम दरबारी एकापेक्षा एक वरचढ लंपट होते, तरीही राजपंडितांचं हे दुष्कर्म कुणाच्या गळी उतरलं नाही. दूध ते दूध आणि पाणी ते पाणी सिद्ध करण्याची कुणाची हिम्मत झाली नाही. जणू या न्यायाच्या निमित्तानं सर्वांचा एकत्रित न्याय झाला असता.

मेहतराणीनं न्याय मिळण्यासाठी पुन्हा विनंती केली. तेव्हा कविराजांचे ओठ मोठ्या प्रयासानं उघडले, ''तुझा न्याय तर ईश्वरानंच हातावेगळा केला. तूच सांग, मरण पावलेल्या राजपंडितांना आणखी काय शिक्षा देणार? आत्महत्येच्या पापामुळे यांना नक्कीच नरक भोगावा लागेल.''

राणी तिच्या जवळच उभी होती. मेहतराणीनं हात जोडून हुंदके देत विचारलं, ''आपणच सांगा, माझ्या बाबतीत हा अपक्ष न्याय झाला?''

राणीच्या डोळ्यांत रक्त उतरलं होतं, पण इथं कोणावर चिडणार? या निर्लज्ज पुरुषांसमोर गयावया केली तर उलट तिचाच मान कमी होईल. मेहतराणीला धीर देत म्हणाली, ''तू या लोकांकडून न्यायाची अपेक्षा करतेस, हाच तुझा मोठा भ्रम आहे. या पुरुषांच्या हातून आपल्याला कधी न्याय मिळणार नाही. आपला न्याय तर आपल्यालाच करावा लागेल.''

मेहतराणी अद्वा-तद्वा बडबडत आली होती आणि अद्वा-तद्वा बडबडत परत निघून गेली. दरबार जसा भरला तसा उठला. रात्रीचा काळोख आपल्या जागी मस्तीत दाटला होता आणि गगनातील नवलाख तारे आपल्या आपल्या जागी मस्तीत चमकत होते. राणीला शक्य असतं तर तिनं एक-एक तारा ओरबडून काढला असता. जणू हे तारे सुद्धा कुणाचा तरी न्याय करण्यासाठी एकत्र झाले होते.

दरबाराच्या चार भिंतीतून बाहेर पडल्यावरसुद्धा देवजाणे कसला विचार करून कविराज घोड्यावर चढले नाहीत. हातात लगाम पकडून बऱ्याच अंतरापर्यंत पायी चालत राहिले. राजपंडित तर मरता मरता सगळ्यांच्या तोंडाला काळं फासून गेला. पण सगळ्यात मोठी चिंतेची बाब म्हणजे या अस्पृश्य भंगिणीला तक्रार करण्याची

हिंमत कशी झाली? रांडेची लक्षणं तर अशी आहेत की घोड्याच्या मागे केस बांधून फरफटावं. आणि राणीजींची तर देवजाणे आजकाल बुद्धीच फिरली आहे. डोकं तर फिरलेलं नाही ना? जर या परिस्थितीचा रागरंग बदलला नाही, तर हास्यविनोदाच्या गप्पा म्हणजे एक स्वप्न बनून राहील. राजाजींची पोटफुगी झडली नाही, तर कविराजाला कोण विचारणार! काही ना काही युक्ती तर करायलाच हवी.

अर्धी वाट पार केल्यावर कविराज घोड्यावर चढले. अंधाराला तुडवीत-कापीत घोडा पापणी लवताच शेजघराच्या जवळ येऊन आपणच थांबला. ओळखीचं खिंकाळणं ऐकून सुद्धा ठाकुराणीनं पलंग सोडला नाही. डोळे मिटून पडून राहिली. शेजघरात तुपाचा दीप जळत होता. पती बाजूला झोपल्यावर डोळे उघडून विचारलं, ''आज कुणाचं घर पवित्र करून आला आहात?''

कविराज त्रागा करून म्हणाले, ''हकीम लुकमानकडे सुद्धा संशयावर इलाज नाही.''

ठाकुराणी म्हणाली, ''हुजुरांची कर्तबगारी कुणापासून लपली आहे? आपल्या बोलण्यावर विश्वास बसत नाही. काय, इतक्या उशिरा दरबार उठला?''

घरवालीच्या नजेरत गुंजभर किंमत नसतानाही कविराज तिच्यासमोर प्रथमच सत्य बोलले. राजदरबारातील संपूर्ण हकीकत विस्तारानं सांगितली. ठाकुराणीनं राजपंडितांचा सगळा किस्सा गपचूप ऐकला आणि डिवचलेल्या गांधीलमाश्यांच्या पोळ्यासारखी तिच्या मस्तकात गुणगुण सुरू झाली, ती बराच वेळ थांबली नाही. क्रौंच, टिटवी आणि सारस सजातीय कूजन ऐकून आपणही कूजन करू लागतात, त्याप्रमाणे राणी आणि ठाकुराणीच्या मनात समान खळबळ माजली होती.

कविराज घडी-दीडघडी या कुशीवरून त्या कुशीवर वळत राहिले. तेव्हा राणीप्रमाणे ऊहापोह करण्यात गुंतलेली ठाकुराणी म्हणाली, ''कितीही वेळा कूस बदला, आज रात्री आपल्याला मुळीच झोप येणार नाही.''

''का?''

''ऐकलं आहे की चोराचं मन जागं असतं. संपूर्ण गावाला माहीत आहे की आपल्या शेतातल्या गड्याच्या अंगात तुमचं रक्त वहात आहे. तुमच्याशी हुबेहूब रूप जुळतं. राजपंडितानी भंगिणीला सोडलं नाही, तर तुम्ही चांभारणीला सुद्धा नाही सोडलं. दोघे एकाच माळेचे मणी आहात. पुरुष जातीचा ना काही भरवसा आणि ना कोणती लक्ष्मणरेषा. मला तर वाटतं की संधी मिळाली तर तुम्ही लोक आपल्या सावलीलाही सोडणार नाही.''

छिनालीचा गळा घोटावा इतका राजकवींना राग आला होता, पण हेकटपणा आणि हिंमत करून उत्तर दिलं. गर्जून बोलले, ''आजकाल जीभ फार लांब झालेली दिसते आहे. जास्त वटवट केलीस तर मग समजेल तुला.''

ठाकुराणीनं तशाच प्रकारे उद्धटपणे उत्तर दिलं, "आता नुसती वटवट करून काम होणार नाही. तुमचे तराजू आणि तुमच्या वजनानी पुन्हा जिन्नस तोलल्याशिवाय तुम्ही लोक ठिकाणावर येणार नाहीत."

अमाप समज-उमज असलेल्या कविराजांनी पुन्हा हूं की चूं केलं नाही. पहाटे थोडा फार डोळा लागला आणि सकाळी प्रातर्विधी आटपून राजदरबाराच्या वाटेनं घोडा दौडवला. ठाकुराणीच्या मनासारखं घडलं. पतीच्या तोंडून सदैव उपदेश ऐकून-ऐकून अगदी उलट्या उतारावर पाणी चढलं. उपदेशाच्या गोष्टी प्रत्येकाच्या तोंडी शोभत नाहीत.

अग्नी कुणाची भीड बाळगत नाही. आपल्या आत पडणाऱ्या प्रत्येक वस्तूला तापवते आणि जाळते. भरदार नवजवान शेतगड्याचं घरात नेहमी येणं-जाणं होतं. दोन वेळा चारा-पाणी आणि दुधाच्या धारा काढीत असे. उडाणटप्पू पतीच्या तोंडून नित्य स्वतःच्या आचरणाविरुद्ध उपदेशाचे गुरुमंत्र ऐकून-ऐकून शेवटी नाकात दम येणं अपरिहार्य होतं. ज्या दिवशी स्त्री मोकळीकीच्या मार्गावर स्वच्छंद आचरण करू लागेल, त्या दिवसांपासून पुरुषांची पाऊलवाट एकदम सरळ-सपाट होईल. डोळे मिटून किती दिवस अंधार ठेवणार!

चांभाराचा मुलगा गोठ्यात चारा-पाणी देत होता, तेव्हा सोळा शृंगार केलेली ठाकुराणी त्याच्याजवळ येऊन म्हणाली, "ही गुरं-ढोरं तोंडानं काही बोलून दाखवत नाहीत, तरीही तुला त्यांची भूक-तहान समजते. पण माझ्या भूक-तहानेची तू कधी पर्वाच केली नाहीस. किती दिवसांपासून मी उपाशी-तहानलेली तडफडते आहे, पण ना बोलणं तुझ्या लक्षात येत आणि ना इशारे. आज अगदी उघडउघड बोलायला आले आहे. सांग, समजेल की नाही?"

नुसतं समजावून काय होतं? गायीच्या खुरातील पाण्याला किती खोली? हिंमत करण्याएवढी योग्यता कुठून आणणार? दुसऱ्यांदा विचारल्यावर शेतगडी घाबरत-घाबरत म्हणाला, "अन्नदाता, ही गोष्ट समजण्याएवढं माझं भाग्य नाही!"

उघडपणे सांगितल्याशिवाय कोडं उलगडणार नाही, म्हणून ठाकुराणी हास्य-अक्षरांची बरसात करीत म्हणाली, "भाग्य तर तुझं जोरदार आहे, पण त्याचा वापर करण्याची हिंमत नाही."

देवजाणे कसला विचार करून बेअकली शेतगडी म्हणाला, "आपल्याजवळ तर हिंमत खूप आहे, थोडीफार उधार दिलीत तर काही फरक पडणार नाही."

"बावळ्या, ही काय उधार देण्या-घेण्याची गोष्ट आहे! तुझ्यासारख्या बुद्दू तूच आहेस. माझं दुर्दैव म्हणजे माझं मन तुझ्यासाठी लालचावलं. तू असा सुंदर नसतास तर आज माझी ही दुर्दशा का झाली असती?"

असं सांगून ठाकुराणीनं त्याला बाहूत सामावून घेतलं. मग तर चाकराला सुद्धा

हिंमत करावी लगाली. ठाकुराणीचं जीवन सफल झालं. अस्पृश्य शेतगड्याच्या स्पर्शानं तिचा देह पवित्र झाला. पण चोरून-लपवून केलेल्या या गोष्टी पतीसमोर प्रत्यक्ष जाहीर होत नाहीत तोपर्यंत त्यांच्या डोळ्यात प्रकाश पडणार नाही. पुरुषांच्या डोळ्यांत तापलेल्या सळ्या खुपसल्याशिवाय त्यांतला सारा दूर होणार नाही.

कपडे झटकता-झटकता ठाकुराणीनं शेतगड्याच्या डोळ्यांत नजर खुपसून विचारलं, "बोल, हिंमत झाली की नाही? शेवटी हिंमत तर केल्यावरच होते."

अडाणी शेतगड्याच्या तोंडून पुन्हा ते मूर्खासारखं बोलणं. संकोचानं म्हणाला, "नाही अन्नदाता, माझी एवढी हिंमत कुठली! हिंमत फक्त आपली आहे. आपली हिंमतच माझ्या कामी आली!"

ठाकुराणीनं गोड तक्रार केली, "मला आता अन्नदाता-अन्नदाता म्हणायची जरुरी नाही. तू तर माझ्या शेजेचा शृंगार आहेस. पण आणखी एक हिमतीचं काम करावं लागेल. त्याशिवाय पुरुषांचा पोकळ अभिमान तुडवला जाणार नाही. शेजघरातील शेज, उघडे दरवाजे आणि ठाकुराच्या डोळ्यांसमोर! बोल, हिंमत आहे की नाही?"

शेतगड्यानं बेधडक उत्तर दिलं, "आता तर मला ना मृत्यूची भीती आणि ना मरणाची!"

मग ठाकुराणी त्याचा हात धरून शेजघराचा जिना चढू लागली. शेजघराचा उंबरठा ओलांडताना म्हणाली, "मृत्यूचं भय नाहीसं झाल्यावरच जीवनातील खरं सुख हाती लागतं!"

आणि तिकडे राजदरबारात कुठल्यातरी अदृश्य भीतीच्या अस्तित्वामुळे सुख आणि आनंद हळूहळू कमी होऊ लागला होता. दुसऱ्या दिवशी दरबार तर वेळेवरच भरला, पण नेहमीचा जिवंतपणा दिसून आला नाही. कविराजानी राज्याचा मालक आणि दरबारींना हसविण्यासाठी खूप प्रयत्न केले पण सगळे व्यर्थ. राजा हसल्याशिवाय इतरांना हसायला मार्गच कुठे होता! राजाचं पोट फुगून फुगा झाला. पोटात मुरगळू लागलं. शेवटी राजा चिडून कविराजांवर खूप गरजला, पण हसविण्याची कुठलीही युक्ती लागू पडली नाही. कविराजांनी हसविण्यासाठी आपल्याकडून कसली कसर ठेवली नाही, पण हसणं तर राजाच्या स्वतःच्या हातात होतं. कालच्या घटनेनं त्याच मन खट्टू झालं होतं. शेवटी कविराज तंग होऊन म्हणाले, "मी तर हरलो, अन्नदाता! आता आपण स्वतःच हसाल तर हुजुरांचं फुगलेलं पोट उतरेल."

राजा ठुसठुसत म्हणाला, "आपणहून उगीचच हसायला मी कुणी वेडा थोडाच आहे? याच्यासाठी मी तुला गावांवर गावं इनाम दिली आहेत काय?"

असं बोलून राजा खरोखर आपणच हसू लागला तो थांबलाच नाही. आणि थोड्या वेळातच सगळी पोटफुगी झडून गेली. राजा प्रसन्न झाल्यावर काय! कविराजांना आणखी एक गाव बक्षीस देऊन टाकलं.

राणीला समजल्यावर ती मनातल्या मनात जळफळली. राज्याच्या नावावर हा तमाशा कुठवर चालणार! ती दुहेरी समस्येत गुंतून गप्प बसली होती, तेवढ्यात तिला घोड्याचं खिंकाळणं ऐकू आलं. खूष होऊन रंगमहालाच्या दरवाजाकडे पाहिलं तर दासी येताना दिसली. राणी हसून म्हणाली, "तुझ्या आधीच मला घोडदौडीची खबर मिळाली. मी तर कधीचे कपडे बदलून तुझी वाट पहात आहे."

समोर राणीला जिना उतरताना पाहिलं तेव्हा मोतद्दाराच्या मनात नसतानाही ओठांवर हास्य पसरलं. राणीसुद्धा गुलाबी ओठांनी मनातल्या मनात हसली. जवळ आल्यावर मोतद्दाराच्या लालसर डोळ्यांवर नजर पडली तेव्हा आश्चर्यानं विचारलं, "तुझे डोळे इतके लाल कसे झाले? भूतबाधा तर नाही झाली?"

मोतद्दार मान खाली घालून हळूच बोलला, "इथं नाही सांगणार!"

राणीला लगेच त्याच्या मनातली गोष्ट समजली. किल्ल्याच्या तटातून बाहेर पडताच तिनं पुन्हा तोच प्रश्न विचारला. तेव्हा मोतद्दार लाजऱ्या स्वरात सांगू लागला, "आपलं बोलणं ऐकून काल रात्रभर मला झोप आली नाही. आयुष्यात प्रथमच इतक्या उशिरापर्यंत कुशी बदलत रहावं लागलं. अशा जागरणासारखं सुख तर मला राज्य मिळाल्यावर सुद्धा मिळणार नाही. असं वाटलं जणू उघड्या डोळ्यांनी एखादं स्वप्न पहात राहिलोय!"

राणीच्या हृदयात एकसाथ हजार कमळं फुलली. एका एका कमळाचं मोल चक्रवर्ती राज्यापेक्षा सुद्धा जास्त होतं. यापूर्वी कधी तिला हा बेरंगी निसर्ग इतका विलोभनीय आणि सुंदर वाटला नव्हता. एका रात्रीत वनस्पतींचा हा फिकट हिरवा रंग असा चमकू कसा लागला? राणीनं अजाण मुलाप्रमाणं पुढे आणखी एक प्रश्न विचारला, "मग काय झालं?"

मोतद्दार एक तप्त निःश्वास सोडून म्हणाला, "पण सकाळी सूर्याच्या गरम ज्वाळांत माझी सगळी स्वप्नं जळून राख झाली."

"का?"

"अजाण मूल चंद्रासाठी हात-पाय उडवू लागलं तर काय होतं! चंद्र आपल्या जागी चमकत रहातो आणि मूल आपल्या जागी रडत रहातं. एकाच रात्रीत हजार वर्षांचं सुख हाती लागलं आणि दुसऱ्या क्षणी पुन्हा छिनावून घेतलं गेलं. त्याऐवजी सूर्य उगवल्यावर मेलो असतो तर माझ्यासारखा सुखी कोणी नसता. आता ते स्वप्न परत कसं पडेल?"

राणी हसू लपविण्याचा प्रयत्न करीत म्हणाली, "जर ते स्वप्न खरं ठरलं तर?"

"पण खरं होण्यापूर्वी त्याचा आनंद कसा सांगू! मला इतकी समज कुठली!"

मोतद्दाराची मस्करी करण्यासाठी राणीचं मन तळमळू लागलं. म्हणाली, "पण तुझं ते स्वप्न होतं काय? सांगितल्याशिवाय कसं खरं करू? मोत्यांनी भरलेला

कलश पाहिजे काय?''

मोतद्दारानं मान हलवून स्पष्ट नकार दिला, ''अं..हं!''

''मोठं ठिकाण किंवा राज्य पाहिजे?''

''अं...हं!''

''इंद्रलोकीच्या अप्सरेबरोबर विवाह करायची इच्छा आहे?''

''अं..हं''

''तुला तर नकाराशिवाय काही माहीतच नाही. जे पाहिजे ते अगदी मोकळेपणानं सांग.''

मोतद्दाराच्या चेहऱ्यावर लज्जेचा हलका पापुद्रा चढला. राणीच्या चेहऱ्याकडे पहाण्याची हिंमत झाली नाही. तोंड फिरवून म्हणाला, ''मनातल्या सगळ्या गोष्टी बोलून थोड्याच दाखविता येतात! आपल्याकडे माझ्यापेक्षा हजारपटीनं जास्त अक्कल आहे. आपल्याला तर सांगितल्याशिवाय माझ्या मनातील गोष्टी समजतील.''

राणी खळखळून हसली, ''वा रे बावळ्या! एखाद्याच्या मनात काय आहे ते सांगितल्याशिवाय कुणाला कसं समजेल?''

''मी तर एकदम अडाणी आणि मूर्ख आहे. पण आपली गोष्ट वेगळी आहे. सूर्याच्या प्रकाशाप्रमाणे आपल्या अकलेला सुद्धा काही पार नाही.''

''का, माझ्या अकलेचं कसलं एवढं वैशिष्ट्य?''

''आपण चिडणार नसाल तर सांगू?''

राणीनं आश्चर्याच्या स्वरात विचारलं, ''माझ्या चिडण्याचं तुला इतकं भय वाटतं?''

तेव्हा मोतद्दार होकार देत म्हणाला, ''फक्त आपलं चिडणं सोडलं तर आता मला मृत्यूचं सुद्धा भय वाटत नाही.''

''एका रात्रीत तू खुशामत करायला तर छान शिकलास. तरी अजूनही तुला समजलं नाही की मी तुझ्यावर रागावेन का? बेधडक सांग, माझ्या अकलेत तुला अशी काय खुबी दिसली?''

मोतद्दार चावत चावत बोलला, ''सूर्याचा उजेड कुणात भेदभाव करीत नाही. राजासाठी पण तोच उजेड आणि गरिबांसाठी पण तोच उजेड. त्याप्रमाणे आपल्या रूप-यौवनानं सुद्धा दूरत्वाचं वर्तन केलं नाही. मग आपली अक्कल सूर्याच्या उजेडापेक्षा कुठे कमी आहे?''

दोन्ही घोड्या टप-टप करीत मस्तीत चालत होत्या. वरती बसलेल्या स्वारांच्या मनातही काही कमी मस्ती नव्हती. अडाणी असूनही मोतद्दाराला राणीच्या मनातील गोष्ट पूर्णपणे समजली होती. संपूर्ण रात्रीच्या गोष्टींचं मर्म उलगडता-उलगडता तो मोठ्या मुष्कीलीनं बुडापर्यंत पोहोचला होता.

झाडा-झुडुपांत लपलेले तीतर घोडींची टप-टप ऐकून कलकल करीत बाहेर

पडले आणि पहाता-पहाता टीव-टीव आवाज करीत, पंख फडफडवीत दूर उडून गेले. मोतद्दाराला वाटलं जणू ते तीतर त्याच्या हृदयातच लपलेले होते आणि राणीला वाटलं की ते तीतर तिच्या मांडीच्या जोडीतून उडाले आहेत! दोघं नजर लावून ते तीतर अदृश्य होईपर्यंत त्या दिशेला पहात राहिली. त्यानंतर दृष्टादृष्ट होताच ते एकमेकांच्या अंतःकरणात सामावले गेले. घोडीच्या निमित्तानं धरतीपासून अधांतरी झाल्यामुळे राणीचे विचारसुद्धा अधांतरी झाले होते. मोतद्दाराच्या चेहऱ्याकडे पहात म्हणाली, "मी आज गुरुदक्षिणेचं कर्ज फेडणार आहे. माग, तुझी इच्छा असेल ते माग."

इशारा एकदम स्पष्ट होता. पण इच्छेनुसार मागण्याची हिंमत तो कुठून आणणार? तोंड फिरवून ढळत्या सूर्याकडे पाहू लागला. कदाचित त्याच्या तप-तेजाचा थोडा अंश त्याच्या हाती लागून जाईल!

पण त्या वेळी राणीचं तपतेज सूर्यापेक्षाही वरचढ होतं. म्हणाली, "मनात काही संकोच ठेवू नकोस. आज मी कोणत्याही गोष्टीला नकार देणार नाही!"

संपूर्ण शरीरातील आखडलेले सांधे इतक्या सहज कुठे मोकळे होतात! हिमालयाला ढकलणं सोपं आहे, पण संस्कारांचं ओझं दूर करणं दुष्कर आहे. मोठ्या मुष्कीलीनं मोतद्दाराचे ओठ उघडले, म्हणाला, "आपल्या गुलाबी ओठांनी उष्टं केलेलं पाणी प्यायची इच्छा आहे."

राणी खो खो करून जोरात हसली. हवेच्या रेषे-रेषेवर नशा चढू लागली. निसर्गातील कण न् कण त्या हसण्याचा गुंजारव ऐकून तल्लीन झाला. हसत-हसत म्हणाली, "आणखी सुद्धा काही इच्छा असली तर मनात ठेवू नकोस!"

मोतद्दाराचा संकोच थोडा थोडा गळू लागला होता. रिकिबीत ठेवलेल्या राणीच्या पायांकडे पाहून म्हणाला, "आपले गोरे गोरे पाय दाबायची इच्छा आहे."

राणीच्या प्रीतीच्या घोडीनं कोणत्याही प्रकारचा लगाम लावून घेतला नाही तेव्हा ती ताबडतोब खाली उतरली आणि मोतद्दाराचा हात धरून दुसऱ्या हातानं वाळूच्या टेकडीकडे निर्देश करीत म्हणाली, "सांग, रेताड वाळूची ही अस्पर्श शेज कुणाची वाट पहात आहे?"

मोतद्दाराच्या ओठांतून निघालेले बोल सुरंगी फुलपाखरांप्रमाणे ठायी ठायी नाचू लागले-- आपली! आपली!!

त्यानंतर मावळलेला सूर्य पुन्हा वर येऊन खूप उशिरापर्यंत अंगसंगाची ती पवित्र लीला पहात राहिला. त्याच्या नशिबात असा प्रकाश कुठे! निसर्ग, निसर्गाच्या बाहुपाशात जखडला होता. कुठे तो घाणेरडा रंगमहाल! कुठे तो निष्प्राण सोनेरी पलंग! कुठे छतावरील कारागिरीचं ते जाळं! आणि कुठे झाडांच्या पाना-पानांतून

गाळलेल्या मुक्त हवेचा हा पवित्र सुगंध! सजीव टेकड्यांची ही प्रेमळ कोमलता! गुलाबी आकाशाचं असीम छत्र! राणीच्या रोमरोमी अमृत पसरलं. तृषार्त निसर्गाचा कण-कण तृप्त झाला. सूर्यानं हसून राणीला मुजरा केला आणि निशाराणीच्या प्रीतीच्या उमेदीनं लगेच अदृश्य झाला. आज निशाराणीची खैर नाही!

सूर्य दृष्टीआड होताच दोघांच्या हृदयात एक नवा प्रकाश भरला. दोन्ही घोड्या पुन्हा एकदा जोरात खिंकाळल्या. जणू या निर्मळ प्रीतीची साक्ष देत होत्या.

राणीचे कपडे झटकण्याचा मोतद्दाराचा इरादा होता, तेव्हा राणी त्याला अडवीत म्हणाली, ''अं..हं, यात घाबरण्यासारखं काय आहे? ही तर माझ्या अमर सौभाग्याची अनमोल बिंदी आहे. आज तर मी खरी राणी बनले!''

''आणि मी निसर्गाचा खराखुरा राजा!''

''तुझं तुला माहीत. मला काय माहीत!''

मोतद्दाराचं हृदय हवेप्रमाणे मुक्त झालं होतं. हसून म्हणाला, ''आपल्याला माहीत नसतं तर हे अखंड राज्य आपल्या हाती कसं लागलं असतं?''

मस्करीचं पुट चढवून राणी म्हणाली, ''पहिल्याच झटक्यात तुला अक्कल तर खूप आली. अपचनाचा विचार कर.''

''मला आता कसला विचार करण्याची गरज नाही. मी शुद्ध-बुद्ध अजिबात हरवून बसलो आहे.''

मोतद्दाराच्या तोंडून हे बोल ऐकून राणीला वाटलं जणू ती फुलाच्या पाकळीप्रमाणे हलकी होऊन हवेत पोहत आहे. सटकन म्हणाली, ''एक गोष्ट विचारू, खरं सांगायचं. हात-पाय उडवणाऱ्या मुलाच्या हाती चंद्र लागला की नाही?''

कुसुंबी उरोजांवर नजर रोखून मोतद्दार गर्वानं म्हणाला, ''फक्त चंद्रच काय, चंद्र-सूर्य दोघेही माझ्या मुठीत सामावले गेले!''

''मग या जगात उजेड कसा पडेल?''

''कसा काय, तो तर दुप्पट, चौपट-- नाही, नाही, हजार पटीनं जास्त चमकेल.''

राणी उतावीळ होऊन म्हणाली, ''आज तर खूप उशीर झाला. चल, लवकर जाऊया.''

मोतद्दारानं आश्चर्यानं विचारलं, ''पुन्हा तिकडे जायचं?''

राणीला अचंबा वाटला, ''नाही तर मग कुठे?''

मोतद्दार सांगू लागला, ''हवा आणि ऊन सोबतीला घेऊन आपण पुढे चालतच राहूया. जोपर्यंत या धरतीचा शेवट येत नाही, तोपर्यंत चालतच राहूया, चालतच राहूया!''

राणी मान हलवून म्हणाली, ''अं--हं, असं तोंड लपवून चालणार नाही. इथं काय हवा नाही की ऊन नाही? हा दुर्गंधित रंगमहाल आणि गलिच्छ राज्य पवित्र

केल्याशिवाय मला क्षणभरही चैन पडणार नाही. तू राजाला घाबरत असशील तर गोष्ट वेगळी.''

मोतद्दार टाळी वाजवून जोरात हसला, हसत हसत म्हणाला, ''आपल्या देहाच्या स्पर्शानं काय जादू झाली माहीत नाही, मला आता ईश्वराचं सुद्धा भय वाटत नाही, बिचाऱ्या राजाचं तर सामर्थ्यच काय आहे! आपण आज्ञा केलीत तर यमराजाला जाऊन भिडेन, अन्नदाता!''

राणी चक्-चक् करीत म्हणाली, ''तुझ्या तोंडी आता हा अन्नदाता शब्द चांगला नाही वाटत. तू तर माझ्या हृदयाचा सरदार आहेस. मृत्यू आणि यमराजाचं भय नाहीसं झाल्यावरच जीवनाचं मर्म चांगल्या प्रकारे ध्यानात येतं.''

त्यानंतर आपल्या-आपल्या हास्याच्या प्रतापानं अंधाराच्या सावळ्या केसांतील भांग अनमोल मोत्यांनी भरीत ती दौडत-दौडत राजमहालात पोहोचली. जणू हवेत अधांतरी उडत आले होते.

राणी बेधडक रंगमहालाच्या दिशेनं निघून गेली. राजाच्या रंगमहालाबद्दल काय बोलायचं! तीच नेहमीची दिनचर्या. एक नवी मुलगी सोन्याचा पेला हातात घेऊन राजाजवळ बसली होती. राण्या तर घरातली भांडी, इच्छा होईल तेव्हा उपयोग केला. दुसऱ्यांची भांडी वापरण्यातच वैशिष्ट्य आहे. आपल्या व्यसनात मग्न झालेल्या राजानं उशिराबद्दल काही जाब विचारला नाही. पण स्नान घालण्यासाठी उतावीळ झालेल्या दासींना धीर धरवला नाही. विचारलं, ''आज खूप उशीर झाला, अन्नदाता!''

स्नानगृहात जाता जाता राणी म्हणाली, ''मी तर वेळेवरच आले, पण हा दुष्ट दिवसच लवकर ढळला.''

स्नानगृहात शिरताच दोन्ही दासींनी राणीची वस्त्रे उतरवली. दिव्याचा मंद-मंद प्रकाश! निर्वस्त्र राणीला यापूर्वी कधी आपलं शरीर इतकं सुंदर वाटलं नव्हतं. पाठीवर दासीच्या हाताचा स्पर्श होताच राणी दचकली. तिचा हात पकडून म्हणाली, ''आज मला दुसऱ्या कुणाचा स्पर्श सहन होणार नाही. तुम्ही जा, मी स्वतःच न्हाऊन घेईन.''

''का अन्नदाता, आज अशी काय वेगळी गोष्ट घडली?''

''हो, अशीच काही वेगळी गोष्ट घडली आहे.''

''आम्हाला सांगण्यासारखी नाही?''

''सांगण्यासारखी का नाही? मुद्दाम सांगण्यासारखी आहे. अशी अनोखी गोष्ट तुम्ही तर स्वप्नात सुद्धा नसेल ऐकली. पण एकांतात गुपचूप सांगण्यासारखी नाही. भर दरबारात सगळ्यांच्या समोर उघडपणे सांगीन.''

राणी ऐकेना तेव्हा दोन्ही दासींना बळजबरीनं बाहेर जावं लागलं. नंतर अत्तर-सुगंधी तेल मिसळलेल्या कोमट पाण्यानं स्वतःच स्नान करू लागली. बाहेरचं शरीर नेहमी सकाळ- संध्याकाळ धुतलं जातं, पण आज त्या रेताड वाळूच्या प्रतापानं

आतला सगळा मळ धुतला गेला!

पलंगावर पडताच राणीला झोप लागली. झोप लागताच एक अलौकिक स्वप्न सुरू झालं-- ती आपल्या शृंगारासाठी आपल्या हातानं चंद्राच्या किरणांचं झिरझिरीत वस्त्र विणत आहे. वस्त्र तयार झालं नाही तोपर्यंत तिचं स्वप्न चालू राहिलं आणि सकाळी जाग आल्यावर ती सूर्याच्या किरणांचं वस्त्र विणू लागली. आणि विणता-विणता दिवाणाला बोलावून आज्ञा केली की एक-दोन घडी रात्र ढळल्यावर दरबार भरणार असल्याची सगळ्या ठिकाणी दवंडी पिटवा.

"जसा हुकूम, अन्नदाता!"

त्या आज्ञेनंतर राणी मोतद्दाराला घेऊन सरळ कविराजांच्या हवेलीत पोहचली. कानावर पडलेल्या अफवेची संपूर्ण माहिती मिळावी म्हणून निःसंकोचपणे एकटी गोठ्याचं दार उघडून आत गेली आणि आत जाताच तिला डोळ्यादेखत पुरावा मिळाला. ठाकुराणीला विचारल्यावर तिनं काही टाळाटाळ केली नाही. कां कू न करता सगळं काही सांगून म्हणाली, "मी तर स्वतः आपल्याला भेटण्याचा विचार करीत होते. माझं अहोभाग्य की आपणच इथं आलात."

राणीनं विचारलं, "कविराज कुठं आहेत?"

शेजघराकडे बोट दाखवीत ठाकुराणी म्हणाली, "तिकडे एका नव्या मुलीबरोबर तोंड काळं करीत आहेत!"

राणी हसून म्हणाली, "का, यात तोंड काळं करण्यासारखं काय आहे! हे तर पुरुषांचे खास गुण असतात!"

थोड्या वेळानं इकडच्या-तिकडच्या गप्पा मारताना ठाकुराणी घुटमळत म्हणाली, "आपण नाराज होणार नसाल तर एक गोष्ट विचारू?"

राणी गंभीरपणे म्हणाली, "भले, यात नाराज होण्यासारखं काय आहे? तुम्हाला काय विचारायचं आहे ते न ऐकताही माझ्या ध्यानात आलं आहे. त्याचसाठी मी दरबार भरविण्याची दवंडी पिटवली आहे. उद्या तुमची आणि माझी गोष्ट हवेच्या रेघा-रेघांत मिसळून जाईल."

"म्हणजे मोतद्दाराबद्दलची गोष्ट अगदी खरी आहे?"

राणी न थांबता म्हणाली, "नुसती खरी असूनही काय होतं! हे तर सत्यापेक्षा मोठं सत्य आहे. पण तुमच्या मनात काही आशंका किंवा भय नाही ना?"

"भय किंवा आशंकेचं नामोनिशाण सुद्धा नाही. मी स्वतः या दिवसाची वाट पहात होते. शेवटी आपल्या हातून माझी इच्छा पुरी झाली. आपले किती उपकार मानले तरी कमीच."

त्यानंतर राणी जशी आली तशी परत गेली. तटाच्या आत शिरताच राणीला तो विशाल राजमहल पू असलेल्या ठसठसलेल्या फोडासारखा वाटला. वस्तऱ्यानं

चीर दिल्याशिवाय हा पू निचरून जाणार नाही.

क्षणोक्षणी राणी येण्याची वाट पहात असलेला राजा राणीला पहाताच उतावीळ होऊन पुढे सरसावला. विचारलं, "आज दवंडी पिटण्याची आज्ञा कशी काय दिली?"

राणी म्हणाली, "आपण तर रोज दरबाराची शोभा वाढवता. आज मी सुद्धा मनातली मळमळ काढून टाकीन. पाहूया, दरबारात किती गर्दी जमते! मी आपलीच राणी असले तरी कुणापेक्षा कमी आहे."

"तर मग चिंतेचं काही कारण नाही. दिवाणजींनी उगीचच घाबरवलं."

"भले, राज्याच्या मालकाला कुणाचं भय? राजा घाबरला तर एक क्षणही राज्य चालणार नाही. आपण तर चांगले समर्थ आहात."

फुगलेला राजा गर्वानं म्हणाला, "माझ्या सामर्थ्याची परीक्षा घ्यायची असेल तर आजच भरणाऱ्या दरबारात घ्यावी."

"त्या परीक्षेसाठीच मी दरबार भरविण्याची आज्ञा दिली आहे."

आणि खरोखर राणीच्या आज्ञेनुसार खूप मोठा दरबार भरला. काही ना काही नवीन गोष्ट समजेल म्हणून असंख्य लोक एकत्र जमले. इतकी मोठी जत्रा तर राज्याभिषेकाच्या दिवशी सुद्धा भरली नव्हती. चहुबाजूंनी एकापुढे एक मशालजी मशाली घेऊन कडेला उभे होते. जणू स्वतः अंधार धडा-धडा जळत होता. राजा सोन्याच्या सिंहासनावर विराजमान झाला. मस्तकावर हिरेमोतीजडित मुकुट. खाली जाजमावर तमाम छोटे-मोठे सरदार. राणी राजाजवळ न बसता थोड्या अंतरावर बसली. बाजूला कविराजांची ठाकुराणी. जवळच मोतद्दार आणि शेतगडी. त्या रात्री तक्रार करणाऱ्या मेहतराणीला खास सूचना देऊन बोलावलं होतं.

राणी उभी रहाताच कुजबुजीमुळे घोंघावणाऱ्या दरबारात स्तब्धता पसरली. अत्यंत आश्चर्य म्हणजे अशा खचाखच भरलेल्या जमावात सुद्धा राणी अगदी साधा पोशाख करून आली होती. कविराजांकडे तोंड करून राणी हसत म्हणाली, "आपण या गर्दीचा प्राण आहात. म्हणून सांगा तर खरं की मी दरबार भरविण्याची दवंडी का पिटवली?"

कविराजांच्या अकलेचा काय थांग? लगेच उत्तर दिलं, "राण्यांच्या मनातील कोणाला जाणता येईल? मला तर फक्त राजांच्या मनाची ओळख आहे!"

"म्हणजे आपलं ज्ञान अजून बरंच अपूर्ण आहे. आपल्याला माझं मन नाही जाणता येत तर मी सांगते. चांगले कान उघडून ऐका. दरबारात पुन्हा कधी अशी गर्दी जमणार नाही. त्या रात्री राजपंडितांच्या आत्महत्येमुळे तक्रार करणाऱ्या मेहतराणीला अजिबात न्याय मिळालेला नाही."

मेहतराणी दोन्ही हात वर करून जोरजोरात ओरडली, "अगदी बरोबर बोललात, अन्नदाता! माझ्यावर घोर अन्याय झाला आहे."

राणी तिला धीर देत म्हणाली, ''थोडा धीर धर. आज तुझा निष्पक्ष न्याय होईल. कडू भोपळ्याच्या वेलीचे सगळे भोपळे कडू असतात. त्याप्रमाणे या राज्याच्या चार भिंतीआडचे सगळे मातब्बर बदफैली आहेत. एकापेक्षा एक वरचढ हरामी आहेत. लबाड आहेत. राजपंडितांनी किती वर्षं आपलं पाप दाबून ठेवलं. पापाचं भांडं फुटलं त्या क्षणी अफू खाऊन आपली इज्जत बचावली. काय कविराज!''

कविराज हळूच दबत्या सुरात म्हणाले, ''आपल्याला माहीत, अन्नदाता.''

''पण आपण तर खूप मोठ्या आणि गूढ गोष्टी जाणता. एक गोष्ट विचारते, निःसंकोच उत्तर द्या. सांज्याप्रमाणे स्त्रीचं मन पतीकडून तृप्त होतं की नाही?''

कविराज तर जणू बोलणंच विसरले. मान खाली घातल्यानंतर त्यांनी नजर वर करून राणीकडे पाहिलंही नाही. तेव्हा कविराजांची ठाकुराणी उभी राहून म्हणाली, ''पतीला कलंक लागू नये, म्हणून या प्रश्नाचं उत्तर मी देते, सांजा आणि पुरुषाचा वीट येतोच! म्हणून आज जाहीरपणे कबूल करते की मी चव बदलण्यासाठी आपल्या शेतगड्याची निवड केली!''

ढग नसताना ही कशी वीज पडली! तमाम अक्कडबाज मिशावाल्या पुरुषांच्या जिभा टाळूला चिकटल्या. दिवाण संकोचानं म्हणाले, ''हा शेतगडी तर कविराजांच्या अंशाचा आहे!''

या वेळी राणी गरजली, ''अगदी योग्य बोललात, आपल्यापासून कुठली गोष्ट लपली आहे! हा मोतद्दार पूर्वीच्या दिवाणजींचा अंश आहे. आणि मी चव बदलण्यासाठी या मोतद्दाराला निवडलं. मालकाचा मालक कोण? धन्य हो या मालकांची, ते आपल्या रक्तापासून जन्मलेल्या मुलीकडून वेगळा स्वाद चाखतात! सांज्यानं मन उबल्यावर चव बदलण्यासाठी अफूनं आपला आदर सत्कार करू? पण आपल्याकडे बोट कोण दाखविणार? आपण तर राज्याचे मालक, त्यामुळे आत्महत्या करायची गरज नाही, पण आता हा मुकुट आपल्या मस्तकावर मुळीच शोभत नाही. इतकी वर्षं तुम्हा पुरुषांची चलती होती. छाती ठोकून सांगत होता की राजाला मान्य ते राणीला. पण आज हे उदाहरण उलटं करावं लागेल, राणीला मान्य ते राजाला.''

अनेक वर्षे कानांवर पडणारी खुस-फुस आज सगळ्यांसमोर अशा प्रकारे प्रकट झाली की ऐकणाऱ्यांचा श्वास जिथल्या तिथं थांबला. गोष्टी तर अगदी सत्य होत्या, पण सत्याला अशा तऱ्हेनं भडकण्याची संधी आजच मिळाली होती. सगळे चकित झाल्यासारखे बसले होते. जणू पुतळे थापून एका ठायी अविचल पुरले होते. खचाखच भरलेल्या त्या जमावातील कुणा पुरुषाची मिशी फुरफुरली नाही आणि ना कुणाचा हात तलवारीच्या मुठीवर गेला. चम-चम करणाऱ्या त्या सत्याचा प्रकाशच वेगळा होता. त्याची रंगतही वेगळी होती.

सिंहासनावर बसलेल्या राजाच्या काळजाला सुद्धा कापरं भरलं, तर बिचारे

दरबारी, कारभारी आणि शिपाई करणार तरी काय! नसानसात थरथरी भरली, देवजाणे पुढे काय गुजरेल आणि काय नाही! अशा लंपट राजाचा खात्मा तर होणारच होता.

अचानक राणी सिंहासनाजवळ आली आणि आपल्या हातानं राजाचा मुकुट उतरवून मोतद्दाराच्या मस्तकावर ठेवला. शुध-बुध हरवलेल्या राजाला काही हुज्जत घालता आली नाही. आपला प्राण वाचविण्यासाठी थरथर कापत आपणहूनच कठपुतळीप्रमाणे खाली बसला. राज्याच्या मालकाने सुद्धा अशी चूपचाप हार मानली तर दुसरं कोण अडवणार!

राणीची आज्ञा होताच कविराजांच्या शेतगड्यानं लगेच दिवाणपद सांभाळलं. राणीच्या रूपानं जणू ही कोणी देवी अवतरली आहे.

हा निष्पक्ष न्याय करताच राज्याची मेहतराणी जमावामध्ये गिरक्या घेऊन नाचू लागली ती नाचतच राहिली. आता कुठे दरबारातील लोकांना शुद्ध आली की राजा तर बदलला! दिवाण सुद्धा बदलला! दोघेही कसे सुंदर आणि साजरे. जणू चंद्र-सूर्य एकत्र बसले आहेत. मुकुट किती छान शोभतो आहे. जणू याच मस्तकाची वाट पहात होता!

कुठल्यातरी अदृश्य इशाऱ्यानं लोकांची तोंडं उघडली. 'जय हो-जय हो'चा कोलाहल माजला. पहाता-पहाता मशालींचा उजेड वाढला. नजराण्यांचा असा जबरदस्त वर्षाव झाला की नव्या राजाच्या अकलेला ग्लानी आली. राज्याचा मालक होण्याचं वरदान मिळेल असं वाटलं नव्हतं. त्याच्या रोमरोमी सिंहासन आणि मुकुटाची हलकीशी जादू पसरू लागली. त्याच्या डोळ्यांत मदोन्मत्त ज्योतीचा नवा प्रकाश व्यापू लागला.

अचानक राणीच्या चेहऱ्यावर नजर पडताच त्याचं माथं ठणकलं. ते घोड्यांचं खिंकाळणं! ती रेताड वाळूची अस्पर्श शेज! राणीची ती मौजमजा आणि ती निर्लज्ज प्रीत! अशा छिनालीचा काय भरवसा! विवाहित पतीची सुद्धा पर्वा केली नाही, तर त्याच्याशी कुठवर एकनिष्ठ राहील. असल्या धोकेबाज आणि व्यभिचारी स्त्रीला कसली बंधनं, एखाद्या नव्या याराला कधीही राजा करून टाकील! आणि ही बेशरम ठाकुराणी! तोंड उघडून सगळ्यांसमोर दात विचकते आहे. पतीच्या अंशाच्या मुलालाही सोडलं नाही. धिक्कार असो हिच्या जीवनाचा. स्त्री-जात असूनही शरम आणि मर्यादेचं नावही नाही! यांचा खात्मा केला नाही, तर सिंहासनाची अब्रू जाईल.

तेवढ्यात जुना राजा बावळटासारखा उठून उभा राहिला आणि राणीसमोर हात जोडून दाटल्या गळ्यानं म्हणाला, "अग्नी-देवतेला हात लावून सांगतो की माझा जास्त काही दोष नाही. सगळा दोष या मुकुटाचा आणि सिंहासनाचा आहे. माझ्या हिमतीचा आणि सामर्थ्याचा तर इतक्याच वेळात निकाल लागला. इच्छा दर्शविताच

तमाम सुखं हाती लागल्यावर कोण मागे राहील? आयुष्यात प्रथमच खरं बोलत आहे-- सगळा दोष माझा नाही. बराचसा दोष या सत्तेचा आहे!''

थोडा वेळ थांबून राणी गंभीरपणे म्हणाली, ''मला ही गोष्ट माहीत आहे. हेच सिद्ध करण्यासाठी मी ही खोटी बदनामी पत्करली!''

★

हिंगलू-शेज– हिंगुळाच्या लाल रंगानं रंगवलेल्या पायांचा सुंदर पलंग. मीलन-शेजेसाठी एक शालीन आणि मर्यादाजनक शब्द. हिंगुळाचा लाल रंग आनंद व अनुरागाचं प्रतीक.

दुसरा कबीर

या जाड-जूड पोथ्या, कबीर जाणे जितक्या रिकाम्या. हे धर्म-कर्माचे मार्ग सकळ, घाण-चिखलाचेच गल्लीबोळ. हे तीर्थ-व्रताचे धाम, ज्यापासून अल्ला वाचवो राम. ही भाग्य-भ्रमाची शोभा, तोबा रे बाबा तोबा. ही उच्च-नीचतेची बात, अनंत काजळी रात. ही राव-रंकांची जाळी, सरासर खोटी आणि काळी. सूर्य उगवल्यावरच सरते रात, दिशा-दिशांत स्वर्णिम प्रभात. तर कालानुरूप ही गोष्ट अनेक वर्षांपूर्वीची आहे कारण की हिरवळीच्या मधोमध आणि हवेच्या झोक्यावर एक गाव वसलेला होता. जिथं धर्म-कर्माच्या साच्यातून काढलेल्या नित्यनेमी माणसांची वस्ती, पण एक झोपडी टाळून. त्या झोपडीत रहाणाऱ्या व्यक्तीचं नाव तर काही वेगळंच होतं, पण गाव आणि इलाख्यातील लोक त्याला उपहासानं आणि टोमणा मारण्याच्या बहाण्यानं कबीर या नावानं संबोधीत होते. शेकोटीच्या भोवती बसून कधी-कधी त्या गावचे लोक जोरदार शब्दात म्हणत की एखाद्या स्त्रीच्या कुसव्यातून जन्म न घेता हा कबीर अळंबी किंवा नागफणीप्रमाणे आपोआप जमिनीतून उगवला असणार. माणसाची औलाद असता तर माणसासारखा बोलला असता. निरभ्र आकाशात एखाद्या ढगाचा तुकडा अचानक प्रकट होतो, तसाच एक दिवस तो कबीर अचानक त्या गावात प्रकट झाला. तेव्हापासून विणकराचं काम तर अतिशय उत्कृष्ट करीत असे, पण बोलणं एकदम उलटं, डोकं फिरवणारं आणि अशिष्ट. शरीरयष्टी आणि चेहरा तर साजरा आणि सुंदर, पण बोलणं विसंगत. कसं आणि कुठून अमाप सुचायचं, ते तोच जाणे. हात अगदी निपुण. पण उलट्या खोपडीचा. जसे कुरळे

व काळे केस, तसंच वाकडं-तिकडं आणि काळंकुट्ट बोलणं.

गालिचा, शाल आणि कांबळ्यांवर वेलबुट्ट्या, झाडं-झुडुपं आणि फुलं-पानं असा विणीत असे की जणू खरोखरचीच आहेत. त्यानं विणलेल्या गालिच्यावरील फुलांभोवती भुंगे फसून घिरट्या घालीत आणि कधी पिक्या फळांना भुलून पोपट चोची मारीत. जर हातांच्या कारागिरीसारखी त्याच्याकडे अक्कल सुद्धा असती तर मग सांगायचंच काय! ना कबीराच्या लहरीला आणि मूर्खपणाला सीमा होती आणि ना गावातल्या लोकांच्या किचकिचीला काही अंत होता.

कबीराच्या कौशल्याच्या गोष्टी हवेत मिसळलेल्या होत्या. संपूर्ण राज्यात त्याची ख्याती होती. एक वेळ असा योगायोग घडला की राज्याचा स्वामी राजानं राजकुमारीसह गावाच्या तलावाकिनारी मुक्काम ठोकला. एकशे एक घोड्यांचं लष्कर. घनदाट वडाच्या सावलीतळी घामानं चिंब घोड्यांना खूप वेळानंतर विश्रांती मिळाली. रंगीत जाजमं घातली. कुणकुण लागताच संपूर्ण गाव राजा आणि राजकुमारीच्या दर्शनासाठी हजर झाला. राजानं आनंदानं जनतेला दर्शन दिलं. अचानक राजकुमारीच्या कानांवर कबीराच्या नावाची कुजबुज पडली. राजकुमारीनं उसळत्या उत्साहानं विचारलं, "कबीराचं गाव हेच आहे काय?"

लोकांनी उत्तर दिलं की गाव तर स्वामींचं आहे, पण कबीर इथं रहातो. राजकुमारीचा उत्साह गळ्यात मावला नाही. प्रबळ इच्छेनं पुन्हा विचारलं, "खरंच?"

गावातल्या लोकांनी माना हलवून 'हो' म्हटलं. आणि 'हो' म्हणताच राजकुमारी लगेच धावत राजाजवळ पोहोचली. आनंदाच्या फुलांचा वर्षाव करीत म्हणाली, "योगायोगाची गोष्ट म्हणजे आपण कबीराच्या गावात अचानक पडाव टाकला. आपली परवानगी असेल तर मी त्याची कारागिरी पहायला जाते."

राजकुमारीच्या तोंडून हे मूर्खपणाचं बोलणं ऐकून राजा थोडा वेळपर्यंत तिच्या चेहऱ्याकडे टकमक पहात राहिला. राजा आपल्या एकुलत्या एक मुलीचं खूप मन राखीत असे. आणि मुलगी सुद्धा मन राखण्यालायक होती. पावसाच्या पाण्यासारखं पवित्र आणि अस्पर्श तिचं अंतःकरण. जसं अवर्णनीय रूप, तसाच अवर्णनीय स्वभाव. अथांग सागरासारखी बुद्धी. निर्मळ नजर आणि ताज्या दुधासारखं हास्य. राजाचं मौन उकरीत पुन्हा विचारलं, "जाऊ?"

राजा हसून म्हणाला, "तू उगाच कशाला त्रास घेतेस, मी त्याला इथं बोलावून घेतो."

या आश्वासनानंतर राजानं, हात जोडलेल्या ठाकुराला उद्देशून विचारलं, "असं दिसतं, कबीराला माझ्या आगमनाची बातमी लागलेली नाही. नाहीतर तो आपली कारागिरी दाखवायला सर्वांत आधी आला असता."

ठाकुराच्या मनात जुना कडवटपणा भरलेला होता. चांगली संधी हाती लागली.

बेधडक उत्तर देत सांगू लागला, “अन्नदाता, आपल्याला काय सांगू, या कबीराला फार घमेंड चढली आहे. आपण बोलावल्यानंतर सुद्धा आला तरी खूप झालं.”

राजा तर राजाच असतो. जन-लोकांचा मालक. माथ्यावरचा मुकुट. कोणाची मजाल जो राजाचा आदेश टाळेल! मृत्यूनं जर माफ केलं तर मृत्यूची मर्जी, पण राजाची तर स्वप्नात सुद्धा अशी मर्जी होत नाही. राजाच्या अहंकारात जणू टकळी घुसवलेली असते. डोळ्यांतील बाहुल्यांचा राग-रंग बदलला. गर्जना करीत ठाकुरावरच वर्षाव केला, “ठाकुर, तुमची अक्कल आणि जीभ तर जाग्यावर आहे? कोणासमोर काय बकता आहात, काही शुद्ध आहे? सरकारी आदेशांबद्दल बेपर्वाई दाखविणाऱ्या नालायकांचं तुमच्या इथं भाग्य फळफळतं, आणि तुम्ही ठाकुर म्हणवून घेता?”

ठाकुराच्या रोम-रोमी हुडहुडी भरली. घोड्यावर स्वार होऊन मृत्यू आला, त्यात कसर नाही. अडखळत मोठ्या मुष्किलीनं बोलता आलं, “अन्नदाता, माझी तर ताकदच काय, हा वेडा कबीर तर ईश्वराचं सुद्धा ऐकत नाही!”

राजकुमारीचा आनंद थंड पडला. गोष्ट हद्दीच्या बाहेर जात असलेली दिसत आहे. पुन्हा कशी आवरता येईल! राजकुमारीला सुद्धा प्रथमच आपल्या अकलेचा तळ उघडा पडलेला दिसून आला. तरीही तिच्या मनात अकलेच्या पलीकडे अतूट धैर्य होतं. आता एका क्षणाचा सुद्धा उशीर झाला तर राजाच्या अहंकाराचा साप कदापि पुन्हा बिळात घुसणार नाही. वीणाबोल ऐकून कदाचित प्रसन्न होईल. राजाजवळ येऊन म्हणाली, “आपल्यापेक्षा मोठा कलेचा पारखी दुसरा कोण आहे? आपल्या तोंडूनच तर मी उपदेशाचे हे बोल ऐकले आहेत की कलाकारांच्या सवयी थोड्या लहरी असतात. त्यांचे गुण तर जाणकारच जाणतो. आपणच तर सांगत होता की कलाकार विधात्याचे साक्षात अवतार असतात! लाखो-करोडो उघड्या डोळ्यांमध्ये त्यांना ओळखणारी एक दृष्टी मोठ्या मुष्किलीनं मिळते. या बेअकली ठाकुरांना बिचाऱ्यांना दारू आणि ऐश याशिवाय काही समजत सुद्धा तर नाही!”

उकळत्या दूधावर जणू थंड पाण्याचा छिडकावा झाला! राजा हसण्याचा प्रयत्न करीत म्हणू लागला, “माझी लाडकी ती, तुझ्या अकलेपुढे हार मानावी लागते---!”

राजकुमारी मध्येच घाईघाईनं म्हणाली, “ही थोडी-फार अक्कल आपणच दान केलेली आहे. माझी तर ताकदच काय?”

राजकुमारीच्या गालांवर हात फिरवीत राजा म्हणाला, “तुझ्या ताकदीचं वजन मला माहीत आहे. तुझा स्वभाव आणि मन तर असं आहे की मुलगा-मुलगी दोघांची उणीव भरून निघते. जर तू वेळेवर बोलणं सावरलं नसतंस तर माझ्या हातून कबीराचा मृत्यू होता. हा कुठल्या प्रकारचा अडाणी आहे, राजाची इज्जत-कायदे पण समजत नाही! चल, तुझ्याबरोबर मी सुद्धा येतो. स्तुती ऐकून-ऐकून कान पिकले. बिचाऱ्या कलाकाराचा वेळ वाया घालविणं योग्य नाही. जनता तर राजाच्या संततिसमान

असते. जर तिकडे जायचंच आहे तर उशीर करून काय फायदा!''

असं बोलून राजा आपणच ज्या दिशेला तोंड होतं, त्या दिशेनंच चालू लागला. ठाकुर हात जोडून उडी मारून सामोरा आला आणि म्हणाला, ''गरीबनवाज, इकडून यावं. कबीराच्या झोपडीची ही वाट आहे.''

राजानं वळून आश्चर्यानं विचारलं, ''झोपडी! अशा मशहूर कलाकाराची झोपडी! आपल्या भल्या-बुऱ्याची तुम्हाला शुद्ध तरी आहे! या लक्षणांमुळे हे स्थान जास्त टिकणारं नाही!''

हिवतापाच्या रोग्याप्रमाणे ठाकुर थर-थर कापू लागला. दुबळ्या स्वरात म्हणाला, ''अन्नदाता, डोळ्यांनी पाहिल्याशिवाय या वेड्याच्या करतूतीवर विश्वासच नाही बसणार.''

राजकुमारी बोलणं संपविल्याप्रमाणे म्हणाली, ''पण आता उशीरच कसला? ज्याचं करतूत असेल, समोर येईल.''

मुलीच्या अकलेचा अभिमान बाळगीत राजा म्हणाला, ''हो, आता उशीरच कशाला!''

पन्नासएक माणसांचा जत्था राजाच्या मागे-मागे कबीराच्या झोपडीवर पोहोचला. नव्या 'खारिया'ने आच्छादिलेली कच्ची झोपडी. राख-शेणानं लिंपलेली. मंडपानं सुशोभित अंगण. देवतांनी खेळावं असं स्वच्छ-निर्मळ. बैठकीवर बसलेला कबीर माग चालवीत होता. गुलाबी लोकरीचा उभा धागा ताणलेला होता. रंगीत उभ्या धाग्यांत सटासट नळी फिरत होती. दरवाजावर लोकांची हालचाल ऐकली तेव्हा त्यानं मागं वळून पाहिलं. गाव-मालकासोबत एक अनोळखी प्रौढ व्यक्ती. रेशमी अचकन. सोन्याचा मुकुट. झोंकदार मिशा. कमरेला लटकणारी सोन्याच्या म्यानाची तलवार. जवळच एक सुंदर मुलगी उभी होती. ना तारुण्य शरीरात मावत होतं ना रूप. त्या रूपाच्या स्पर्शानं रंगीबेरंगी पोशाखाची शोभा चम-चम करीत होती. मृगनयनीच्या मोठ्या-मोठ्या डोळ्यांतून समजूतदारपणाचा रुबाब स्पष्ट दिसत होता.

आपल्या ओठांवर पवित्र हास्य पसरवीत कबीर झटकन उठून उभा राहिला. आश्चर्यचकित नजरेनं लोकांचे चेहरे वारंवार पहात राहिला होता तेवढ्यात ठाकूर चिडून म्हणाला, ''बावळटासारखा टक-मक काय पहात राहिला आहेस? तुझं अहोभाग्य म्हणून देशाचे स्वामी, तिन्ही लोकीचे नाथ स्वतः तुझ्या घरी आले आहेत, तुझी कारागिरी पहाण्यासाठी. असा वेड्यासारखा डोळे फाडून काय बघत राहिला आहेस? गालिचा किंवा शाल असेल तर नजर कर!''

राजकुमारीनं कारागिरीआधी डोळे भरून कारागीराला पाहिलं. तांबसर कांती. काळेभोर केस आणि काळीभोर दाढी. सफेत बंडी. सफेतच धोतर, गुढग्यांपर्यंत. कुरळी, दाट लव! बर्फासारखी धवल बत्तीशी. शीतल हास्य. शरीराच्या पलीकडील मोहक सौंदर्य. राजकुमारीला माणसाच्या रूपात प्रथमच खरा माणूस दिसून आला.

कबीर एखाद्या अजाण बालकाप्रमाणे सांगू लागला, ''आपण तर इथपर्यंत येण्याचा त्रास घेतलात, पण मी तर जेवढ्यास-तेवढं फक्त विणकराचं काम जाणतो. आपण कारागिरी मानता तर आपली मर्जी. पण मी तर या कामाव्यतिरिक्त कुठल्या दुसऱ्या कामाच्या लायक नाही.''

तेवढ्यात अकस्मात राजकुमारीला भुंग्यांचा गुंजारव ऐकू आला. एका गुलाबाच्या रोपावरील फुलांवर भुंगे फिरत होते. पण हे रोप तर जमिनीपासून अधांतरी असूनसुद्धा हिरवंगार होतं. या चमत्कारावर विश्वास बसावा म्हणून ती धावत रोपाच्या जवळ गेली. वरती हात फिरवल्यावर लक्षात आलं की हे तर विणलेलं रोप आहे! जवळच दांडीवर चार-पाच कांबळी आणि शाली टाकलेल्या होत्या. राजा आणि राजकुमारीनं आपलं भान विसरून स्वतः त्या उघडल्या. घड्या उघडताच एका-एका चित्राच्या रचनेत त्यांची नजर गुंतली-- काळ्या ढगात, जणू खरोखरची वीज चमकत आहे. कुठे वादळाचं तुफान तर कुठे वावटळीच्या गिरक्या. कुठे इंद्रधनुष्य तर कुठे वाळवंटातील नागमोडी लाटा. कुठे हिरव्या काटेरी झुडुपावर लटकलेले लाल ढालूच ढालू!

शिकारी राजाला गुहांची माहिती होती. एका गालिच्याची घडी उघडताच हैराण होऊन विचारलं, ''अरे, हे कोल्ह्याच्या गुहेसारखं काय आहे? आत कोल्हा तर लपलेला नाही ना?''

कबीर हसून म्हणाला, ''आपण बरोबर ओळखलंत, वास्तविक ही कोल्ह्याची गुहाच आहे.''

राजकुमारी मधाळ आवाजात म्हणाली, ''पण कोल्ह्याच्या गुहेत तुला कसलं सौंदर्य दिसलं?''

कबीराच्या मनासारखा प्रश्न होता. उत्साहानं उत्तर दिलं, ''निसर्गातील प्रत्येक वस्तू एकापेक्षा एक वरचढ असते. ना कोणी कमी आणि ना कोणी जास्त.''

राजकुमारीच्या सौंदर्याला हे बोलणं चांगलंच झोंबलं. वाईट ते वाईट, सुंदर ते सुंदर. दोन्ही समान कशा असतील? म्हणाली, ''मग सुंदर आणि कुरूप याचा अर्थ काय? सौंदर्याला कोण विचारील?''

कबीर धीर करून बोलू लागला, ''सुंदर आणि कुरूप यातील फरक तर फक्त माणसाची समज आणि नजरेचा विकार आहे. आपला कदाचित विश्वास नाही बसणार की एकदा जंगलातून जाते वेळी माझी नजर कोल्ह्याच्या गुहेवर पडली. त्या वेळी मला ती चंद्रापेक्षा सुद्धा जास्त सुंदर वाटली. दुसऱ्या दिवशी मागावर बसलो तर आपोआप कोल्ह्याची गुहा विणली गेली. हुबेहूब त्या गुहेप्रमाणे.''

राजा ओठ चावल्यानंतर म्हणाला, ''जंगलातील गुहा तर देव जाणे माझ्या मनपसंत आहे किंवा नाही, पण तुझी ही कारागिरी तर जशी तोंडाने बोलणारी आहे. कुठे विधात्याचा अंश तर तुझ्या हाती लागलेला नाही ना? डोळ्यांसमोरील वस्तू

मोठ्या मुष्किलीने हाताच्या पकडीत सापडते. पहाण्यात तर कुणाच्या चूक नसते, पण सगळ्यांचे हात चूक करतात.''

कबीर मान हलवीत म्हणाला, ''अं-हं, पहाण्यात चूक होते, म्हणून तर हात चूक करतात. एखादी वस्तू पाहाते वेळी माझे डोळे हात बनतात आणि मागावर बसताच माझे हात डोळे बनतात.''

राजकुमारीनं प्रथमच माणसाच्या वाणीतून माणसाचे बोल ऐकले. हा तर बरोबरीच्या नात्यानं बेधडक बोलत आहे. याच्या नजरेत तर कुणी लहान-मोठा नाही. राज-दरबाराचं तर वातावरणच वेगळं. माणसांच्या मुखवट्यांत तिथं कोल्हे, कावळे, कुत्रे, गाढवं आणि घोडे इकडे-तिकडे फेऱ्या घालीत असतात. माणसाच्या योनीत येऊन सुद्धा कोणी माणसाची मर्यादा जाणत नाही. राजकुमारी वयात आल्यानंतर जी मर्यादा पहाण्यासाठी तळमळत राहिली होती, ती पहिल्यांदाच कबीराच्या चेहऱ्यावर स्पष्ट दिसून आली. तिचं हृदय आनंदानं तरंगू लागलं.

कबीरासारख्या कलाकार रयतेचा कोणत्या राजाला गर्व नाही वाटणार! त्याची पाठ थोपटीत राजा म्हणाला, ''धन्य आहेत तुझे डोळे, आणि धन्य आहेत तुझी बोटं! लोक द्वेषानं चुगल्या करतात, पण मी त्या चुगल्या कानावर घेईन तर ना! आजपासूनच तुझ्यासाठी राज्याचा खजिना अष्टोप्रहर उघडा राहील. तुझ्या कौशल्याची म्हणशील ती किंमत दिली जाईल, मनात कोणत्याही प्रकारचा संकोच ठेवू नकोस.''

कबीर हसून म्हणाला, ''यात संकोच कसला! आपल्याला कदाचित माहीत नसावं की मी विक्रीसाठी विणकाम करीत नाही. इलाख्यातील सेठ-महाजन लालूच दाख-दाखवून हरले, पण मी आपली कारागिरी पैशांच्या बदली विकली नाही. जी गोष्ट स्वप्नात सुद्धा माझ्या मनाला पटत नाही, ती मान्य करून काय फायदा, आपणच सांगा.''

राजकुमारीनं तर ऐकल्याबरोबर या बोलण्याचं मर्म ओळखलं, पण राजानं एक-एक अक्षर नीट ऐकूनही ना बोलण्यातली भावना समजली आणि ना चव. मुकुट आणि सिंहासनाचा अहंकार अशा शहाणपणाला आपल्या जवळच फटकू देत नाही. अडाणीपणानं मान हलवीत म्हणाला, ''हो, हो, यात काय वाईट आहे! माझी कृपा आणि राज्याचा खजिना असताना कुणा दुसऱ्याला तुझा माल विकण्याची गरजच काय आहे! आता तर कोणी तीसमारखांनंसुद्धा तुझा माल खरेदी करण्याचा हेकेखोरपणा दाखवीला तर मला निरोप दे, मी त्याला जिवंत जमिनीत गाडून टाकीन. समजलं ना?''

ठाकुरानं हो ला हो करीत टोमणा मारला, ''अन्नदाता, याला तर जन्मापासूनच सगळ्या गोष्टी समजलेल्या आहेत, मग कशाला कुणाचं बोलणं मान्य करील.''

राजा होकार देत म्हणाला, ''अशा मोठ्या कलाकारांनी कुणाचं बोलणं मान्य

करूच नये. जर तुम्ही सुद्धा जबरदस्तीनं खरेदी करण्याची हिंमत केली, तर माझ्यासारखा वाईट कुणी नसेल.''

नंतर कबीराला उद्देशून राजानं बोलणं चालू ठेवलं, ''बोल, या ठाकुरानं तुला कधी त्रास तर नाही दिला?''

या प्रश्नाबरोबरच ठाकुराचं तर जणू संपूर्ण रक्तच पिळून काढलं होतं. अचानक संकट कोसळलं असं वाटलं. कबीर सरळ भावानं बोलला, ''कुणी दिला तरी मला त्रास नाही होत. आपल्या मनाच्या पलीकडे मी कुणाची गोष्ट ऐकेन तर ना? आपण बेफिकीर रहा, मला कुणी त्रास देऊ शकणार नाही.''

कबीराचं बोलणं ऐकून राजा आणि ठाकुर दोघंही निश्चिंत झाली. ठाकुराच्या काळजातील फडफडाट बंद झाला, पण राजकुमारीला पुढील परिणाम स्पष्ट दिसत होता. कसली दुर्बुद्धी झाली म्हणून इथं येण्याचा हट्ट केला. पण आता पस्तावून काय होणार आहे? मूर्ख दोस्त सुद्धा दुश्मनाची गरज पुरी करतो. राजकुमारीमुळेच कबीराचं खूप अहीत होईल आणि कदाचित् लाख प्रयत्न केल्यानंतर सुद्धा हे टळणार नाही. राजकुमारीचं मन आतल्या आत पिळवटू लागलं. शेवटी हे संभाषण कोणत्या खाडीत पोहचणार, तिला आधीच सगळं माहीत झालं आणि उपाय म्हणून कुठली गल्ली किंवा बोळ दिसला नाही.

राजानं आजच्या दिवसापर्यंत असल्या गोष्टी कुणाशी केल्या नव्हत्या. याचं भान होताच त्यानं लगेच स्वारांना आदेश दिला की त्यांनी समोर दिसणारा सगळा माल ताब्यात घ्यावा आणि यापुढील मालासाठी आगाऊ रक्कम द्यावी. आणि कबीराच्या घरी येऊन लवकरात लवकर म्हणेल ती किंमत चुकती करावी. देण्या-घेण्यात कबीराचा वेळ वाया घालविला तर मग त्यांचा मालक ईश्वरच असेल.

आणि या आज्ञेबरोबरच राजकुमारीच्या काळजात जणू सुरुंगाचा स्फोट झाला. तिचा श्वास तिथल्या तिथं थांबला. पण कबीराच्या चेहऱ्याचा रागरंग गुंजभर सुद्धा बदलला नाही. स्वार दांडीवर ठेवलेले गालिचे आणि कांबळी घेण्यासाठी पुढे सरसावलेच तेवढ्यात तो पूर्वीप्रमाणेच हसत, हात न जोडता आणि जिभेवर अन्नदाता हा शब्द आणल्याशिवाय म्हणू लागला, ''मी आधीच स्पष्ट सांगितलं होतं की फायद्यासाठी विणकराचं काम करीत नाही. आपलं येणं व्यर्थ ठरलं, म्हणून माफी मागतो.''

आता राजाला कबीराच्या बोलण्याचं मर्म नीट समजून आलं. मेंदूत तुफान उठलं. नसांतील रक्त उकळू लागलं. या चांडाळाची इतकी हिंमत! वसकन अंगावर येत गर्जून विचारलं, ''इतरांप्रमाणे मलासुद्धा विकत घ्यायला नकार आहे काय?''

राजकुमारीच्या नशिबात हा दिवस पहाण्याचं सुद्धा निश्चित होतं! कशी विचित्र गाठ बसली! पाषाण-मूर्तीप्रमाणे कबीराच्या ओठांवर नजर रोखून वाट पाहू लागली की त्याच्या तोंडून आता कसले बोल बाहेर पडतात? ओठांपर्यंत आलेलं हसू

रोखीत कबीर म्हणाला, "मी तर आपल्या मनातील खरी गोष्ट प्रकट केली, आपण जो पाहिजे तो अर्थ काढावा!"

राजाच्या रागाला जणू पलिता लागला. पाय आपटीत म्हणाला, "माझ्याजवळ अर्थ काढायला वेळच कुठे आहे? नालायका, तुझा मृत्यू तर नाही आला?"

"मृत्यू तर एक दिवस येणारच आहे! हा तर कोणाचा सुद्धा विचार करीत नाही. ना रंकाचा, ना राजाचा. मरण येणार हे जाणतो म्हणून तर आपल्या मेहनतीची किंमत ठरवीत नाही."

या खेपेला ठाकुरानं एक उत्तम युक्ती सुचवली. बोटांनी चटचट आवाज करीत म्हणाला, "किंमत नाही ठरवायची तर अन्नदातांच्या चरणी आनंदानं या सगळ्या वस्तू भेट म्हणून अर्पण कर."

ठाकुराच्या या सूचनेमुळे कबीराच्या ओठांवर आपोआप हसू पसरलं. म्हणाला, "भेट देणं न देणं तर माझ्या मर्जीवर अवलंबून आहे. शिवाय राजाला कुठल्या गोष्टीची कमतरता, तर त्याला भेट द्यावी."

राजकुमारीनं कबीराच्या नावानं अशा काही अफवा ऐकल्या होत्या आणि नकळताच तिचा त्यांच्यावर बराच विश्वास बसला होता. त्या गोष्टी प्रत्यक्ष आजमाविण्याच्या निमित्तानंच स्वतः तिनं पुढे होऊन कबीराच्या मुक्कामापर्यंत येण्याचा विचार केला होता. पण आता प्रत्यक्ष आपल्या कानांनी हे बोलणं ऐकून सुद्धा, तिला विश्वास ठेवता येईना की कोणत्याही माणसाच्या औलादीला राजाच्या तोंडावर अशा प्रकारे बेधडक आपल्या अंतरातील सत्य प्रकट करता येतं! अबोध बालकाशिवाय कुणाचं असं निर्मळ हृदय असेल? वाढतं वय आणि अकलेबरोबर शंभरातील एकशे पाच माणसांना चिखलानं बरबटावं लागतं. मग हा एकटा नमुना कसा बचावला? राजकुमारीच्या रोम-रोमी घुसलेलं भय एखाद्या अदृश्य जादूच्या जोराने लगेच, अत्यंत अभिमान आणि आनंदात बदललं. माणसांच्या जमावात फक्त माणूस या नावाची उणीव आहे. या प्रतिमेला भेटून तर स्वतः मृत्यूसुद्धा आपल्या भाग्याची प्रशंसा करील. अशा मृत्यूवर तर लाखो आयुष्य ओवाळून टाकावीत. मारण्यापेक्षा जास्त तर राजाचा सुद्धा वश चालणार नाही. आणि मरण्याचं भय नसेल तर कसला धोका? कशाला कचरणार? मरण निश्चित आहे तरी सुद्धा तमाम लोक मरणाला घाबरतात. आणि एक हा स्वच्छंदी योगी ज्याला आपल्या प्रामाणिकपणाशिवाय इतर कुठल्या प्रकारची जाणीवच नाही. सळसळणाऱ्या विजेच्या चकचकाटाप्रमाणे असंच काहीतरी रहस्य राजकुमारीच्या डोळ्यांत चमकून अदृश्य झालं.

पण इतर ऐकणाऱ्यांवर जणू वज्रपात झाला. राजमदाच्या अमर्याद अहंकाराला कबीराचं ते सरळ उत्तर झेलता नाही आलं. यापेक्षा तर तलवारीचा वार सहन करणं सोपं आहे. एक वेळ तर राजा आपली शुध-बुध सुद्धा विसरून गेला. पण दुसऱ्याच

क्षणी नसानसांत साप, राक्षस आणि वाघाचा वारसा प्रवाहित झाला. फूत्कार टाकीत म्हणाला, "तू कुणाला आपल्या वस्तू विकत नाहीस, कुणाला भेट देत नाहीस, मग या आहेत कशासाठी?"

कुणी दुसऱ्यानं छेडलं किंवा भडकावलं तरी कबीराला राग तर येतच नसे. त्याचा तर पूर्णपणे आपल्यावर ताबा होता. तशाच धीम्या स्वरात म्हणाला, "गरज असूनसुद्धा ज्यांच्याकडे या वस्तू खरेदी करण्याची क्षमता नाही, त्या लोकांसाठी माझी कारागिरी आहे!"

ठाकुरानं आगीत तूप ओतीत गर्जून म्हटलं, "चांडाळा, तुझी ही हिंमत! संताप तर असा आला आहे की अन्नदात्यांच्या आज्ञेशिवायच तुझी खोपडी उडवावी. तुझ्या या क्षुल्लक चिंध्यांसाठी तिन्ही लोकीच्या नाथाला दारोदारचा भिकारी बनविण्याची इच्छा आहे का?"

ठाकुराच्या संतापाचा अर्थ ताबडतोब लक्षात आला नाही म्हणून कबीर थोडा वेळ गोंधळून उभा राहिला. राजकुमारी ठाकुराला उद्देशून धारदार आवाजात म्हणाली, "आपल्या गळ्यातील बोलणं विनाकारण याच्या तोंडात कशाला कोंबता? यानं असं तर म्हटलं नाही."

राजकुमारीच्या कृपादृष्टीची जाणीव होताच राजा ठाकुराला झिडकारीत म्हणाला, "तुम्हाला मध्ये बकबक करायला कुणी सांगितलं? याचा निकाल लावण्याएवढी सुद्धा माझी योग्यता नाही?"

ठाकूर कोपरांपर्यंत हात जोडीत, अडखळत्या स्वरात म्हणाला, "आपल्या योग्यतेला कुठली सीमा, अन्नदाता! असे लाखो-करोडो भुक्कड एकत्र आले तरी त्यांना आपल्या केसाला धक्का लावता येणार नाही!"

राजाला बोलायचं काही वेगळंच होतं, पण ते विसरून आपोआप त्याच्या तोंडून बोल निसटले, "मग!"

ठाकुरानं राजाच्या चरणांना स्पर्श करून म्हटलं, "अन्नदाता, भयानक चूक झाली, क्षमा करावी."

राजाला त्या वेळी असं वाटलं जणू ठाकुराच्या रूपात स्वतः कबीर त्याच्या चरणी वाकला आहे. राजा तर राजाच असतो. या भ्रमामुळे खरोखरी राजाचा संताप बराचसा तळाशी बसला. थंड आवाजात भोळ्या कबीराला लाडानं समजावू लागला, "हा हट्ट धुळीत मिळव. सोड हा वेडेपणा. माझ्या दर्शनाच्या आधी त्रास काढलेस ते काढले, पण आता ऐश कर. माझ्या खजिन्यातून तुला म्हणशील त्या किमतीच्या सवाई किंमत मिळेल. माझासारखा दयाळू राजा तुला दिवा घेऊन शोधलास तरी सापडणार नाही. वेडा कुठला! राजा तर पित्याच्या ठिकाणी असतो, मग माझ्याकडे कसला संकोच?"

राजानं तर एवढ्या वेळात त्या शेंडे नक्षत्राची पारख करून घेतली होती. हा तर नमुनाच वेगळा आहे. सत्तेच्या दहशतीनं ताब्यात येणारा हा दास नाही. मग दरबारी लोकांसमोर सिंहासनाचं बेंड फोडण्यात काय अर्थ? कौतुकानं चुचकारीत म्हणाला, ''बोल, आता तरी तुझं मन बदललं! तुला खरं नाही वाटणार की इतकी खुशामत तर मी जुन्या राजाची सुद्धा केली नाही. तू आनंदानं हो म्हणालास तर स्वारांना तुझ्या वस्तूंना हात लावायला सांगीन. तुझ्यासारख्या अस्सल माणसाचा मला सुद्धा गर्व आहे. इच्छेला येईल ती किंमत माग! तुला पूर्ण सवलत आहे.''

कुणाच्या हातांनी दान केलेल्या सवलतीचा स्वीकार करण्याच्या रात्री तर कबीराचा जन्मच झाला नव्हता, भलेही तो देशाचा स्वामीसुद्धा असेना का. आपल्या मनावर कबीर कुणाचा अंकुश मानीत नसे. राजा चिडला तरी तेच बोल आणि प्रसन्न झाला तरी तेच बोल. सगळं बोलणं सफाईनं सावरून घेण्याचा प्रयत्न करीत म्हणाला, ''माझ्या गरजा इतक्या कमी आहेत की आपण दिलेली सवलत माझ्या कसल्याच उपयोगी पडणार नाही. आपलं येणं व्यर्थ ठरलं, म्हणून पुन्हा एकदा माफी मागतो.''

खुद्द राजाच्या तोंडून चुचकारून लाड केल्यानंतरही कबीराचा तोच कृतघ्न हट्ट ऐकून राजाच्या आपादमस्तकी आग लागली. तरीसुद्धा राजाला आपल्या कानांवर विश्वास ठेवावा असं वाटेना. संशय मिटावा म्हणून एक वेळ पुन्हा विचारलं, ''मग काय म्हणशील त्या किमतीला सुद्धा मला आपला माल देणार नाहीस?''

कबीर राजकुमारीच्या चेहऱ्याकडे पहात म्हणाला, ''लोभ-लालसेसाठी बोलणं बदलणं तर मला माहीत नाही. एकदा विचारलंत तरी तेच उत्तर आणि शंभर वेळा विचारलंत तरी तेच उत्तर.''

असं बोलताच राजकुमारीला वाटलं की जणू आकाशात आणखी एका सूर्याचा उजेड जोडला गेला आहे. पण राजाची अवस्था वाईट झाली. खरोखरी तो देशाचा स्वामी आहे की नाही? सिंहासन आणि मुकुटाची ऐट इतक्या सहज नाही राखता येत. दुसऱ्याच क्षणी राजमदाच्या उकळत्या अहंकारात त्यानं आज्ञा केली की दांडीवर टाकलेल्या सगळ्या वस्त्रांच्या चिंध्या-चिंध्या करून टाकाव्यात.

राजकुमारी तर स्वतःचं अस्तित्वच विसरून गेली. काय करावं आणि काय करू नये? अशा जाळ्यात तर कधी फसली नाही. पण अत्यंत आश्चर्याची गोष्ट म्हणजे कबीरानं कुठल्याही प्रकारचा अडथळा केला नाही. बघता-बघता त्याच्या हातांनी रेखाटलेल्या बिजलीचे तुकडे-तुकडे झाले. फुलांच्या पाकळ्या गळाल्या. पहाडाच्या चिंधड्या झाल्या. टेकड्या विखुरल्या. आपला वश न चालण्यामुळे कबीर करणारच काय होता! त्याचा अधिकार चालला तेव्हा त्यानं आपल्या हातांनी काही-ना-काही निर्माण केलंच. त्यानं आपलं काम केलं. राजा आपलं काम करीत आहे. मंद-मंद स्मित करीत तो स्वारांच्या हातून झालेल्या आपल्या काळजाच्या

तुकड्यांची रास पहात राहिला.

कबीराच्या ओठांवरील स्मित जणू राजाला वेडावीत होतं. उकळल्यानंतर राजमदाला कुठली हद्द! कडक आवाजात हुकूम सोडला, "पहात काय राहिलात, या चिंध्यांसारख्या या निर्लज्जाच्या सुद्धा चिंधड्या-चिंधड्या उडवून टाका."

राजाच्या हुकुमाबरोबरच चार-पाच स्वार नंग्या तलवारी परजीत कबीराच्या दिशेनं सरसावलेच होते तेवढ्यात राजकुमारी त्यांच्यासमोर येऊन म्हणाली, "खबरदार, कबीराला ओरखडा जरी काढला तर मी जिवत जळून मरेन!"

स्वारांचे हात जिथल्या तिथं थांबले. ना राजाचा हुकूम टाळणं त्यांना शक्य होतं आणि ना राजकुमारीचा हुकूम. कठपुतळी तर धाग्याच्या जोरावर नाचते आणि थांबते. स्वार नव्या हुकुमाच्या प्रतीक्षेत राजाकडे पाहू लागले. पण राजाच्या गळ्यात जणू काही अडकलं होतं. अचानक त्याच्या कानावर राजकुमारीच्या तिखट स्वरातली कुजबुज पडली, "आपण तर कलेचे उत्कृष्ट पारखी आहात, चांगली किंमत चुकती केलीत!"

राजाच्या काळजाला जणू निखाऱ्यानं स्पर्श केला. कबीरानं काही दाद-फिर्याद मागितली असती किंवा गयावया केलं असतं तर कदाचित् राजमदाचा पीळ थोडा सैलावला असता. पण त्याच्यावर तर कुठली गोष्ट परिणामच करीत नाही. त्यात आणखी राजकुमारीची तक्रार. राजा मोठ्या प्रयासानं अडखळत बोलला, "हा आपल्या वस्तू विकत नाही, भेट देत नाही, मग आणखी काय करतो, तूच सांग?"

अक्षरांच्या निमित्ताने राजकुमारीच्या तोंडून जणू रक्त ठिबकत आहे, अशा प्रकारे म्हणाली, "मला विचारता तर सांगितलं असतं. पण आता विचारायला मार्गच नाही उरलेला. यापेक्षा माझ्या शरीराचे तुकडे तुकडे करून टाकता तर चांगलं होतं. आजपासूनच माझी अक्कल जाग्यावर आली. याच्यापुढे कधी कोणत्या कामासाठी हटकलं तर माझ्या जिभेला डाग द्या."

राजा लाडानं म्हणाला, "माझी वेडी मुलगी, तू या गोष्टीत खूप लक्ष घातलंस! मी मनानं वाईट थोडाच आहे. माझं दातृत्व फक्त हा कबीर सोडून कोण नाही जाणत! तुझी अशीच इच्छा असेल तर कबीराला मी माझ्या गळ्यातील नवलाखी हार देतो! हार तुझ्यापेक्षा जास्त थोडाच आहे!"

आणि खरोखर असं बोलताच आपल्या गळ्यातील नवलाखी हार काढून कबीरासमोर धरीत राजा म्हणाला, "ही आपल्या वस्तूंची किंमत नव्हे तर नुकसानभरपाई समज. पिढ्यांचं दिवाळं संपेल. बस, आता तरी खूष!"

कबीरानं त्या नवलाखी हाराकडे पाहिलंसुद्धा नाही. गळ्याऐवजी आता तो हार राजाच्या हातात चमकत होता. कबीर राजकुमारीच्या डोळ्यांत नजर रोखून म्हणाला, "मी तर आधीपासूनच खूष होतो. दुसऱ्यांच्या चुकांचा मी पश्चात्ताप कशाला करू?

आणि या हारानं माझं नुकसान भरून येणार नाहीच.''

राजा घाईघाईनं म्हणाला, ''एकाऐवजी दोन हार घे, तीन हार घे.''

कबीर हसत बोलू लागला, ''एखाद्या शालीचं किंवा कांबळ्याचं महत्त्व हिऱ्यांच्या बदली विक्री करण्यात नाही, थंडीनं काकडणाऱ्या माणसाची थंडी दूर करण्यात आहे. आपण राजा आहात, मेहनतीच्या घामाचं मोल आपल्याला माहीत नाही. आपल्याला काय माहीत की माझ्या या कारागिरीत कितीजणांचे श्रम आणि कितीजणांचा घाम मिसळलेला आहे. जेव्हा या चिंध्या-चिंध्या झालेल्या लक्तरांचं रफू करून पुन्हा त्यांचं कांबळं तयार करीन आणि ते कांबळं कुणा काकडणाऱ्या माणसाला ऊब देईल, तेव्हा कुठे यांची खरी किंमत वसूल होईल आणि माझ्या कारागिरीचं सार्थक होईल.''

राजा खो खो हसत म्हणाला, ''तू तर एकटाच हजार वेड्यांची गरज पुरी करतोस. तुला या हारांतील मोत्यांबद्दल काही माहिती तरी आहे का? जर दान करून तुला आपली ख्याती पसरवायची असेल तर वेड्यांच्या सरदारा, या हारातील एका एका मोत्यानं हजारो कांबळी खरेदी करता येईल तुला. मग गादीवर बसल्या-बसल्या हवी तेवढी कांबळी वाट!''

कबीर मान हलवून म्हणाला, ''दान करण्याच्या अहंकारानं माझं मन संतुष्ट नाही होणार. पैसा-पैसा जोडल्यामुळे पैसे तर वाढतात, पण बाकी सगळे गुण घटतात. माणसात माणुसकी न रहाता मागे फक्त मल-मूत्र, रक्त, हाडं आणि कातडी शिल्लक राहते. तलवारीच्या सामर्थ्याशिवाय ना दौलत वाढत, ना सत्ता. तलवार आणि सिंहासनाच्या दहशतीनं मृत्यू भयभीत झाला असता तर गोष्ट वेगळी!''

राजमदाच्या धुंदीमुळे राजाला काही सुचतच नव्हतं. कबीराच्या तोंडून मृत्यूचं नाव ऐकून राजाच्या प्रथमच लक्षात आलं की आज ना उद्या मरण तर सगळ्यांना येणारच आहे. पण त्याची गोष्ट वेगळी आहे. तो तर देशाचा स्वामी आहे. आवाज खाली आणून म्हणाला, ''कबीर, एक गोष्ट तर सांग. बघ, खरं-खरं सांगायचं. माझा तुझ्यावर विश्वास आहे. हे नौखंडी राज्याचं सिंहासन, हा अतूट खजिना, ही विशाल फौज, या चमचणाऱ्या तलवारी आणि या हत्ती-घोड्यांना सुद्धा मेल्या मृत्यूपासून माझं रक्षण करता येणार नाही? क्षुद्र रयतेप्रमाणे मला सुद्धा एक दिवस मरावं लागेल काय?''

हास्यानं उजळलेल्या स्वरात कबीर म्हणाला, ''ही सुद्धा काय विचारण्याची गोष्ट आहे?''

एक खोल निःश्वास सोडून राजा म्हणाला, ''विचारण्याची गोष्ट आहे, म्हणून तर विचारीत आहे, तुझ्याशिवाय कुणा दुसऱ्या पंडित-ज्ञानीला योग्य उत्तर देता येणार नाही. तुझं बोलणं ऐकून माझ्या मस्तकाच्या आत मुंग्या वळवळू लागल्या आहेत. सांग, हे कसं घडलं?''

कबीराला कुणी काही प्रश्न विचारला तर त्याला आपल्या कुवतीप्रमाणे त्याचं उत्तर द्यायचंच होतं. म्हणाला, ''मी लाख समजावलं तरी सुद्धा हे आपल्याला समजणार नाही, कारण हे सिंहासन, हा मुकुट, हा खजिना, ही फौज आणि हे सेवक पावला-पावलावर आपली वाट अडवितात. आपल्या डोळ्यांवर राजमदाचा सारा पसरलेला आहे. त्यामुळे तर ना आपल्याला सत्याचा स्पर्श होणं शक्य आणि ना दर्शन. असं वाटतं की आज आयुष्यात प्रथमच सत्याच्या झगमगत्या सूर्याचं दर्शन घेण्यासाठी आपल्या हृदयात कळ उठली आहे. ही मुंग्यांची वळवळ बहुदा त्याचीच आहे.''

एखाद्या अबोध बालकाप्रमाणे होकार देत राजा अधीरतेने म्हणाला, ''हो, त्याचीच आहे. अगदी त्याचीच आहे. पण माझ्या मनातलं तू कसं जाणलंस?''

राज्याच्या डोळ्यांत नजर रोखून कबीर म्हणाला, ''अजून आपलं मन अस्वच्छ झालेलं नाही. मला त्याच्या आरपार दिसत आहे.''

''तू म्हणतोस तर दिसतही असेल, पण मी तर आज विचित्र पेंचात सापडलो आहे. तुझं हे सत्य सत्तेच्या दबदब्यापेक्षा सुद्धा श्रेष्ठ आहे काय?''

यापूर्वी कुणीही कबीराला असे गूढ प्रश्न विचारले नव्हते, तरीही त्यांची उत्तरं द्यायला त्याला काही अडचण वाटली नाही. ताबडतोब म्हणाला, ''कुठे बिचारी सत्तेची ठिणगी आणि कुठे सत्याचा तप्त सूर्य! पण राज्याप्रमाणे या सत्याला कोणी राजा असत नाही. त्यात सगळ्यांची समान मिळकत असते, पण या मिळकतीवर हक्क बजावण्याची हिंमत पाहिजे.''

का ते देवजाणे राजाच्या मनात त्या वेळी कोणत्याही प्रकारचं काही कपट नव्हतं. सगळ्यांच्या समोर कबूल करीत म्हणाला, ''आपल्या हिमतीचा खरा अंदाज तर मला आजच आला. तुला खरं नाही वाटणार की एवढ्या मोठ्या राज्याचा राजा असूनसुद्धा मी मनातल्या मनात तुला घाबरलो.''

कबीर चक् चक् करीत म्हणाला, ''ही तर फार वाईट गोष्ट झाली. मी तर ना कुणाला घाबरत आणि ना कुणाला घाबरविण्याची इच्छा करीत. भले, मला घाबरण्यासारखं काय आहे?''

राजानं दोन-तीन वेळा मान हलवीत म्हटलं, ''ते तर मला माहीत किंवा माझ्या जीवाला माहीत.''

आजूबाजूला उभ्या असलेल्या दरबारींच्या आणि ठाकुराच्या आश्चर्याला सीमा राहिली नाही की राज्याचा मालक असून, राजा आज अशी बडबड काय करीत आहे! कुठं डोकं फिरलं नाही ना! राजानं घाबरून कुठे राज्य चालतं का भले! या कपटी कबीराला नक्कीच काहीतरी जादूटोणा माहीत असणार. याच्यापासून तर अलिप्त रहाणंच चांगलं. ठाकुरानं झुकून विनंती केली, ''अन्नदाता, भोजनासाठी उशीर होत

आहे. आपण भोजन केल्यानंतरच गावातले लोक अनशापोटी चूळ भरतील.''

ठाकुराचा आवाज ऐकून राजा पुन्हा भानावर आला. आपल्या खऱ्या खोळीत येताच त्याचा सूर बदलला. वर आकाशात पहात म्हणाला, ''सूर्य तर माथ्यावर चढला आणि अजूनपर्यंत तुमच्या गावाचं तोंड पारोसंच आहे?''

ठाकुरानं ''महाराजांचा जय असो' असं म्हटल्यानंतर गर्वानं सांगितलं, ''आपलं भोजन होण्यापूर्वी तर माझी स्वामिभक्त रयत गळ्यातून थूंक सुद्धा खाली उतरू देणार नाही, रोटी खाणं म्हणजे तर फार मोठी गोष्ट झाली.''

राजकुमारीनं स्वतः निघण्याची घाई केली तेव्हा राजा लगोलग आपल्या डेऱ्याकडे चालू लागला. राजाच्या मागे सगळे गपचूप रवाना झाले.

मागे राहिला फक्त एकटा कबीर आणि फाटकी लक्तरं. काम तर शेवटी केल्यावरच निपटणार. नाहक विचार करण्यात काय अर्थ! सत्तेचा रागरंग असाच असतो, कितीही महाबली असला तरी एकट्याचा सत्तेच्या सामर्थ्यापुढे काही थांग लागत नाही. त्यानं गपचूप सुई-दोरा घेऊन आपलं काम सुरू केलं. त्याच्या पेरांचा स्पर्श मिळताच ही लक्तरं सुद्धा तोंडाने बोलू लागतील.

त्यानंतर कबीराला ना काळाचं भान राहिलं, ना हवेचं आणि ना उजेडाचं. कधी दिवस ढळला आणि कधी सांज झाली, त्याला त्याची काही जाणीवच नव्हती. सुईच्या छिद्रातच त्याचं संपूर्ण जग वसलेलं होतं. कधी सूर्याचा प्रकाश अंधाराबुडी दबला गेला आणि कोण दिवा लावून त्याच्या डाव्या बाजूला संपूर्ण रात्र अविचल बसून राहिली. जणू निशाराणी आपल्या गरजेसाठी हातात दिवा घेऊन बसली होती. आणि जणू अनेक युगे परत माघारी येऊन त्या रात्रीतल्या झगमगत्या ताऱ्यांना शरण आली होती. सकाळी सूर्योदयाच्या वेळी दिव्याचा उजेड आपोआप संकोचून डोकं हलवू लागला तेव्हा कबीराला भान आलं. आणि दिवा विझल्याबरोबर त्याच्या डोळ्यांनी जे दृश्य पाहिलं तेव्हा त्याला वाटलं की तो कुठे झोपेत स्वप्न तर नाही पहात आहे! डोळे चोळून पुन्हा बघितलं, ही तर खरोखरी राजकुमारी हातात दिवा घेऊन समोर बसली आहे. संपूर्ण जगातील सगळं आश्चर्य जणू त्याच्या गळ्यातून बाहेर फुटलं, ''आपण!''

राजकुमारीनं काही उत्तर दिलं नाही. कबीराच्या हातांनी रफू केलेल्या पहाडाच्या आरपार नजर रोखून पहात राहिली. कबीर पश्चात्तापाच्या सुरात माफी मागितल्यासारखा बोलू लागला, ''मला ना आपण आल्याचं भान होतं आणि ना दिव्याच्या उजेडाचं.''

या खेपेला राजकुमारीच्या गुलाबी ओठांतून आपसूक अमृत-वाणी झंकारली, ''मला तरी कुठं भान होतं की डेऱ्यावर कधी पोहोचले आणि पुन्हा कधी तिथून निघाले. अंगणात पाऊल टाकताच मी ओळखलं की तुला सुई आणि दोऱ्याशिवाय दुसरी कसली शुद्ध नाही. आले तर होते खूप काही बोलायला, पण आता काहीही

विचारायची गरज नाही. मौनापेक्षा वरचढ दुसरी कुठली वाणी नाही. व्यर्थ बडबडीनं काय फायदा, एक सुई आणखी असली तर मलासुद्धा दे.''

''हे काम इतकं सोपं नाही!''

''हे तर काम केल्यावरच समजेल.''

सुई देताना कबीराला तीळभरही विश्वास नव्हता की राजकुमारी त्याच्यापेक्षा निष्णात आहे. केवळ भीडेपोटी सुई दिली, पण पहिल्या टाक्याच्या लकबीमुळे त्याला चांगल्या प्रकारे समजलं की या हातांना तर जे हवं ते करता येईल! कबीरानं आश्चर्यानं विचारलं, ''आपण हे काम कधी शिकलात?''

''शिकणार कधी, आजच तर शिकेन. इतकी वर्षं सुईचं नाव तर नक्की ऐकलं होतं, पण हातात आत्ता घेतली आहे.''

कबीराच्या आनंदाला आदि-अंत राहिला नाही. म्हणाला, ''बोलणं तर विश्वास ठेवण्यालायक नाही, पण आपलं बोलणं खोटं तरी कसं मानू.''

राजकुमारी सुईनं शिवता-शिवता म्हणाली, ''आपल्यासारखा गुरू मिळाल्यावर कोणाला काय शिकता येणार नाही! संपूर्ण रात्र आपलं पाहून-पाहून, डोळ्यांना बोटं आणि बोटांना डोळे बनविण्याचं काम शिकत राहिले. सगळं काही सांगून टाकलं तर सत्याची मर्यादा कलंकित होते.''

राजकुमारीला आणखीही काही सांगायचं होतं पण तेवढ्यात राजा अंगणात उभा असलेला दिसला. सोबत ठाकूर आणि आठ-दहा स्वार. राजकुमारीशी नजरानजर होताच म्हणाला, ''मला माहीत होतं की तू इथंच सापडणार!''

राजकुमारीच्या चेहऱ्यावर लज्जेची झाक पसरली. राजाला एवढा धीर कुठला? कबीराकडे पाहून म्हणाला, ''तू तर मला क्षुल्लक कांबळं सुद्धा भेट द्यायला तयार झाला नाहीस तर तुझी मर्जी, पण मी तुला अशी चीज भेट द्यायला आलो आहे, तुला त्याचं स्वप्न पडणं सुद्धा अशक्य आहे. सांग, तूच सांग, अशी कोणती भेट असेल?''

संकेत एकदम स्पष्ट होता, मग भले कबीराला का नाही समजणार! गंभीर स्वरात म्हणाला, ''मी ना कुणाची भेट स्वीकारीत आणि ना कुणाला भेट देत.''

राजा टाळी वाजवून खो खो हसत म्हणाला, ''ही भेट तशी नाही. भगवान इंद्राचं मन सुद्धा डोलू लागेल अशी भेट. सांगू, राजकुमारीच्या पाणिग्रहणासह संपूर्ण राज्याचं आंदण!''

राजाचं हे मूर्खपणाचं बोलणं ऐकून कबीराला उत्स्फूर्त हसू आलं. हसू थांबल्यानंतर म्हणू लागला, ''अशा भेटीचं तर स्वप्नच वाईट. माझी तर लग्नाबिग्नाच्या भानगडीत पडण्याची इच्छाच नाही. आणि या लफड्यासोबत राज्याचं आंदण! आपण मला इतका अडाणी समजता का, आपल्या उलटीला मी प्रसादाप्रमाणे ग्रहण करीन? जर

सत्तेचं सुखच सर्वांत मोठं सुख आहे तर आपण ते का सोडता? आपण चिडलात तर आपली मर्जी, या भेटीबद्दल सुद्धा मी माफी मागतो.''

राजाच्या रोमरोमी हुडहुडी भरली. राजकुमारीवर हजार घडे पाणी पडलं. स्वप्नाची सोनेरी लंका तिच्या डोळ्यांसमोर धडा-धडा जळू लागली. राजाची मुलगी असून किती छोट्या आशेसाठी मन डोलू लागलं आणि त्याच्यावर सुद्धा बर्फ पडला!

आता तर शंभर वेळा जिवंत-जिवंत करून या कपटी माणसाला पुन्हा मारणार नाही तोपर्यंत राजाचा दाह शांत होणार नाही. स्वारांवर कडाडला, ''अशी बघ्यासारखी नखांनी जमीन काय उकरीत राहिलात, आतापर्यंत या हरामजाद्याची चटणी करायला हवी होती.''

अशा आज्ञेनंतर स्वारांना कसला उशीर! एकसाथ हवेत नऊ तलवारी वर उठल्या. कदाचित पुन्हा राजकुमारी आडवी आली तर! पण राजकुमारी या खेपेला टस का मस हलली नाही. तिचे डोळे जसे काही निर्जीव झाले. तेवढ्यात अचानक राजकुमारीच्या जागी राजा समोर येऊन जोरात बोलला, ''खबरदार, मी आज्ञा केली म्हणून काय झालं, तुम्हाला काही विचार? कबीराला जखम जरी झाली तर माझी लाडकी मुलगी किती तडफडेल! इथून आपली तोंडं काळी करा. इथून पुढे सुद्धा अशी विचित्र आज्ञा केली तर ऐकू नका. माझं डोकं जाग्यावर असेल तर ना! खोपडीत जणू साळिंदर घुसलं आहे.''

कुठली वीज आणि कुठं येऊन पडली! कबीरानं काय करावं आणि काय करू नये! थोडा वेळ तर काही समजेचना. तो सुद्धा गोंधळात पडला. मग राजकुमारीकडे जाऊन तिच्या अगदी जवळ उभा राहिला. आपल्या हातात तिचे हात घेऊन विरघळत्या स्वरात म्हणाला, ''फक्त एक रात्र सोबत राहून एकमेकांची नीट ओळख होत नाही. लग्न, मुलं-बाळं, कुटुंब-कबिला, जमीन-जुमला यात मला किंचितही स्वारस्य नाही. दुसऱ्या प्राण्यांपेक्षा वेगळा आणि उच्च समजण्याच्या गैरसमजुतीमुळे माणसाचा अत्यंत ऱ्हास झाला आणि होतच राहिला आहे. माझी ना कुठली जात, माझा ना कुठला धर्म आणि ना माझा कुठला देश. माणसाच्या दृष्टीनं ही किती शरमेची गोष्ट आहे की धर्म आणि पंथांच्या बहाण्याने मृत झालेले अवतार अजूनपर्यंत जिवंत माणसांवर राज्य करीत आहेत.''

राजाला धीर धरवेना म्हणून त्यानं मध्येच विचारलं, ''ऐकलं आहे की तू देव-देवता आणि ईश्वराला सुद्धा मानीत नाहीस?''

या वेळी कबीर उपहासानं म्हणाला, ''मानतो, नक्कीच मानतो. आत्मा, परमात्मा, भाग्य आणि धर्मापेक्षा मोठं जाळं माणसाच्या हातून ना रचलं गेलं आणि ना रचलं जाईल. अकलेची खोपडी नमवून जिवंत माणूस पत्थराच्या मूर्तींची पूजा करतो, इतकी तिरस्करणीय गोष्ट आणखी कोणती असेल? एवढं बोलणं वाढलं,

म्हणून मला प्रथमच, आपल्या मनातली गोष्ट समजावण्याची गरज भासली.''

आता राजकुमारीचे ओठ उघडले. सावकाश मधुर स्वरात बोलली, ''एवढ्या गोष्टी जाणत असताना सुद्धा तुझ्या डोळ्यांसमोर तुझ्या कारागिरीच्या चिंध्या उडाल्या, दोन वेळा नंग्या तलवारी वर उठल्या आणि राजा व ठाकुराचा अद्वा-तद्वा धिक्कार ऐकला तेव्हा तुझ्या काळजात संतापाची आग का नाही भडकली? तू मरायला-मारायला तयार का नाही झालास? इतकं चौफेर ज्ञान असून सुद्धा तुझ्या मनात जगण्याचा मोह आहे! मृत्यूचं भय आहे! मग तुझा क्रोध कोणत्या दिवसासाठी आहे?''

कबीर विश्वासपूर्वक समजावू लागला, ''राजकुमारी, एका माणसाच्या क्रोधानं काही घडत नाही. तो तर आत्महत्येप्रमाणे आहे. ज्या दिवशी माझ्या क्रोधाचा सांसर्ग जन-जनांच्या हृदयात खदखदेल, त्या दिवशी माणसांच्या जगात ना कोणी राजा असेल आणि ना कोणी रंक. ना कोणी उच्च असेल आणि ना कोणी नीच, ना सत्य असेल ना असत्य. ना पाप असेल ना पुण्य. ना धर्म असेल, ना अधर्म. ना कोणी अमीर असेल आणि ना कोणी गरीब. ना कुठे मंदिर असेल आणि ना कुठे मशीद. त्या दिवशी ना धर्म शिल्लक राहील आणि ना जात. ना फौज असेल आणि ना शस्त्रं. कोणत्याही माणसाला असा हक्क असणार नाही की आपल्या सत्तेच्या बळावर, तलवारीच्या सामर्थ्याच्या जोरावर, आपल्या हुकुमानुसार एखाद्या कारागिरीचे तुकडे-तुकडे करता येतील.''

राजा कबीराचा हात धरून गयावया करीत म्हणाला, ''या प्रायश्चित्तासाठीच तर मी राज्य सोडायला तयार झालो, तुझी आणखी काय इच्छा आहे?''

कबीर हसल्यासारखा बोलला, ''माझ्या इच्छेनं आणि अनिच्छेनं काय फरक पडतो!''

राजा मस्तक हलवून म्हणाला, ''हीच तर तुझी चूक आहे. तू एक वेळ आपल्या मनातील इच्छा प्रकट करून तर बघ! माझी मुलगी तुझ्याशिवाय कुणाशी विवाह करूच इच्छित नाही, आणि तू असा ठोकळा की तिची काही पर्वा करीत नाहीस!''

''पर्वा का नाही करीत, हजार वेळा पर्वा करतो. जर नरमादीच्या योग्यतेनुसार, जोपर्यंत एकमेकांच्या मनाला आवडेल, राजकुमारी मला साथ द्यायला तयार असेल तर माझी ना नाही.''

★

काकपंथ

स्वार्थ स्वामी, स्वार्थ राम. स्वार्थ पूजा, स्वार्थ धाम. कसला मित्र आणि कसला भाऊ! कसली बहीण आणि कसली भावजय! कुठे देश आणि कुठे भलाई! थुंकी उडेल तर मलई मिळेल. कसली आई आणि कसला बाप! सगळे आहेत मतलबी ताप. धर्म-कर्माच्या गोष्टी खोट्या. आपले दाणे आपली मूठ. खोट्या दर्शनाचं खोटं ज्ञान. माळ पोकळ, जप पोकळ. खोटी प्रीत आणि कोरडा स्नेह. कुणाचं घर आणि कुणाचं धाम. भजन-साकी, हरी-कीर्तन. बाण विषारी, वाकडे भाते. ओसाड मार्ग, एकाकी वाट. सफेत वेष आणि काळे संत. तर निर्गुण निराकार ईश्वर प्रत्येकाचा स्वार्थ पुरा करो, कारण की एकदा थरच्या वाळवंटात लागोपाठ तीन वर्षे असा बिकट दुष्काळ पडला की धनवंताना दातांनी कुरतडायला गवताची पातं दुर्लभ झाली तर बिचाऱ्या जनावरांची ताकद ती काय! कुठंही चारा-पाणी मिळालं नाही तेव्हा लाचार होऊन जिथं होती तिथंच अशी बसली की पुन्हा उठण्याची शक्तीच राहिली नाही. कशाही अवस्थेत पडलेल्या त्या गुरा-ढोरांचे प्राण पिंजऱ्यातून हळू-हळू केव्हा निघून गेले, ते गिधाडं-कावळ्यांशिवाय त्या मुक्या जनावरांनाही समजलं नाही.

काव-काव करीत असंख्य कावळे एकमेकांशी स्पर्धा करीत चोची मारण्याची मजा चाखीत राहिले, पण कुठल्याही जनावरानं शेपटीसुद्धा हलवली नाही. शेपटी हलवायलाही ताकद लागते. काळ्या कावळ्यांवर दयावंत भगवानाने इतकी मेहरबानी केली की सृष्टिरचनेनंतर आजपर्यंत अशा भोजनाची जुळणी झाली नसेल. पोट

भरल्यावर उगीचच चोच मारण्यातली गोडीही काही कमी नव्हती.

कावळ्यांना रात्री जनावरांच्या आडोशाला आराम करण्याची सवय झाली होती. सूर्योदय होताच नाचत बागडत उडत होते आणि काव-काव करीत चोची मारीत होते. अखेरीस दुर्गंधी पसरत पसरत खुद्द हवाच सडू लागली. माणसांना श्वास घेणं असह्य झालं, पण कावळ्या-गिधाडांचं जीवन सुधारलं.

एक दिवस गळ्यापर्यंत तृप्त झालेला कावळा मस्तीत येऊन आपल्या अर्धांगिनीला म्हणाला, ''मानसरोवराची तारीफ तर खूप ऐकली आहे, पण अजून ते पहाण्याची संधी मिळालेली नाही. ही प्रेतं तर वर्षानुवर्षे फाडत राहिलो तरी संपणार नाहीत. तू म्हणत असलीस तर एकदा तिकडचा निसर्ग पाहून येऊया?''

कावळी म्हणाली, ''तुम्ही ठरवलंच आहे तर विचारता काय? हा सुंदर मुलूख सोडून जायला मन तयार होत नाही. पण तुमची इच्छा टाळली तर मला नरकातही जागा मिळणार नाही.''

कावळा खुशीत बागडत म्हणाला, ''चल तर. सूर्यवंशी कावळे जेव्हा उडतील तोच शुभ मुहूर्त आणि पोहचतील तीच सकाळ.''

चालू लागलं की मुंगी सुद्धा आपल्या मुक्कामी पोहचते. ते तर कावळे होते-- लांब लांब भरारी मारणाऱ्या पंखांचे स्वामी. तिसऱ्या दिवशी सकाळी थेट मानसरोवराच्या काठी उतरून दम खाल्ला.

हिमालयाच्या कुशीत निर्मळ पाण्यवर लाटा तरंगत होत्या. तळ आरपार स्पष्ट दिसत होता. तऱ्हेतऱ्हेचे वृक्ष चवऱ्या ढाळीत होते. तऱ्हेतऱ्हेची फुलं आरती ओवाळीत होती. तऱ्हेतऱ्हेच्या वेली चरणी नतमस्तक झाल्या होत्या. शुभ्र हंसांच्या रांगा मंत्रोच्चार करीत होत्या. अनमोल मोत्यांचा प्रसाद ठायी ठायी विखरून पडला होता.

पण थरच्या त्या कावळ्यांना हे निसर्ग-दृश्य काही पसंत पडलं नाही. त्या सुनसान, निर्जन जागेचं आणि त्या प्रेतांचं चित्रच वेगळं होतं. ती असहाय्य पडलेली ढोरं, रक्त वहाणाऱ्या जखमा आणि ती वेडीवाकडी आतडी! इथं तर बिचारे हंस खडे टिपून खात आहेत. मानसरोवराचं हे घाणेरडं दृश्य त्यांना काही आवडलं नाही. तारीफ ऐकली ती एकदम खोटी. त्यांचं हृदय मातृभूमीच्या आठवणीनं बेचैन झालं. कावळे कधी खडे खातात! परतण्यासाठी उडायच्या विचारात होते, तेवढ्यात हंसांची रांग त्यांच्या चहुबाजूंनी घेरा घालून उभी राहिली. टोळीचा मुखिया हंस त्यांचं स्वागत करून म्हणाला, ''आमचं अहोभाग्य म्हणून आपल्यासारखे अतिथी आले. पाहुणचार केल्याशिवाय परत जाऊ दिलं तर आमची मानहानी होईल.''

तेव्हा काव-काव करीत कावळा म्हणाला, ''पण आमचा पाहुणचार तुम्ही कसा करणार? आमच्या मुलुखात हे खड्यांचे दाणे कुणीही टिपत नाही.''

हंसांना खूप आश्चर्य वाटलं की हे कुठल्या लोकातले निवासी आहेत, यांना

मोत्याचा चारा पण आवडत नाही. मुखिया नम्रतेनं म्हणाला, "आपण नीट लक्ष देऊन पहा, हे खडे नाहीत. आम्ही तर आजपर्यंत मोत्याशिवाय कसला दाणा टिपला नाही. आपली इच्छा असेल ते आणून देतो-- माणिक, मोती, पाचू, आणखी रत्नं...!"

कावळी तोंड वाकडं करून म्हणाली, "बाजूला करा हा कचरा. या घाणेरड्या चमचमाटानं माझे डोळे चुरचरतात. काळ्या ढगांशिवाय जगात पाणी कुठं आहे! मला तर सफेत रंगाचं नाव काढलं तरी चीड येते. निघून जा इथून. माझा तर श्वास कोंडतोय."

मुखियाचा इशारा मिळताच त्याच्या अर्धांगिनीशिवाय इतर सगळे हंस उडून गेले. तेव्हा तो कावळ्यांच्या काळ्या रंगावर नजर रोखून म्हणाला, "आम्ही इतकी वर्षं गैरसमजुतीनं फुगलेलो होतो की अशी सुंदर जागा आणखी कुठं नाही, पण आज आपल्या बोलण्यामुळे आमची गैरसमजूत दूर झाली. आपण कोणत्या लोकीचे हंस आहात?"

कावळा काव-काव करीत सांगू लागला, "आम्ही थर लोकीचे हंस आहोत. तिथल्या देखाव्याचं स्वप्न पण तुमच्या नशिबात नसेल, एक वेळ येऊन पहाल तर तुमच्या आयुष्याचं सार्थक होईल."

हंस-हंसिणी दोघंही एकसाथ मधुर आवाजात म्हणाली, "आपली मेहरबानी झाली तर जरूर त्या लोकीचं दर्शन घेऊ."

मुखिया हंसानं हंसिणीला घेऊन त्या कावळ्यांसोबत जायचा बेत केला तेव्हा त्या मुलुखातील सर्व हंसांनीं बरोबर येण्याचा हट्ट धरला. मग मुखियानं त्यांची समजूत घातली, "आम्ही दोघं आधी तो लोक पाहून येतो, तोपर्यंत तुम्ही हट्ट करू नका. नंतर मी कुणाला अडवणार नाही."

सर्व हंसांनी त्याचं म्हणणं मान्य केलं, पण निरोपाच्या वेळी ओघळणारे अश्रू थांबवणं कुणाच्या हातात नव्हतं. जमिनीवर पडताच सगळे अश्रू मोती बनून चमकू लागले.

हंसांवर स्वार होऊन कावळे लगेच आपल्या मुलुखात जाण्यासाठी निघाले. खाली उतरण्यापूर्वीच दुर्गंधीमुळे हंसांचा श्वास कोंडू लागला. हा कसला थर-लोक? झाडांचा मागमूसही नाही. चहुबाजूला विटक्या रंगाच्या टेकड्याच टेकड्या. ठिकठिकाणी गुराढोरांच्या प्रेतांवर घिरट्या घालणारी गिधाडं-कावळे. पावला-पावलावर पसरलेली आतडी. या दुष्ट कावळ्यांनी कसा विश्वासघात केला!

काव-काव करीत कावळा म्हणाला, "कसल्या विचारात पडलात? हवी तेवढी ढोरं आपल्या ताब्यात घ्या. मी असताना तुम्हाला कुणी काही बोलणार नाही."

हंसाच्या जोडीला तिथं श्वास घेणंही कठीण झालं. अशी वाईट जागा पाहूनही

पाप लागतं. हंसिणी म्हणाली, ''हा थर-लोक तुम्हा कावळ्यांनाच लखलाभ होवो. आम्हाला इथं क्षणभर सुद्धा रहाण्याची इच्छा नाही.''

असं सांगून हंस पुन्हा उडाले. बदमाश कावळ्यानं काव-काव करून कसला इशारा केला देव जाणे, असंख्य कावळ्यांची वरात पुऱ्या ताकदीनिशी पंख फडफडवीत त्यांच्यामागे उडाली. पण हंसांचा पाठलाग कावळे कुठवर करणार! आपणच हार मानून, दमूनभागून परत फिरले. सगळे पक्षी कावळ्यांप्रमाणे समजूतदार थोडेच असतात! प्रेताच्या रसदार खुराकाची गोडी बिचाऱ्या हंसांना काय समजणार!

कावळ्यांच्या फसवणुकीत अडकून देश सोडणं त्यांच्या हातात होतं, पण परत सुखरूप आपल्या जागी पोहचणं त्यांच्या हातात नव्हतं. कावळ्यांच्या संगतीचा असाच शेवट होतो. चहुदिशांनी वावटळ आणि पावसानं घेरून टाकलं. विजांचा चमचमाट आणि ढगांच्या गडगडाटाबरोबर मुसळधार पाऊस कोसळू लागला. गार हवेच्या थपडांवर थपडा बसू लागल्या. भिजलेल्या पंखांमुळे खाली उतरणंही कठीण झालं. कसेतरी हेलपटत एका वडाच्या झाडाखाली उतरले. पंख न् पंख थरथरू लागला.

वडाच्या बुंध्यात एक पोकळ ढोल होती. दोघं कलकलत त्या ढोलीत घुसली. तेव्हा थरथर जरा कमी झाली. पण दुसरं एक संकट येऊन उभं राहिलं. पावसात भिजलेले दहा-वीस उंदीर ची ची करीत होते. हंसांच्या जोडीला दया आली. डोळ्यादेखत होणारा त्रास कुणाला पाहवतो का! त्यांना शक्य झाली तेवढी त्यांनी त्या थंडीनं कुडकुडणाऱ्या उंदरांना मदत केली. पंखाखाली लपल्यावर उंदरांना थोडा आराम मिळाला.

हंसांनी त्या उंदरांचं भलं केलं, तर त्यांना त्या भलाईची शिक्षा मिळणारच होती. भले उंदीर आपली खोड कशी सोडतील! ऊब मिळताच ते त्यांचे पंख कुरतडू लागले, रात्रभर कुरतडतच राहिले.

सकाळी हंस प्रेमानं कुरवाळीत म्हणाला, ''आम्ही आता निघतो. तुम्ही आरामात रहा. आम्हाला जमलं तेवढं आम्ही केलं.''

हंसिणी आशीर्वाद देऊन हंसाबरोबर ढोलीतून बाहेर पडू लागली. शरीर इतकं हलकं कसं? मागं वळून पाहिलं-- पंखांचे दोन वेगवेगळे ढीग पडले होते. दोघंही अश्रू ढाळीत एकमेकांकडे पाहू लागली. हे तर फार वाईट झालं. पंख तुटण्यापेक्षा मरण बेहतर, पण मृत्यूसमोर विनवण्या करून मृत्यूचं हृदय सुद्धा पाझरत नाही. कावळ्यांवर विश्वास ठेवण्याची आणि उंदरांना दया दाखविण्याची एवढी शिक्षा तर त्यांना मिळायलाच हवी.

पण योगायोगाची लीला कुणाला समजली आहे! त्याच्या तळाशी सूर्यसुद्धा डोकावू शकत नाही. अवाक झालेली हंसांची जोडी मान टाकून रस्त्यावर बसली

होती, तर त्याच वेळी एका धनवान सेठजींचा तरुण मुलगा परदेशातील मुक्काम संपवून त्या वाटेनं जात होता. येत्या त्रयोदशीला त्याचा विवाह आहे. वय कमी असूनही त्याला व्यापारातील खुब्या आणि हुन्नर चांगली समजत होती, पण होता एकदम अर्धवट-वेडा आणि विक्षिप्त. हातवारे करीत एकटाच आपल्याशी बडबडत चालला होता. हातात सोनेरी छडी. खांद्यावर गाठोडं आणि पाण्याचा बुधला. गव्हाळ कांती. साजरा चेहरा.

तो आपल्याच मस्तीत हंसांच्या जवळून गेला, पण त्याला काही दिसलंच नाही. दोन दिवसांची भुकी-तहानलेली हंसिणी अतिशय नम्रतेनं म्हणाली, "प्रवाश्या, असा चुकवून का चालला आहेस? आम्हा अभागी हंसांची दुर्दैवी कहाणी तरी जरा ऐक."

तेव्हा त्यानं चमकून मागं बघितलं. हसत-हसत जवळ येऊन म्हणाला, "माझं काही लक्षच नव्हतं. हंस आहात, बरं तर, पण तुमच्या पंखांचं काय झालं?"

हंसानं रडक्या सुरात आपलं सगळं रामायणं ऐकवलं, "बुधल्यात पाणी असलं तर पाज, आमचे गळे सुकलेत."

नंतर त्यानं त्या दोघांना ओंजळी भर-भरून पाणी पाजलं. त्यांच्या रंग बदललेल्या शरीराला प्रेमानं गोंजारलं. तेवढ्यात त्याला डब्यातील चुरम्याची आठवण झाली, हातात चुरमा घेऊन त्यांच्यापुढे केला. हंस आपली उंच मान हलवीत म्हणाला, "मोती आणि माणिक याशिवाय आम्ही कुठलाही दाणा खात नाही."

तो विक्षिप्त मुलगा हसत हसत म्हणाला, "त्यासाठीच तर एवढा खटाटोप केला. माझ्याजवळ माणकं पण खूप आहेत आणि मोतीसुद्धा. तुमच्या नावावर लिहून ठेवीन. मानसरोवराला येईन तेव्हा कर्ज फेडून पावती करून द्या."

पाणी पिऊन जीवात जीव आला. हंसिणी म्हणाली, "पावती करून द्यायला सांगता! तिकडे पोहोचल्यावर गाड्या भर-भरून मोती दिले तरी तुमचे उपकार फिटणार नाहीत. पण तिकडे जायला कसं जमणार?

व्यापाऱ्याचा मुलगा उतावीळपणाने म्हणाला, "तुम्ही तर वेडे झाला आहात. मी धनवंत सेठजींचा एकुलता एक मुलगा आहे. विवाहानंतर बैलगाडीनं पोहचवून देईन. चला माझ्याबरोबर." हंस अज्ञानी होते. कावळ्यांवर सुद्धा विश्वास ठेवला तर त्याचा संशय कसा घेतील?

त्यानंतर सावकाराच्या मुलानं त्यांना मोत्याचा दाणा चारून आपल्या खांद्यावर बसवलं, आपल्याच मस्तीत ओठातल्या ओठात गुणगुणत गावचा रस्ता धरला.

घरी पोहोचल्यावर सेठजी हंसांना पाहून खूप नाराज झाले, पण शेवटी त्यांना मुलाच्या हट्टापुढे मान तुकवावी लागली. तो पुन्हा पुन्हा वडिलांना समजावू लागला-- हंसांना खाऊ घातलेले मोती कधी व्यर्थ जाणार नाहीत, व्यापारातील नवीन खुब्या तुम्हाला समजणार नाहीत.

विवाहानंतर नवी बहू हंसांची देखभाल करू लागली. ती खूप सरळ, समजूतदार आणि सुशील होती. अतिशय देखणी. गुलाबी झाक असलेली गोरी कांती. मेंदीनं रंगवलेल्या हातांनी त्यांना गोंजारी. मोती आणि रत्नं भरवी. कुशीत जन्मलेल्या मुलाप्रमाणे त्यांचे लाड करीत असे. मदरंगी हातांनी अशी काही जादू केली की सर-सर पंख फुटू लागले. मऊ, मुलायम आणि सुंदर. रात्री त्यांना आपल्याजवळ झोपवीत असे. तिच्या चुंबनांनी आणि उरोजांच्या स्पर्शाने हंसांच्या शरीराची दुप्पट वाढ झाली आणि पंख इतक्या वेगाने उगवू लागले की कुणीतरी ओढून काढल्यामुळे ते वाढत होते. रोज त्यांना आपल्या बरोबर न्हाऊ घालायची. छातीशी कवटाळायची. अशा स्पर्शाने दगडालाही पंख फुटले असते, ते तर जिवंत हंस होते. त्यांच्या शरीरावर सूर्याच्या शुभ्र किरणांप्रमाणे पंख फडफडू लागले.

बहूनं आपल्या हातांबरोबर हंसांच्या पंखांवर सुद्धा मेंदीनं नक्षी काढली. मग ते हंस आकाशात तीन-चार लांब भराऱ्या मारून पुन्हा बहूच्या मांडीवर उतरले.

निरोप घेताना हंसांच्या जोडीनं खूप अश्रू ढाळले. बहूसुद्धा ओक्साबोक्शी रडली. पण अत्यंत आश्चर्याची गोष्ट म्हणजे बहूचे अश्रू आणि हंसांचे अश्रू एकमेकांत मिसळताच अनमोल मोती बनत होते.

अश्रूंचे हे अनोखे मीलन पाहून सेठजींचा मुलगा आपल्या पत्नीकडे वळून म्हणाला, ''आता पुरे करा. भोळ्याभाबड्या हंसांना मोठ्या मुश्किलीनं आपल्या मुलुखात जाण्याची संधी मिळाली आहे. जास्त रडून अपशकून करू नकोस.''

आई-वडील जवळच उभे होते. सेठजी मुलाला मध्येच अडवून म्हणाले, ''मूर्ख कुठला! रडण्यामुळे कुठे अपशकून होतो! तुला ही मोत्यांची रास दिसत नाही का? बेटा, याच्यापेक्षा आणखी चांगले शकून कोणते! त्यांना मोकळपणानं रडू दे. रडल्यामुळे मन हलकं होतं. मी पुरे म्हणेपर्यंत कुणी थांबायचं नाही.''

हंसाच्या जोडीला कसेही करून उपकार फेडायचेच होते. ते तीन दिवस आणि तीन रात्री विरह अश्रू ढाळीत होते. खाल्ले होते त्याच्या चौपट मोती हवेलीच्या अंगणात चमकू लागले. विक्षिप्त मुलाची ही युक्ती चांगलीच कामी आली. एक एक मोती सव्वा लाख रुपयाचा. सुलक्षणी बहूचा गृहप्रवेश शुभ ठरला. मूर्खांची तरफदारी ईश्वर करतो. बावळट मुलानं हंसांना मोती खायला घालून किती भलं केलं. आता त्याला कधी अडवणार नाही.

बहूला आलिंगन देऊन हंसांच्या जोडीनं सरळ वरती आकाशातील मार्ग धरला. पंखांच्या भरारीने सेठजींच्या हवेलीत पुन्हा मोत्यांचा पाऊस पडला.

हरामजाद्या कावळ्यांमुळे बिचाऱ्यांना किती त्रास सोसावा लागला! काव-काव करीत कावळे भिंतीवर बसले की व्यापाऱ्याचा मुलगा तत्काळ त्यांना उडवून लावीत असे. एक दिवस रागावून सेठजींनी आपल्या मुलाला समजावलं, ''बेटा, हा काय

वेडेपणा! या कावळ्यांना तर आपल्या हातांनी गोड पुऱ्या भरव. यांनी हंसांचा विश्वासघात केला नसता तर आपल्याला ही अचानक दौलत कशी मिळाली असती! थोडी तरी अक्कल वापरून काम कर!''

''आपली अक्कल आपल्याजवळ ठेवा, मला द्यायची गरज नाही.'' त्यानंतर त्या अर्धवट मुलानं रुसून वडिलांबरोबर बोलणं सोडलं. पत्नीनं खूप प्रयत्न करून समजावलं. तरीही मुलानं आणखीनच हट्ट धरला तेव्हा कावळे हाकलण्यासाठी एक नोकर ठेवला. तो हातात वेताची छडी घेऊन दिवसभर फक्त कावळ्यांना हाकलत राही.

असे कावळे हाकलत-हाकलत सेठजींच्या संसाराची गाडी तीन वर्षे सुखासमाधानात चालू राहिली. एक दिवस सेठजी मुलाला समजावू लागले, ''बेटा, अशी साठवून ठेवलेली पूंजी खाऊन कुठवर निभावेल?''

मुलाला राग आला. बापूंना रागावून म्हणाला, ''अष्टोप्रहर फालतू कटकटी करून सगळ्या लोकांना आपल्या विरुद्ध केलंत. तुम्ही परदेशी गेलात तर दुप्पट काम होईल. कितीही आरडाओरडा करा. तुमच्या बहूची कूस उजवल्याशिवाय परदेशी जाण्याचं तर सोडाच, मी इथून हलणारही नाही.''

''वेड्या, कूस उजवणं हातातली गोष्ट आहे का! सगळ्या ज्योतिषांनी वेगवेगळी पंचांगं पाहून सांगितलं आहे की तुला संतानप्राप्तीचा योग नाही. ते हंस रोज तुझी आठवण काढीत असतील. एकदा मानसरोवरला जाऊन त्यांना भेटून तर ये.''

सेठजींचा बाण निशाणी लागला. मुलगा आनंदानं नाचत म्हणाला, ''अरे, हे तर मी विसरूनच गेलो. आठवणीनं बिचाऱ्यांची हाडं सुकून बाहेर पडली असतील.''

त्यानंतर चांगलासा मुहूर्त पाहून सेठजींनी मोठी गाडी जुंपून मुलाची मानसरोवराकडे पाठवणी केली. बहू उदास नजरेनं गाडीनं उडवलेली धूळ पहात राहिली आणि पहाता पहाता पती दृष्टिआड झाला.

खडाखडा-खडाखडा करीत गाडी पाचव्या महिन्यात थेट मानसरोवरी पोहोचली. मुखिया हंस खबर मिळताच हवेच्या वेगाने उडत आपल्या रक्षकाजवळ आला. पंखांनी वारा घातला. त्याच्या मांडीवर झोकून दिलं. मुलांना खेळविणाऱ्या हंसिणीच्या कानावर आवाज पडला तेव्हा ती सुद्धा उडत आली. बहू आणि आई-वडिलांची खुशाली विचारली. मुलाबाळांबद्दल विचारलं तर सेठजींच्या मुलानं ओठांवर हसू आणीत म्हटलं, ''बहूला अजून दिवस गेले नाहीत, तरीही बापूंनी मला जबरदस्तीनं तुम्हाला भेटायला पाठवलं.''

हंसिणी म्हणाली, ''याच्यात जबरदस्ती कसली! आम्ही तर रोज तुमची वाट पहात होतो. आणखी पाच-सात दिवसांत आला नसतात तर आम्हाला यावं लागलं असतं.''

थोड्या वेळात चहुदिशांनी हंसच हंस गोळा झाले. मुखिया हंसाच्या जोडीची देखभाल केली म्हणून सगळ्यांनी त्याचे खूप आभार मानले. किती सुंदर आणि अबोध हंस! दुधात नहालेले. जसं पाणी निर्मळ तसं त्यांचं अंतःकरण निर्मळ. माणिक-मोत्यांनी जमीन भरून गेली होती. गाडी भरण्याची गोष्ट काढायलाही शरम वाटत होती.

बहूला आणलं नाही म्हणून हंसिणी सारखी-सारखी त्याला दोष देत होती. गाडी असताना एकट्यानं येण्याची काय गरज होती? वास्तविक मानसरोवराचं अनोखं सौंदर्य पाहून तिच्या आनंदाला पारावार राहिला नसता. पुढच्या वेळी नक्की सोबत आणायचं.

हंसिणीने भरपूर पाहुणचार केला. तुपानं माखलेले मालपुवे आणि खीर. रत्नाची फोडणी देऊन कमलदेठांची भाजी केली. सेठजींच्या मुलाचं खाऊन-खाऊन मन काही तृप्त झालं नाही.

संध्याकाळी फराळ आटोपल्यावर गप्पा मारू लागले तर जवळच्या कल्पवृक्षावर बसलेली चक्रवाकी बोलली, ''सांग रे चक्रवाका, एखादी गोष्ट.''

''घरातली की बाहेरची?''

तेव्हा चक्रवाकी म्हणाली, ''घरातलं काय सांगणार आणि काय ऐकणार! बाहेरचं काही ऐकवलंस तर जरा मजा येईल.''

चक्रवाक तिला सांगू लागला, ''मी दुसऱ्याचं भविष्य सांगणारा महान ज्योतिषी आहे. मी सांगितलेलं कधी खोटं ठरत नाही. नीट कान उघडून ऐक.''

चक्रवाकी लक्ष देऊन ऐकू लागली आणि चक्रवाक गोड आवाजात पुढे सांगू लागला, ''आज मुखिया हंसाकडे एका धनवंत सेठजींचा मुलगा आलेला आहे. या तरुणानं संकटसमयी मुखियाला खूप मदत केली होती. त्यानं देखभाल केली नसती तर याला कुत्र्याची मौत आली असती. आज उपकाराची फेड करण्याची संधी आली आहे.''

चक्रवाकीबरोबरच हंस-हंसिणी आणि तो तरुणसुद्धा कान देऊन बोलणं ऐकू लागले. चक्रवाक पुढे सांगू लागला, ''या तरुणाच्या हवेलीत दौलतीची भांडारं भरलेली आहेत, पण संतान योग नाही. आज अमृतघडी आहे, जर मध्यरात्री याचं पत्नीशी मीलन झालं तर कडक नक्षत्रात मुलाचा जन्म होईल. बाळपणी त्याच्या लाळेचे अनमोल मोती बनतील आणि मोठा झाल्यावर खोकला की खाकऱ्यातून सव्वा लाखाचं रत्न पडेल.''

एवढं ऐकल्यावर हंसाला क्षणभरही दम धरवेना. आतुर होऊन सेठजींच्या मुलाला विचारलं, ''तू काही ऐकलंस?''

सेठजींचा मुलगा उसासा टाकून म्हणाला, ''नुसतं ऐकून काय होणार!

मध्यरात्री तर स्वप्नातसुद्धा तिथं पोहचता येणार नाही.''

हंसानं त्याला आश्वासन दिलं, ''स्वप्नात पोहचता येईल की नाही ते स्वप्न पडल्यावरच समजेल. पण मी मध्यरात्रीच्या आधीच तुला बहूच्या शेजघरापर्यंत पोहचवून देईन. माझा माझ्या उड्डाणावर पूर्ण विश्वास आहे. तू डोळे मिटून माझ्यावर बैस. स्वप्नाच्या सुद्धा आधी नाही पोहचवून दिलं तर माझे पंख कापून टाक.''

का ते देवजाणे, सेठजींच्या त्या बावळट मुलाचा हंसाच्या बोलण्यावर विश्वास बसला.

बहू भेटेल या अपेक्षेनं हंसिणीनं सोबत येण्याची इच्छा प्रकट केली तेव्हा दोघं कबूल झाले. डोळे मिटून वरती बसताच हंसानं आकाशातील वाट धरली. वरती हंसिणी आणि खाली हंस. मग बिचाऱ्या हवेचा काय वेग! मध्यरात्र होण्यापूर्वीच तिघंजणं शेजघरासमोर उतरली. त्या वेळी बहू स्वप्नात पतीच्या बाहूपाशात होती, अचानक कडीची खटखट आणि पतीची हाक ऐकल्यावर दचकून उठून बसली. आनंदानं उतावीळ होऊन दरवाजा उघडला तर समोर चांदण्यात प्रत्यक्ष पती उभा राहून हसत होता. चतुर्दशीच्या चांदण्याचा असा मायावी परिणाम होतो! हंसाची प्रेमळ जोडी जवळ उभी राहून पंख फडफडवीत होती.

चौघं शेजघरात आली. हंसानं बहूला चक्रवाक-चक्रवाकीचं संपूर्ण बोलणं तपशीलवार सांगितलं. त्यानंतर बहूने तुपाचा दिवा लावला. अबोध पक्ष्यांसमोर कसली शरम! हंसांची जोडी पहात राहिली आणि पती-पत्नी कामदेवाच्या समाधीत लीन झाली. अमृतघडीच्या शुभ मुहुर्तावर बहूला गर्भधारणा झाली.

थाबंलो तर बापू उगीचच नाराज होतील, म्हणून रात्र संपण्यापूर्वीच तिघांनी मानसरोवराचा मार्ग धरला. बहूचं स्वप्न पूर्ण झालं. जन्मोजन्मी भलं होवो या हंसांचं, त्यांनी तिच्या मनातील इच्छा पूर्ण केली.

पण माणसांच्या वस्तीत माणसांच्या रूपातले कावळे रहात नाहीत का! भले, तसे ते असताना कुणाची इच्छा अशी पूर्ण झाली तर त्यांच्या कावकावीला कोण विचारणार! एका हुशार सुईणीनं बहूला दिवस राहिल्याची शुभवार्ता ऐकवली तेव्हा गावातील मातबर कावळे काव-काव करीत एकत्र जमले. पुष्कळ दिवस झालेत सेठजींना दुसऱ्यांच्या भानगडी निस्तरून! स्वतःचाच मामला गळ्यात अडकेल तेव्हा त्यांचे डोळे उघडतील. सेठजींना पर्वतावरील आग दिसते पण पावलाजवळील आगीचा कसला विचारच नाही!

अखेर एक दिवस सेठजींच्या कानावर ही काव-काव पोहचणारच होती. तीन-चार बरोबरीच्या सेठजींचं वैर फूत्कारू लागलं. नगरसेठजींनी जोर देऊन सांगितलं की ही गोष्ट निखालस खोटी आहे. बहूला विचारल्यावर खऱ्या गोष्टीचा छडा लागेल.

पंच म्हणाले की बहूला विचारायला वर्षे थोडीच लागणार आहेत! पण ही तर

डोळ्यांनी दिसणारी गोष्ट आहे. वाढलेलं पोट कधी लपतं! स्त्रीच्या पोटात ना कसली गोष्ट रहात आणि ना मूल. नवव्या महिन्यात तर मूल बाहेर येईलच. मग समाधानानं विचारा की हे कुणाच्या अंशाचं आहे?

ऐकल्याबरोबर सेठजींच्या शरीराची आग-आग झाली. रागानं चेहरा लाल झाला, बहूजवळ गेले. बहूच्या कानात ही काव-काव आधीच पडली होती. तिच्या माथ्यावर हात फिरवीत सासरे म्हणाले, ''तू माझ्या मुलीसारखी आहेस. माझ्यापासून काही लपवू नकोस. मला या अफवेचा उगम सांग.''

बहूच्या मनात तर काही पाप नव्हतं. खरी गोष्ट होती ती मोकळेपणानं समोर मांडली. ऐकताक्षणी सेठजींचं डोकं फिरलं. कापऱ्या आवाजात म्हणाले, ''बेटी, या गोष्टीवर विश्वास ठेवील, अशा लायकीचा माणूस आहे कुठे! खूप दिवसांनंतर त्यांना ही संधी मिळाली आहे, सहज सोडणार नाहीत.''

बहूचं मन खचू लागलं. असत्य सत्याला खाली आपटणार? म्हणाली, ''आपला पण माझ्यावर विश्वास नाही?''

सेठजी डोकं हलवीत म्हणाले, ''फक्त मी एकट्यानं विश्वास ठेवून काय होणार! लोकांच्या समजुतीचा तर हिशोबच वेगळा असतो.''

लाचार सेठजींनी समजावण्याचा खूप प्रयत्न केला, पण आगापीछा नसलेल्या त्यांच्या गोष्टीवर एकाही पंचाचा विश्वास बसला नाही. समजूतदार लोकांना समजवण्यालायक ती गोष्ट होतीच कुठे! प्रमुख पंच म्हणाला, ''सेठजी, आजपर्यंत आपण खऱ्या-खोट्या न्यायाच्या बहाण्याने अनेक घरं उजाड केलीत. आज ते सगळे आपला मागचा हिशोब चुकता करायच्या तयारीत उभे आहेत. मी सांगतो ते ऐका, अपराध कबूल करून बहूला बाहेर हाकलून द्या. तिनं तोंड काळं केलं तर पंच हा मामला पुढे वाढवणार नाहीत, नाहीतर आता या हवेलीची इज्जत बचावणं माझ्या हातात नाही.''

सेठजी नरमाईनं म्हणाले, ''हातात तर ज्याच्या आहे, त्याच्याच आहे. म्हणाल तो दंड भरायला तयार आहे, पण सुलक्षणी बहूला ही शिक्षा देऊ नका. ऐकताक्षणी ती शेवटचा श्वास घेईल.''

पंच अत्यंत समजूतदार होते. समर्पक उत्तर दिलं की दुनियेत कोण अमर होऊन आलं आहे! एक दिवस तर सगळ्यांना मरायचं आहे. इज्जतीनं जगता येणं महत्त्वाचं. एकतर बहूला हाकलून द्या किंवा भाऊबंदांच्या बहिष्काराला तयार व्हा.

जोडे फाटले तर नवीन घालावेच लागतात. पण 'जात-गंगे'चा न्याय कसा टाळता येणार! बहू खूप रडली, खूप विनवण्या केल्या, पण सेठजींचं मन पाझरलं नाही. स्वतः हात धरून बहूला निर्जन रस्त्यावर सोडून आले. सासरहून हाकलून दिलेलीला आई-बापांकडे तरी आसरा कुठला! अमृतघडीतून हे कसलं विष निघालं!

उजाड रस्ता. निर्जन जंगल. मागचे सगळे रस्ते बंद. पुढे कुठलं ठिकाण नाही. आता कुठल्या मृत्यूच्या दिशेने पाऊल उचलावं?

दिवसा सूर्य आणि रात्री चंद्राच्या प्रकाशात स्वतःच्याच सावलीचा पाठलाग करीत ती शेवटी भटकत भटकत पुन्हा आपल्या सासरी आली. सेठजींना दिसताच तिच्यावर गरजले. थुंकी उडवीत म्हणाले, ''हे काळं तोंड दाखवायला तुला लाज नाही वाटत!''

बहू हुंदके देत म्हणाली, ''मी शरम वाटेल असं काही काम केलेलं नाही.''

''मग पोटात हा कुणाचा अंश आहे?''

''आपल्या मुलाचा.''

सेठजी चिडून म्हणाले, ''तुझं हे ढोंग इथं चालणार नाही. या हवेलीत रहाण्याची इतकी इच्छा होती तर प्रथम आपलं मन ताब्यात ठेवायचं होतं. तुझ्यासारख्या छिनाल बाईला इथं जागा नाही.''

बहू हात जोडून म्हणाली, ''आपणच सांगा, मी बाईमाणूस एकटी कुठं जाऊ?''

सेठजींनी टोमणा मारला, ''ही गोष्ट तर आपल्या याराला विचारायची होतीस.''

असं म्हणून सेठजींनी जोरात दरवाजा बंद करून कडी लावली. एक दिवस या हवेलीच्या दरवाजावर तिचं वाजत-गाजत स्वागत केलं होतं, आज त्याच डोळ्यांसमोर तो दरवाजा तिच्यासाठी कायमचा बंद झाला. आता रडून-भेकून काही फायदा नाही. डोळे उघडे ठेवले तर तीच हवेली दृष्टीस पडेल. तिनं पाठ फिरवून लगेच डोळे गच्च मिटले आणि पाऊल ज्या दिशेनं पुढे पडलं त्याच दिशेनं चुपचाप चालू लागली. सत्यानाश होवो त्या चांडाळ कावळ्यांचा. हंसांच्या बहाण्याने देवजाणे तिचा कुठल्या जन्मातला बदला घेतला आहे. घोरपडीच्या पापाने पिंपळाला जळावं लागतं. कावळ्यांचा हा काळा रंग, कुणाच्या तोंडाला किती काळोखी फासेल याचा हिशोब कुणाकडे आहे!

डोळे मिटून ती एका कुंभारणीच्या भट्टीजवळून जात होती तर कुंभारणीनं तिचा हात पकडून विचारलं, ''मोठ्या मनाची ग तू, असे डोळे मिटून कुठं चाललीस?''

बहूनं डोळे मिटूनच उत्तर दिलं, ''मलाच नाही माहीत तर तुला काय सांगू?''

कुंभारीण तिच्या गालांवर मायेनं हात फिरवीत म्हणाली, ''आता काही सांगण्याची गरज नाही. तू माझी मुलगी आणि मी तुझी आई. मिटलेल्या डोळ्यांनी फक्त आईच्या दरवाजावर पोहचता येतं.''

आंधळ्याला काय पाहिजे, दोन डोळे! तिच्या सहानुभूतीनं डोळ्यांतून अश्रू वाहू लागले. डोळे आपोआप उघडले. पाहिलं, समोर एक म्हातारी उभी होती. सुरकुत्यांनी भरलेला चेहरा. मिचमिचे डोळे. बोळकं तोंड. तागापेक्षा सफेत केस.

डोळे मिटून चालू लागल्यावर ठिकाण तर मिळालं. उघड्या डोळ्यांनी कुणास

ठाऊक कुठल्या विहिरीत पडली असती!

घराचा मालक मरून तीन वर्षे झाली होती. सात मुलगे होते. सातहीजण विवाहित. नाती, नातवांनी अंगण भरलं होतं, पण मुलीशिवाय घर एकदम उदास वाटत होतं. आता मुलगी आल्यामुळे घर प्रसन्न झालं. आईच्या आनंदाला आदि-अंत राहिला नाही. जणू त्या जर्जर शरीरात पुन्हा तारुण्य सळसळणार होतं.

शेतकरी कुंभाराच्या घरात हवेलीतील सुख कुठलं, तरीही असे-तसे दिवस जात होते. म्हातारीमुळे सगळे तिची काळजी घेत. बहूसुद्धा आपल्या शक्तीनुसार समजून उमजून पुष्कळ काम करीत होती. दळण, केरवारे, चारा-पाणी, दूध काढणे वगैरे.

जो सूर्य उगवतो त्याचा अस्त पण होतो आणि अस्त झाल्यावर पुन्हा उगवतो. होता होता बहूला नववा महिना लागला. म्हातारी अष्टोप्रहर तिच्यासोबत रहात असे. एकदा मध्यरात्र उलटल्यावर पोटात दुखू लागलं तेव्हा तिनं आईला हाक मारून उठवलं.

सूर्याच्या पहिल्या किरणांबरोबर बहूला मुलगा झाला. म्हातारीनं नाळ कापली, नंतर आपल्या हातानं काशाची थाळी वाजवली आणि थाळीच्या झणत्काराबरोबर स्वतः मुलासारखी नाचू लागली.

पिठानं मालीश करताना मुलाच्या तोंडातून लाळ बाहेर पडली आणि बाहेर पडताक्षणी तिचं अनमोल मोत्यात रूपांतर झालं. या चमत्कारामुळे म्हातारीच्या आश्चर्याला सीमा राहिली नाहीच, सफेद सुंदर दगडाप्रमाणे हे काय बाहेर पडत आहे? बहूला विचारलं तर तिनं आईपासून काही लपवलं नाही. सगळी कथा सांगितली.

पण मोत्यांची गोष्ट ऐकून कुंभारणीच्या मुलांचं समाधान झालं नाही. ते धावत धावत सोनाराकडे गेले. सोनारानं मोती पाहिला आणि पहातच राहिला. सोनारांना कुणाची आपुलकी असते! ते आपल्या आईच्या छातीवर सुद्धा वार करतात. नियत बिघडल्यामुळे तो उपहासानं हसला. डोकं हलवीत म्हणाला, "तुम्ही मला उल्लू बनवता काय? मला विचारून खोटं बोलला असता तर अशी वाह्यात गोष्ट केली नसती. खरं खरं सांगा, हा मोती कुठून चोरलात? नाहीतर राजासमोर हजर करीन."

कुंभारणीचा थोरला मुलगा सांगू लागला, "भले, खोटं बोलून आम्हाला काय मिळणार! तुझ्या मनात पाप आलं आहे तर हा मोती तूच ठेवून घे, नाहीतर आमच्याबरोबर चल आणि स्वतःच्या डोळ्यांनी बघ."

विश्वास ठेवण्यासारखी गोष्ट नव्हती, तरीही सोनार मनाविरुद्ध बरोबर निघाला. कुणी अविश्वास दाखविला तरी खरी गोष्ट थोडीच दबून राहते. डोळ्यांनी प्रत्यक्ष पाहिल्यानंतरही सोनाराचा या गोष्टीवर मोठ्या मुश्कीलीनं विश्वास बसला.

प्रत्येक मोत्याला शंभर मोहरा असा वायदा करून सोनार तिथून मोठ्या खुशीत निघून गेला. कुंभारणीच्या घरातलेही बेहद खूष झाले. पण बहू भूतकाळाच्या संसारपाशात

फसली. कुठे पती? कुठे सासर? आणि कुठे आई-बाप? तिला या संकटाची स्वप्नातही अपेक्षा नव्हती. सूर्यप्रकाशातही चालू क्षणापुढील दिसत नाही. हे असं माहीत असतं तर त्या रात्री पतीला परत जाऊ दिलं असतं भले! पण दौलतीची लालसा आणि आई-बापांच्या नाराजीमुळे त्यांच्या मनातही भय भरून राहिलं. मध्यरात्री आले आणि झुंझुरवेळी परत निघून गेले.

माणसांच्या या जगात प्रत्येकजण आपल्यातच गुंतलेला असतो. त्यातून वेळ मिळाला तर ना इतरांबद्दल विचार करतील! मुलाच्या लाळेतून मोती मिळतात ही चमत्कारिक गोष्ट समजल्यावर सोनाराच्या मनात खळबळ काही कमी होत नव्हती. मोत्यागणिक शंभर मोहरा देऊनही त्याला भरपूर फायदा मिळत होता. बसल्याजागी अगदी सहज कमाई आणि तीसुद्धा अमर्याद. एकाच दिवसात सात पिढ्या तरून जातील. पण लालसा वाईट संकट आहे. त्याला काही सीमा नाही. ईश्वराचा दरवाजा ठोठावला, त्यानं विनंती ऐकली खरी. जर हा मुलगा हातात सापडला तर निपुत्रिकाचा कलंक धुतला जाईल आणि लाळेबरोबर चमचमणारे मोती मिळतील ते वेगळेच. ही गोष्ट राजापर्यंत पोहोचेल. रामाने आपल्याला योग्य वेळी सुबुद्धी दिली, नाहीतर अशा गोष्टी कुणाला सुचतात!

ईश्वराची मेहरबानी असली की कोणती गोष्ट यशस्वी होणार नाही! सोनारीण रोज ताकाच्या निमित्तानं कुंभारणीच्या घरी जाऊ लागली, आणि घडी-अर्धी घडी सेठाणीच्या मुलाला खेळवू लागली. खेळवता खेळवता एक दिवस संधी साधून मुलाला ओढणीत लपवून सरळ पतीकडे गेली. सोनार आधीच एक वेगवान उंट घेऊन तयारीत उभा होता. पुढच्या आसनावर पती आणि मागे घरवाली मांडीवर मुलगा लपवून बसली. चार पाय एकत्र करून उंट तुफानी वेगानं धावू लागला.

सोनारानं थेट राजमहाली पोहचल्यावरच उंटाला थांबवलं. राजदरबारात सिंहासनावर बसलेल्या राजाच्या चरणी सात वेळा मस्तक नमवून तक्रार केली. कोपरापर्यंत हात जोडून म्हणाला, "अन्नदाता, शेवटी ईश्वराचा आसरा सोडून आपल्याला शरण आलो आहे. वाचवा, हुजूर, मला वाचवा."

राजानं आश्वासन देऊन शरणागतीचं कारण विचारलं तेव्हा सोनारानं खुलासा केला-- त्याला पाच मुलगे झाले होते, पण मागे लागलेल्या एका हडळीनं पाचही जणांना खाल्लं. पिढ्यानुपिढ्याचं गाव सोडून जाणार तरी कुठं? रडून-भेकून मनावर दगड ठेवला. पण शेवटी आईचं काळीज किती सहन करणार! घरवालीनं अन्न-पाणी सोडलं तेव्हा लाचार होऊन आपल्याला शरण यावं लागलं. हा सहावा मुलगा हडळीच्या स्वाधीन करण्याची हिम्मत झाली नाही. या अपराधाची जी शिक्षा मिळेल ती भोगायला तयार आहे. खुनी हडळ इथं पण पिच्छा सोडणार नाही.

सोनाराचं दुःख ऐकून राजाचे डोळे भरून आले, गळा दाटला. संपूर्ण दरबारात

सन्नाटा पसरला. राजाने स्वतःच्या हातानं सोनाराचे अश्रू पुसले. दिवाणाला ताकीद दिली की अष्टोप्रहर कडक पहारा ठेवा, जरा सुद्धा कमी पडता नये. कुणी अनोळखी बाई आली तर दरबारात खबर द्यावी. चार बुरुजांवरील पहारेकऱ्यांना हडळीचं वर्णन नीट सांगून ठेवलं. राजाला शरण गेल्यावर सोनाराला काही धोका नव्हता.

दुसऱ्याच दिवशी सोनारानं एक तिमजली हवेली खरेदी केली आणि थाटानं राहू लागला. रोज स्वतःच्या हातानं राजाला एक मोती अर्पण करीत असे. राजा दिवाणापेक्षाही जास्त सोनाराची इज्जत करू लागला. मग दरबारातील त्याच्या दबदब्याबद्दल काय बोलणार!

पण तिकडे सेठाणी आणि कुंभारणीच्या घरातील लोकांच्या दुःखाला अंत नव्हता. रडून रडून सेठानीचे अश्रूच संपले. मुलाच्या लाळेचे मोती बनण्याची चमत्कारिक गोष्ट घडली नसती तर तिच्यावर ही वीज का पडली असती? कुंभारणीचे मुलगेही आईसमोर खूप रडले. प्रत्येक मोत्याला शंभर मोहरा हा तोटा आता कसा भरून काढणार? सातही भावांनी सर्व दिशांना शोध घेतला, पण सोनाराचा पत्ता लागला नाही. ते हताश झाल्यावर आई सेठाणीच्या सोबतीनं सोनाराचा शोध घेण्यासाठी बाहेर पडली. जो भेटेल त्याच्याकडे चौकशी करू लागली. पशु-पक्षी, दगड-शिळा आणि झाडापेडांनाही विचारल्याशिवाय राहिली नाही. पण सोनाराचं पुन्हा ओझरतं दर्शन सुद्धा झालं नाही. ज्या मुलामुळे सेठानीचं घर सुटलं त्यालाच शोधण्यासाठी ती दारोदार भटकू लागली.

एकदा मन घट्ट करून ती पुन्हा सासरी गेली. सेठजींचा मुलगाही मानसरोवरातील अमूल्य मोत्यांनी गाडी भरून घरी परतला होता. जातगंगेचा न्याय समजल्यावर तो कमालीचा चिडला. खूप अद्वा-तद्वा बोलला. पुन्हा पुन्हा जोर देऊन सांगितलं की ती अमृतघडीची गोष्ट अगदी सत्य आहे. तो स्वतः हंसावर बसून मध्यरात्री शेजघरात आला होता. पण बापूंच्या भीतीने रात्रीच परत गेला. बापूंचा सुद्धा या चमत्कारिक गोष्टीवर विश्वास बसला नाही, तर मग पंचांना मान्य होण्याचा प्रश्नच कुठे उद्‌भवतो. सेठजीनी म्हटलं की घराची इज्जत अशी झाकली जात नाही, बोलण्यापूर्वी पंचांशी जरा सल्लामसलत करायला हवी होती.

तेव्हा त्या बावळट मुलानं चिडून म्हटलं, ''अशा नालायक पंचांच्या डोक्यावर शंभर जोडे मारून एक मोजतो. घाबरायला मी कुणाचा नोकर नाही.''

पंच नाराज होऊन उलट-सुलट बोलत तिथून निघून गेले. विक्षिप्त मुलगा वडिलांना म्हणाला, ''सहा महिन्यानं पुन्हा घरी आलो, त्याच्या आधीच तुम्ही बिचाऱ्या निरपराध बहूला घरातून हाकलून दिलंत. तुम्हीच सांगा, आता रात्री शेजघरात कुणाबरोबर झोपू?''

मुलाच्या तोंडून असा गलिच्छ प्रश्न ऐकून बापाला शरम वाटली. पाठ फिरवून

म्हणाले, "बेटा, त्याची चिंता कशाला? तू म्हणत असशील तर संध्याकाळी तुझा विवाह करून देईन. तुला मुलींची कसली कमतरता?"

"मी परदेशी गेल्यावर तुम्ही पुन्हा तिलाही हाकलून दिलंत तर! तुमचा काय भरवसा! आता मी तुमच्याबरोबर मुळीच रहाणार नाही, आणि मी आणलेल्या गाडीतील एकाही मोत्याची आशा केलीत तर माझ्यासारखा वाईट कुणी नसेल."

नंतर त्यानं कुणाचंही ऐकलं नाही. दुसरा विवाह होताच वडिलांपासून वेगळा झाला. आपली वेगळी हवेली बांधून घेतली.

एखाद्या विहिरीचं पाणी खारट तर दुसरीचं गोड. एखाद्या विहिरीचं पाणी जड तर दुसरीचं हलकं. पण प्यायल्यावर तहान तर भागते. त्याचप्रमाणे स्त्रियांचं रंगरूप आणि स्वभाव वेगवेगळे असले तरी काय, शेजेवरील आनंद सारखाच मिळतो. जुन्या आठवणींच्या जंजाळाने रंगाचा भंग केला तरी काय होणार! शेवटी सेठजींच्या मुलाचं मन दुसऱ्या स्त्रीच्या अंगसंगात रमलं, तोच अचानक एक दिवस पहिली स्त्री दरवाजावर उभी असलेली दिसली. ओळख पटताच सणकी मालक जवळ येऊन म्हणाला, "सगळ्या जगात भटकून तू इथं कशासाठी आलीस? तुला वाटतं तेवढा मी अडाणी नाही. आता तू माझ्या उपयोगाची नाहीस."

बहूचा आपल्या कानांवर विश्वास बसला नाही. पतीच्या तोंडून हे कसले शब्द ऐकले? पण एकदा मनातली मळमळ काढूनच टाकायला हवी. चकित होऊन म्हणाली, "सगळं काही माहीत असून तुम्ही सुद्धा मला अपराधी समजता?"

"का नको समजू, मी तुला घाबरतो काय? बापूंनी हाकलून दिल्यावर इथं उंबरठ्यावर डोकं आपटून मेली असतीस तरी बेहत्तर. आता लोकांनी उष्टं केलेलं पाणी मला नाही पिता येणार."

बहू पतीच्या चरणांसमोर हात ठेवीत बोलू लागली, "तुमच्याशिवाय या पाण्याला कुणी स्पर्शही केलेला नाही. ज्या मुलावरून इतके खोटे आरोप केले, तोसुद्धा आज माझ्याजवळ नाही. मोत्यांच्या लालचीने एका सोनारणीनं घात केला. मला तुमच्या शेजेची हाव नाही. हवेलीत खूप कामं आहेत. धुणंभांडी आणि केरवारे करणारीला या हवेलीत शिळ्या तुकड्यांची कमतरता पडणार नाही. मागच्या जन्मीचं पाप म्हणून या जन्मी बाईचं आयुष्य मिळालं. पतीच्या आसऱ्याशिवाय माणसांच्या वस्तीत जगणं अवघड आहे."

असं बोलून ती स्फुंदून स्फुंदून रडू लागली. पण विक्षिप्त पतीचं मन पाझरलं नाही. पुराणी प्रीत विसरला, झिडकारून म्हणाला, "अशा ढोंगीपणामुळे मी वाट चुकणार नाही. इथं राहून तू नवीन बहूचा मत्सर करशील, नावं ठेवशील. स्त्रीनं एक रात्रसुद्धा बाहेर रहाणं वाईट, तू तर इतके दिवस देवजाणे कुठं कुठं फिरत राहिलीस! हवी तेवढी विनवणी कर, कोणी भला माणूस यावर विश्वास ठेवील! हवेलीची तर

बातच सोड, तुला या गावातही रहाता येणार नाही.''

पतीच्या तोंडून असं बोलणं ऐकल्यावर तिला पुढे काही सांगण्याची किंवा दाद-फिर्याद करण्याची इच्छाच झाली नाही. अश्रू पुसून चुपचाप तिथून चालू लागली. जणू झोप मोडल्यामुळे एखादं स्वप्न तुटून गेलं होतं. पण आश्चर्याची गोष्ट म्हणजे तिसऱ्या वेळी त्या हवेलीतून झिडकारल्यानंतर तिला पहिल्यासारखं दुःख झालं नाही. सीतेला फक्त एकदा वनवास भोगावा लागला, या सीतेनं तीन वेळा वनवास सहन केला. अगदी एकटीनं. या कठीण प्रसंगी पतीनं सुद्धा साथ दिली नाही.

पण कुशीतल्या मुलाला शोधल्याशिवाय चैन कुठली? आईचं मन हार मानणारच कशी? ती सूर्याला सोबत घेऊन दारोदार भटकली. चंद्र आणि ताऱ्यांना सांगाती घेऊन घरोघरी तपास केला, पण तिला मुलाचा ठावठिकाणा सापडला नाही. शेवटी ती भटकत भटकत राजाच्या दरबारात पोहचली. सोनाराला हीच भीती होती. पाहिल्याबरोबर ओळखलं. राजाजवळ गेला व हात जोडून म्हणाला, ''अन्नदाता, हडळ तर आली. माझ्या मुलाचा प्राण आता आपल्या हातात.''

राजाच्या चरणी असताना कसला धोका! दररोज एका मोत्याचा नजराणा सुद्धा कमी नव्हता. आईची फिर्याद सुद्धा ऐकून घेतली नाही. मारेकऱ्यांना हुकूम दिला की या क्षणी तिला सुळावर चढवा.

अक्कलवंत दिवाणानं सल्ला दिला की चांडाळ हडळीला एकदा सुळी देऊन भागणार नाही. रोज सुळावर चढावं लागलं तर ती शिक्षा म्हणता येईल. लक्खू वेश्येचं तारुण्य उतरणीला लागलं आहे, ती अगदी खुशीनं या छिनाल बाईचे एक लाख रुपये देईल. राज्याच्या खजिन्याचा विचार केल्याशिवाय त्याची भरभराट होणार नाही.

राजाला ही गोष्ट पसंत पडली. लक्खूला सौंदर्याची चांगली पारख होती. मागितल्याशिवाय सव्वा लाख रुपये दिले. दिवाणाला शाबासकीबरोबर मानाचा पोशाख मिळाला आणि लक्खूला रुपयांच्या बदल्यात सौंदर्य आणि तारुण्य. दोघंही खूष झाली.

मावळता सूर्य आपले किरण सोडतो का? लक्खूचं तारुण्य उतरणीला लागलं तरी तिचं सौंदर्य कमी झालं नव्हतं. पण सेठानीला पाहिल्यावर दृष्ट काढून म्हणाली, ''आज तुला बघितल्यावर माझा गैरसमज दूर झाला. पण सगळ्यांना त्यातला हिस्सा मिळाला तर या सौंदर्याची शान आहे. एकाच खुंटीला बांधून ठेवणं म्हणजे त्याचा अपमान.''

लक्खूचं गूढ बोलणं सेठानीला प्रथम समजलं नाही, मग हळूहळू त्या बोलण्याचं मर्म ध्यानात येऊ लागलं. ती जिथं गेली तिथं तिला झिडकारलं गेलं. लक्खूनं एवढी किंमत तरी केली. तरीही सेठानीनं घाबरून शंका उपस्थित केली, ''या पापमार्गाने

मला नरकात सुद्धा जागा मिळणार नाही. हा जन्म फुकट गेला तो गेला, पुढचा जन्म का वाया घालवू?''

सेठानीचं बोलणं ऐकून लक्खूला हसू आलं. सगळ्या स्त्रिया अशाच मूर्ख असतात. संपूर्ण आयुष्य या गैरसमजुतीत जगतात आणि याच गैरसमजुतीत मरून जातात. उफाळून येणारं हास्य जबरदस्तीनं थोपवून ती बोलू लागली, ''माणसांच्या जगात याच्यापेक्षा चांगला मार्ग आणखी कोणता असणार! माझी स्वतःची पूर्वी अशीच गैरसमजूत होती. आता समजावलं तर तुला समजणार नाही, म्हणून समजावणं बेकार आहे. काळ आणि संकटं हाच मोठा वेद आहे. माझ्याकडे आणखी दहा मुली आहेत. त्यांच्या रामायणापेक्षा मोठं शास्त्र कुठलंही नाही, पण ते समजण्याएवढी अक्कल पाहिजे. ती अक्कल येत नाही तोपर्यंत मी तुला एक संधी देते. माझे सव्वा लाख रुपये बुडाले तरी हरकत नाही. तू एकदा आई-वडील, सासरचे लोक आणि आजोळी मामाला भेटून ये. जे मनात असेल ते काढून टाक. त्यानंतर तुला थोडंसं समजावलं तरी पुरे होईल.''

सेठानीनं शंका घेतली, ''आणि मी परत आले नाही तर?''

लक्खू हसून म्हणाली, ''नाही आलीस तर तुझी मर्जी. तुला पूर्ण मोकळीक आहे. मी स्त्रीच्या शरीराचा सौदा करते, तिच्या जीवनाचा नाही.''

सेठानी डोळे विस्फारून लक्खूच्या चेहऱ्याकडे टकमका पाहू लागली. वेश्येच्या तोंडी असे बोल! पिकलेल्या फोडात जणू तीक्ष्ण काटा घुसला. डोळ्यांतून झर-झर अश्रू वाहू लागले. लक्खूला स्त्रियांच्या अश्रूंची अतोनात चीड होती. चिडून म्हणाली, ''हे अश्रू पाहून पाहून मी वैतागले आहे. आता या उतरत्या वयात एवढी ताकद राहिलेली नाही. तू रडू नकोस. हे दुष्ट अश्रूच आपल्याला हरवतात. स्त्रीचा यांच्यापेक्षा मोठा वैरी कुणी नाही.''

सेठानी दाटल्या गळ्यानं म्हणाली, ''एक वेळ या अश्रूंचं रामायण ऐकवल्याशिवाय माझ्या मनावरील ओझं हलकं होणार नाही.''

लक्खू मध्येच बोलली, ''पण ओझं हलकं करण्याची गरज काय आहे? अशी रामायणं ऐकून ऐकून माझे कान किटलेत, नीट ऐकूही येत नाही. तरीही तुझी इच्छा असेल तर परत आल्यावर ऐकव. त्या वेळी तुझी जीभ आणि माझे कान, दोघांना एकमेकांची सोबत होईल. तेव्हा आरामात बसून मनात दाबून ठेवलेला राग काढून टाक. मी काही न ऐकताही तमाम स्त्रियांच्या मनातल्या गोष्टी जाणते. आता तू जा. मी सगळ्या मुलींना एकवेळ संधी दिली आहे. फक्त तिघींचा गैरसमज दूर झाला नाही आणि त्यांनी आत्महत्या करून मरण पत्करलं. बाकी सगळ्या मुली सरळ इकडे आल्या. एकीनेही दगा दिला नाही. तवायफांच्या घरी कपट-कारस्थानं आणि दगाबाजीचं काय काम! त्या गलिच्छपणाला संसारातील तंटेबखेडे पुरेसे आहेत.''

लक्खूचं बोलणं ऐकून सेठानीच्या डोळ्यांवरील सारा हळूहळू दूर होऊ लागला. तोंड फिरवून म्हणाली, ''आता तर माझं मन इथून जायला तयार नाही.''

लक्खू सांगू लागली, ''नाही, माझ्या मनाला हे पटत नाही. जबरदस्तीनं कोणतंही काम करू नये आणि करवून घेऊ नये. तुला पुन्हा सांगते, तुझी मर्जी असली तर परत ये. माझे काही उपकार नाहीत. माझ्याजवळ रुपये होते ते मी मोजून दिले. या घराचा दरवाजा तुझ्यासाठी अष्टोप्रहर उघडा आहे. इच्छा झाली तर बेधडक निघून ये, नाहीतर नको.''

निघताना सेठानीचं मन जड झालं, पण जन्म देणारे आई-वडील कशाला तोंड वाकडं करतील! रक्त नातं तोडत नाही. पुत्र कुपुत्र होईल, पण माता कुमाता होणार नाही. आईनं तर आपल्या शरीरातील मांस-मज्जा झिजवून नऊ महिने उदरात जपलं आहे. तरीही तिला प्रथम आई-वडिलांकडे जाण्याचं भय वाटलं. त्यामुळे विचारीत विचारीत आजोळी पोहचली. तिथं आधीच भाचीच्या कर्तृत्वाची बातमी येऊन धडकली होती. अशा गोष्टी वाऱ्यापेक्षा वेगाने धावतात. अकस्मात वाघाला पाहून ते इतके घाबरले असते की नाही कोण जाणे, पण भाचीवर नजर पडताच मामा-मामीचे चेहरे पिवळे पडले. जणू एका क्षणात शरीरातील सगळं रक्त कुणी पिळून काढलं होतं. आधी तर तिला ओळखलं सुद्धा नाही. नंतर भाचीनं ओळख दिली तेव्हा तिला खूप फटकारलं. खूप अपमानित केलं. तशी जास्त आशा नव्हती, तरी पण अशा वाक्ताडनाची अपेक्षा नव्हती. कुत्र्याला प्रेमानं भाकरीचे तुकडे घालीत मामा म्हणाला, ''नातीगोती रीतिरिवाजानुसार असतात. जगरहाटी सोडता येत नाही. वाटेत तुला कुठं बावडी मिळाली नाही? चार हात दोरीनं घरात बसल्या बसल्या काम झालं असतं. आपलं अशुभ थोबाड घेऊन इथं येण्याची काय गरज होती?''

कुत्र्यानं भाकरीसाठी वर झेप घेतली तेव्हा मामानं बाजूला होऊन दोन-तीनदा कुत्र्याला हटकलं, ''हड, हड!''

अक्कलवानाला इशारा पुरेसा असतो. भाचीनं आजोळच्या दिशेनं पुन्हा वळून पाहिलं सुद्धा नाही. पण आई तर बघितल्याबरोबर छातीशी कवटाळून माथ्यावरून हात फिरवील. पूर्वीसारखे मस्तकाचे आणि गालांचे मुके घेईल.

मुलीची अपेक्षा इथं पण फोल ठरली. आईनं ओळखण्यात कसूर केली नाही, पण तिच्या ममतेला पूर आला नाही. कपाळाला आठी घालून, तोंड वाकडं करून म्हणाली, ''तुझ्याऐवजी पोटात दगड निपजता तरी बेहत्तर. निर्लज्जे, हे काळं तोंड घेऊन इथं कशाला आलीस मरायला? मला तर वाटतं की मृत्यूसुद्धा तुझा तिरस्कार करतो. काही शरम-लाज असेल तर चुळकाभर पाण्यात बुडून मर. माझ्या दुधाला लाजवलंस.''

मुलीला धुत्कारून आई गल्लीतल्या कुत्र्यांना यू-यू करू लागली. आवाज

ऐकताच कुत्रे चारी दिशांनी शेपटी हलवीत धावत आले. आई त्यांना तुपात तळलेल्या पुऱ्यांचे तुकडे घालू लागली. अमावस्येचं पुण्य सुद्धा कमी नसतं.

आईच्या तोंडचं बोलणं ऐकून मुलगी बोलणं विसरली. खाण्यापिण्याच्या आग्रहाऐवजी हा अपमान. जशी आली होती तशीच चूपचाप परत निघाली.

घरवालीची बडबड ऐकून गृहस्वामी पूजापाठ सोडून बाहेर आला. माळेतले मणी फिरवीत म्हणाला, ''कोणावर चिडली होतीस? तुला किती वेळा सांगितलं की ताक मागायला येणाऱ्यांना फटकारू नकोस. साध्या ताकाचं काय एवढं!''

कपाळाला हात लावून आई रूक्ष सुरात म्हणाली, ''ही तुम्हाला ताकवालीसारखी दिसते? भल्या माणसा, हातात खेळवलेल्या मुलीला पण ओळखत नाही? ही तर तुमची लाडकी मुलगी आहे मुलगी.''

मुलीचं नाव ऐकताच बापाच्या मनात अंगार फुलले, रागानं दात चावीत म्हणाला, ''पण ही इथं आली कशी? तुझ्या पायांत चपला नव्हत्या? सात-आठ चपला तरी मारायच्या होत्या.''

मुलगी वळून परत आली. हसण्याचा प्रयत्न करीत म्हणाली, ''ही पण इच्छा मनात ठेवू नका.''

पण चप्पल मारण्याची हिम्मत बापाला झाली नाही, तेव्हा आई म्हणाली, ''बेशरमे, आमच्यासमोर उभी राहून बत्तीशी दाखवतेस!''

नंतर पतीकडे पाहून त्याचा धिक्कार करीत म्हणाली, ''सुरवातीपासून चपलांचा धाक असता तर आज हा दिवस पहावा लागला नसता. तुमच्या लाडांनी ही बिघडली.''

तो सुद्धा खोटी निंदा झेलणारा नव्हता. माळ फिरवायची थांबवून म्हणाला, ''आईनं जरुरीपेक्षा जास्त लाड केले नसते तर ही कधी इतकी बिघडली नसती.''

आई-बाप एकमेकांना दोष देत राहिले आणि मुलगी चूपचाप तिथून निघून गेली. आता फक्त मृत्यू आणि लक्खूच्या घराशिवाय कुठं कोणता आसरा नव्हता. जन्म घेणं सुद्धा आपल्या हातात नव्हतं तर आता मृत्यूपुढे का हात पसरायचा? एवढ्या मोठ्या दुनियेत फक्त एक घर सोडून तिला कुठं आशेचा किरण दिसला नाही. कुठेही न थांबता ती सरळ लक्खूच्या घरी पोहोचली. दरवाजा जोरात खटखटावला. दरवाजा उघडून लक्खू म्हणाली, ''मला माहीत होतं तू लवकर परत येशील. तुझ्या समजूतदारपणावर माझा पुरता विश्वास होता. आता माझी गादी रिकामी रहाणार नाही. एक मोठी काळजी मिटली. या मुलींत तुझ्यासारखी अक्कल नाही.''

भेटल्याबरोबर लक्खूनं हा कोणता राग आळवला! ही स्तुती आहे की निंदा! पण तिच्या बोलण्यात टोमण्याचा लवलेशही नव्हता. एकदम साधी सरळ वाणी. सेठानी म्हणाली, ''हे माहीत होतं तर मला जाऊ का दिलं?''

दरवाजा बंद करीत लक्खू सांगू लागली, ''जाणं जरुरी होतं. नुसत्या कानांनी

ऐकून सगळ्या गोष्टी ध्यानात येत नाहीत. आता कदाचित समजावण्याची सुद्धा गरज पडणार नाही. आधी जरा विश्रांती घेऊन नहा-धू. संध्याकाळी जेवल्यानंतर तुझं रामायण ऐकीन.''

सेठाणीनं काही उत्तर दिलं नाही. तिच्या हृदयात एकाच वेळी अनेक वावटळी उठल्या. पुरुष कितीका धुरंधर पंडित असेना, स्त्रीचं आयुष्य आणि तिच्या मनातील उलटापालटीचा थांग त्याला हजार जन्मांतही लागणार नाही. दुनियेतील सगळे पुरुष एकत्र येऊन डोकेफोड करू दे, तरीही त्यांच्या हाती काही लागणार नाही. पळसाला तीन पानं.

जेवणानंतर सेठानी म्हणाली, ''आता ऐकवलं तरी तेच आणि नाही ऐकवलं तरीही तेच. माझं फुगलेलं पोट तर उतरलं.''

सेठानीबरोबर लक्खू आणि दहा मुलीसुद्धा बसल्या होत्या. एक मुलगी म्हणाली, ''ही या घराची रीत आहे. दुसऱ्या वेळी या घराचा उंबरठा ओलांडल्यानंतर आपल्यावर बेतलेलं ऐकवावं लागतं. मग मुनीम सगळी कथा वहीत लिहून ठेवतो.''

सेठानी खोल उसासा सोडून सांगू लागली, ''माझ्या नशिबात कावळ्याचा पंजा पडला नसता तर माझं रामायण दुसरंच घडतं.''

लक्खू मान हलवून म्हणाली, ''नाही बेटी, असं नसतं, पण आपल्याला असंच काही वाटतं. फरक नसला तरी प्रत्येक रामायणात फरक दिसून येतो. दुनियेतील तमाम स्त्रियांचं फक्त एकच रामायण आहे-- पुरुषांच्या हातून फसवलं जाणं आणि त्या फसवणुकीचा आयुष्यभर परिणाम भोगणं. कोणतीही स्त्री या रामायणापासून अस्पर्श नाही. परंतु संसाराच्या भ्रमपाशात ही गोष्ट नीट ध्यानात येत नाही.''

त्यानंतर सेठानीनं सुरवातीपासून आपलं संपूर्ण रामायण ऐकवलं. थरच्या कावळ्यांनी मानसरोवराच्या हंसांना कसं आपल्याबरोबर आणलं. बिचारे हंस कसे त्या कपटजाळ्यातून जीव वाचवून परत आपल्या मुलुखाच्या दिशेनं उडाले. वादळ-पावसाच्या थपडा बसल्यावर त्यांनी एका वडाच्या ढोलीत कसा आसरा घेतला. त्यांच्या पंखाखाली लपलेल्या उंदरांनी कसे त्यांचे पंख कुरतडले. तिच्या पतीने त्या पंखहीन आणि रंग बदललेल्या हंसांना आपल्या बरोबर कसं आणलं. विवाहानंतर तिनं किती प्रेमानं त्यांना माणिक-मोत्याचे दाणे भरवले. मेंदीरंगल्या हातांनी गोंजारल्यामुळे आणि छातीशी कवटाळल्यामुळे किती लवकर त्यांचे पंख पुन्हा उगवले. कसा तिचा पती एक गाडी जोडून मानसरोवराला पोहोचला. हंस-हंसिणीने कसा त्याचा पाहुणचार केला. चक्रवाक-चक्रवाकीचं बोलणं ऐकून तो हंसावर बसून मध्यरात्री कसा शेजघरात आला. नंतर गर्भ राहिल्यावर पंचांनी कसा उलटा न्याय केला. कसं सासर सुटलं. कशी ती डोळे मिटून अंधारात चालू लागली. कसा कुंभारणीनं तिचा हात पकडला. मग कसा सोनारणीनं तिचा मुलगा पळवला. कशी ती दारोदार भटकली-- एक एक

करून लक्खूच्या मुक्कामापर्यंतची आपली सगळी कहाणी तिनं उगाळली.

पण या वेळी तिचे डोळे किंचितही पाणावले नाहीत. लक्खूला अश्रूंबद्दल असलेली चीड ती विसरली नव्हती. अश्रू वाहिल्यामुळे काहीही घडत-बिघडत नाही. फक्त खोटं समाधान मिळतं. आता तिला लक्खूच्या संतापाचा अर्थ समजला.

सेठानीचं संपूर्ण रामायण ऐकल्यानंतर लक्खू म्हणाली, "बेटी, हे धर्म-कर्म, ज्ञान, भक्ती, कल्याण, अहिंसा, रीतिरिवाज, परंपरा आणि मान्यतांचे सगळे भ्रम खोटे आहेत. खरा आहे तो फक्त-- काकपंथ. दुनियेतील तमाम विद्वान, ऋषि-मुनी, अवतार, तीर्थंकर, साधु-संत वगैरे एकापेक्षा एक काकपंथी आहेत. आपला स्वार्थच सगळ्यात महान. बाकी सगळं कपट-कारस्थान आणि लफडी. कावळ्याच्या फसवणुकीचं जहर संपूर्ण दुनियेत पसरतं. पोटात पतीचा गर्भ असूनही पंचांनी अन्याय केला. पण इथली वही वाचलीस तर पुरुषांच्या कर्तुतीचं मर्म तुझ्या थोडंसं ध्यानात येईल. कुणा स्त्रीच्या पोटात बापाचा गर्भ, कुणाच्या पोटात भाऊ, काका, दीर, भाचे आणि मामांचे अंश. सुखाच्या वेळी दोघं एकसाथ, पण दुःख फक्त स्त्रीला भोगावं लागतं. कुठे काही मुक्ती नाही. निसर्ग नात्यागोत्याचा विचार करीत नाही. भांडं फुटलं की पुरुष संतापून मारायला धावतो. या लखलखीत उन्हाआड पुरुषांच्या हातांनी फासलेली किती काळोखी आहे ते तुला इथं पहायला मिळेल. गृहस्थांच्या डोळ्यांना ही काळोखी पहाण्याची मनाई आहे. गृहस्थांचे नियम-धम इथं अधर्म आहे आणि त्यांचा अधर्म तो आपला खास धर्म. इथं आल्यावर गृहस्थांच्या नासक्या-कुजक्या मर्यादा विसराव्या लागतात. विसरल्या नाहीत तर फालतू दुःख होतं. त्यांची लपवा-छपवीची कामं इथं उघड-उघड केली जातात. जो कुणी कनवटीला पैसा बांधून येईल त्याला आमच्या बिछान्यावर पूर्ण मोकळीक आहे. इथं जात-पात, नाती-गोती, बाप-बेटा, भाऊ-भाचे वगैरेचे कसलेही बंधन पाळले जात नाही. ही शपथ घेतल्यावरच या धंद्याचा धर्म निभावता येतो. या गोष्टी प्रथम मोठ्या मुश्कीलीनं गळी उतरतात, पण मग काही कठीण वाटत नाही. गृहस्थीचे संसार सहजतेनं पाठ सोडीत नाहीत. मला सुद्धा खूप उशिराने समज आली. मी बापाच्या कर्तुतीमुळे खूप संकटं सोसली. खूप रडले-ओरडले, पण कुणीही माझा खरेपणा मनावर घेतला नाही. शेवटी हा शरीराचा धंदा स्वीकारल्यावर माझी अक्कल ठिकाणावर आली आणि गैरसमजुतीचा पडदा हटला."

अशा प्रकारे लक्खूनं नवीन गीतेचं मर्म समजावलं आणि सेठानी अर्जुनाप्रमाणे गपचूप ऐकत राहिली. लक्खूनं सांगितल्याप्रमाणे सेठानीनं या धंद्याला हानी न पोहचविण्याची शपथ घेतली.

दुसऱ्या दिवशी दोन घडी रात्र उलटल्यावर दिवाण लक्खूच्या कोठीकडे निघाला. राजदरबारात पहाताक्षणी तो सेठानीवर लट्टू झाला होता. आज लक्खूचा निरोप मिळताच घोड्यावर बसून आला.

सेठानी रंगमहालात तुपाचा दिवा लावून, सोळा शृंगार करून बसली होती. दिव्याच्या प्रकाशात विवाहानंतरची पहिली रात्र चमकू लागली. ती पण आनंदाची रात्र होती आणि ही पण आनंदाची रात्र आहे. पण दोन्ही सुखांत जमीन-अस्मानाचं अंतर होतं.

दिवाण नशेत चूर होता. सेठानीला मद्याच्या दुर्गंधीची किंचितही सवय नव्हती. पहिल्या भपकाऱ्याबरोबर तिचं डोकं भणभणलं. जीव कासावीस झाला. तिनं दिवाणाला दुसऱ्या दिवशी येण्याची विनंती केली, पण दिवाणानं ऐकलं नाही. तिला तर पैशाच्या बदली खरेदी केली होती.

दिवाणाला अंगसंगाचं परमसुख मिळालं. त्यानं खूष होऊन सेठानीला अमूल्य खडा जडवलेली अंगठी बक्षीस दिली-- एका रात्रीची इतकी किंमत असते!

दिवाण अंधारात आला होता आणि घडीभर रात्र उरली असताना अंधारातच परत निघून गेला. तो गेल्यावर लक्खू रंगमहालात आली. काही वेळ दोघी एकमेकींच्या डोळ्यांत एकटक रोखून पहात राहिल्या. बोललं नाही तर ही रात्र काही थांबणार नव्हती. शेवटी लक्खूनं ओठ उघडले, ''दहा एक रात्री तुला थोडीफार घाण वाटेल, पण मग काही कठीण नाही.''

सेठानी सावकाश बोलू लागली, ''दारूच्या वासानं माझा प्राण फडफडायला लागतो. अशा दारुड्यांना मनाई केली तर बरं होईल.''

''ही आपल्या हातातली गोष्ट नाही. काही दिवस गेले की तुला या दुर्गंधीची आपोआप सवय होईल, पण दुसऱ्या काही दुर्गंधी स्वप्नात सुद्धा पाठ सोडणार नाहीत. तू त्या कुजक्या वासापासून बचावण्याचा प्रयत्न कर. काही बडे लोक विवाहाची गोष्ट करतील. प्रेमाचा देखावा करतील. पण तू त्याला मुळीच फशी पडू नकोस. या दिवाणाला पाच पत्नी आहेत. कुठल्याही स्त्रीसमोर प्रेमाचा देखावा करणं हा तर त्याच्या डाव्या हाताचा खेळ आहे. आज रात्री तुला राजाकडे निमंत्रण आहे. ऐकून तू हैराण होशील की राजाला सोळा राण्या आहेत. या लोकांना ना काही मर्यादा आणि ना काही बंधन. प्रेमाच्या नाटकात तर तू सुद्धा मागे राहू नकोस पण या दलदलीत फसू नकोस. तुला माझा हा खास उपदेश आहे. ना कुणाबद्दल तिरस्कार, ना कुणाबद्दल प्रेम.''

तारे उगवताच सेठानीला नेण्यासाठी सोळा घोड्यांचा रथ आला. लक्खूनं स्वतः हिऱ्या-मोत्यांनी तिचा शृंगार केला. टापांचा लयबद्ध आवाज करीत रथ अगदी थोड्या वेळात रंगमहालाच्या खिडकीखाली जाऊन थांबला. चार दासी चवऱ्या ढाळीत तिला सोन्याच्या पलंगापर्यंत घेऊन गेल्या.

थोड्या वेळानं नशेत चूर झालेला राजा डगमगत्या पावलांनी आला. जास्तच लडखडू लागला तर सोबत चालणाऱ्या दासी त्याला धरून ठेवीत. पण पलंगावर

बसताच मखमली गादीवर कलंडला. लगेच दोन दासी त्याचे हातपाय दाबू लागल्या.

आजच्या तमाशात सेठानीला पूर्वीची एखादी रात्र आठवली नाही. ती अवाक् होऊन सगळा गोंधळ डोळे विस्फारून पाहू लागली.

या तमाशात घडी-दीड घडी रात्र उलटली. शेवटी राजाला कामाची आठवण झाली. इकडे-तिकडे हात मारू लागला. एक दासी माथ्याजवळ उभी होती आणि दुसरी पायाशी. सेठानी लाजेनं संकोचू लागली. राजाची जीभ जड झाली होती, अडखळत म्हणाला, ''या माझ्या खास दासी आहेत. यांना काय लाजायचं! या नेहमी रात्रभर अशाच माझ्या दिमतीला असतात.''

राजाला आणखी पुढे काही सांगायचं होतं, पण त्याला बोलता आलं नाही. उचकी देऊन सेठानीच्या तोंडावर उलटी केली. अर्ध खुली कंचुकी, उरोज आणि चेहरा भरून गेला. वासानं तोंड वाकडं करीत सेठानी ताबडतोब पलंगावरून खाली उतरली. राजा आणखी एक-दोन उलट्या करून पलंगावर ढेर पडला. दोघी दासींनी मिळून बिछाना बदलला. राजाचा पोशाख बदलला. दाढी-मिश्या स्वच्छ धुतल्या. पण राजाला पुन्हा शुद्ध आली नाही.

सेठानी कपडे बदलण्याबद्दल आणि तोंड धुण्याबद्दल बोलली तेव्हा एका दासीनं खाणाखुणा करीत दबत्या आवाजात समजावलं, ''अन्नदात्याची उलटी घाण समजणं म्हणजे मृत्यूला आमंत्रण देणं आहे. लक्खूनं तुला हे सांगितलं नाही?''

काय केल्यावर घाण वाटते! सेठानीचं डोकं फुटू लागलं. रागानं म्हणाली, ''मृत्यू कुणाच्या आमंत्रणाला मान देत नाही. तो अचानक, अकस्मात हल्ला करतो. तो ना राजाला क्षमा करीत ना रयतेला.''

मग दासींनी अडवलं तरी तिनं पुन्हा पुन्हा तोंड धुतलं. कंचुकी धुतली. कंचुकी अर्धवट वाळली तेव्हा तिनं धीर करून विचारलं, ''हुजुर तर शुद्धीवर नाहीत. विनाकारण थांबून काय करू? आणि तशी तर आज माझी तब्येत ठीक नाही. मला घरी पोहचवून द्या.''

सेठानीचं बोलणं ऐकून दासींचे डोळे कपाळात गेले. एक म्हणाली, ''अन्नदाता कोणत्या वेळी उठतील काय माहीत. राजाची सेवा करण्याची रीतभात अजून शिकली नाहीस असं दिसतं.''

सेठानी पुढे काय वाद घालणार? मनातल्या मनात लक्खूची शिकवण आठवत कठपुतळीप्रमाणे अविचल उभी राहिली.

रंगमहालात हलके हलके उजेड पसरू लागला, तरीही राजाचा डोळा उघडला नाही. दिवस घडीभर वर आला. दीड घडी चढला. शेवटी दिवस तीन घडी उगवल्यावर राजा मादक झोपेतून जागा झाला. दोन्ही दासींकडे पुन्हा पुन्हा पाहिल्यावर त्याची नजर सेठानीवर अडकली. जांभई देत म्हणाला, ''ही नवी मुलगी कोण आहे?''

एका दासीनं राजाला रात्रीच्या सर्व गोष्टींची आठवण करून दिली. राजाला आठवलं तर काही नाही, तरीही झटकन उठून दोष देऊ लागला, "अशी गोष्ट होती तर मला उठवलं का नाही? लक्खूनं माझ्यासाठी दुर्लभ नजराणा पाठवला आणि तुम्ही काही काळजीही घेतली नाहीत!"

दासींनी माफी मागून सेठानीच्या समोरच घाण वाटण्याबद्दलची चुगली केली. खुशालचेंडू राजाला राग का आला नाही ते देवजाणे! सेठानीला जवळ येण्याचा इशारा करीत म्हणाला, "सौंदर्य तर हिच्या रोमरोमी झिरपत आहे."

लक्खूची शिकवण आठवीत सेठानी राजाला लगटून बसली. राजानं तिच्या दोन्ही गालांवरून हात फिरवीत दोन्ही दासीना आदेश दिला-- नेहमीप्रमाणे समोरासमोर उभ्या रहा.

नंतर राजानं सूर्यनारायणाच्या तेजाचीही पर्वा केली नाही. उलट सूर्याला थोडी शरम वाटली म्हणून त्यानं आपला चेहरा ढगात लपवला. सेठानीला तर लक्खूच्या शिकवणीप्रमाणे धंद्याची मर्यादा निभावयाची होती आणि राजा सिंहासनाच्या नशेत उजेड आणि अंधारातील फरक विसरून गेला होता.

दिवाणाप्रमाणे राजालाही अंगसंगाचं बेहद सुख मिळालं. प्रसन्न होऊन आपल्या गळ्यातील नवलाखी हार सेठानीला बक्षीस दिला. त्यानंतर राजानं तिला महाराणी बनविण्याची लालूच दाखविली, पण ती तयार झाली नाही. आपल्या धंद्याची मर्यादा समजावली. लक्खूचं नाव घेताच राजा सगळं काही समजला. आणि सेठानीनं एका सप्ताहाचं आमंत्रण सुद्धा स्वीकारलं नाही. तिच्या धंद्यात एका पुरुषाबरोबर लागोपाठ दोन रात्री घालविण्यास मनाई आहे. मरण पत्करीन पण आपला नियम तोडणार नाही. राजा तिच्या रूपावर असा मोहित झाला की दासींना एक दिवसाआड रथ पाठविण्याचा आदेश दिला.

रथातून उतरल्याबरोबर सेठानी धावत धावत लक्खूकडे गेली. गळ्यात हात घालून ओक्साबोक्शी रडू लागली. लक्खू तिच्या पाठीवर हात फिरवीत म्हणाली, "बेटी, रडू नकोस. सांगितल्याशिवाय मी तुझं दुःख समजते. अशा प्रकारे उलटी करून बेहोश होणं ही तर राजाची जुनी सवय आहे. हं, अर्थात तुझ्यासाठी ही नवी बाब आहे. पण बेटी, नऊ दिवसांनंतर ही गोष्ट जुनी होऊन जाईल. विवाहित स्त्रिया तर दररोज अशा उलट्या सहन करतात. तरीही नवलाखाच्या हाराऐवजी त्यांच्या डोक्यावर जोडे हाणले जातात. त्यांच्या दुर्दैवाचा काही हिशोब आहे!"

सेठानी स्फुंदत स्फुंदत बोलली, "पण दुसऱ्यांच्या हिशोब-ठिशोबाशी आपला काय संबंध? समाधानाचा हा भ्रम कुठवर धीर देत राहील?"

लक्खू धारदार आवाजात सांगू लागली, "आपल्या धैर्याची गोष्टच तू सोडून दे. पुरुषांच्या नीचतेचे नवे-नवे नमुनेच आपली सर्वांत मोठी दौलत आहे. यांच्या मुखदर्शनाच्या

विधीत बिचारे किती नवलाखाचे हार संपून जातात. अशा उलट्यांचा तिरस्कार करू नकोस. त्यांचा अक्षय दौलतीप्रमाणे स्वीकार कर.''

आणि लक्खूच्या शिकवणीप्रमाणे दररोज नवी दौलत स्वीकारता-स्वीकारता सतरा वर्षे पार पडली. पण सुदैवाची गोष्ट म्हणजे सेठानीचं रूप आणि तारुण्य काळानुसार उतरणीला लागलं नाही. ताज्या फळाच्या तकाकीप्रमाणे तिच्या चेहऱ्यावर एक नवीन तजेला चमकू लागला. प्रत्येकाच्या तोंडी फक्त तिच्या रूपाची चर्चा.

सोनाराचा मुलगा पण बहिरा नव्हता. त्याच्या कानावरही तिच्या रूपाची कुणकुण पडली. उंचापुरा सुंदर जवान मर्द होता. वडिलांना कुठे बाहेर जाण्याचं कारण सांगून लक्खूचा दरवाजा खटखटावला. खट-खट पायऱ्या उतरत एका मुलीनं लगेच दरवाजा उघडला.

मुलीच्या मागोमाग तो लक्खूजवळ पोहोचला. अनोळखी इसमाबरोबर कोण डोकं खाणार! म्हणून मुलीनं पैशाची गोष्ट काढली तेव्हा तो हसून म्हणाला, ''पैशाची कसली पर्वा! या दरवाजाचा उंबरठा ओलांडणारा प्रथम आपली कनवट सांभाळतो. पण माझ्यातर खाकऱ्यातून रत्नं पडतात. एक रत्न सव्वा लाख रुपयाचं! आणि खोकायला माझ्या खिशातलं काय जातं!''

हे ऐकून लक्खूचं माथं ठणकलं. थोडी आणखी विचारपूस करताच ही व्यक्ती कोण याची सगळी माहिती मिळाली.

सेठानी शृंगार करून आरशासमोर आपलं सौंदर्य न्याहाळीत होती.

लक्खूच्या शिकवणीची आज अग्निपरीक्षा होणार होती. लक्खू एक एक पायरी चढत रंगमहालात आली. सेठानीच्या सुंदर चेहऱ्यावर नजर रोखून म्हणाली, ''बेटी, आज या रंगमहालाची मर्यादा तुझ्या हातात आहे. मुलाच्या नात्याचं कारण सांगून मागे सरू नकोस. खाकरण्यातून मौल्यवान रत्नं मिळतील.''

नागिणीप्रमाणे गर्रकन वळून ती उठून उभी राहिली. तिची नजर लक्खूच्या सुरकुत्यांनी भरलेल्या चेहऱ्यावर अडकली.

जास्त विचार करायला वेळच कुठे होता! लक्खूनं आतुरतेनं विचारलं, ''बेटी, मग त्याला रंगमहालात पाठवून देऊ?''

ती स्वप्नात बडबडल्याप्रमाणे बोलली, ''हो, निःशंक पाठवून दे. माझ्या नजरेत आता कोणत्याही नात्याबद्दल आस्था नाही. अशी अनमोल रात्र परत कधी येईल?''

★

बिकट प्रश्न

__बी__ज अधिक चांगलं किंवा फळ अधिक चांगलं
अंधार अधिक चांगला किंवा प्रकाश अधिक चांगला
उदय अधिक चांगला किंवा अस्त अधिक चांगला
आरंभ अधिक चांगला किंवा अंत अधिक चांगला
मार्ग अधिक चांगला किंवा ध्येय अधिक चांगलं

तर भगवान सूर्याच्या किरणांच्या हिंदोळ्यावर संपूर्ण जग झोके घेत होतं त्या वेळी धरतीवरील कुठल्यातरी एका रस्त्यावरून लक्खी बंजाऱ्याचा तांडा जात होता. केशर-कस्तुरीचा व्यापार आणि हिऱ्या-मोत्यांची दलाली. देशाचा राजा पण त्याचा मान ठेवीत असे. त्यात आणखी लाखांत एक अप्सरेसारखी बंजारीण. चंद्र-सूर्य त्यांच्या पापण्यांवरच उगवत आणि मावळत असत. दोन शरीरं, एक प्राण. सर्वांत पुढे बंजाऱ्याचा सोनेरी रथ चालला होता. त्याच्या मांडीवर झोपलेली बंजारीण गप्पांत गुंगली होती तेवढ्यात मेंढ्यांची में-में ऐकू आली. गप्पांच्या ओघात खंड पडला. ती चकित होऊन उठून बसली. नजरेत मावणार नाही इतका मोठा शेळ्यामेंढ्यांचा कळप. तोंड खाली करून धरतीमातेला आपल्या-आपल्या खुशालीचा हवाला देत पुढे चालल्या होत्या. दोघंही आश्चर्यानं मेंढ्यांचं भोळेपण पहात-ऐकत राहिली. सगळ्या आपल्या-आपल्या कायेत मत्त होत्या! त्या वेळी बंजाऱ्याची नजर कळपाच्या पाठीमागून येणाऱ्या एका अस्वलावर पडली. त्यानं लगेच भात्यातून बाण काढला आणि धनुष्यावर चढवला. बाण सोडणारच होता इतक्यात बंजारणीनं

त्याचा हात पकडला. म्हणाली, ''थांबा, हे माणसासारखं दिसतंय!''

''माणूस!''

ती खोल श्वास घेऊन म्हणाली, ''नीट लक्ष देऊन बघा. अन्याय झाला असता.''

तो तोंड वाकडं करून म्हणाला, ''कसला अन्याय झाला नसता. अशी माणसं, माणसाच्या नावाला कलंक लावतात. याला खतम करायलाच हवं. तरच माणसाचा रुबाब राहील. माणसाचं हे रूप पाहून माझी मान शरमेनं खाली वाकते. मला अडवू नकोस.''

ती हट्ट करून म्हणाली, ''माणूस, माणूस असतो. कोणी सामर्थ्यवान, कोणी कमजोर. कोणी श्रीमंत, कोणी गरीब. कोणी चतुर, कोणी अजाण. सगळा वातावरण आणि संगतीचा परिणाम.''

बंजारणीनं हातात पकडलेला बाण जणू बंजाऱ्याच्या काळजात घुसला. त्राग्यानं डोळे आक्रसून कठोर आवाजात बोलला, ''वातावरण! सोबत! माझी बायको असून तू असं बोलतेस! भले, पूर्वज सांगून गेलेत ते कधी चूक ठरतं का? जसं बीज तसं झाड. रुईला रुईच लागणार, आंबा नाही. खानदानी गुण खोटा कसा ठरेल! याच्या सात पिढ्यांत कीड लागली आहे. याला जन्म देणारी कोखच खराब आहे.''

ती हसली. म्हणाली, ''कुठल्याही आईची कूस खराब नसते.''

त्यानं सगळं बोलणं ऐकलं सुद्धा नाही. मध्येच उसळला, ''तुझी एवढी हिंमत! तू माझ्या आईची तुलना या ढोराच्या आईशी करतेस!''

तिनं आज पहिल्यांदाच पतीचा कठोर आवाज ऐकला होता. कानांत जणू गरम शिसं ओतलं गेलं. बेभान होऊन म्हणाली, ''ना कुण्या आईची कूस खराब असत आणि ना कुण्या बापाचा अंश. हे तर सगळे जन्मानंतरचे खेळ आहेत. जो जसा पाहील-ऐकेल तसाच बनेल.''

बंजाऱ्याच्या जिभेवर सुद्धा आज प्रथमच घमेंड स्वार झाली होती. उद्विग्न झाल्यासारखा म्हणाला, ''याचा अर्थ, माझी दिवसेंदिवस जी भरभराट होत आहे त्यात माझा काही हात नाही! राजा उगीचच माझी कदर करतो?''

निरर्थक बोलणं वाढवून काय फायदा! जबरदस्तीनं हसू दाबीत ती गप्प झाली. ते मौन हास्य बंजाऱ्याच्या काळजात विजेप्रमाणे चमकलं. हात पकडून तिला ढकलत रथातून खाली उतरविलं. मग अस्वलाप्रमाणे चार हात-पायांवर चालणाऱ्या त्या माणसाकडे तिला ओढत नेत म्हणाला, ''तुझी इतकी हिंमत की तू माझी याच्याशी तुलना केलीस! आधी डोळे उघडून याला बघ तरी.''

तो घरवालीला ओढत नेत त्या अस्वलसदृश माणसाचा पाठलाग करू लागला. कमरेला झाडाची साल. लांब नखं. चिखलानं माखलेल्या केसांच्या लोंबणाऱ्या जटा. जाड, निर्जीव कातडीचे तळवे आणि हात. अबोध हास्यातून चमकणारे दात.

मेंढ्यांप्रमाणे पाण्यात तोंड घालून तहान भागवणारा. त्यांच्यासारखाच फुर्र-फुर्र करीत भूक भागविणारा. बंजाऱ्याला हसल्याशिवाय राहवलं नाही. बंजारणीचा हात सोडून आपणच हसत राहिला. हसत-हसतच म्हणाला, ''तुला काय आज उलटी बुद्धी झाली! उगीचच मला चिडवलंस! आता तरी माझ्या बोलण्यावर विश्वास बसला?''

तिनं काही उत्तर दिलं नाही. गप्प, डोळे विस्फारून माणसाचं ते विकृत रूप पहात राहिली. डोक्यात वादळ उठलं. तिला आपलं वेगळं मत सांगण्याचा हक्क सुद्धा नाही? फक्त रोटी-कपड्यांसाठी पतीची गुलामी करते? रोटी कशीही असो, असते तर रोटीच. कपडे कितीही किमतीचे असोत, अंग झाकण्यासाठीच तर असतात. शय्यासुखाव्यतिरिक्त तिचं काही महत्त्व नाही? तिच्या रोमरोमी ठिणग्या चटके देऊ लागल्या.

बंजारणीला अशा प्रकारे गप्प पाहून त्याचा राग उडून गेला. तिचे गाल कुरवाळीत म्हणाला, ''आधी अद्वा-तद्वा बोलतेस, मग त्याचा पश्चात्ताप करीत रहातेस!''

बंजारणीला वाटलं की जणू कुणी आपल्या काळजावर आरी चालवीत आहे. मानेला झटका देऊन, विचित्र हसत म्हणाली, ''पश्चात्ताप! पश्चात्ताप कसला! मी अजूनही माझ्या बोलण्यावर ठाम आहे.''

पतीचं रक्त उकळू लागलं. बायकांना इतका गर्व! इतका अहम्! छिनाल अगदी डोक्यावर चढली. वेणी धरून जोरानं हिसडा देत म्हणाला, ''मग आपल्या बोलण्यावरच कायम रहा. अजिबात हलू नकोस. कुत्रीला लाडावून ठेवलं, त्याचं हे फळ मिळणारच होतं. बऱ्या बोलानं माझे सगळे दागिने दे, मग आयुष्यभर याच्या संगतीत मजा कर. मला आधीच माहीत होतं, जनावरांशिवाय तुझी हाव पुरी होणार नाही.''

अशा असभ्य आणि मूर्खासारख्या बोलण्याला उत्तर म्हणून तसं तर तिला दहा प्रकारे बोलता आलं असतं, पण तिनं आपले ओठ शिवून टाकले. अशा निर्लज्ज बोलण्याला काय उत्तर देणार. अशा आश्रयापेक्षा मृत्यू चांगला. घृणा आणि तिरस्कारानं तिचं तोंड कडू झालं. धिक्कार असो अशा सौभाग्याचा आणि अशा दागिन्यांचा.

ते अस्वल पाठलाग करणाऱ्यांना घाबरून पुढे-पुढे जात होतं. असं दृश्य कधी पहायला मिळालं नाही. त्यांचं बोलणं समजत नसूनही तो पुन्हा-पुन्हा मागे वळून बघत होता. ते पाठलाग का करीत आहेत? त्यांचं काय वाईट केलं आहे? पण जेव्हा त्या माणसानं सोळा शृंगारानं सजलेल्या स्त्रीची वेणी पकडली तेव्हा त्याच्या लक्षात आलं की हा काहीतरी संतापाचा प्रकार आहे. कदाचित एकटी पाहून बिचारीला त्रास देत असावा. त्याचे डोळे निखाऱ्यासारखे पेटले. तो तोफेतून सुटलेल्या गोळ्याप्रमाणे लांब उड्या मारीत झट्दिशी त्यांच्याजवळ जाऊन पोहोचला. आपल्यावर रोखलेल्या त्या लालभडक डोळ्यांवर नजर पडताच बंजाऱ्याचं रक्त आटलं. त्या तीक्ष्ण नखांच्या पकडीत सापडताच प्राण उडून जाईल. थरथरत्या हातांत निम्म्या-शिम्म्या दागिन्यांची

मोटली घेऊन तो मागे सरकू लागला. बंजारणीनं मग त्याच्याकडे पाहिलं सुद्धा नाही. वाईट स्वप्नाप्रमाणे ही कशी अचानक वीज पडली!

थोड्या वेळानं देवजाणे कसला विचार करून तो वनमानव तिला वेगवेगळ्याप्रकारे खुणा करून समजावू लागला की तो असताना कोणाला तिचा केसही वाकडा करता येणार नाही. तो जंगली जनावरांपेक्षा जास्त ताकदवान आहे. तेवढ्यात त्यानं चमकून रस्त्याच्या दिशेनं बोट दाखवलं. बंजारणीनं तिकडे पाहिलं तर तिला हातात लाठी घेऊन एक मेंढपाळ येताना दिसला. जाड्याभरड्या लाल कापडाचा साफा. एका हातात चांदीचं कडं. काळाठिक्कर रंग. दोन भागांत विभागलेली अर्धवट पिकलेली दाढी. दुरूनच बत्तीशी दाखवीत वनमानवाला उद्देशून पण तिला ऐकवीत म्हणाला, ‘‘आज तुझ्या नशिबात ही परी कुठून उतरली! कधी पाण्यात आपलं रूप पाहिलं आहेस?’’

माणसाची बोली अपरिचित असूनही त्याला त्या टोमण्यातील भाव समजला. दात विचकीत काहीतरी खूण केली. मेंढपाळ जवळ येताच, विचारलं नसताही मागचं रामायण ऐकवू लागला की बावीस वर्षांपूर्वी त्याला कोल्ह्याच्या गुहेसमोर एक रडत असलेलं मूल सापडलं. तोच बघता-बघता एवढा मोठा झाला, जणू कालचीच गोष्ट. पायानं चालणाऱ्या आणि जिभेनं बोलणाऱ्या माणसांपेक्षा हा जास्त उपयोगी आहे. त्यानं जाणूनबुजून माणसांच्या रीतिरिवाजांना याच्या जवळ फिरकूच दिलं नाही. त्याचाच परिणाम म्हणजे हा एकटा दहा मेंढपाळांचं काम करतो. दिवसभर मेंढ्या चरवतो. त्यांची राखण करतो. तो असताना कोणत्याही प्राण्याला मेंढ्यांकडे डोळे वर करून पहाताही येत नाही. कवडीचा खर्च नाही. जंगलात आपणहूनच माकडांप्रमाणे फळं-पानं बकाबका खातो. ना मीठ-मिरचीचं झंझट, ना कपड्यालत्त्याचं, ना अंथरूण-पांघरुणाचं, ना चिलिम-तंबाखूचं. माणसांच्या संगतीत रहाता तर हा एक दिवस तरी असा फुकट राबला असता भले? वयात आला की आधी विवाहाचं संकट, मग मुलांचं लफडं. आपलं भलं-बुरं पाहून वागला असता. पण आता काही भीती नाही. देवानं खोटं नये बोलवू, याच्यामुळे निंबाखाली आरामात फिरकीवर सुतळी विणीत आणि उवा मारीत बसतो.

बंजारणीनं सगळा किस्सा लक्षपूर्वक ऐकला आणि गंभीरपणे म्हणाली, ‘‘आजपर्यंत फिरकी फिरवलीस आणि उवा मारल्यास तेवढ्या पुरे. आता आपल्या मेंढ्या आपणच सांभाळ. मी याला न्यायला आले आहे.’’

मेंढपाळ लुच्चा होता. विचार केला, फुकट वाद घालून काय फायदा! एका अनोळखी स्त्रीकडून हार मानेल तर तो मर्द कसला! खोपडीवर वार केल्याशिवाय ही हडळ ऐकणार नाही. लगेच हातानं जोर लावून लाठी फिरवली, तेवढ्यात वनमानवानं झेप घेऊन लाठी हिसकावून घेतली. पळण्याचा विचार होता, पण एक सणसणीत

वार त्याच्या पाठीवर पडला आणि किंकाळी मारून धडामकन जमीन हुंगू लागला. तो तीक्ष्ण नखांनी त्याचं काळीज चिरणार होता, पण बंजारणीनं खूण करून मनाई केली. मनाई करताच तो बाजूला झाला. मेंढपाळाला भयंकर वेदना झाल्या. पुन्हा हलला सुद्धा नाही.

बंजारणीला खूप समाधान वाटलं. जनावरासारख्या वनमानवाला इतकी समज आणि ताकद असेल असं तिला वाटलं नव्हतं. अशा महाबलीच्या भरवशावर निर्भयपणे या निर्जन जंगलात आश्रय घेता येईल. कुठे जाण्याची गरज नाही. याच जंगलात त्याला माणूस बनवून दाखवीन. आपल्या स्वार्थानं आंधळा बनून जो सैतान माणसाची अशी दुर्दशा करतो, त्याच्या अपराधांचा कसला हिशोब! या गांवढळाचा पैसा अडवला तर त्याला ती मृत्यूपेक्षा मोठी शिक्षा वाटेल. आपल्या क्षुल्लकशा फायद्यासाठी जे अक्करमाशी मरायला आणि मारायला तयार असतात त्यांच्या दृष्टीनं मृत्यू ही शिक्षाच नव्हे. मृत्यू तर यांच्या जीवनाचाच एक भाग. यांच्या आयुष्याचं महत्त्व मृत्यूपेक्षा जास्त नसतं. लोभाच्या अधीन होऊन जो बोलता-बोलता एखाद्या अनोळख्या स्त्रीला मारायला तयार होतो, त्याला आयुष्याची काय किंमत! जीवनाचं महत्त्व ज्याला समजतं तो स्वप्नातही कुणावर हात उगारणार नाही.

थोड्या वेळानं मेंढपाळ कण्हत उठला. बंजारणीनं मनातल्या मनात सगळा विचार केला होता. म्हणाली, ''करणीनुसार तुझी थोडी पूजा तर झाली. पुन्हा कधी या दिशेला तोंड केलंस तर सुळावर चढवीन. तुला माहीत नाही मी कोण आहे? सांगणारही नाही. जीव प्यारा असेल आणि घरच्या लोकांना सुखी पहायचं असेल तर चुकूनही मेंढ्यांची आशा करू नकोस. उद्या सकाळी एका हुशार न्हाव्याला पाठवून दे, नाहीतर ही नखं तुझ्या घरी येऊन तुझा गळा घोटतील.''

अडाणी भीतीनं कबूल होतो किंवा मारानं. त्याला बड्या लोकांचं भय मृत्यूपेक्षा सुद्धा जास्त वाटतं. सत्तेच्या अधिकारातील वाळलेल्या गवताची काडी सुद्धा तलवारीपेक्षा जास्त परिणामकारक ठरते. त्याच्या मनात अशी भीती बसली की त्यानं पुन्हा हूं सुद्धा केलं नाही. हात जोडून तिथून निघाला ते घरी पोहचेपर्यंत जोडलेलेच राहिले. गोर-गरिबांची मर्दुमकी अशीच असते-- वाघासमोर मेंढी आणि मेंढीसमोर लांडगा.

मेंढपाळ जाताच देवजाणे त्या वनमानवाला काय सुचलं. जोरात ओरडत, उड्या मारीत, एका आंब्याच्या झाडावर चढला आणि पिवळे आंबे धबाधबा खाली टाकू लागला. थोड्या वेळानंतर धपकन उडी मारून खाली उतरला. इतस्ततः पडलेल्या आंब्यांचा ढीग करून बंजारणीकडे पाहिलं. डोळ्यांनीच खाण्याचा आग्रह केला.

भूक नव्हती तरीही ती त्या पवित्र आग्रहाचा अनादर कसा करील! एक आंबा पिळून चोखू लागली आणि दुसरा पिळून त्याच्यासमोर धरला. दोन-तीन वेळा नको नको म्हणत त्यानं आंबा घेतला. जास्त दाबल्यामुळे रसाची पिचकारी उडाली,

त्यामुळे त्याची धुळीनं भरलेली दाढी माखली. त्यानं खजील होऊन तोंड खाली केलं. पण आश्चर्याची गोष्ट म्हणजे दुसऱ्या आंब्यातील एक थेंबही त्यानं बाहेर गळू दिला नाही. खूष होऊन एक आंबा घेतला आणि तिच्या समोर खरखरीत हातानं पिळू लागला. मग मऊ झालेला आंबा बंजारणीसमोर धरून हसला. जणू दातांतून हास्याच्या रूपानं दूध झिरपत होतं.

तिनं आनंदानं त्याची विनंती मानली. आज तर खाण्याची चवच निराळी होती. तृप्त होताच भूक पुन्हा जागृत होई आणि जागृत झाल्याबरोबर पुन्हा तृप्त होई. तो सुद्धा खाता-खाता असा मान हलवीत होता, जणू काही आजच तो खाण्याची मजा चाखीत होता.

हळू-हळू सायंकाळ घेरू लागली. बंजारणीला प्रथमच जाणीव झाली की सूर्याचा प्रकाश किती बळ देतो! सूर्य मावळू लागताच तिचं मनही मावळू लागलं. या दुहेरी अंधारात ती आपला मार्ग कसा शोधणार! गुरं-ढोरं जशी शेण टाकीत पुढे जातात, त्याप्रमाणे पती तिला टाकून निघून गेला. उलट तिची निंदा-नालस्ती केली. आत्तापर्यंतचं तिचं आयुष्य दुसऱ्यांच्या आश्रयावर गेलं-- प्रथम पिता, नंतर पती-- पण आता ती आपलं आयुष्य स्वतःच जगेल. इतकी वर्षे ती आपलं निष्प्राण प्रेत इकडे-तिकडे ओढत होती. आजच ती जिवत झाली. तिला या वनमानवाच्या निमित्तानं, एक नवा सूर्य घडविण्याची संधी अचानक लाभली.

हळू-हळू अंधार दाटू लागला. त्या निर्जन जंगलातील एक-एक झाड जणू अदृश्य ओंजळीनं सगळा प्रकाश पीत होतं. आणि प्रत्येक झाडासाठी जशी काही वेगळी-वेगळी रात्र उतरली होती. ही रात्रच निराळी आहे. हा अंधार सुद्धा निराळा आहे. हे तारे सुद्धा निराळे आहेत आणि हे विजोड दृश्य पहाणारी नजर सुद्धा निराळी आहे. ही जादू कशी झाली!

तो वनमानव थोडा वेळ डोळे फाड-फाडून जागत राहिला, पण शेवटी त्याच्या रोम-रोमी मिसळलेल्या निद्रेनं त्याला घेरून टाकलं, तो तिथंच पसरून घोरू लागला. घोरण्याच्या आवाजामुळे ती प्रथम जरा दचकली, मग पुन्हा आपल्यातच बुडून गेली. जगण्याला इतकं महत्त्व असतं असा तिनं स्वप्नातही कधी विचार केला नव्हता. तिचे डोळे जणू आजच उघडले. आत्तापर्यंत तिनं अंधाराचं सावळं रूपच पाहिलं होतं, पण आज तोच दाट अंधार तिच्या डोळ्यांसमोर झगमगू लागला. किती मोहक! किती सुंदर! सूर्याच्या नग्न प्रकाशाला त्याच्या बरोबरीनं उभं रहाण्याची हिंमत सुद्धा होणार नाही. आज डोळ्यांतील ज्योती तरी बदलल्या किंवा अंधाराचं रूप बदललं!

चमचमणारा झिरझिरीत काळसर पोशाख घातलेले आजूबाजूचे वृक्ष आपल्या-आपल्या जागी अविचल उभे होते. चहुबाजूला पसरलेल्या या अथांग अंधाराला बंजारीण आपल्या मनात उतरवून घेत होती तेवढ्यात आकाशाची कूस फाडून

गुलालाचा एक गोळा बाहेर येत असलेला दिसला. काळसर पोशाखात हलकासा प्रकाश मिसळू लागला. बोलता-बोलता गुलालाच्या त्या गोळ्याचा रंग सोनेरी झाला. इतके दिवस हाच निसर्ग होता आणि हेच डोळे होते, पण कुठं काही दिसत नव्हतं. आज अचानक डोळ्यांतील सारा दूर होताच नजरेचा गुणच बदलला. आज तिचा रोम न् रोम मुक्त झाला. आज ती आपल्या मनाची महाराणी होती. तिच्या देहावर कुणाचा कसला अंकुश नव्हता. समोर झोपलेल्या वनमानवाला त्याच्या पायावर उभं करून असा माणूस बनवील की भल्या-भल्यांना मत्सर वाटेल. गर्भाशयाच्या सृजनापेक्षा सुद्धा हा आनंद हजारपटीनं जास्त आहे. या धुंदीचा सौदा कुंभकर्णाच्या सहामाही निद्रेबरोबर सुद्धा करता येणार नाही. ना कसली कुजबूज, ना कसला आवाज. दाही दिशांत मौन पसरलं होतं. जणू चंद्राच्या निमित्तानं निसर्गानं आपल्या तोंडावर पट्टी बांधली होती.

अचानक कुठल्या तरी पक्ष्याचा कर्कश आवाज घुमला, जणू अंधाराचं काळीज चीरणारा खंजीर सरपटत जात होता. बंजारणीच्या संपूर्ण शरीरात हुडहुडी भरली. चमकून वरती पाहिलं. तारे सुद्धा तिच्याप्रमाणे थरथरत होते. वनमानवाचं घोरणं चालू होतं. तिला चीड येण्याऐवजी धीर वाटला. हा असताना यमराजालाही घाबरण्याची गरज नाही. तो कर्कश आवाज थांबल्यावर रातकिड्यांचा असा झंकार सुरू झाला की जणू काही चंद्राचं मन रमविण्यासाठी निशाराणी खुळखुळा वाजवीत होती.

आपल्या नजरेच्या अदृश्य धाग्यात एक-एक तारा गुंफीत-गुंफीत शेवटी रात्र ढळू लागली. अंधार फिका पडू लागला. पूर्वेला प्रकाशाचे जासूद पक्ष्यांच्या किलबिलीच्या रूपानं जणू घुंगरू वाजवीत होते. त्याच्यामागून प्रकाशाची चादर लहरत पुढे सरकू लागली. बघता-बघता सगळे तारे उजेडाच्या लोंढ्यात बुडाले. पण एकटा पहाटतारा खूप वेळ खिळून राहिला. शेवटी त्याचे पाय पण सैलावले आणि त्याच्यावर प्रकाशानं विजय मिळवला.

घोरण्याचा धागा तुटला. वनमानव घाईघाईनं उठून बसला. बंजारणीकडे पाहून हसला. मग उड्या मारीत प्रातर्विधीसाठी जंगलात अदृश्य झाला. कुणाच्या तरी पायांची चाहूल लागली म्हणून बंजारणीनं मागं वळून पाहिलं. खांद्यावर धोपटी लटकवून एक माणूस येत असलेला दिसला. बहुतेक न्हावी असणार. चंदनी रंगाचा साफा. मध्यमवयीन. बांबूसारखा सडपातळ आणि उंच. जवळ आल्यावर त्यानं हात जोडून मुजरा केला.

कोणा अनोळखीवर नजर पडताच वनमानव जोरात हुंकारला आणि वेगानं लांब लांब उड्या मारीत आला. पण बंजारणीनं अडवताच त्याचा सगळा राग नाहीसा झाला. मग तिनं खुणा-खुणांनी केस कापणं आणि नहाण्याबद्दल समजावलं. आधी तर त्यानं डोकं हलवून साफ नकार दिला, पण बंजारणीनं चांगलाच नेट लावला

तेव्हा त्याला बळजबरीनं मान्य करावं लागलं.

न्हावी आपल्या कामात वस्ताद होताच, त्याबरोबर चलाख सुद्धा कमी नव्हता. न सांगता सगळं काही समजला. त्यानं इतर सरंजामाशिवाय धोतर आणि पंचा सुद्धा आणला होता. लगेच वनमानवाला जवळच्या एका झऱ्यावर घेऊन गेला. बंजारीण विचारांत हरवून गुपचूप बसली होती. किती वेळ संपला की संपलाच नाही याची तिला काही जाणीव नव्हती.

न्हावी हसत-हसत वनमानवाचा हात धरून येत असलेला दिसला. एकाएकी तिचा आपल्या डोळ्यांवर विश्वास बसेना. त्याला अर्धवट झुकून टाचांवर जोर देऊन मोठ्या प्रयासानं एक-एक पाऊल चालता येत होतं. त्याचा सगळा राग-रंग बदलला होता. राखेखाली दबलेला निखारा हवा लागताच चमकू लागतो तसा त्याचा तांबसर रंग लखलखू लागला होता. बाभळीच्या बुंध्यासारखं मजबूत आणि कसलेलं शरीर. बंजारणीवर नजर पडताच त्याचे डोळे भरून आले. ते अश्रू त्राग्याचे की दुःखाचे की प्रेमाचे होते, त्याचं ज्ञान ना वनमानवाला होतं आणि ना बंजारणीला. हसण्याचा व्यर्थ प्रयत्न करताना तिचे डोळे सुद्धा भरून आले. नकळता तिनं आपल्या मेंदीनं रंगलेल्या हातांनी वनमानवाचे हात धरले आणि त्याची अर्धवट झुकलेली कंबर पूर्णपणे ताठ करण्यासाठी युक्ती शोधू लागली. त्याला लगेच तिच्या मनातील गोष्ट समजली आणि एका झटक्यात सरळ ताठ उभा राहिला. फक्त हातभर उंच झाला, पण बंजारणीला वाटलं की तो आकाशापर्यंत वरती उठला आहे. त्या दोन तळपायांच्या स्पर्शानं धरतीचं सौभाग्य अमर झालं. हवेच्या झोक्यावर झुलणारी झाडं त्याच्यावर चवऱ्या ढाळू लागली. सूर्य तिरपा होऊन त्याची छबी न्याहाळू लागला. धारदार नाक. उंच मान. टपोरे टपोरे डोळे. काळ्याभोर दाट पापण्या आणि भुवया. शुभ्र दात. छातीवर कुरळी लव. लांबलचक हात. सिंहासारखी बारीक कंबर.

बंजारीण त्याचा हात धरून पुढे निघाली तेव्हा त्याचे पाय पुन्हा-पुन्हा वरती उचलत- पडत तिच्या मागून चालू लागले. खुद्द धरती वर-खाली होऊन त्याच्या बरोबरीनं चालू लागली, जणू तिला त्या पायांचा स्पर्श सोडायची इच्छाच नव्हती. त्या पवित्र प्रदक्षिणेचे साक्षीदार होते-- स्वतः सूर्य, धरती आणि अगणित झाडं-झुडपं.

थोड्या वेळानंतर न्हाव्यानं जोहार करून जाण्याची परवानगी मागितली. तिनं अत्यंत आनंदानं आपल्या सौभाग्याची निशाणी असलेली मोतीजडित रखडी त्याला बक्षीस दिली आणि स्वयंपाकाच्या सगळ्या सरंजामासोबत धोतरजोडी, बंडी आणि साफा आणायला सांगितलं. मग न्हाव्याला इतका धीर कुठला! जाणं-येणं आणि खरेदी-विक्री व्यतिरिक्त एक क्षणही दवडला नाही. फक्त मेढ्यांच्या जुन्या मालकाकडे स्वतःहून चिलीम ओढायला गेला. वनमानवाबद्दल इकड-तिकडच्या गप्पा मारल्या. मेंढपाळाला पाठीच्या दुखण्यापेक्षा काळजातलं दुःख जास्त सलत होतं. त्याची

झोप उडाली होती. लंगोटीयार न्हाव्यानं थोडी लटपट केली तर काही जमेल.

न्हावी खूप घाईत होता. त्याला दिलासा देऊन गाठोडं डोकीवर ठेवलं आणि भराभरा पावलं टाकीत जंगलाच्या दिशेनं निघाला. तिथं पोहचला तर दोघं मेंढ्यांना चरवत होती. न्हाव्याशी नजरानजर होताच वनमानवानं मंद-मंद स्मित केलं. तहान लागली नव्हती तरी द्रोणातून पाणी आणलं आणि एका दमात पिऊन टाकलं. न्हावी त्याचा भोळेपणा आणि नवीन-नवीन गोष्टी शिकण्याचा उत्साह पाहून हसला. म्हणाला, "हा तर थोड्याच दिवसांत आम्हालाही मागं टाकील."

ती लगेच थुंकत म्हणाली, "तुझ्या तोंडात तूप-साखर. याच आशेवर तर मी जगत आहे. देव करो, आणि तो दिवस लवकर येवो."

जातीचा न्हावी, त्यात आणखी चोवीस खेड्यांतील जातबिरादरीचा पंच! खुशामत करीत म्हणाला, "येवो काय, तो दिवस आला. आता दृष्ट लागू नये म्हणून काही जादूटोणा करण्याची काळजी घे."

बंजारणीच्या चेहऱ्यावर लालिमा पसरला. हळू आवाजात सांगू लागली, "इथं दृष्ट लावणारं आहेच कोण! झाडं आणि मेंढ्यांची दृष्ट काय लागणार!"

दोघांनी एकदमच 'वनमानवा'कडे पाहिलं. त्याला काही न समजताही हसू लागला तो बराच वेळ हसतच राहिला. त्या निर्मळ हास्यानं त्याचं सौंदर्य आणखी वाढलं.

दिवस चुटकीसरशी संपत होते. ज्याप्रमाणे झोपेत माणसाचं ज्ञान, समज, आठवणी आणि शुद्ध-बुद्ध झोपी जाते आणि जाग आल्यावर सगळी चेतना परत येते, त्याप्रमाणे पायावर सरळ उभा राहू लागताच तो वनमानव बंजारणीच्या शिकवणीनुसार लगेचच असा शिकू लागला की जणू पूर्वजन्मातील विसरलेल्या गोष्टी आठवत होता. बंजारणीला शिकवायला वेळ लागला, पण त्याला शिकायला वेळ लागला नाही. एकदा सांगितल्यावर तो सफाईनं धोतर नेसणं, साफा बांधणं, बंडीच्या गुंड्या लावणं, खाणं-पिणं, नहाणं वगैरे शिकला. त्याच्यात मेंढ्यांचा कळप चरविण्याचं कसब तर असं आलं की भल्या-भल्या मेंढपाळांवर मात करील. तिनं न शिकवता आपणच मेंढ्यांच में-में आणि हुर्रर-हुर्रर करायला शिकला आणि जेव्हा केव्हा जरूर असो वा नसो, दिवसभर में-में आणि हुर्रर-हुर्रर करीत रहायचा, मग मनाई केल्यानंतरही मोठ्या मुष्किलीनं गप्प राही.

पुन्हा-पुन्हा घोकंपट्टी करून घेतली तरी चंद्र-सूर्य हे शब्द त्याच्या गळी उतरत नव्हते. हुज्जत घालू लागे की अनंत प्रकाश पसरविणाऱ्या देवाचं इतकं छोटं नाव! याचं नाव खूप खूप मोठं असायला हवं, आणि उच्चारताच तोंडातून आगीच्या ज्वाळा उठल्या पाहिजेत. सूर्याला चंद्र आणि चंद्राला सूर्य किंवा तवा म्हटलं तरी काय फरक पडतो! कुठे पहाड आणि कुठे दगड! पण दोघांची अक्षरं समान. आग म्हणताच तर

जीभ भाजत नसेल तर ही मृतवत नावं कसल्या उपयोगाची?

ती हा युक्तिवाद चूपचाप ऐकून घेई. पण तिला काही उत्तर सुचत नसे. ना तिच्या मनात असे प्रश्न निर्माण झाले आणि ना कोणाकडून ऐकले.

वनमानवाचा गुराखी होताच त्याचं सगळं जीवन बदललं. एक दिवस बंजारणीच्या तोंडून तिचं नाव ऐकलं तेव्हा तोंड वाकडं करून म्हणाला, ''इतकं रूक्ष आणि बेचव! नाही, नाही. तुझं नाव तर चांदणीपेक्षा जास्त चांगलं हवं. मला असली उलटी-सुलटी नावं शिकवू नकोस''

पण दुसऱ्याच क्षणी तो मोठ्याने हसला. सूर्याकडे इशारा करून म्हणाला, ''जर याचं नाव सूर्य असतं तर तुझं नाव 'लाखा' असलं तर असूदे. नावा-गावात काय ठेवलं आहे! पण तरीही हे मानलंच पाहिजे की तू आहेस मात्र लाखांत एक!''

आपली स्तुती ऐकून तिला लाज वाटली आणि त्याबरोबर घमेंडही झाली. बोलणं पुढे वाढविण्याच्या उद्देशानं म्हणाली. ''अजून नीट बोलताही येत नाही आणि आधीच थापा मारायला शिकलास! तू माझ्याशिवाय कोणत्या स्त्रीचं नावसुद्धा ऐकलं नाहीस आणि लाखाच्या गोष्टी करतोस?''

''तुझ्यासारखा गुरू मिळाल्यावर जे सुचणार नाही ते थोडं आहे.''

''म्हणजे हा गुन्हा सुद्धा माझाच?''

''नाही तर काय या मेंढ्यांचा आहे?''

दोघं खो-खो करून इतक्या मोठ्यानं हसली की जंगलातलं पान न् पान तल्लीन झालं.

उटणं आणि मेंढीच्या दुधानं मालीश केल्यामुळे त्याची कांती चमकू लागली. तळवे आणि हात इंद्रगोपाप्रमाणे मुलायम झाले. बंजारणीच्या हातची नवी-नवी पक्वान्नं खा-खाऊन त्याची भूक जास्त चाळवू लागली. बंजारणीला जंगलाचा कण-कण आनंदानं डोलत असलेला दिसू लागला. आपली मनोकामना इतक्या लवकर आणि अशा प्रकारे फळाला येईल अशी तिला अपेक्षा नव्हती.

एक दिवस गुराख्यानं संकोचत विचारलं, ''फक्त तू शिकवशील तेवढंच शिकू की मी विचारीन ते पण सांगशील?''

''अवश्य विचार. मला आनंद वाटेल. मी स्वतःच हे सुचविणार होते.''

गुराख्यानं नजर चुकवीत विचारलं, ''चुंबन किंवा मुका कशाला म्हणतात? तू अजूनपर्यंत मला याच्याबद्दल का नाही सांगितलंस!''

बंजारणीचं संपूर्ण शरीर सळसळलं. याला हा नवा गुरू कोण भेटला? इतकं समजून-उमजून घेतल्यावर नुसत्या त्याच्यावरच अवलंबून का राहील. वाटलं, शरीरातील सांधा न् सांधा मोकळा होईल. मन कठोर करून म्हणाली, ''अजून खूप जाणून घ्यायचं आहे. एवढी घाई बरी नाही.''

पण तो अत्यंत बेचैन होता. क्षणभरही न थांबता म्हणाला, "आणखी एक गोष्ट विचारायची आहे. हे बघ, खरं-खरं सांगायचं. उभारलेल्या काचोळीत हे काय ठेवलं आहे?"

अजाण गुराख्याचा तोंडून हा शब्द ऐकल्यावर ती थक्क झाली. हे असं कुणी बहकावलं? उत्तराऐवजी उलट प्रश्न विचारला, "तुला या गोष्टी कोणी शिकवल्या?"

गुराख्याच्या जिभेला अजूनपर्यंत खोटं बोलण्याची सवय लागली नव्हती. तिनं विचारताच न्हाव्याचं नाव सांगितलं.

बंजारणीच्या डोळ्यांसमोर अंधार पसरू लागला. अंदेशा होता, तसंच झालं. दिवसेंदिवस वाढणाऱ्या ज्ञानाचा धनी बनलेल्या या गुराख्याला कसं ताब्यात ठेवायचं? असं झालं तर! एखाद्या जादूच्या जोरावर याला माशी बनवून ठेवता आलं तर! जर आता हटकलं नाही, तर बाण हातातून निसटून जाईल. तिखट आवाजात म्हणाली, "या न्हाव्याची संगत सोड, नाहीतर फार वाईट होईल."

तो हसून म्हणाला, "तू पण कशी मूर्खासारखी बोलत आहेस! जनावर पण एकटं राहू शकत नाही तर भले माणूस कसा राहील? त्याचं सगळं श्रेष्ठत्व संगतीमुळे आहे. आणि बिचारा न्हावी माझं काय वाईट करणार! जमेल तेवढी माझी सेवाच करतो. कधी टाळाटाळ करीत नाही. आजकाल खूप अदबीनं वागतो. आणि मी तुझ्या हातून इतका लायक बनलो आहे तर नव्या नव्या गोष्टी समजू दे. नवे-नवे स्वाद चाखू दे. नव्या-नव्या ठिकाणी फिरू दे."

बंजारीण त्याच्या तोंडाकडे टक लावून पाहू लागली. त्याला लगेच तिच्या अस्वस्थतेचं कारण समजलं. दुप्पट उत्साहानं पुढे बोलू लागला, "तुला सांगायला भीती वाटते, पण आजकाल माझं मन माझ्या ताब्यात नाही. मनात येतं की वादळाप्रमाणे सगळ्या जगात घुमावं."

तिला आपल्या हृदयाची धडधड थांबल्यासारखी वाटली. अडखळत-अडखळत विचारलं, "एकट्यानंच?"

"का, एकटा कशाला? तुला खांद्यावर बसवून. एकट्यानं तर आता मरावंसंही वाटत नाही. तू पण म्हणशील की काय चेला भेटला होता?"

तिच्या जीवात जीव आला. हसत म्हणाली, "तू तर माझा गुरू निघालास."

तिला पुढे बोलता आलं नाही. जणू जीभ टाळ्याला चिकटली होती. ना जीभ तिच्या ताब्यात होती आणि ना मन. विचारात पडली की आता आणखी उशीर केल्यावर हा हातातून निसटला तर हात चोळीत बसावं लागेल. आता तर रतीसुखाचा आनंदच याला बांधून ठेवील. आज ना उद्या हे घडणार तर आहेच, मग उशीर करण्याची जोखीम पत्करण्यात काय फायदा!

तिच्या मनातील उलथा-पालथ गुराख्यापासून लपून राहिली नाही. न्हाव्यानं

पुन्हा-पुन्हा भडकवल्यामुळे आधीच मोठ्या मुष्किलीनं स्वतःवर ताबा ठेवता आला होता. आज हुकली तर न जाणे पुन्हा केव्हा संधी मिळेल! नजर चुकवीत म्हणाला, ''आजपर्यंत तू या गोष्टी लपविल्यास का?''

ती भले काय उत्तर देणार! नजर खाली झुकवून, पायाच्या अंगठ्यानं माती उकरीत म्हणाली, ''आम्हा स्त्रियांना पुष्कळशा गोष्टी आपल्या तोंडानं सांगता येत नाहीत. पुढचा-मागचा बराच विचार करावा लागतो.''

तो सीमेपर्यंत पोहचूनही ती सीमा मानायला तयार नव्हता. झटकन विचारलं, ''पण माहीत तर आहेत ना?''

ती फडफडणाऱ्या ओठांनी हळू आवाजात म्हणाली, ''हो, माहीत तर आहेत.''

त्याच्या अंगांगावर नशा चढू लागली. न्हाव्यानं त्याला अशीच गुटी पाजली होती. तिच्या गालांवरून हात फिरवीत म्हणाला, ''ज्या गोष्टी सांगता येत नाहीत त्या माहीत पण नसल्या पाहिजेत.''

तिच्या सुंदर चेहऱ्यावर लालीचा दुप्पट थर चढला. ओठातल्या ओठात पुटपुटली, ''या गोष्टी आपोआप येतात, कुणाकडून माहिती करून घेण्याची गरज पडत नाही.''

इशारा एकदम स्पष्ट होता. त्याच्या मनाप्रमाणं झालं. तो बऱ्याच दिवसांपासून याच योगायोगाची वाट पहात होता. आज संधी मिळाली. वेळेवर पेरलं तरच मोती तयार होतात. मग ना कसली बात, ना कसली चीत. ना कसली शुद्धी, ना कसली बुद्धी. जणू आकाशातून पडलेल्या सूर्याचे दोन तुकडे एकमेकांत गुंतले होते.

सृष्टीच्या सृजनानंतर, कदाचित प्रथमच काळ आणि हवा यांना जरा दम खाण्याची ही मंगल संधी प्राप्त झाली होती. दोघं एकमेकांच्या बंधनात अडकून एका जागी थांबले होते. शेवटी मुक्त झाल्यावर काळ आणि हवेला बंधनाच्या महत्तेचं ज्ञान झालं. ती डोळे मिटूनच म्हणाली, ''वाटतं की, या मधल्या वेळात काही सुद्धा आपल्या जागी राहिलं नसेल. झाडांची मुळं उन्मळली असतील. सूर्य आणि पहाड सुद्धा आपल्या जागी टिकले नसतील. बाहेर जाऊन निसर्गाची खुशाली तर पाहून घे.''

तो आपल्याच आनंदात बुडाला होता. बंजारणीचं बोलणं ऐकूनही ऐकलं नाही. गोड तक्रार करीत म्हणाला, ''तू पण चांगली गुरू भेटलीस. सगळ्या फालतू गोष्टी शिकविल्यास आणि सगळ्यात आधी शिकवायला हवी त्या गोष्टीचा जरासा विचारसुद्धा केला नाहीस! पण मी गुरुदक्षिणेत काही उणीव तर ठेवली नाही.''

जशी काही बंजारणीच्या डोळ्यांना वाणी प्राप्त झाली. म्हणाली, ''बस, एवढ्यावरच ब्याद टाळायला पहातोस! अजून तर खूप उणिवा आहेत.''

थोड्या वेळानंतर दोघं झोपडीतून बाहेर आली तेव्हा त्यांना निसर्गाचा सगळा रागरंग बदललेला दिसू लागला. त्यांच्या आनंदाच्या तालावर सर्व झाडं-पानं डोलत होती. चहूकडे हिरवाई जास्त खुलली होती. पश्चिमेच्या कुशीत सूर्यानं मनसोक्त

गुलाल उधळला होता. आपल्या-आपल्या घरट्यांत परतणाऱ्या पक्ष्यांच्या चिवचिवाटाची माधुरी सुद्धा आज निराळी होती.

अचानक गुराख्याच्या काळजात कळ उठली. च्-च् करीत पश्चात्तापाच्या सुरात म्हणाला, ‘‘तुझ्या प्रेमात मेंढ्यांना तर विसरूनच गेलो. त्या काय म्हणतील की एकटीमुळे हजारांच्या जबाबदारीत दुर्लक्ष झालं! आत्ता येतो.’’

मागे रहायला जणू स्वतःची स्वतःलाच भीती वाटली. घाबरून म्हणाली, ‘‘मी पण बरोबर येते.’’

‘‘तू उगीच कशाला त्रास घेतेस! एवढ्या मेंढ्यांसाठी मी एकटाच पुरे आहे.’’

ती त्याचा पाठलाग करीत म्हणाली, ‘‘मी तर तुझी सावली आहे. अष्टोप्रहर तुझ्या संगती राहीन.’’

गेले काही दिवस गुराख्याच्या मनात एक प्रश्न भिरभिरत होता, पण विचारायची संधी मिळाली नाही. प्रश्न ओठांपर्यंत येऊन पुन्हा दडून बसे. आता बंजारणीचं बोलणं ऐकून तो प्रश्न आपणच उसळी मारून बाहेर आला. तिच्या डोळ्यांत नजर रोखून म्हणाला, ‘‘तू आधी ज्याची सावली होतीस, त्याची संगत कशी सुटली? मला फक्त त्या दिवशीची वेणी पकडल्याची अंधुक-अंधुक आठवण आहे.’’

तिच्या हृदयावर जणू वाघानं पंजा मारला. तिच्या विचारशक्तीतून भूतकाळातील सर्व आठवणी पाण्याच्या तरंगाप्रमाणे नाहीशा झाल्या होत्या, किंवा नकळत तिनं स्वतः पुसून टाकल्या होत्या, पण वास्तवात त्या नाहीशा कुठे झाल्या! नष्ट झाल्याचा भ्रम होता, गुराख्यानं विचारताच तो तोफेच्या गोळ्यासारखा उसळून समोर येऊन पडला. आणि पुढच्या क्षणी निसर्गाचा सगळा रागरंग बदलला. तिला वाटलं, पान न् पान वेडावत आहे. चिवचिवणारे पक्षी धिक्कार करीत आहेत. अनेक वेळा याबद्दल सांगता-सांगता राहून गेलं होतं. पण आत्ता विचारण्याची अशी काय गरज पडली? शब्दांऐवजी घाण झिरपावी अशा प्रकारे बोलली, ‘‘तुझ्या तोंडून हा प्रश्न ऐकला नसता तर बरं झालं असतं. पण आता तर...’’

तो मध्येच घाईघाईनं म्हणाला, ‘‘तुझी मर्जी नसेल तर जाऊ दे. मी तर असंच आपलं विचारलं.’’

ती एक खोल निःश्वास सोडून म्हणाली, ‘‘असंच विचारतास तर मोठ्या आनंदानं सांगितलं असतं.’’

लगेच काही बोलायला सुचलं नाही तेव्हा गुराखी हुर्रर्-हुर्रर् केल्यानंतर म्हणू लागला, ‘‘तू अशी रागावलीस तर तुझी कोणतीही गोष्ट ऐकणार नाही.’’

बंजारणीचा जीव थाऱ्यावर आला होता. म्हणाली, ‘‘बाकी काही ऐकलं नाहीस तर तुझी मर्जी, पण आता हे जे सांगणार ते तुला ऐकायलाच हवं.’’

मग तिनं बयाजवार सगळी हकीकत तपशिलांसकट ऐकवली आणि नको-नको

म्हणत गुराख्यानं कान देऊन सगळं काही ऐकलं.

खरोखर, त्याच्यामुळेच पती-पत्नीचं इतकं भांडण झालं. जर बंजारा आपल्या घरवालीला सोडून गेला नसता तर तेच वनमानवाचं आयुष्य! आठवण येताच रोम-रोम झिणझिणला. तरीही गंभीरपणे म्हणाला, "हे म्हणजे कुबड्याची लाथ कामी आली. बंजाऱ्याच्या रागानं माझं आयुष्य बदललं. त्याचा हा उपकार सात जन्मी सुद्धा विसरता येणार नाही."

तिला हे सुद्धा ऐकून घ्यायचं होतं! हृदयावर जसा धारदार चाकू फिरला. मोठ्या मुश्कीलीनं विचारलं, "आणि मी... मी जे केलं-सवरलं ते तुझ्या दृष्टीनं काहीच नाही?"

तो पश्चात्तापाच्या सुरात बोलू लागला, "तुझी गोष्टच वेगळी आहे. तुझे उपकार तर शब्दांनी प्रकट करता येणार नाहीत. पण बंजाऱ्यानं क्षमा केली असती तर माझी काय अवस्था झाली असती? त्याचं कर्ज फेडता येत नाही तोपर्यंत मला स्वस्थता लाभणार नाही. आता बस् थोड्याच दिवसांची गोष्ट आहे. तू बघत रहा."

शेवटी तिचा संशय सामोरा आला. भरल्या गळ्यानं म्हणाली, "मला आता काही बघायचं नाही. हे जंगल, या मेंढ्या, ही झाडं, हे पहाड आणि हे झरे मला स्वर्गापेक्षा जास्त वाटतात. मी सुखाच्या शेवटच्या पायरीपर्यंत पोहचले आहे."

"पण माझं सुख अजून खूप दूर आहे. तुला काय इथंच थांबवायचं आहे? हे जमणार नाही. मला तर चंद्र-सूर्यावर राज्य करायचं आहे. ही हवा, हे ऊन आणि चांदण्या रात्री माझ्या दिमतीला असतील. या न्हाव्यानंच मला सगळं रहस्य सांगितलं. त्याला माझा खास दिवाण नेमीन. त्याच्या मेहरबानीनं तू माझी राणी होशील."

तिच्या डोळ्यांसमोर धुकं पसरू लागलं, जणू तिची नजर गुपचूप उत्तर देत होती. गुराख्याला हिसके मारीत म्हणाली, "नाही, नाही. आता आपल्याला काही नको. जंगलातील या सुखापुढे बिचाऱ्या साम्राज्याची कसली ताकद?"

तिला दिलासा देत गुराखी बोलू लागला, "याच भीतीमुळे मी तुला हे रहस्य सांगितलं नाही. आता माझी आकांक्षा कसलं बंधन मानणार नाही. मग मेंढ्यांचा मालक तो मेंढपाळ आणि तुझ्यात फरकच काय! त्यानं आपल्या गरजेसाठी मला चतुष्पाद करून ठेवलं. माणसांच्या रीतिरिवाजांना जवळ फिरकूही दिलं नाही. आणि आता इतकं शिकविल्यानंतर इथंच बांधून ठेवायची इच्छा करतेस. असं कधी होणार नाही. या जंगलाच्या वर्तुळात माझा उत्कर्ष कैदेत रहाणार नाही. खरोखर, आता हे माझ्यासुद्धा काबूत नाही. आता पुढे जाण्यास रोखतेस तर मग आधीच मेंढपाळाप्रमाणे माणसांच्या रहाणी-करणीपासून दूर ठेवायचं होतं."

तिची जीभ जणू तुटली होती. तिनं बोलण्याचा खूप प्रयत्न केला, पण कसलाही शब्द फुटला नाही. गुराख्याच्या खांद्यावर माथा टेकवून खूप रडत राहिली.

तेवढ्यात गर्दीचा आरडाओरडा, रथांचा खडखडाट आणि घोड्यांचं खिंकाळणं

ऐकू आलं. चमकून इकडे-तिकडे पाहिलं. गावच्या रस्त्यावरून मिणमिणत्या मशाली हळू-हळू जवळ येत असलेल्या दिसल्या. गुराख्यानं तिचे अश्रू पुसीत म्हटलं, ''पठ्ठा न्हावी फौजफाटा घेऊन आलेला दिसतो! खरोखर वचनाचा पक्का आहे. तुला माझी शप्पथ, आता रडून अपशकून करू नकोस. उद्याच बघ चतुर्दशीच्या शुभ मुहुर्तावर माझा राज्याभिषेक होईल.''

उघड्या डोळ्यांसमोरील त्या मूर्त स्वप्नापुढे तिचा काय वश चालणार! बळजबरीनं धीर धरला. पहाता-पहाता मशालींचा डोळे दिपवणारा प्रकाश जवळ येऊन थांबला. रथ थांबताच काही व्यक्ती खालती उतरल्या. मेंढ्यांचा मालक आणि न्हावी दोघं मिळून 'जयजयकार-जयजयकार' करीत पुढे सरसावले. वृद्ध राजाच्या डुगडुगणाऱ्या मस्तकावरील मुकुट सुद्धा डुगडुगत होता. त्यानं व्याकूळ होऊन गुराख्याला आपल्या हातांत कवटाळून घेतलं. थरथरत्या आवाजात भरल्या गळ्यानं बोलू लागला, ''माझ्या लाडक्या राजकुमारा, तुला शोधण्यासाठी आम्ही किती वेळा जंगलातली माती चाळली. पण जे घडायचं ते वेळ आल्यावरच घडतं. डोळे असूनही आम्ही आंधळे बनलो होतो. तुला वीस-पंचवीस वेळा आपल्या डोळ्यांनी पाहूनही आम्ही माघारी परतलो. त्या चतुष्पाद वनमानवाच्या रूपात तुला कसं ओळखणार? या न्हाव्याचं भलं होवो, यानं आम्हाला खरी गोष्ट सांगितली. मी ऐकताच ओळखलं की सांगतोय ते अगदी खरं आहे.''

मग त्यानं मेंढ्यांच्या मालकाकडे तोंड वळवलं, म्हणाला, ''पण तू आमचा कोणत्या जन्मीचा बदला घेतलास! पुन्हा-पुन्हा विचारूनही तू काही न सांगण्याचा गुन्हा केलास!''

तो राजाचे पाय पकडून गयावया करू लागला, ''अन्नदाता, फार मोठं पाप घडलं. त्यासाठी देहांताची शिक्षा सुद्धा कमी आहे.''

पण पुढच्याच क्षणी राजाचा राग नाहीसा झाला. लडिवाळपणे त्याला म्हणाला, ''तू घाबरू नकोस. आता माझ्या हातून असा अन्याय कधी होणार नाही. काहीही असो, तू राजकुमाराला जिवंत तर ठेवलंस. नाहीतर आज रात्री हा सोन्याचा सूर्य कसा उगवता! आता बेधडक, तुझी इच्छा असेल ते माग. तुझे उपकार माझ्या माथी ठेवायचे नाहीत.''

राजाच्या चरणी लोटून देत म्हणाला, ''मेंढ्याच्या कळपाशिवाय मी जिवंत असूनही मेल्यासारखा आहे. आपण गरिबांचे पालनकर्ते, माझ्या मेंढ्या मला परत मिळाव्यात, बस्, मला आणखी काही नको.''

राजा हसून म्हणाला, ''तू तर मूर्खांचा शिरोमणी निघालास. मेंढ्या तर तुझ्याच आहेत. राजकुमारानं चरवल्या तेच खूप झालं, घे, हा नवलाखी हार तुला बक्षीस दिला.''

बंजारीण अवाक होऊन सगळी भानगड पहात होती. अविश्वास दाखवायचा तर तो कसा! आणि विश्वास ठेवण्याएवढी तिच्यात हिंमत तरी कुठे होती! बसल्याजागी ही कसली आपत्ती कोसळली!

राजपंडितांनी हात जोडून विनंती केली, "अन्नदाता, इथून प्रस्थान ठेवायला हा सर्वांत शुभ मुहूर्त आहे. एका क्षणाचाही उशीर झाला..."

"उशीर कशाला! असा मुहूर्त कसा टाळता येईल!" राजानं अडवीत म्हटलं.

मग न्हाव्याकडे कसली उणीव! झटपट कातडी पिशवीचं तोंड उघडलं. राजकुमार आणि बंजारणीचे पाय धूत म्हणाला, "जंगलातली धूळ जंगलातच राहिली तर चांगलं. आता आपण रथात विराजमान होण्याची कृपा करावी."

राजकुमार ओठातल्या ओठात पुटपुटला, "हा कसला तोंडपुजेपणा करतो आहेस! दिवाणाच्या अधिकारपदाची थोडी तरी लाज राख."

न्हावीगिरीच्या अकलेनंच हे अधिकारपद मिळालं याचा मेल्यावरही विसर पडणार नव्हता. आवाजात साखरेचा पाक घोळवीत म्हणाला, "वहाणांना पायांत जागा मिळाली हेच खूप झालं."

गप्पा मारायला सवड कुणाला होती! ताबडतोब रथ माघारी वळले. बंजारणीचं दुःस्वप्न घोड्यांच्या टापांबरोबर पुढे जाऊ लागलं. देव जाणे, हा रथ कधी थांबणार तरी आहे की नाही?

राजा आपला थरथरता हात बंजारणीच्या माथ्यावरून फिरवीत म्हणाला, "मुली, तुझे उपकार तोंडानं बोलून दाखविणं म्हणजे निर्लज्जपणा होईल, तरीही बोलल्याशिवाय रहावत नाही. दुःख फक्त एवढ्याच गोष्टीचं आहे की आजचा हा दिवस पहायला राणी जिवंत नाही. माझी बुद्धी फिरली होती, म्हणून मी अशा पतिव्रता राणीचा संशय घेतला होता! ती दरबारी लोकांची चाल होती आणि मी त्यात फसलो. राजकुमाराला जन्म देताच राणी त्या पाशातून सुटली. दिवाणाला सुळावर चढवून, त्याचं पाप याच जंगलात कोल्ह्याच्या गुहेसमोर फेकूनच मी दम खाल्ला. पण सातव्या दिवशी या कटाचा पत्ता लागल्यावर मी खूप पस्तावलो, पण मग काय होणार! राजकुमाराच्या तपासासाठी जंगलातलं पान-पान चाळून काढलं, पण दिवस चांगले नव्हते तोपर्यंत काही शोध लागला नाही. शेवटी न्हाव्याकडून सगळं ऐकल्यावर आमचं भटकणं संपलं. राजदाईनं सांगितलेल्या जागी लसणीची जन्मखूण पण मिळाली. आंधळ्याला सुद्धा दिसेल की राजकुमाराचा चेहरा माझ्याशी किती मिळताजुळता आहे! शेवटी तुझ्या हातून राजकुमाराचा भाग्योदय झाला. तू नसतीस तर राणीच्या पोटी जन्मून सुद्धा यानं जंगलात वनमानवाचं आयुष्य घालवलं असतं. आज माझी शेवटची इच्छा पूर्ण झाली, उद्याच राज्याभिषेकानंतर मी काशीला निघून जाईन. जिवंत आहे तोपर्यंत ईश्वराकडे प्रार्थना करीन की तुमच्या

राज्याची शुक्लेंदुवत भरभराट होवो. संतती आणि संपत्तीचं भरपूर सुख लाभो.''

बंजारणीनं आपल्या मनातील उलथा-पालथ आपल्यापाशीच ठेवली आणि राजाच्या चरणी मस्तक नमवलं. राजाचं हृदय भरून आलं. अडखळत-अडखळत मोठ्या प्रयासानं बोलला, ''मारणाऱ्यापेक्षा वाचवणारा मोठा असतो. मग तू कशाला माथा झुकवतेस! हे काम तर माझं आहे.''

आणि अत्यंत आश्चर्य म्हणजे राजा खरोखरीच तिच्या पायाशी मुकुटासकट मस्तक झुकवू लागला. पण बंजारणीनं लगेच त्याला हातांनी उठवलं. दोघांच्या डोळ्यांतून हृदयातील बोल झर-झर वाहू लागले.

राजकुमार आपल्याच स्वप्नात बुडाला होता. इहलोक-परलोकापासून अगदी निष्काळजी. जमीन आणि आकाशाच्या मध्ये सामावणार नाही इतका आनंद त्याच्या मनात लहरत होता. कुठे वनमानव, कुठे गुराखी आणि कुठे देशाचा स्वामी! संपूर्ण जग आपल्या साम्राज्यात सामील करीन, नाहीतर मग धिक्कार असो अशा साम्राज्याचा. हवा, समुद्र आणि प्रकाशापर्यंत साम्राज्याची सत्ता चालणार नाही तोपर्यंत स्वस्थ बसणार नाही. सिंहासन आणि मुकुटाची लज्जत चाखल्याशिवाय त्याची स्वप्नं सूर्य आणि चंद्रापर्यंत भरारी घेऊ लागली.

संपूर्ण शहरानं राजकुमाराच्या स्वागतासाठी पापण्यांच्या पायघड्या अंथरल्या होत्या. शहरात दाखल होताच एकशे एक तोफांची सलामी दिली गेली. हजार आरत्या ओवाळल्या. मंगल वाद्यांनी आकाश डोक्यावर घेतलं. असंख्य पंडित मंगल मुहूर्त काढण्यासाठी पंचांग फडफडावू लागले.

अत्तर-सुगंधी तेलासहित कोमट पाण्यानं स्नान घातल्यावर दासींचा जत्था राजकुमाराच्या आसपास घिरट्या घालू लागला. एकापेक्षा एक वरचढ सुंदर दासी. फक्त दोन डोळ्यांनी कोणा-कोणाचं रूप पिणार. त्याची अक्कल आणि डोळे दोन्ही दिपले. शेवटी पंडितांच्या ताकदीनुसार कालचा गुराखी जेव्हा सिंहासनावर बसला तेव्हा त्याला वाटलं की जणू तो युग-युगांतरापासून धरतीवर राज्य करीत आला आहे.

सगळे दरबारी, सरदार, ठाकुर, दासी आणि नोकर-चाकर आनंदानं वेडे होऊन इकडे-तिकडे फेऱ्या मारीत होते आणि त्यांच्या डोळ्यांदेखत मेंढ्यांचा मालक संपूर्ण राज्याचा मालक बनला आणि कालची बंजारण त्याची महाराणी. नव्या राजाच्या फर्मानानुसार न्हाव्याला खास दिवाणाचं अधिकारपद मिळालं. राजकुमाराचा प्राण वाचविणाऱ्या मेंढपाळाला सात गावांची जहागिरी मिळाली. हत्ती-पोशाखाचा मान मिळाल्याच्या खुशीत लक्खी बंजाऱ्यानं एक हजार एक मोहरा राजा-राणीच्या चरणी अर्पण केल्या.

आपल्या वचनाप्रमाणे नव्या राजाचा पिता पाच पंडितांसोबत पायीच काशीच्या दिशेनं चालू लागला. राजसिंहासनाचा नवा राजा आणि नवा दिवाण. दोघांच्या मनात

नवीन-नवीन युक्त्या वळवळू लागल्या. कुठल्या कमजोर राज्यावर चढाई करायची आणि ते कसं जिंकायचं? राणीनं एखाद वेळी हिंमत करून राजाला समजविण्याचा प्रयत्न पण केला. म्हणाली की लालसेला काही अंत नाही. मग निरर्थक राज्याची सीमा वाढवून काय फायदा! वाढता गडबड-गोंधळ आणि मनाच्या बेचैनीपुढे निवांतपणे श्वास घेणं सुद्धा नशिबी लाभत नाही.

पण राजाच्या आकांक्षांनी उच्चतेची सीमा ओलांडली होती. तो राणीची बडबड ऐकतच नसे. तो आपल्या नव्या नशेत पूर्णपणे ओलाचिंब झाला होता. राणी आपल्या पोटातील गर्भात गुंगली होती. दहाव्या महिन्यात तिची कूस उजवेल. दोघांच्या डोळ्यांत वेगळी-वेगळी स्वप्ने वाढत होती. राजाच्या डोळ्यांत वाढतं साम्राज्य आणि त्याबरोबर नव्या-नव्या सुखाची आणि नव्या-नव्या भोगाची स्वप्नं, राणीच्या डोळ्यांत कूस उजविण्याबरोबर नव्या जीवाची स्वप्नं. कसं वाढवायचं? कसं पालनपोषण करायचं आणि त्याला काय शिकवायचं? तिची रात्रं-दिवस एकच घालमेल असे की त्या वनमानवाचं आयुष्य जास्त चांगलं होतं, जंगलातील गुराख्याचं आयुष्य जास्त चांगलं होतं की भोग-विलासाच्या सिंहासनावरील राजाचं हे आयुष्य जास्त चांगलं आहे?

असंख्य सेवक राजाच्या सेवेसाठी एका पायावर उभे रहात होते. राजाच्या हुकुमाचीच खोटी की लगेच अगणित दासी दिमतीला हजर. चहुकडे 'जयजयकार-जयजयकार' आणि हुजरेगिरीची स्पर्धा. भेट आणि नजराणे. पत्थराच्या मूर्तीचं डोकं पण फिरलं असतं, मग तो हाडामांसाचा जिता-जागता पुतळा कशाला कुणाच्या ताब्यात राहील! उसळतं तारुण्य, वाढत्या आकांक्षा, सिंहासनाचा मद आणि मुकुटाचा अहंकार! त्यात आणखी दरबारींचे तंटे-बखेडे. कट-कारस्थानं. मेंढपाळ-ठाकूर, लक्खी बंजारा आणि नव्या दिवाणासारख्या दरबारींचा सल्ला– उपदेश. मद्याचा आग्रहावर आग्रह. मन रिझविण्यासाठी नित्य नवी अक्षत कुमारी दासी. अंगसंगाचा नित्य नवा स्वाद. कधी कोवळी कळी, कधी उमललेलं यौवन! दिवस मावळल्यावर राजाच्या मस्तीचा सूर्य उगवे आणि सकाळी मावळे.

राणी आतल्या आत कुढत असे. आतल्या-आत जळे. पण संपूर्ण राज्यात तिचं दुःख समजणारा कोणी नव्हता.

एक दिवस नशेत चूर असलेल्या राजाला समोरून राणी येत असलेली दिसली तेव्हा तो अडखळत्या सुरात म्हणाला, "हे उंचावलेलं पोट नजरेस पडलं की मला ओकारी येते, हे माहीत असूनही तू माझ्यासमोर येण्याचा गुन्हा केलास? तुझी एवढी मजाल !"

तिनं काही उत्तर दिलं नाही. रागाच्या भरात फाडफाड बोलायचं होतं, पण अपमान गिळून टाकला. वळून माघारी जाऊ लागली तर डगमगणाऱ्या राजानं तिचा

हात पकडून म्हटलं, ''एका क्षुल्लक बंजारणीला राजासमोर इतका गर्व! बदडून भरीत नाही केलं तर माझं नाव नाही सांगणार. तुला वाटत असेल की मला इतकं लायक बनवून तू माझ्यावर उपकार केले आहेस! मी वनमानवाच्या आयुष्यात जास्त सुखी होतो. तुझ्याच फेऱ्यात अडकून मी अजून भटकत राहिलो आहे. देव जाणे, याचा केव्हा आणि कुठे अंत होईल! पण तू कसल्या काळजीत आहेस. तुझा हेकटपणा मिटवणं म्हणजे तर माझ्या डाव्या हाताचा खेळ आहे.''

अशा गलिच्छ बोलण्याला ती काय उत्तर देणार? झटक्यात हात सोडवून ती चूपचाप तिथून निघून गेली. आणि राजा वटवट करीत रंगमहालात शिरला. फुलांच्या शेजेवरील नवीन कळीचं रूप निरखताच त्याचा राग थंड झाला.

पण क्षणभरही राणीचा डोळा लागला नाही. ती शुष्क डोळ्यांनी संपूर्ण रात्र काळाभोर अंधार पीत राहिली. तिनं ओढणीच्या एका झपाट्यानं तुपाचा दीप मालवून टाकला. थोड्याशा प्रयत्नानं तो चतुष्पाद वनमानव तिच्या डोळ्यादेखत इथपर्यंत पोहोचला, पण आता लाख प्रयत्न केले तरी सुद्धा याला मागे वळविता येणार नाही. अकलेचा शिरोमणी असलेला हा माणूस आपल्या दोन पायांच्या बळावर नेहमी कुमार्गावरूनच चालत रहाणार? आपल्या हातून घडलेली चूक स्वप्नातसुद्धा सुधारता येणार नाही? ना यावर प्रायश्चिताचा एखादा उपाय आहे आणि ना अखेरच्या पिढीपर्यंत या चुकीच्या शिक्षेतून थोडी मुक्तता? रिकाम्या डोळ्यांप्रमाणे बंजारणीचं डोकं सुद्धा अगदी रिकामं झालं. तेव्हापासून आत्तापर्यंत ती गर्भवती राणी त्या बंद रंगमहालात क्षणोक्षणी प्रसूती-वेदनेचे ठणके सहन करीत आहे. आणि जोपर्यंत तिच्या हृदयाला पिळवटणारा तो दुहेरी पेंच सुटणार नाही, तोपर्यंत तिच्या गर्भातील स्वप्न बाहेर येणार नाही!

★

वेगळं घरकुल

अदेही अनंग संतुष्ट होऊन प्रत्येकाला दोन दोन आयुष्यं दान करो कारण की बारा आणि बारा चोवीस कोसांच्या अंतरावर दोन गाव वसले होते. त्या गावातले सेठ आपल्या कंजुषपणाबद्दल संपूर्ण मुलुखात प्रसिद्ध होते. दोन्ही गावांत समान योग्यतेचे दोन समवयस्क सावकार रहात होते. दूर रहात असूनही दोघांची दाट मैत्री होती. योगायोगाची बात आणि अनमोल रात, दोघांनी एकाच वेळी बांशिगं बांधली. बेहद्द सुंदर बहूंचे हात हातात घेतले आणि शिंपली-शिंपलीत एकाच वेळी मोती पडला. तेव्हा दोन्ही सावकार खुशी-खुशीत एकमेकांशी वचनबद्ध झाले की कुणालाही मुलगा मुलगी होवो, त्यांचा एकमेकांशी विवाह करून द्यायचा. पोटात गर्भ राहताच मुलांचं नातं निश्चित झालं.

एकमेकांच्या प्रेमाने वेडे झालेल्या त्या धनदांडग्या सेठजींनी निसर्गाच्या खेळाचा किंचितही विचार केला नाही. नवव्या महिन्यात एकाच नक्षत्रात दोघांना दोन मुली झाल्या. दिलेल्या वचनाची थोडी नशा आणि कंजुषीच्या व्यसनाचा थोडा दबाव यामुळे एका सेठजीनी बेइमानी केली. मुलगी होऊनही सूपाऐवजी काशाचा थाळा वाजविला. मित्राच्या गावी न्हावी पाठवून मुलाच्या आनंदाप्रीत्यर्थ भेट पोहचवली. दोन्ही सेठजींच्या हवेल्यांत उत्सव होऊन गूळ वाटला गेला.

सुरवातीला आईनं विचार केला की दोन्ही मित्रांत एकमेकांची चेष्टा-मस्करी करण्याइतके संबंध आहेत. वेळ आली की सगळ्या गोष्टी आपोआप सामोऱ्या येतील. तोपर्यंत या रहस्यामुळे काही नुकसान नाही. अजाण बालपणी मुलगा काय

आणि मुलगी काय. तारुण्य आल्यावरच या फरकातील मर्माची योग्य प्रकारे ओळख होते.

पण बापानं रहस्य संपविण्यासाठी जाणून-बुजून काही प्रयत्न केले नाहीत. मुलीला मुलाप्रमाणे वाढवलं. वेळेच्या आधीच कमरेला साखळी आणि धोतर, अंगात लहान बंडी आणि डोक्यावर बांधलेला साफा. सुरवातीला सगळ्या गोष्टी मस्करीप्रमाणे वाटत, पण काळाचा उभार दिसू लागल्यावरही बापाची नीयत बदलली नाही तेव्हा आईचा माथा ठणकला. एकदा गोड तक्रार करीत पतीला जागं केलं, म्हणाली, ''सगळं दिसत असूनही आंधळे कसे झाला आहात?''

तेव्हा सेठजी चाचरत म्हणाले, ''मी तर काही आंधळा नाही. मला तिन्ही लोकांतील गोष्टी दिसतात.''

सेठानी कपाळाला हात लावून म्हणाली, ''तिन्ही लोकीचं दिसणाऱ्याला मुलाच्या कपड्यातील मुलीचं तारुण्य दिसत नाही?''

सेठजी धडधडीत खोटं बोलले, ''या लहान-सहान गोष्टींकडे लक्ष द्यायला मला सवडच कुठं आहे?''

सेठानीच्या तोंडून नेहमीच्या सवयीचं संबोधन आपोआप बाहेर पडलं, ''मुन्नाचे बापू, तुम्ही हा काय वेडेपणा करीत आहात? मुलगी तर हात पिवळे करण्यायोग्य झाली आणि तुम्हाला ही लहान-सहान गोष्ट वाटते?''

''पण हात पिवळे करायला माझी ना थोडीच आहे. माझ्या तेज अकलेशी कोण बरोबरी करेल! मी तर गर्भात असतानाच नातं जोडून निर्णय घेतला आहे.''

सेठानी जवळ जाऊन बोलू लागली, ''तुमच्या निर्णयानं काय होणार! भले, मुलीशी मुलीचं कधी लग्न झालं आहे?''

''लग्नाचं काय, केलं आणि झालं! पण दिलेलं वचन शेवटच्या श्वासापर्यंत मोडता येत नाही.''

सेठानीचे डोळे वरती ललाटी चढले. हा चेष्टेचा सूर तर नाही. सूर्याप्रमाणं प्रकाशणारं सत्य पतीला काय दाखविणार! भले, या गोष्टी कुणाला समजावण्यासारख्या आहेत! तिचं तोंड उघडच्या उघडं राहिलं. पण आता विश्वास ठेवला तर गहजब होईल. शेवटी मोठ्या प्रयासानं मन कठोर करून म्हणाली, ''भल्या माणसा, तुमच्या वचनानं शेजेवरील कमतरता कशी पूर्ण होणार? जरा तरी विचार करा. मी तर इतकी वर्षं चेष्टा समजून तुम्हाला छेडलं नाही.''

''छेडण्यासारखं काम मी करीत नाही. अफाट हुंडा मिळेल. मुलाची वरात धूमधडाक्यानं घेऊन जाईन. मर्दाचे बोल कधी बदलत नाहीत. निसर्गाच्या चुकीचं नुकसान मी का सोसू?''

सेठानी गोंधळात पडली. एक तर पती अजूनही तिची चेष्टा करीत आहे किंवा

आपल्या वचनापासून मुळीच इकडे-तिकडे सरकणार नाही. पण आज बोलणं अधांतरी सोडायचं नाही. निकाल लागल्यावरच सेठानीला चैन पडणार होती. रागानं उकळत म्हणाली, "तुमचं नफा-नुकसान गेलं खड्ड्यात. तुमच्यासारखा बाप मिळाल्यावर मुलगी शेजेवरील नुकसान कसं भरून काढणार? या गोष्टीचा तुम्ही विचार तरी केलात?"

सेठजी अहंकाराने म्हणाले, "कां, विचार केला नाही की काय? पती आठ-दहा वर्षं परदेशी गेल्यावरसुद्धा समजूतदार बहू धीर धरतात. असा-तसा पती मिळाल्यावर जशास-तसं करून कूस उजविण्याची इच्छा पुरी करून घेतात. बालविधवा पण अखेर आपले दिवस काढतेच. मुलीचं नशीब मुलीबरोबर. आपणच ओढून अंगावर घेईल."

आता कुठे सेठानीचा पूर्ण विश्वास बसला की या गोष्टी हसण्यावारी नेण्याच्या नाहीत. पती तर गुंतलेल्या जाळ्यातील एक गाठ सुद्धा सैल करू इच्छित नाही. तिला मुलीच्या चेहऱ्याची अंधुक चित्रं चहुंदिशांनी तरंगत असलेली दिसू लागली. भरल्या गळ्यानं म्हणाली, "आपण जन्म दिलेली मुलगी आहे. असं कसं तिला बांधून जाळायचं. मुलीबरोबर विवाह झाल्यावर ती काय ओढणार आणि काय अंगावर घेणार! मला तर स्वप्नातही या कुकर्माला होकार देववणार नाही."

पती चिडून मध्येच बोलला, "मी तुला होकार द्यायला सांगितलंच आहे कधी! या कामासाठी मी एकटाच पुरेसा आहे. जर पाय ओढलास तर मी आत्महत्या करून मरून जाईन. वचन मोडण्यापेक्षा मरण बेहत्तर. आणि सेठ लोकांच्या शेजेवरील नुकसान कसं भरून काढलं जातं हे काय तुला माहीत नाही! जाणून-बुजून अज्ञान दाखवू नकोस. तुझ्या बापाची प्रसिद्धी काय आहे ते संपूर्ण इलाख्यात कुणापासून लपलेलं नाही. तरीही मी उघड्या डोळ्यांनी नुकसान करून घेतलं की नाही."

सेठानीला पतीच्या तोंडून या टोमण्याची अजिबात अपेक्षा नव्हती. ऐकताक्षणी तिच्या तोंडाला जणू टाके घातले गेले. नसानसातील रक्त गोठलं. वास्तविक हे कुणापासून लपलेलं नव्हतं. तिच्या आईनं डोळ्यांसमोरील कुठल्याही पुरुषाला सोडलं नव्हतं. भ्याड बाप तर आपला व्यापार आणि हिशोब-ठिशोबात मग्न होता आणि तिकडे उन्मादित आई जाती-पातीचा विचारही विसरली होती. त्या चांभाराबरोबर खुल्लमखुल्ला रंगढंग करीत होती. चांभार उंचापुरा आणि देखणा होता. सेठानी हुबेहूब त्याच्यासारखी होती. तसाच चेहरा आणि तशीच चाल. झाकलेल्या हंडीवरील झाकण काढताच ती पराभूत झाली. अडखळत-अडखळत म्हणाली, "जशी तुमची मर्जी असेल तसं करा."

पतीला अशा अचूक नेमबाजीची अपेक्षा नव्हती. बोलता बोलता सगळा वाद निस्तरला गेला. योगायोगाची गोष्ट म्हणजे दुसऱ्याच दिवशी शुभ मुहुर्ताच्या घडीला

मागणी आली. बापानं तर उत्साहानं मागणी मान्य केली, पण आईच्या काळजावर जणू आरी फिरली. तरीही तिनं ना ओठ उघडले की ना हूं की चूं केलं. आपल्याच कर्माची मुलगी जाणो आणि मुलीचं कर्म जाणो.

पण मुलगी अगदी निरागस होती. तिला ना आपल्या तारुण्याची जाणीव होती आणि ना कर्मभोगाचा काही विचार. इतकी वर्षे मुलाप्रमाणे वाढवलेली मुलगी मनातल्या मनात स्वतःला मुलगाच समजू लागली होती. विवाहाचा खरा अर्थ न समजता सुद्धा तिला या नव्या गोष्टीमुळे खूप आनंद झाला.

विवाह झाला की नक्की गुळगुळीत चेहऱ्यावर मिसरूड फुटेल. मिशा पिळण्यासाठी तिच्या चिमटीला खाज सुटल्यासारखी वाटू लागली. आणि मुलीचं हे अज्ञान पाहून आई आतल्या आत जळत राहिली.

एकदा एका समवयस्क मुलीनं अचानक तिला नहाताना पाहिलं तेव्हा तिचा सगळा गैरसमज दूर झाला. इतकी वर्षे तिला वाटत होतं की आई-बाप काही चेटूक करीत आहेत, पण मागणी मान्य केल्यावर वरातीत सामील होण्याचा तिचा उत्साह पाहिला तेव्हा शेवटी तिच्या सहनशीलतेचा बांध फुटला. तिला शयनगृहात नेऊन समजावू लागली, "हे बघ जीजी...!"

ती मध्येच अडवून म्हणाली, "आज हे नवीन काय? भाई आणि दादा ऐवजी तू मला जीजी का म्हणालीस?"

मुलगी हसून म्हणाली, "का काय? जीजी आहेस तर जीजी म्हटल्यावर राग कसला? वेडे, स्त्री असून तू दुल्हा बनण्याचं स्वप्न पहात आहेस? पुरुषत्व असल्याशिवाय पुरुषांच्या या तमाशात कुठवर निभाव लागणार?"

"कुठवर का, संपूर्ण आयुष्य निभावेल. पण तुला माझ्या पुरुषत्वात कसली कमतरता दिसली? हे धोतर, ही बंडी आणि हा सोळा हात साफा!"

शेजारची मुलगी ओठातल्या ओठात हसत म्हणाली, "सोळा हात साफ्यानं पुरुषाच्या सामान-सामग्रीची कमतरता पूर्ण करता येणार नाही. या विवाहाला तू साफ नकार दे. तुझं तारुण्य तर आपल्या जोडीचा वर मागत आहे. दोन मुलींना एकत्र जुंपून कसला खड्डा खोदणार. समजण्यालायक पुरेसं वय असूनही तुला या क्षुल्लक गोष्टी समजत नाहीत?"

सेठजींच्या निरागस मुलीला तरीही समजलं नाही. तोंड वाकडं करून म्हणाली, "तू माझ्या सुंदर पत्नीचा द्वेष करतेस. तुला माझं सुख पाहवत नाही."

शेजारीण तिला छातीशी कवटाळून म्हणाली, "आता तुझं काय करायचं? शेवटी ठोकर खाल्ल्यावरच तुला अक्कल येईल. पण मग समजूनही काय होणार. बापाला तर हुंड्याची लालसा आहे, पण तुझ्या आईनं तुला काही नाही समजावलं? तिनं कसं मान्य केलं हीच अत्यंत आश्चर्याची गोष्ट आहे!"

तेव्हा ती अजाण मुलगी अधीरतेनं म्हणाली, “आत्ता जाऊन आईला विचारते. ती माझ्यापासून काही लपवणार नाही.”

“नाही लपवलं तर बरं होईल” असं म्हणून ती आपल्या घरी निघून गेली आणि मुलगी घाईघाईनं आईकडे आली. विचारलं, “आई, आज एका मुलीनं मला हैराण करणारी गोष्ट सांगितली, म्हणे मी फक्त पुरुषांचे कपडे घालते, वास्तविक मी पुरुष नाही. पण मी तिचं बोलणं कबूल करीन तर ना! तू माझ्यापासून मुळीच लपवणार नाहीस. सांग, ती खोटारडी आहे की नाही? मी तर तिला तोंडावरच सांगून टाकलं की तिला माझ्या सुंदर बायकोचं रूप सहन होत नाहीय.”

आईनं तोंड फिरवून डोळे पुसले. थोड्या वेळानं अडखळत म्हणाली, “असं असतं तर काय तुला मी आधीच सावध नसतं केलं! अडाणी मुली चालता चालता थट्टा करतात.”

मुलगी जोशात येऊन बढाया मारू लागली, “हवी तेवढी थट्टा करू दे, मी कुणाकडून दबणार नाही. पुरुष नसून स्त्री असतो तरीही मी या विवाहाला नकार दिला नसता. ही तर मनं जुळण्याची गोष्ट आहे. मनं जुळली तर दोन स्त्रियांचा विवाह होऊ शकणार नाही काय?”

आई शांतपणे बोलली, “तुझे बापू पण असंच म्हणतात.”

मुलगी नाचत म्हणाली, “माझे बापू काय कमी समजूतदार आहेत...!”

आईला जे विचारायचं होतं ते विचारलं. मग तिथं थांबण्यात काय अर्थ! साफ्याच्या लोंबणाऱ्या शेवाला फटकारे मारीत, नाचत, बागडत तिथून निघून गेली आणि मागे आई रडण्याचा उमाळा दाबीत पाषाणमूर्तीप्रमाणे एका जागी स्तब्ध उभी राहून विचार करू लागली.

दुसऱ्या दिवशी ती मुलगी भेटल्यावर तिनं खूप वाद घातला. कुणाच्या फेऱ्यात अडकलेल्या रात्री तिचा जन्मच झाला नव्हता. छाती ठोकीत सांगू लागली, “मी पुरुष नसतो तरीसुद्धा एखाद्या स्त्रीबरोबर विवाह करून दाखवला असता. एकमेकांच्या डोळ्यात जरा सुद्धा खटकलं नसतं.”

शेजारणीची कूस काही उजवली नव्हती, तरी पण विवाह होऊन दोन वर्षे झाली होती. भोळेपणाचं ते अशिष्ट बोलणं ऐकून तिला हसू आलं. समजावून सांगू लागली, “मला तर तुझ्या घरातल्या सगळ्यांचीच बुद्धी फिरलेली दिसते. अग वेडे, जात्याच्या पाळ्यांनी एकमेकांवर कितीही टकरा दिल्या तरी काय होतं! पुरुषाची गरज तर पुरुषाकडूनच पुरी होते.”

“पुरुष काय नवाचे तेरा करतो, पण जात्याच्या पाळीमुळे संपूर्ण जगाचं पालन-पोषण होतं. पीठ दळतं. डाळ दळली जाते.”

या खेपेला शेजारणीला आपलं हसू आवरेना. टाळ्या वाजवून मोठ्याने हसली.

हसत-हसतच म्हणाली, ‘‘आता तुम्ही दोघी डाळ दळण्यात मागे राहू नका.’’

तिच्या हसण्यामुळे निरागस मुलगी शरमली. बळजबरीनं हसण्याचा प्रयत्न करीत म्हणाली, ‘‘का, डाळ दळण्यात काय वाईट आहे?’’

ओढणीच्या पदरानं हसू दाबीत शेजारीण म्हणाली, ‘‘वेळ आली की आपोआप समजेल.’’

‘‘तुला पण काही समजलं असेल?’’

‘‘पण तुझ्या-माझ्या लग्नाची कसली बरोबरी!’’

‘‘हो, कुठे राजा भोज आणि कुठे गंगू तेली! माझ्या इतक्या हुंड्याची गोष्ट तर तुझ्या वाडवडिलांनी सुद्धा ऐकली नसेल.’’

शेजारच्या मुलीनं याचं वाईट वाटून घेतलं नाही. डाव्या गालाचा हलकासा चिमटा घेऊन म्हणाली, ‘‘या बडबडीमध्ये बिचाऱ्या वाडवडिलांना कशाला आणतेस? तुला समजावणं कुणाच्या आवाक्यातली गोष्ट नाही.‘‘

वास्तवात सेठजींच्या त्या अजाण मुलीला ना आपणहून काही समजलं आणि ना कुणी समजावल्यावर तिच्या काही ध्यानात आलं. मुहुर्ताची वेळ जसजशी जवळ येऊ लागली तसतशा तिच्या आनंदाच्या लाटा जास्त उसळू लागल्या. शेवटी वाट पाहून-पाहून ती मंगलघडी आली. नात्यागोत्यात रोज तऱ्हेतऱ्हेच्या मेजवान्या झोडून तिची वरात निघाली. सात घोडे, अकरा उंट आणि वीस बैलगाड्यांनी सजलेली वरात! नवऱ्यामुलाचा बाप भुऱ्या उंटावरील पुढील आसनावर बसला होता आणि नवरामुलगा नागौरी बैलांच्या गाडीवर.

घर-गल्ल्या, मजल-दरमजल झंकारत वरात मुलीच्या गावी पोहचली. गावाच्या वेशीवर नारळ चढविला. न्याहारी-फराळानंतर गोधुलीच्या मुहुर्तावर दोघी मंडपात बसल्या. इंद्रगोपासारख्या दोन कोमल-कोमल हातांची जोडी जुळली. हात हातात घेताच शरीरात वीज सळसळली. दोन अपरिचित व्यक्तींचं आजन्म नातं जुळलं गेलं.

दुल्हा साफा बांधून दिव्याच्या उजेडात दुल्हनची वाट पाहत मीलन-शेजेवर बसला होता. मध्यरात्र उलटल्यावर पैंजणाच्या रूमझुमीबरोबर मैत्रिणींची कुजबूज ऐकू आली. दुल्हन घुंघट घेऊन शेजघराच्या दरवाजावर थांबली. दुल्ह्याच्या हृदयात कळ्या फुलू लागल्या.

दुल्हननं चौकटीतच थांबून टाळाटाळ केली तेव्हा मैत्रिणींनी तिला आत ढकलून दरवाजाला कडी लावली. दुल्हन फक्त हळूहळू पावलं टाकीत मीलन-शेजेवर दुल्ह्याच्या शेजारी बसली. त्यानं घुंघट बाजूला करून दुल्हनचा चेहरा पाहिला. घुंघटाच्या आत हा तर हुबेहूब चंद्र लपला आहे! दुल्ह्याचा आनंद शेजघराच्या चार भिंतींमध्ये तळमळू लागला. दुल्हनच्या गालावर हात फिरवीत म्हणाला, ‘‘तुझ्या सौंदर्याची तारीफ तर खूप ऐकली होती, पण अशा रूपाची मला स्वप्नातही अपेक्षा नव्हती.’’

दुल्हनचे गुलाबी ओठ विलग झाले. मधुर आवाजात म्हणाली, ''आपणसुद्धा काय कमी सुंदर आहात! आपल्यासमोर माझं रूप तर फिकं पडत आहे.''

दोघं एकमेकांचा चेहरा निरखीत तेजस्वी लावण्य डोळे भर-भरून पीत राहिली. शेजघराच्या दरवाजावर उभ्या असलेल्या स्त्रिया फटींतून डोकावून-डोकावून कंटाळल्या, पण त्यांना तुपाच्या प्रकाशाशिवाय आणखी कसला प्रकाश दिसला नाही. कदाचित डोळ्यांची तहान भागल्यावर इतर अंगांगाची तहान जागृत होईल.

दुसऱ्या दिवशीही शेजघरात तेच दृश्य. स्त्रियांचे डोळे शिणले, पण त्यांना इच्छेनुसार दुसरं कसलं दृश्य दिसलं नाही. नाजूक पोटऱ्या दुखू लागताच एक एक करून सगळ्याजणी जिन्यावरून खालती आल्या. लाज, लाजेच्या जागी असते! असली कसली लाज? लागोपाठ दोन अनमोल रात्रींचा सत्यानाश करून टाकला! तसं तर कोवळं वयही नाही! निर्लज्ज डोळ्यांच्या तहानेला कुठला अंत! एक क्षण पाहिलं तरी तेच आणि संपूर्ण रात्र डोळे फाडले तरी तेच. ज्याची त्याची तहान आणि ज्याची त्याची समज!

दुल्हन सासरी आली, पण तरीही दुल्ह्याची ना शरम दूर झाली आणि ना त्याची समजूत बदलली. आईच्या चिंतेलाही कुठे अंत नव्हता. या विचित्र विवाहामुळे आश्विनातल्या उष्म्यातही तिच्या शरीराच्या कुडकुडण्याला काही पार नव्हता. जवळ झोपलेले सेठजी तर घोरत होते, पण सेठानीची झोप देवजाणे कुठे उडाली होती. दोन्ही मुली वैरीण रात्रीशी कशा झुंजत असतील? सत्य समोर आल्यावर बहूची काय अवस्था होईल! अजाण मुलीला तर काही समजतच नाही. आनंदानं विवाहाला तयार झाली. ही तर जाणूनबुजून खड्ड्यात पडली, पण बिचारी बहू तर अजून वास्तवापासून अनभिज्ञ आहे.

आणि तिकडे शेजघरात तुपाचा मंद-मंद प्रकाश चमचमत होता. दुल्हन साफ्याच्या टोकावर हात फिरवीत म्हणाली, ''तसं तर शेज-घरात खूप उकडत आहे. साफा उतरवून आरामात झोपा. मी थोडा वेळ वारा घालते.''

असं म्हणून ती सुरंगी पंख्यानं पतीला वारा घालू लागली. पती म्हणाला, ''साफा म्हणजे मर्दांचा खास शृंगार. त्याच्याशिवाय मर्दानगी फिकी पडते. तू म्हणत असशील तर बंडी काढून ठेवतो.''

इकडे दुल्हन नाजूक हातानं वारा घालीत होती आणि तिकडे पती विनासंकोच बंडीचे बंद सोडू लागला. बंडीचा गळ्याकडील भाग उघडा पडताच दुल्हननं पतीची निर्वस्त्र छाती पाहिली तेव्हा नकळत तिच्या तोंडून किंकाळी बाहेर पडली आणि किंकाळीबरोबरच ती पलंगावर निपचित पडली. अर्धमूर्च्छित दुल्हन बडबडू लागली, ''तुम्ही सुद्धा स्त्री आहात! माझा हा कुठल्या जन्मीचा बदला घेतलात?''

पतीचा भ्रम प्रथमच दूर झाला आणि दूर होता-होता पुरुषाच्या पोशाखात

घालवलेलं आयुष्य त्याच्या डोळ्यांसमोर कावडीप्रमाणे वेगानं फिरू लागलं. शेजारणीचं समजावणं आता कुठं त्याच्या लक्षात आलं. भ्रमाचं भूत माणसाला कसं आंधळं आणि बहिरं बनवतं. त्याला ना काही दिसत आणि ना काही ऐकू येत. भ्रमाच्या पडद्यावर त्याला जे चित्र पहावंसं वाटतं, तेच चित्र दिसतं. सत्य तर आपलं अस्तित्वच हरवून बसतं.

इतक्या वर्षांनंतर त्याचे डोळे सत्य पहाण्यासाठी फडफडू लागले. त्यानं वेड्यासारखा आपला साफा आणि बंडी काढून फेकली. नंतर दुल्हनचे सगळे कपडे उतरविल्यावर त्याच्यासमोर वास्तविकता प्रकट झाली आणि त्याचे डोळे विस्फारलेलेच राहिले! भले, इतकी वर्षे त्याला हे सत्य का नाही दिसलं? दोन्ही शरीरांची ठेवण एकच. बेसावध दुल्हन गुलाबी मासोळीसारखी पलंगावर पडली होती. आणि तशीच एक 'सावध' मासोळी तिच्याजवळ उभी होती. असा तमाशा तर सृष्टिरचनेनंतर आजपर्यंत झाला नसेल!

त्यानंतर 'सावध' मासोळीला न जाणे काय सुचलं, ती बेसावध मासोळीला जोरजोरात हलवून पुन्हा पुन्हा सांगू लागली, ''डोळे उघड. माझा भ्रम दूर झाला. मी तुझी अपराधी आहे. मला शिक्षा कर.''

खूप हलविल्यानंतर दुल्हननं डोळे उघडले. इकडे-तिकडे पाहिलं. चमकून उभी राहिली. एका साच्यातून काढलेल्या दोन मासोळ्या एकमेकींचं रूप निरखू लागल्या. मग पती बनलेल्या मासोळीनं आपला अपराध कबूल केला. कठोरातील कठोर शिक्षा भोगली तर थोडी शांती मिळेल. तिनं तर स्वतःच संकटाला आमंत्रण दिलं, पण दुल्हन अजाणता या आगीत पडली आहे. तिला धोका दिला आहे. या धोक्याची जी काही शिक्षा मिळेल ती कमीच होईल.

दुल्हन भली आणि शहाणी होती. अपराध मान्य करून अंतःकरणापासून पश्चात्ताप होणं हीच सर्वांत मोठी शिक्षा आहे. लगेच समजून चुकली की हे सगळं अज्ञानामुळे घडलं आहे. मग तिनं पुन्हा पुन्हा अडवून सुद्धा पती बनलेल्या मासोळीनं तिला आपल्या लहानपणीचं संपूर्ण रामायण उघड करून सांगितलं. वचनाची खोटी आणि आगापीछा नसलेली मर्यादा निभावण्यासाठी अहम् आणि हुंड्याच्या लालसेमुळे बापानं हे जाळं विणलं होतं. बिचाऱ्या आईनं खूप अकांड-तांडव केलं, पण तिचा काही वश चालला नाही.

दुल्हननं संपूर्ण कहाणी चुपचाप ऐकली, नंतर शांतपणे म्हणाली, ''मी तर फक्त सातच दिवस या फसवणुकीचा त्रास सोसला, पण तू अनेक वर्षे या भ्रमाची आग सहन केलीस. तुझं दुःख माझ्या दुःखापेक्षा मोठं आहे. आपल्या दोघींवर सारखीच वीज पडली आहे. आत्ता संकटाचा एकत्र सामना करायचा आहे.''

''पण दुल्हा बनून तोरण तर मी बांधलं आहे. सगळा दोष माझा आहे. तू तर

माझ्या हातून फसवली गेली आहेस.''

दुल्हन मध्येच उतावीळपणाने म्हणाली, ''आणि तुलाही या फसवणुकीची योग्य शिक्षा मिळाली.''

''नाही, या पापामुळे मला मेल्यावरही मुक्ती मिळणार नाही.''

तेव्हा दुल्हन तिच्या गालांवरून हात फिरवीत मधाळ आवाजात म्हणाली, ''आता आपल्या दोघींची मिळून 'भागिरथी' होईल.''

दुसरी मासोळी अश्रू ढाळीत म्हणाली, ''मी समजून-उमजून हा विवाह केला असता तर मुक्ती मिळण्यात कसली अडचण नव्हती, पण आता धोका दिल्याचा पश्चात्ताप माझी पाठ सोडीत नाही, नाहीतर दोन स्त्रियांच्या विवाहाचं अद्वितीय उदाहरण कायम करून दाखविलं असतं.''

दुल्हन धीर देत म्हणाली, ''अजूनही काही बिघडलेलं नाही, तू पश्चात्तापाचा वेडेपणा सोड. आपल्या मुक्तीची वाट आपल्यालाच शोधायला हवी. पुरुष आणि स्त्रीच्या विवाहात नावीन्य कसलं! पूर्वेला सूर्य उगवतोच, पश्चिमेला उगवला तर काही वैशिष्ट्य तरी!''

नंतर दुल्हननं पेटी उघडून लग्नातले कपडे बाहेर काढले. आपल्या हातांनी तिला सजवलं. दागिने घालून डोळ्यांत काजळ रेखलं. तिला नटवल्यानंतर स्वतः पुन्हा कपडे घातले. दिव्याच्या ज्योतीप्रमाणे दोघी लखलखू लागल्या. दुल्हननं अलाबला करून तिच्या गालांचे मुके घेतले. गोंजारीत म्हणाली, ''आजपासून तुझं नाव बीजा आणि माझं नाव तीजा. आपलं सुदैव म्हणून असं अनपेक्षित मीलन हाती आलं. आता माझ्यासमोर कधी पश्चात्तापाचा उल्लेख करू नकोस.''

बीजा आपला शृंगार बारकाईनं न्याहाळीत म्हणाली, ''हे स्वप्न तर नाही ना?''

तीजा तिला बाहूत कवटाळून घेत म्हणाली, ''वेडे, यापूर्वी कधी असं सत्य प्रकट झालं नसेल.''

रात्रीचा अंधार मिटल्यावर सूर्य तर आपल्या जागीच उगवला, पण शेजघराचा दरवाजा उघडल्यावर सेठजींच्या डोळ्यांसमोर जो लखलखाट प्रकट झाला त्याच्यावर नजर पडताच त्यांचे डोळे दिपले. सगळं काही समजूनही ते इतके अस्वस्थ झाले, जणू या सत्याचं त्यांना काही भानच नव्हतं. पिसाळलेल्या कुत्र्याप्रमाणे त्यांच्यावर धावून गेले. मुलीला ओळखून तिच्याकडे तोंड करून ओरडले, ''तू हा शृंगार का केलास? घराच्या अब्रूचा आणि माझ्या वचनाचा तू काही विचार केलास का?''

चाचरत बोलणाऱ्या बापाचा चेहरा पाहून बीजाला उगीचच हसू आलं. म्हणाली, ''मी तुम्हाला इतक्या वर्षांच्या फसवणुकीचा खुलासा विचारणार होते, पण आता काही नाही विचारणार आणि ना काही उत्तर सुद्धा देणार!''

बाप पाय आपटून थुंकी उडवीत म्हणाला, ''बेशरमे, तू काय उत्तर देशील?

मी तुला हा शृंगार मुळीच करू देणार नाही.''

शेजघराच्या दरवाजावर आरडाओरडा ऐकून आई धावत आली. रात्रभर तिची पापणी सुद्धा मिटली नव्हती. मुलीचा हा शृंगार पाहून तिच्या रोमरोमी विंचूदंशाच्या वेदना ठणकू लागल्या. मुलीच्या मृत्यूपेक्षाही या शृंगारानं होणारा शोक जास्त त्रासदायक होता. इतकी वर्षे पाळल्या-पोसलेल्या सत्यानं अशा प्रकारे आपलं रूप प्रकट केलं तेव्हा तिला एकदम ते सहन करता आलं नाही. काही विचारण्यासाठी मुलीचे ओठ उघडत होते, तेवढ्यात ती तिला मिठी मारून ओक्साबोक्शी रडू लागली. रडत रडतच म्हणाली, ''काही विचारू नकोस, मुली, काही नको विचारूस. मी स्वतः खूप गयावया केली, हांजी हांजी केली, पण तुझ्याप्रमाणे माझंसुद्धा काही चाललं नाही. तरीही माझी हात जोडून विनंती आहे की तू आपल्या बापूंना शाप देऊ नकोस.''

एकदम तीजाच्या ओठांवर हसू झळकलं. म्हणाली, ''तुम्हाला अजूनही शापाची चिंता आहे? विश्वास ठेवा, ना मी कुणाला शाप देणार, ना हिच्या तोंडून शापवाणी निघेल. आम्ही तर उलट आपले उपकार मानू कारण असा अनमोल अनुभव आमच्या हाती लागला.''

तीजाच्या तोंडून हे बोलणं ऐकताच सेठजीनी बऱ्या-वाईटाचा जरासुद्धा विचार न करता आपली पगडी तिच्या पायाशी ठेवून ते गयावया करू लागले, ''बहू, आता माझी अब्रू तुझ्या हातात आहे. कसंही करून हिला समजाव, म्हणावं, हा साज-शृंगार उतरवून पूर्वीचा पोशाख घाल!''

तीजा खळखळून हसत म्हणाली, ''तुम्ही अजूनही मला बहू म्हणता! धन्य आहे तुमची अब्रू आणि तुमची मर्यादा! समजत नाही की खोट्या पोशाखामुळे तुमची अब्रू कशी बचावेल? आणि अशी अब्रू वाचवून करायचं तरी काय आहे? आजपर्यंत तुम्ही आपल्या मनाप्रमाणे केलंत, आता आम्हाला आमच्या आवडीप्रमाणे करू दे. आम्हाला तर फक्त तुमच्या फसवणुकीला जाहिररीत्या वरदानाप्रमाणे स्वीकारायचं आहे.''

सेठजीना आपलं खरं रूप प्रकट करण्यासाठी काहीतरी निमित्त हवं होतं. तीजाच्या तोंडचं असं बोलणं ऐकताच ते आपल्या मूळ स्वभावावर आले. डोळे लाल करून म्हणाले, ''या घरात माझीच मनमानी चालेल. तुम्हाला आपल्या मनाप्रमाणे वागायचं असेल तर इथं जागा नाही.''

या वेळी बीजा म्हणाली, ''आम्ही इथं राहणं आता चांगलंही दिसणार नाही. फालतू बडबडीमुळे बोलणं दुसरीकडे वळलं. आम्ही हेच सांगायला तुमच्याकडे आलो होतो. मर्जी असेल तर आशीर्वाद द्या. आम्ही आता निघालो. आता इथं श्वासही घ्यावासा वाटत नाही.''

सेठजी मुद्द्यावर आले. अद्वा-तद्वा बोलू लागले, ''जायचं तर जा, पण हुंडा आणि

दागिन्यातील एक कवडीसुद्धा परत देणार नाही. त्याच्या भरवशावर राहू नका.''

बापू संतापानं उकळत होते, पण मुलीला हसल्याशिवाय रहावलं नाही. हसत-हसत म्हणाली, ''आता आमचा स्वतःशिवाय कुणावरही भरवसा नाही. तुम्ही उगीच कशाला त्रागा करता? आम्हाला हुंड्या-दागिन्यातील एक तुससुद्धा नको. तुम्हाला लाज वाटणार नसेल तर आम्ही इथून नग्न जायला तयार आहोत!''

बाप-मुलीतील संकोचाचा मुखवटा उतरवून सेठजी म्हणाले, ''ही पाळी येणारच आहे. आता तुम्ही ठायी-ठायी नागड्या नाचाल सुद्धा. तुमची करणी तुम्ही जाणा, पण हे दागिने माझे आहेत. तुझं पालन-पोषण करून एवढी मोठी केली नसती तर हुंडा-दागिन्याचं स्वप्न तरी कुठे नशिबात होतं!''

''अशी स्वप्नं तुम्हा लोकांनाच लखलाभ होवोत!'' असं म्हणून तीजा आणि बीजा ताबडतोब आपले दागिने उतरवू लागल्या. खरं तर, साज-शृंगाराच्या अमर्याद आनंदात त्यांना दागिन्याची आठवणच राहिली नव्हती. सगळे दागिने उतरविल्यावर तीजा माथ्यावरची रखडी काढू लागली तेव्हा आईचं हृदय भरून आलं. स्फुंदून स्फुंदून रडत म्हणाली, ''मोठ्या भाग्याची ग तू, सौभाग्याची ही रखडी उतरवू नकोस.''

सेठजींच्या लोभाला सुद्धा आज मर्यादा नव्हती, पण खरं तर लोभाच्या तुलनेत हवेलीच्या मालकाची ऐट जास्त भारी होती. पिढ्यानुपिढ्याच्या त्या तोऱ्याच्या आज मुलीच्या हातून चिंधड्या उडू लागताच ते आपली शुध-बुध हरवून बसले. जिद्द आणि त्राग्याच्या आगीतील तूप हळूहळू वाढू लागलं. सेठानीचं अशिष्ट बोलणं ऐकून त्यांना पुन्हा संताप आला. दात चावीत म्हणाले, ''सौभाग्याचा रखडीशी काय संबंध? गरिबांच्या सोन्याच्या रखडी नसतात मग काय त्यांच्या बायकांचं सौभाग्य सुद्धा नसतं? मी कोणत्याही परिस्थितीत नाकातली चमकीही सोडणार नाही.''

दोघींनी हसत हसत रखड्या काढून दिल्या. सेठानीनं आयुष्यात प्रथमच पतीला फटकारलं, जवळ येऊन म्हणाली, ''तुम्हाला पिसाळलेला कुत्रा तर नाही चावला?''

सेठजी छाती पिटीत बडबडू लागले, ''पिसाळलेला कुत्रा तर यांना चावला आहे, पण तू कशाला लक्ष घालतेस? मी मनधरणी करणार नाही. लाखोची दौलत ठोकरून जाता आहेत तर जाऊ दे.''

अशा किळसवाण्या वातावरणात श्वास घेणं सुद्धा अशक्य झालं तेव्हा दोघी काही न बोलता-ऐकता तिथून चालू लागल्या. पण आईच्या मनात सुद्धा भ्रम कमी नव्हता. डोळ्यांतील अश्रूंनाच ती ममतेचं रूप मानीत होती. भरल्या गळ्यानं विचारलं, ''मुली, शेवटी जाणार कुठं?''

बीजानं जाता जाता सावकाश उत्तर दिलं, '' जिथं नशीब घेऊन जाईल.''

असं बोलणं ना घोड्यांना पकडता येत, ना हवेला. गावातले लोक जाणूनबुजून

गप्प बसले होते. खुसफुस ऐकली तरीही त्यावर झाकण ठेवलं. कपड्याच्या आत कोण नग्न नसतं? पुढं होऊन बोलण्याची हिंमत कोण करणार? मोठ्यांचे दगड सुद्धा पाण्यावर तरंगतात. सूर्याशिवाय चालू शकतं, पण महाजनांशिवाय एक क्षणही निभाव लागणार नाही. सगळेजण डोकी खाली करून मान खाजवू लागले. पुढाकार कोण घेणार! असा चमत्कार आजपर्यंत ना पाहिला आणि ना ऐकला, तरीही कुणाचं मौन सुटलं नाही. ज्याला मार खाण्याची इच्छा असेल तो ओठ उघडेल! सगळे जाणत असून अजाण बनले होते.

पण हवेलीतून सेठजींचा मुलगा स्त्रीवेषात बहूसोबत बाहेर पडताना पाहिला तेव्हा प्रत्येकाच्या अकलेला मूर्च्छा आली. ईश्वरानं डोळे दिले नसते तर हे पहाण्याचं पाप का घडतं! काही न बोलता हवेत कुजबुज पसरली आणि त्या कुजबुजीसोबतच हवा उकळू लागली. इकडे-तिकडे शिंतोडे उडू लागले. भले, हा दगड कसा गळ्याखाली उतरविणार? सुईच्या छिद्रातून हत्ती कसा बाहेर काढणार? गांधीलमाश्यांचं पोळं वाईटरीत्या इतस्ततः पसरलं. कुजबुजणारे लोक आपणहूनच गल्लीबोळांतून धावत एकत्र जमले. दोन स्त्रियांचा विवाह! अरे, दोन मुलींनी एकमेकींशी विवाह केला.! ही तर पुरुषजातीला चपराक आहे. या नव्या रूढीनं जात-पात, नाती-गोती विस्कळीत होतील. सूर्याच्या तोंडाला काळोखी फासली जाईल! सेठजींनी इतकी वर्षे या सत्याचा उभार कसा दाबून ठेवला? याहून मोठी फसवणूक कोणती असेल? हा मामला मिटवला नाही तर पंच-पंचायतीचा वचक कोण मानील? हा अजगर कुणाच्या खिशात टिकून राहणार नाही.

पहाता पहाता गावातल्या सगळ्या लहान-मोठ्या पंचांनी दोघी मुलींना चहुबाजूंनी घेरा घातला. सर्व बाजूंनी आरोळ्या ऐकू आल्या, "खबरदार, खटल्याचा निकाल लागल्याशिवाय एक पाऊल पुढे टाकलंत तर! स्त्रीचा स्त्रीबरोबर विवाह झाल्यावर पुरुष काय उंदरांची बिळं शोधणार!"

तीजानं ताडकन काहीतरी उत्तर दिलं, पण पंचांच्या कलकलाटात कुणाला काही ऐकू आलं नाही. सगळीकडून न्याय-न्याय असा आरडाओरडा दुमदुमू लागला. बीजानं हात वर करून थांबण्याचा इशारा केला आणि इशाऱ्याबरोबर ओठांपर्यंत आलेले शब्द पुन्हा कंठात उतरले. शांतता पसरल्यावर ती मोठ्यानं म्हणाली, "आम्हाला तर काही न्याय करायचा नाही, तरीही तुम्हाला न्याय हवा असेल तर मी हवेलीत जाऊन लगेच परत येते, तोपर्यंत इथं थांबा."

असं म्हणून ती लगेच हवेलीत जाऊ लागली. लोकांनी आपणहून रस्ता करून दिला. थोड्या वेळानं परत आली, तेव्हा तिनं एका हातात बुजगावणं धरून ठेवलं होतं. तोच साफा, तीच बंडी आणि तेच धोतर. तीजाजवळ येऊन ताबडतोब खड्डा खणायला बसली. लोक चूपचाप तो तमाशा पहात राहिले आणि तिनं त्या खड्ड्यात

आपल्या हातानं बुजगावणं रोवलं. जमिनीपर्यंत लटकणारा साफ्याचा शेव. लहान मडक्यावर लावलेल्या भज्यासारख्या नाकाखाली रुबाबदार मिशा. नंतर उभी राहून मोठ्याने म्हणाली, "या बुजगावण्याचं भय वाटलं तर ना आम्हाला तुम्हा मिशावाल्या पुरुषांचं भय वाटेल. तुम्ही सगळे पुरुष या बुजगावण्यापेक्षा पोहचलेले आहात. तुम्हाला आव्हान देऊन आम्ही पुढे जातो, बघू कोण मर्दाचा बच्चा आम्हाला अडवतो?"

या शब्दांची अशी अचूक जादू झाली की प्रत्येकाला त्या बुजगावण्यात स्वतःचा चेहरा दिसू लागला. सगळे पंच बुजगावण्याच्या मडक्यावर टक लावून स्वतःचा चेहरा पाहू लागले आणि त्या विनासंकोच तिथून निघून गेल्या. कुणी नजर वर करून त्यांच्याकडे पाहिलं सुद्धा नाही. त्या दिसेनाशा होताच प्रत्येकाला वाटलं जणू बुजगावणं डुगडुगत हसत आहे. भले, यात हसण्यासारखं काय आहे? बुजगावण्याची इतकी हिंमत की त्यानं जिवंत माणसाची टर उडवावी! त्यांचा अपमान करतं! सगळ्यांच्या डोळ्यांत बुजगावण्याचं रूप खुपू लागलं, म्हणून सगळे त्याच्यावर एकसाथ असे तुटून पडले की त्याचे तुकडे तुकडे केले. बंडी, धोतर आणि साफ्याची चिंधी कुणा भाग्यवंताच्या हाती लागली तर कुणाच्या नाही. बुजगावण्याच्या चिंधड्या उडाल्यावर सगळ्यांचं समाधान झालं. मग जसे आले होते, तसेच आपापली तोंडं इवलिशी करून चालते झाले आणि गुहेत डोकं घुसवताच प्रत्येक पुरुष वाघ बनून घरातल्या स्त्रीवर गर्जू लागला.

बीजा आणि तीजा एकमेकींच्या गळ्यात हात घालून गावाच्या बाहेर आल्या. जमिनीवर सगळीकडे हिरवाई पसरली होती. शेतांत माथ्यापर्यंत उभी बाजरी डोलत होती. बांधावर वेली पसरल्या होत्या. लहान झाडं आणि काटेरी झुडपं हरळीच्या जाळ्यांनी पूर्णपणे आच्छादली होती. आकाशात मेघसमूह इकडे-तिकडे सरकत होते. वसुंधरेच्या अपूर्व शृंगाराचा कुठल्याही दिशेला कुठे काही आदि-अंत दिसून येत नव्हता. निसर्गाच्या लाडक्या मुलींचं प्रथमच निसर्गाशी मीलन झालं. त्या हरणांसारख्या उड्या मारीत एका शोभीवंत पहाडावर चढल्या. उत्साहाच्या भरात इकडे-तिकडे चकरा मारीत थेट शिखरावर चढून गिरक्या घेत नाचू लागल्या. माणसांच्या वस्तीतील घरकुलं त्यांना देवीच्या व्रणांप्रमाणे वर उठलेली दिसू लागली.

ढगांचे समूह पहाडावर पसरले. मुसळधार पाऊस बरसू लागला. चहुकडे खुशीचे नगारे वाजू लागले. चमकणाऱ्या विजा दोन मैत्रिणींचं सौंदर्य निरखण्यासाठी पुन्हा-पुन्हा हट्ट करू लागल्या. बीजाचा चेहरा पुसत तीजा म्हणाली, "आपल्या दर्शनासाठी तहानलेल्या या विजा तळमळत-तळमळत तुटून पडत आहेत. कपड्यांच्या आवरणामुळे यांची तहान कदाचित भागणार नाही!"

तेव्हा बीजा म्हणाली, "आपल्याला आवरणाची जरूरच काय आहे! बिचाऱ्या विजांना तहानलेलं का ठेवायचं!"

काचोळ्या काढताच विजा चमकल्या. जणू ढगांच्या अंतर्भागात सुद्धा त्या युगानुयुगाच्या तहानलेल्या होत्या. कमलफुलांच्या दोन जोड्यांचं ओझरतं दर्शन झाल्यावर त्यांचा दाह नाहीसा झाला. खुशीचे नगारे पुन्हा घडा-घडा वाजू लागले.

थोड्या वेळानंतर पुन्हा विजा चमकल्या. ही विजेची लाट बरीच मोठी होती. इंद्रगोपाप्रमाणे दोन पुतळ्या शुध-बुध विसरून एकमेकींत सामावून जाण्यासाठी व्याकुळ होऊन आलिंगनबद्ध उभ्या होत्या-- ओठांचं अमृतपान करीत!

ढगांची अमाप बरसात झाल्यावर त्याचं आलिंगन सैलावलं. सुंदर पहाडाच्या निर्जीव आयुष्याचं सार्थक झालं. विजांच्या चमचमाटात एक नवी ऐट मिसळली.

भानावर आल्यावर आपले-आपले कपडे पुन्हा घातले. विजा पुन्हा कडाडून चमकल्या. जणू त्यांना कपड्यांचा खूप राग आला. गडगडाटाबरोबर त्या पुन्हा एकमेकींच्या मांड्यांत बद्ध झाल्या.

त्या पावसात मजा-मजा करीत पहाडावरून खाली उतरू लागल्या तेव्हा आपण जणू फुलांप्रमाणे हलक्या झालो आहोत असं त्यांना वाटलं. चहुबाजूला आनंदाचे झरे वहात होते. तृप्त झालेली जमीन अंग पसरून मेघांच्या पवित्र प्रीतीत ओलीचिंब होत राहिली.

पहाडाच्या पायथ्याशी आल्यावर त्यांना आपल्या प्रेमाच्या श्रेष्ठत्वाची जाणीव झाली. मेघांतील अस्पर्श पाण्याहूनही निर्मळ आणि पवित्र सत्य या जगात काही असेल तर त्यांची गाढ प्रीत!

पण फक्त प्रीतीच्या आधारावरच माणसांच्या जगात गुजराण होत नाही आणि शिवाय त्या दोघी मुली होत्या. गावांतल्या पुरुषांशी वैर धरून त्या आपल्या मनाप्रमाणे एक नवं घरकुल बनवू इच्छित होत्या. हे तर पहाडाला उलथण्यासारखं अशक्य आव्हान होतं. त्यांना शक्य असतं तर त्यांनी माणसांच्या वस्तीकडे तोंडही वळवलं नसतं.

कसलाही विचार न करता, गप्पा मारीत-मारीत सरळ भुतांच्या बावडीकडे पोहचल्या. पृथ्वीवर अंधार झिरपू लागला. पाऊस थांबल्यावर त्यांनी आपले कपडे पिळले.

किर्रर-किर्रर जंगल. निर्जन बावडी. तिथं एकशे अठ्ठावीस भुतांची वस्ती होती. रात्री चिमण्यांनासुद्धा पंख फडफडवता येत नसे. आणि कुणी असं साहस केलं तर ती पुन्हा आपल्या ठिकाणी परतत नसे. भर दुपारी सुद्धा माणूस त्या बावडीच्या कोसभर दुरून जाण्यास घाबरत असे.

दोघी बावडीच्या कट्ट्या/वर बसल्या. निर्भय गप्पांत रंगल्या. वरती आकाशात त्रयोदशीचा चंद्र ढगांबरोबर लपंडाव खेळत होता. अचानक बीजा म्हणाली, ''या चंद्रानं तुझ्यापासून लपवून माझ्या कानांत एक गोष्ट सांगितली. एक मुका देशील

तर सांगेन.''

तेव्हा तीजा म्हणाली, ''तू मला मुका दिलास तर मी तुला ही गोष्ट विचारणारही नाही.''

''नाही, गोष्ट नक्कीच विचारण्यालायक आहे.''

''तर मग विचारल्याशिवाय सांग.''

''हा चंद्र मला पुन्हा-पुन्हा टोकत आहे की जवळ बसलेल्या चंद्राला न पहाता, तू माझा कुरूप चेहरा का पहात आहेस?''

''खोटं, ही गोष्ट तर त्यानं मला सांगितली.''

दोन्ही चंद्र एकमेकांकडील अमृत पिऊ लागले, तेवढ्यात अचानक त्यांच्या कानावर एक गरजणारा आवाज पडला, ''मला माहीत होतं की तुम्ही इथंच येणार.''

चमकून हातांची पकड सैल केली. इकडे-तिकडे पाहिलं. समोर एक पांढराशुभ्र माणूस उभा राहून हसत होता. जणू चांदण्यांच्या साच्यात घालून ओतला होता. तो हसून म्हणाला, ''आज आमची निर्जन बावडी पवित्र झाली. पण अत्यंत हैराण करणारी गोष्ट म्हणजे तुम्हाला भुतांच्या बावडीवर चढताना सुद्धा भय नाही वाटलं!''

त्या सावध होऊन उभ्या राहिल्या. बीजा शांतपणे म्हणाली, ''भय तर माणसाचं वाटतं, भुतांचं कसलं भय?''

बीजाच्या तोंडून हे बोलणं ऐकल्यावर भुतांचा सरदार हसून म्हणाला, ''हे तुझं बोलणं तर सोळा आणे खरं आहे. बेईमान माणसांच्या काळ्या करणीमुळेच आम्ही ही योनी भोगत आहोत. घाबरणाऱ्याला आणखी घाबरवून बदला घेतात! माणूस या शब्दाचा सुद्धा आम्हाला तिटकारा वाटतो. आजच या हरामजाद्यांनी गावातल्या चावडीवर तुम्हाला त्रास देण्यात काही कसर ठेवली नाही.''

तीजानं अस्वस्थ होऊन मध्येच विचारलं, ''तुम्हाला कसं माहीत?''

भूत पुढे बोलू लागलं, ''माणसांच्या तोंडून तुमच्या विवाहाची चर्चा आमच्या कानात पडली. मग आम्ही तमाशाचे शोकीन काय मागे रहाणार? माणसांच्या नजरेपासून अदृश्य अशा आमच्या संपूर्ण जमातीनं हा पोरखेळ बघितला. पाहताच तुम्हा दोघींबद्दल प्रेम वाटू लागलं. आम्हीच तुम्हाला वाचविण्यासाठी बुजगावण्याचा धुमाकूळ करविला होता. नाहीतर त्या जंगली लोकांकडून तुमची सुटका झाली असती का भले! कुणी जोर-जबरदस्ती करू नये म्हणून मी थेट पहाडापर्यंत तुमच्या सोबत होतो.''

हे बोलणं ऐकून त्या लाजेनं संकोचू लागल्या तेव्हा सरदाराला हसू आलं. हसत म्हणाला, ''तुम्ही बिजलीला तर लाजला नाहीत, मग माझं बोलणं ऐकून का लाजता! तुमची प्रीत पाहून माझ्या जीवनाचं सार्थक झालं. मी या जमातीचा सरदार आहे. तुम्ही न घाबरता इथं रहा. या बावडीच्या जवळ असा एकस्तंभी महाल उभा

करतो की राजाला सुद्धा मत्सर वाटेल. राजाचा खजिना हवा तर ओस पडेल, पण तुम्हाला कधी कशाची उणीव भासणार नाही. मर्जीनुसार तुमच्या लहान-मोठ्या सर्व इच्छा पुऱ्या होतील. तुमच्या पवित्र प्रीतीच्या दर्शनानं मला जे सुख प्राप्त झालं आहे, त्याचे उपकार मला कधी चुकवता येणार नाहीत. स्त्रियांव्यतिरिक्त पुरुषांच्या सावलीला सुद्धा तुमच्याकडे धारदार नजरेनं पहाता येणार नाही. आता या एकस्तंभी महालात मनसोक्त रंग-विलास करा.''

सरदारानं हातानं खूण करताच त्यांनी मागं वळून पाहिलं तर समोर पांढराशुभ्र महाल झगमगत होता! कशी बेजोड नक्षी आणि किती विलक्षण सुंदर गवाक्षं! आत प्रकाश चमकत होता. बाहेर त्रयोदशीचा चंद्र चवरी ढाळीत होता.

आपल्या प्रीतीला असं वरदान मिळेलसं वाटलं नव्हतं! दोघी एकस्तंभी महालात शिरल्या तेव्हा अवाक झाल्या. केशराचं अंगण. गुलालाच्या भिंती. शेंदूराचं छत. कमळाचा पलंग. गुलाबफुलांची शेज. त्या आनंदाच्या झोक्यावर झुलू लागल्या. कुंकुमी रंगावर सुद्धा मात करणारी ती दोन पाखरं अंगक्रीडेच्या आनंदात अशी मश्गुल झाली की त्यांना दिवस आणि दुनियेची काही शुद्धच राहिली नाही. भले, कामदेवाच्या या आदिम समाधीशी कोण सामना करणार?

शेवटी समाधी भंगल्यावर पुन्हा शुद्ध आली. एकमेकींच्या डोळ्यांत नजर गुंफून दोघी एकसाथ हसल्या. त्या पवित्र हास्यात वाणीचे सूर मिसळीत बीजा म्हणाली, ''भुतांच्या सरदाराच्या आयुष्याचं पुन्हा सार्थक झालं असेल.''

तीजाच्या तोंडून नकळत आपोआप शब्द बाहेर पडले, ''त्याबरोबर स्वर्गातील देवतांचं अमरत्व सुद्धा संतुष्ट झालं असेल.''

पहाटे त्या एकस्तंभी महालातून बाहेर आल्या तेव्हा सूर्योदय पाहून त्यांना वाटलं की आजचा सूर्य जणू त्यांच्या मांड्यांच्या जोडीतील पवित्र पाकळ्यांतून उगवला आहे! त्या रात्रीनंतर आपला जुन्या गुहेतील निवास सोडून सूर्य नेहमी त्या नव्या ठिकाणाहून उगवू लागला तो आजपर्यंत उगवत आला आहे. संपूर्ण जगातील प्रसन्नता एकस्तंभी महालातील शेजेवर मुक्काम करण्यासाठी तडफडू लागली. त्यांच्या एकाच तृष्णेत ब्रम्हांडाची संपूर्ण तृष्णा सामावलेली होती.

सुखाचा पंधरवडा चुटकीसरशी संपून गेला. भुतांच्या सरदाराच्या देखभालीत काही कमतरता नव्हती. एक दिवस भुतांचा सरदार त्यांना म्हणाला, ''तुम्ही तर आपल्या सुखात सगळ्या जगाला विसरलात, पण जग तुम्हाला क्षणभरही विसरलं नाही. गावात विनासंकोच फिरायला जा. तुम्हाला कसलाही धोका नाही. मी तुमच्या पाठीशी सतत तयारीत राहीन. गावातल्या स्त्रियांना इथं येण्यास पूर्ण मुभा आहे. एकटा तर सूर्यसुद्धा गुदमरतो! चंद्र सुद्धा सुकतो!''

दोघींच्या तोंडून एकच बोल बाहेर पडले, ''पण आम्ही तर दोघी आहोत.''

भुतांचा सरदार हसून म्हणाला, "पण तुमचा प्राण तर एक आहे आणि सहवासावेळी त्यातही उणीव भासते."

आता त्यांचा संकोच सुद्धा खूप कमी झाला होता. सरदाराचं बोलणं ऐकून खो खो करून मोठ्याने हसल्या. त्यांच्या हसण्यापुढे भुतांच्या सरदाराचं हास्य फिकं पडलं.

त्यानंतर त्या फुलपाखरांप्रमाणे उडत आणि गिरक्या घेत माणसांच्या वस्तीत पोहचल्या. तीच आवारं आणि भिंतीचे तट. त्याच शाकारलेल्या झोपड्या. आपली-आपली हद्दबंदी. आपली-आपली स्वयंपाकघरं आणि आपल्या-आपल्या चुली. आपली-आपली आग आणि आपला-आपला धूर. तुझं-माझंच्या बाचाबाची. तू-तू, मी-मी, ठायी-ठायी उकिरड्यावरील कचरा. सुख-शांतीसाठी धावपळीच्या दरम्यान डोकावणारं दिवाळं. मुलांसाठी दुःख-कष्ट. वास मारणारी दुपटी. चहूबाजूला गलिच्छपणा. घरोघरी कलह आणि गोंगाट.

इतकी वर्षे त्या या नरकात कशा राहिल्या? कशा मोठ्या झाल्या? आज त्या घालवलेल्या आयुष्याची आठवण येताच किळस वाटते. छीः थू! पण गावातले लोक तर त्यातच रमत अंगणात लाल-पिवळ्या रांगोळ्या काढतात. भिंतींवर चित्रं रेखाटतात. उत्सवांच्या वेळी गाणी म्हणतात. सणाला पक्वान्न करतात. झोपाळ्यावर झोके घेतात. नाचतात-गातात. कुणाला कुठे घाण दिसत नाही!

आज त्यांना दुसऱ्या वेळी एकत्र पाहून कुणीही न्याय करायला तयार झालं नाही. उलट घाबरून दरवाजे बंद केले. प्रत्येकाच्या मनावर बावडीतील भुतांची दहशत पसरली होती. चालता-चालता मान मुरगळतील! आपला-आपला गळा सर्वांना प्रिय असतो. या दोघी देवी भुतांसोबत रहाण्याच्याच लायकीच्या होत्या. शेवटी त्यांच्या सोबतीमुळेच यांचं समाधान झालं. त्यांची लक्षणंच तसली, त्यांनाच निस्तरू दे. जे काही मिळालं, माथा झुकवून मिळालं. तारांनी वेढलेल्या लाठ्यांना सुद्धा थरथरी भरली.

बीजाचा बाप ओट्यावर बसून हिशोब-ठिशोब करीत होता. तेवढ्यात त्याची नजर मुलगी आणि बहूवर पडली. बेशुद्ध होता होता सावरला. थरथर कापत उभा राहिला. धोतराचा कासोटा सुटला. हात जोडून म्हणाला, "सगळे दागिने-हुंडा व्याजासकट द्यायला तयार आहे, माझ्या गरिबावर दया करा."

बीजा चिडून पुढे सरसावली. मान हलवून म्हणाली, "आम्हाला दागिने-हुंड्याची आशा नाही. आम्ही तर फक्त भेटायला आलो आहोत. आम्हाला या घरातली तनसडीही नको."

ओठांच्या कोपऱ्यातून लाळ गाळीत सेठजी म्हणाले, "का नको? तू माझी मुलगी नाहीस का?"

"मुलगी आहे, ते मला माहीत आहे! बापाचं प्रेमसुद्धा जाणते! पण यापुढे देण्याघेण्याचा उल्लेख केला तर मी इथं कधी येणार नाही."

बापूला लगेच काही उत्तर सुचलं नाही. चाचरणं थांबल्यावर पुन्हा हात जोडून म्हणाला, "आता तुमचा शाही मुक्काम आहे. पुन्हा पुन्हा येताच कसं येईल! निरोप मिळताच मी हजर होईन."

त्यानं भुतांच्या भयाचा जाणूनबुजून विषय काढला नाही. मुलीच्या मनातील तिरस्काराला पारावार राहिला नाही. जणू विष्ठेच्या दलदलीत फसली होती. तिथूनच परत फिरली. तशीतर तीजाची सुद्धा सासरचा उंबरठा चढण्याची मुळीच इच्छा नव्हती. ती सुद्धा परत फिरली.

सुटलेला कासोटा सांभाळीत बापू त्यांच्यामागून जात म्हणाला, "मुली, आईला भेटल्याशिवायच निघून जाणार? ती बिचारी रडून-रडून आंधळी होऊ लागली आहे."

बीजा चालता चालताच म्हणाली, "आईला तिकडे पाठवून द्या. काही धोका नाही."

असं म्हणून बीजा वेगानं चालू लागली तेव्हा तीजाला पण तिच्या बरोबरीनं चालावं लागलं. तिच्या मनातली खळबळ न सांगताही तिला समजली. गावाची सीमा ओलांडल्यावर बीजा तोंड वाकडं करून म्हणाली, "आता तर सुगंधी अत्तर-तेलाच्या हौदात न्हाईन तेव्हाच चैन पडेल."

तीजा तिला चिडवण्याच्या उद्देशानं म्हणाली, "का, आपल्या श्वासांचा सुगंध काय अत्तरापेक्षा कमी आहे?"

असं म्हणून तिनं बीजाला आपल्या बाहूंत कवटाळून घेतलं. फिरणारे मोर लवून-लवून मुजरे करू लागले. बेडूक डरांव-डरांव करीत वातावरणात माधुर्य मिसळू लागले. उड्या मारणारी हरणं एका जागी स्तब्ध राहून ते मीलन पाहू लागली. कबुतरं आनंदानं गुटर-गूं करण्यात मश्गुल होऊन नाचू लागली. रातकिड्यांच्या गहनगूढ स्वरलहरींमुळे जंगलातील कणाकणांवर जादू पसरली. आलिंगनाच्या त्या अपूर्व बंधनाच्या निमित्तानं जणू संपूर्ण निसर्गानं मुक्तीचा सत्कार केला.

थोड्या वेळानं त्यांना एकस्तंभी महालातील एकांताची आठवण अस्वस्थ करू लागली आणि त्या तिथून बावडीच्या दिशेनं जोरात धावल्या. गलिच्छ वस्तीचा नरक खूप-खूप मागे राहिला होता.

दुसऱ्या दिवशी घडीभर दिवस चढल्यावर दरवाजावर एकसारख्या थापा पडलेल्या ऐकू आल्या तेव्हा बीजा चमकून उठून बसली. तीजाला उठवून पटकन कपडे घातले आणि धाड-धाड जिना उतरून चंदनी-दरवाजा उघडला. मावसबहिणीबरोबर आई उभी होती. बीजा काही बोलण्यापूर्वीच बहीण मस्करीनं हसत म्हणाली, "इतक्या उशिरा तर विवाहित स्त्रियासुद्धा उठत नाहीत."

बीजाच्या डोळ्यांत अजूनही जागरणाचा जडपणा शिल्लक होता. आईची भीड न बाळगता डोळे चोळीत म्हणाली, "आम्ही विवाहित स्त्रियांपेक्षा काय कमी आहोत!"

एकस्तंभी महालात पाऊल ठेवताच त्या दोघी आपलं भानच विसरल्या. कानांवर पडलेल्या गोष्टींवर आत्ता कुठे विश्वास बसला. भुतांच्या जमातीला ताब्यात ठेवल्याशिवाय अशी सृष्टी कोणाला निर्माण करता येईल? पण हे कसं शक्य झालं! अतोनात आश्चर्यामुळे एकस्तंभी महालाचं सौंदर्य होतं त्यापेक्षा चौपट दिसू लागलं. खूपशा गोष्टी ठरवून तर आल्या होत्या, पण एक शब्दही तोंडातून बाहेर पडला नाही. जणू दोन मासोळ्या सोन्याच्या महालात फसल्या होत्या.

सगळं दृश्य पाहिल्यानंतर स्तंभित झालेली सेठानी बीजाच्या चेहऱ्याकडे टुकू-टुकू पहात स्वप्नात बडबडल्यासारखी म्हणाली, "खरंच काय माझ्या उदरी मी तुला जन्म दिला?"

बीजा हसून म्हणाली, "हे तर तुला माहीत किंवा सुईणीला. भले, मी याचं काय उत्तर देणार!"

सेठानीचं असंबद्ध बोलणं ऐकून बहीण वैतागली. तिला सावध करीत हळूच म्हणाली, "हेच विचारायला इथं आली आहेस काय?"

तीजा गोड तक्रार करीत म्हणाली, "कां, येणं व्यर्थ झालं का?"

मग बीजानं मोठ्या उत्साहानं त्यांना नानाप्रकारचे पदार्थ खाऊ घातले. नंतर सोन्याच्या पलंगावर झोपवून दोघी एकत्र बसून जेवल्या.

नंतर बीजा आईकडे गेली. दोघी एकमेकींकडे पाठ करून झोपल्या होत्या. झोप येऊ नये म्हणून खूप प्रयत्न केला, पण सोन्याच्या पलंगावरील त्या मखमली शेजेवर तर जखमांनी कण्हणारा माणूस पण घोरू लागेल. मग थकून-भागून सुस्तावलेल्या निरोगी स्त्रियांची काय अवस्था!

तिसऱ्या प्रहरी दोघी दचकून उठल्या. आजूबाजूला पाहिलं. राजासुद्धा अशा थाटमाटाला तळमळत असेल. उघड्या डोळ्यांपुढील असं स्वप्न त्रासदायक ठरतं. भाचीला भडकवीत आई म्हणाली, "शेवटी तोंडातून शब्द काढले तरच काही होईल. असं गप्प राहून यांना कसं समजेल?"

भाची एक खोल निःश्वास सोडून म्हणाली, "असा रंगमहाल पाहून तर बड्या-बड्यांची बुद्धी फिरेल. आता ना काही विचार करवत आणि ना काही दिसत."

चौघींनी एकत्र बसून घडी-अर्धा घडी गप्पा मारल्या. मग मावसबहीण धीर करून म्हणाली, "तिसऱ्या दिवशीच संपूर्ण मुलुखात एकस्तंभी महालाची गोष्ट पसरली. अशा गोष्टी कुणी न सांगताही, हवेबरोबर पसरतात. भुतांच्या जमातीचं भय नसतं तर तुम्हा दोघींबरोबर विवाह करण्यासाठी दुसरं महाभारत घडलं असतं. चढाईसाठी आतुर राजा अर्ध्या वाटेतूनच पळाला! राज्याच्या स्वामीनं हार मानली, मग कुणाची

हिंमत? लहान-मोठे, तरुण आणि म्हातारे सगळे आतल्या आत तळमळत आहेत.''

तीजानं मध्येच विचारलं, ''आम्ही कुणाचं काय वाईट केलं आहे?''

या वेळी आईनं उत्तर दिलं, ''याहून आणखी वाईट काय असणार? तुमच्या घरकुलानं पुरुषांचा सगळा नक्षाच उतरला.''

बीजा बहिणीकडे पहात म्हणाली, ''आमच्याकडे सुद्धा यावर उपाय नाही.''

हे ऐकून बहिणीला बोलणं पुढे वाढविण्यासाठी धागा मिळाला. हिंमत वाढली. गंभीरपणे समजावू लागली, ''तुमच्याकडे उपाय आहे, म्हणून तर आम्ही इथं येण्याचा धीर केला.''

प्रेमी युगुल नीट कान देऊन ऐकू लागलं. तिची शिकवण चालू होती, ''तुमचा विवाह म्हणजे एक थट्टामस्करी होती. अजूनही तुमच्या सावलीला सुद्धा पुरुषाचा घाम लागलेला नाही.''

तीजा पटकन म्हणाली, ''आणि लागू देणारही नाही!''

''नाही पोरी, हे स्वप्नात सुद्धा शक्य नाही. स्त्रीचं पाण्याशिवाय चालू शकेल, पण पुरुषाच्या घामाशिवाय चालणार नाही. तुझ्या बापूकडे खूपशा मागण्या आल्या आहेत. मुलुखातले अतिशय श्रीमंत तरुण तुम्हा दोघींशी वेगवेगळे विवाह करायला तयार आहेत. पोकळ अहंकाराला गोळी मारा. चांगलं घर करा. संसार सांभाळा. संपत्ती आणि संततीचं भरपूर सुख मिळवा आणि वंशवेल वाढवा. तुझे बापू दोघींना दुप्पट हुंडा द्यायला तयार झाले आहेत.''

तीजा मंद-मंद हसत म्हणाली, ''आमच्यामुळे वंशवेलीच्या फांद्या वाढल्या, त्याचं फळ तर आम्ही भोगतच आहोत. आता या फांद्या मुळापासून तोडायच्या आहेत. आमच्या दृष्टीने हेच सर्वांत मोठं सुख असेल. फक्त टाळी वाजवून हसण्याशिवाय या बोलण्याला काही उत्तर नसेल.''

हे ऐकल्यावर आईचा चेहरा उतरला. बीजाकडे तोंड वळवून विचारलं, ''मुली, तुझा काय विचार आहे?''

''माझा विचार काय वेगळा असणार! आता या शिकवणीसाठी इथं येण्याचा त्रास घेऊ नका.''

मुलीच्या डोळ्यांतील रंग पाहून आईचा धीर खचू लागला. भुतांच्या जमातीचा विचार येताच रोमांच उभे राहिले. भाचीकडे पाहून हळूच म्हणाली, ''खूप उशीर झाला. आता निघायला हवं.''

भाची गपचूप उठून चालू लागली. एकस्तंभी महालात रहाण्याचं जेवढं स्वप्न पाहिलं तेवढं पुरे. बीजा तर दरवाजापर्यंत सोडायलाही गेली नाही.

दुसऱ्या दिवशी पुन्हा दरवाजावर तशाच थापा ऐकू आल्या. बीजानं गडबडून दरवाजा उघडला. उंबरठ्यावर मावसबहीण एकटी मान खाली घालून उभी होती.

बीजा आश्चर्यानं म्हणाली, ''रात्री स्वप्नात मी तुला दरवाजावर अगदी अशीच उभी असलेली पाहिली. चुंबन घेताच तू धावत मागे फिरलीस. मी खूप हाका मारल्या, पण तू मागं वळूनही पाहिलं नाहीस. आता पुन्हा चुंबन घेते, बघू कशी पळतेस!''

बीजानं हसत हसत पटकन बहिणीच्या डाव्या गालाचं चुंबन घेतलं. चुंबन घेताच बहिणीच्या डोळ्यांतून झर-झर अश्रू वाहू लागले. बीजाचं हास्य लोपलं. तिचा हात ओढून म्हणाली, ''माझ्या चुंबनाचा राग आला? मी तर--''

बहीण मध्येच भरल्या गळ्यानं म्हणाली, ''भले, मला तुझ्या चुंबनाचा राग येईल? चुंबनाचा स्पर्श होताच दीर्घकाळ साचलेल्या अश्रूंचा बांध फुटला. खूप डोकं खाजवलं, पण अजूनही समजत नाही की तुम्ही दोघींनी ही हिंमत कशी केली? माझ्याकडे तर तुमचा मिलाफ पाहण्याची सुद्धा योग्यता नाही. काल मावशीमुळे बोलायला संधी मिळाली नाही, म्हणून आज एकटी आले.''

तीजाला पाहून पुन्हा तिचं मन भरून आलं. ती पुन्हा-पुन्हा प्रेमी युगुलाचे चेहरे पहात खूप रडू लागली. तिच्या दुःखाकडे अश्रूंशिवाय काहीही दाखविण्यालायक नव्हतं. म्हणून त्यांनी तिला रडण्यापासून अडवलं नाही. एका-एका अश्रूत सागरातील खारटपणा भरला होता.

अश्रू थांबल्यावर हृदयात साठलेला खारटपणा तोंडातून बाहेर काढीत सांगू लागली की विवाहानंतर माहेर सुटण्याच्या दुःखाबरोबर सासरचं सुख-समाधान सुद्धा कमी नव्हतं, पण शेजघरातील अनमोल रात्रीनं तिचं दिवाळं काढलं. पुरुष असूनही पाणिग्रहण केलेल्या नवऱ्याच्या ठायी पुरुषत्वाचा लवलेशही नव्हता. सासरच्यांनी सगळं काही माहीत असूनही धूमधडाक्याने वरात काढली. कदाचित कुमारी बहूच्या यौवन-स्पर्शानं त्याच्यात ऊब येईल. तारुण्य मुसमुसेल. पण त्यांचा समज चुकीचा ठरला. आणि त्यांच्या चुकीचा परिणाम भोगावा लागला अजाण पत्नीला. आणखी काही जोर चालला नाही म्हणून आपल्या फुटक्या अहंकाराच्या जळफळाटात पतीनं तिच्या संपूर्ण शरीरावर ठायी-ठायी दातानं चावे घेतले.

एवढं भागवत ऐकवल्यावर तिनं आपलं शरीर उघडं करून दाखविलं. पाठ, छाती, बाहू, नितंब आणि मांड्यांवर ठिकठिकाणी निळ्या चकत्या उठल्या होत्या. आई-वडिलांसमोर रडून सुद्धा काही निष्पन्न झालं नाही. उच्च खानदानाच्या मर्यादा उघड्या डोळ्यांनी ओलांडता येत नाहीत, पण डोळ्यांपासून अदृश्य असं कर्तुत्व असतं, त्याचा गौप्यस्फोट कोण करणार? सासरा आणि थोरल्या दिराच्या मनमानीपासून ती किती दिवस टिकून रहाणार? तिला जबरदस्तीनं मान तुकवावी लागली. चित्त्याच्या गुहेत बकरीचा जीव कधी वाचला आहे? पतीला समजल्यावरही त्यानं काही तक्रार केली नाही. व्यापारात आणखी जास्त मन घालू लागला. तिच्या विवाहानंतर खूप भरभराट झाली. व्यापार खूप पसरला. सगळे सुलक्षणी बहूवर खूष होते.

बीजाची मौन समाधी भंगली. एक खोल निःश्वास सोडून म्हणाली, "आणि त्यांच्याबरोबर तुलाही समाधानी व्हावं लागलं."

"आणखी इलाजच काय होता!"

तीजानं विचारलं, "अजूनही समाधानी आहेस?"

"हो, इतके दिवस समाधानीच होते, पण तुमची हिंमत पाहून माझ्या दुःखानं कूस बदलली."

बीजा उतावीळपणाने म्हणाली, "आता तुला कुठं जाण्याची गरज नाही. तिघी एकत्र आल्यावर आपल्यासमोर कोण टिकेल?"

ती मान हलवून म्हणाली, "अं हं, मी इथं रहाण्यासाठी नाही आलेय. तुमच्यासमोर रडून मन हलकं झालं. आता तर मरण्यापूर्वी सासर सुटणार नाही. लाखोंची मालमत्ता आहे. गुरं-ढोरं आहेत. सात तीनमजली हवेल्या आहेत. इतक्या सहजतेनं हा मोहपाश सुटत नाही. अजून माझी कूसही उजवली नाही. मालमत्तेला वारस देऊनच मला स्वस्थता मिळेल. दीर न्यायला आला आहे. परवा मला जावं लागेल. पण तुमचे उपकार मी मुळीच विसरणार नाही. तुमची हिंमत आणि तुमचं सुख पाहून मला शिदोरी तर नक्की मिळाली, पण तुमच्यासोबत रहाण्याएवढं सामर्थ्य माझ्यात नाही."

सांगायचं तर खूप होतं, पण पुढे बोलता येईना. गळा भरून आला. डोळे भरून आले. थोड्या वेळानं डोळे पुसून म्हणाली, "काल सुद्धा तुम्ही मला वेगळं बसवलं होतं. आज तुमच्याबरोबर जेवीन. तुमचं उष्टं खाऊन कदाचित मला सुबद्धी सुचेल."

तीजा म्हणाली, "सुबुद्धी तर तुला आधीच झाली आहे, पण संस्कारांचं भूत पाठ सोडत नाही."

भूत म्हणताच भुतांचा सरदार अकस्मात प्रकट झाला, पण बहीण घाबरली नाही. त्या झगमगीत तेजाकडे टुकू-टुकू पाहू लागली. पुढच्याच क्षणी सरदार म्हणाला, "माझी कशासाठी आठवण काढली?"

तीजाला निरर्थक हसू आलं. म्हणाली, "तू ते भूत नाहीस. तू तर भविष्याच्या अदृष्ट शाश्वताची ज्वाला आहेस. तरीही आलास ते बरं झालं. तुझ्या ताकदीच्या जोरावरच आम्ही झुंजत आहोत."

भुतांचा सरदार लाजून म्हणाला, "जास्त स्तुती नको करू. मला घमेंड चढेल."

मग बीजाच्या मावसबहिणीकडे पाहून म्हणाला, "मी तुझी दुःखी कहाणी ऐकली. आता तू आनंदाने सासरी जा. तुझा पती मर्द बनलेला दिसेल. दीर आणि सासरा आता तुझ्याकडे डोळे वर करूनही पहाणार नाहीत. पतीच्या अंशानेच तुझी कूस उजवेल. पाच पांडव जन्म घेतील."

तिच्या आनंदाला पारावार राहिला नाही. तीजानं तिची अवस्था पाहून म्हटलं, "या आनंदानं तू वेडी तर नाही होणार!"

बीजानं भुताकडे तोंड करून विचारलं, ''तुला हे काम सुद्धा करता येतं?''

भुतांचा सरदार गर्वानं म्हणाला, ''असं कोणतही काम नाही जे आम्हाला करता येणार नाही.''

त्या अनपेक्षित वरदानाच्या आनंदात चौघं एकत्र बसून जेवली. थोडा वेळ गप्पा मारल्यावर बीजा आणि तीजा बहिणीला गावापर्यंत पोहचवायला गेल्या. तिला पुन्हा-पुन्हा सक्त ताकीद दिली की सासरी जाताच आपल्या नव्या सुखाची खबर कळव.

माघारी परतताना बीजा गप्प राहून विचार करीत असलेली पाहून तीजानं विचारलं, ''तू कसल्या विचारात पडलीस? मला नाही सांगणार?''

बीजा थांबून म्हणाली, ''भले, तुझ्यापासून एखादं रहस्य कसं लपून रहाणार! गोष्ट तर विचार करण्यासारखी आहे. तू लक्ष देऊन ऐकणार असलीस तर सांगू?''

तीजा पापण्यांची उघडझाप करीत म्हणाली, ''तुझी अक्कल तर कुठे गेली नाही ना! तुझं बोलणं ऐकण्यासाठी मला लक्ष द्यायची गरज लागेल?''

तेव्हा तीजा तिच्या डोळ्यांत रोखून पहात म्हणाली, ''या वरदानामुळे तुला एखादी नवीन गोष्ट नाही सुचली?''

तीजा तिला हातांच्या विळख्यात लपेटून घेत म्हणाली, ''तुला सुचलं ते मलासुद्धा सुचलं, पण आता त्याबद्दल विचार करणंही व्यर्थ आहे. आपल्या सुखात काय कमी आहे?''

''कमी तर काही नाही, पण आज या वरदानामुळे माझ्या मनातील पश्चात्ताप पुन्हा जागृत झाला. तू होकार दिलास तर तुला दिलेल्या धोक्याचा कलंक अजूनही पुसता येईल.''

''पण मी तर त्याला कधी कलंक मानला नाही.''

''ते ठीक आहे, पण मी तो कलंक कसा दृष्टिआड करू? आणि डोळे मिटून सुद्धा कलंक कमी कुठे होतो? तो उलट जास्त पसरू लागतो. तू माझी एवढीशी गोष्टही मानणार नाही काय?''

अधिकच घट्ट झालेल्या हातांच्या पकडीत तीजा कुजबुजली, ''मी नसतं मानलं तर हे सुख कुठं नशिबात होतं.''

''पण तू यालाच सुखाची सीमा का मानतेस?''

''सीमा आहे, म्हणून तर सीमा मानते.''

''अं हं, अजून सीमा खूप दूर आहे.''

''हे तर फक्त भ्रमाचं इंद्रजाल आहे, पण तरीही तुला सुखाची सीमा दूरवर दिसत असेल तर हे वरदान तूच मागून घे.''

बीजा आलिंगन सोडवून अलग झाली. गोड नाराजी व्यक्त करीत म्हणाली, ''तुझ्या अजूनही नीट लक्षात आलेलं नाही. तू वरदान मागितलंस तर माझं पाप

धुतलं जाईल.''

''पण मला कुठल्याही योनीत पुरुष व्हायचं नाही. लहानपणी तुझं मुलाप्रमाणे संगोपन झालं, तुझी इच्छा असेल तर मी मना नाही करणार. पाहू, या संसाराची चव कशी असते ते!''

तीजा कोणत्याही प्रकारे तयार झाली नाही तेव्हा शेवटी बीजाला राजी व्हावं लागलं. ती इच्छा मनात येताच मिशांना पीळ भरण्यासाठी तिची बोटं पुन्हा खाजू लागली. आता ती पुरुषाच्या पोशाखात खरीखुरी पुरुष होईल.

एकस्तंभी महालाच्या जवळ पोहचताच त्यांना भुतांचा सरदार दरवाजात उभा असलेला दिसला. आता बीजाला एक क्षणही धीर धरवेना. तीजाच्या पुढून निघून जात सरदाराजवळ पोहचली. निःसंकोच विचारलं, ''बहिणीच्या पतीला दिलेला वर माझ्यासाठी फळाला येईल?''

तीजाला ऐकू यावं म्हणून भुतांचा सरदार मोठ्याने बोलला, ''फळाला का नाही येणार? मला सुद्धा विचारायला संकोच वाटला. तुमची इच्छा असेल तर माझ्याकडे वरदानांची कमतरता थोडीच आहे!''

तीजाच्या चेहऱ्यावरील लाली वाढली. पायाच्या अंगठ्यानं माती उकरीत, नजर झुकवून म्हणाली, ''एवढी काय घाई आहे? आज या संसारातील शेवटची रात्र तरी पुरी होऊ दे.''

भुतांचा सरदार हसून म्हणाला, ''या संसाराची इतकी आवड आहे तर यात आणखी एक सोय करून ठेवतो. पुरुषजन्माने मन तृप्त झाल्यावर बीजा आपली इच्छा प्रकट करताच पुन्हा स्त्री बनेल.''

पुरुषत्वाचं स्वप्न पहाणाऱ्या बीजानं भुतांच्या सरदाराला अडवीत म्हटलं, ''मोठ्या मुश्किलीनं हे वरदान मिळालं आहे, मग अशी इच्छा मी का करीन?''

भुतांच्या सरदारानं लगेच उत्तर दिलं, ''जशी तुझी मर्जी.''

त्या वेळी फिक्कट निळ्या आकाशात एखाद-दुसरा तारा दिसू लागला होता. तिकडे पहात तीजा म्हणाली, ''पण आजची रात्र माझी आहे. क्षणभरही झोपू देणार नाही.''

बीजानं पण उधारी ठेवली नाही, तोंड फिरवून म्हणाली, ''नंतर तुला नेहमी जागरण करावं लागेल. विचार कर.''

''या रात्रीनंतर तर मला कसला विचारच करायचा नाही.''

तीजाचं हे बोलणं नीट ऐकल्यानंतरही बीजाला त्यातलं मर्म समजलं नाही. दरवाजा बंद करून, दोघी पैंजण रुमझुमवीत रंगमहालात पोहोचल्या. आज तीजाला खूप घाई झाली होती. बीजानं काचोळीची गाठ सोडली, तोपर्यंत तिनं सगळे कपडे उतरले. बीजाचा हात ओढून म्हणाली, ''आज तू इतका धीर कसा धरलास? आधी

तर नेहमी अधीर व्हायचीस.''

त्यानंतर दोन गुलाबी क्रौंच हातघाईवर येऊन फडफडू लागले, ते रातभर दम घेतला नाही. तीजाला वाटत होतं की ही रात्र कधी न संपेल तर चांगलं होईल. आणि बीजाला वाटत होतं की अगदी लवकर सकाळ व्हावी.

पण दोघींना काहीही वाटो, रात्र तर आपल्या नियमाप्रमाणे वेळेवर संपणार होती, आणि ती आपल्या नियमाप्रमाणेच संपली. तीजाच्या डोळ्यांना ते सकाळचं कोवळं ऊन खूप कडक वाटलं.

आणि तिकडे सूर्योदय होताच बीजाला आपल्या संपूर्ण शरीरात एक सळसळ पसरल्याची जाणीव झाली. पहाता पहाता तिची छाती सपाट झाली. वरचा ओठ आणि गालांवर खाज सुटू लागली. खाजवता-खाजवता तिनं आपलं जननेंद्रिय चाचपडलं. तो एक परिपूर्ण तरुण पुरुष बनला होता. संपूर्ण शरीरावर काळी आणि कुरळी लव. अमाप आनंदाच्या भरात आपला चेहरा आरशात पाहिला. आपल्याच पिळदार मिशा पाहून तो क्षणभर घाबरला. पण स्वतःच घाबरून कसं चालेल? दुसऱ्यांना घाबरविण्यातच वाकड्या मिशांचा तोरा असतो.

समोर खुंटीवर साफा, बंडी आणि धोतर दिसलं तेव्हा तो झेपावून पुढे सरसावला. त्यानं अनेक वर्षे आपल्या हातानं पुरुषी पोशाख घातला होता. ताबडतोब काचा मारून धोतर नेसलं. बंडी घातली. सुंदर साफा बांधला. गुढग्यापर्यंत साफ्याचा शेव आपल्या तोऱ्यात वेगळ्याच प्रकारे लहरत होता. गर्वानं इकडे-तिकडे पाहिलं. तीजा कुठे दिसली नाही. या वेळी तर तिनं इथं थांबायला हवं होतं. तीजाला मोठ्यामोठ्यानं हाका मारीत एकस्तंभी महालात फिरू लागला. स्नानगृहातून तीजाचा आवाज ऐकू आला, ''मी नहात आहे, आत नको येऊस!''

आज ही नवी लाज कुठून आली? पती स्नानगृहातून आलेल्या या आवाजाच्या दिशेनं सरळ पुढे गेला. मण्यांचा पडदा बाजूला करून आत घुसला. तीजा लज्जेनं आक्रसून म्हणाली, ''तुम्ही जरा तिकडे तोंड करा, मी कपडे घालते.''

पतीनं बाहेर जात आश्चर्यानं विचारलं, ''अशी लाज पूर्वी तर कधी नव्हती वाटली?''

''पूर्वीची गोष्ट वेगळी होती.''

''पण आपण तर तेच आहोत. माझं नवं रूप पहा तर खरं. या मिशा, हा साफा!''

''साफा तर पूर्वीही होता.''

पती वैतागला. चिडून म्हणाला, ''तिथं उभ्या उभ्या काय बडबड लावली आहेस, लवकर बाहेर का नाही येत?''

तेवढ्यात तीजा लखलखीत शृंगार करून बाहेर आली. पतीला डोळे भरून

आपादमस्तक निरखलं. मनोहर रूप! वाकड्या मिशा! प्रमाणबद्ध शरीरयष्टी! काळीभोर लव! तीजा दृष्ट काढीत म्हणाली, "कुणाची दृष्ट न लागो, चला, मनगटावर काळा दोरा बांधते."

पतीला आज तीजाचं रूप वेगळं दिसू लागलं. किती सुंदर डोळे! किती मादक तारुण्य! पतीच्या रोमरोमी ठिणग्या चमकू लागल्या.

दोरा बांधताना तीजाच्या मनगटाला स्पर्श झाला तेव्हा मोठ्या प्रयासानं स्वतःवर काबू ठेवला. संपूर्ण शरीरात आपादमस्तक वीज सळसळली. तीजाचा हात पकडून म्हणाला, "सगळी जुनी खाती आज एकदमच कर्जमुक्त करून टाकतो."

तीजा मान खाली घालून गपचूप ऐकत होती. देवजाणे पतीला असं बोलणं कुठून सुचू लागलं आहे. बायकोला चिडवीत तो पुन्हा म्हणाला, "आज तर शेजघरात दिव्याशिवाय असा झगमगाट करीन की तू पण काय आठवण काढशील!"

तीजा पतीला अडवीत म्हणाली, "बस, आता पुरे. मर्द तर आत्ताच बनलात आणि त्याचा गुरुमंत्र आधीच शिकून घेतलात."

"आज तर वाटतं की दिवस मावळणारच नाही."

"लवकरच मावळेल, जरा धीर धरा. रात्रीचं जागरण आहे, जेवून थोडा वेळ शेजघरात झोपा. तोपर्यंत मी गावात चक्कर मारून येते."

"माझ्यासारखं जागरण तू सुद्धा केलंस, पण आज हा चमत्कार कसला? मला मागे ठेवून तू एकटी जाणार?"

"नाहीतर काय तुम्हाला सोबत घेऊन जाऊ? तुम्हाला तर लाज-शरम काही नाहीच, पण माझी अक्कल काही गवत चरायला नाही गेली! भले, जगरहाटीचा विचार केल्याशिवाय चालतं का?"

पती हसून म्हणाला, "मग आता तुला जगरहाटीचा खेळ दाखववावाच लागेल."

असं म्हणून त्यानं पटकन तीजाला हातात उचलून घेतलं. तीजानं खूप हातपाय उडवले, पण तिची सुटका झाली नाही. गुलाबाच्या शेजेवर झोपवून स्वतःला वर झोकून दिलं.

डोळ्यांपुढे अंधेरी येता-येता, पुढच्याच क्षणी एक नवा प्रकाश पसरला. कमळाच्या पाकळ्या जणू काय आत्ता गळून विखुरल्या. पण कुठे काही झालं नाही! तीजाला वाटलं की संपूर्ण ब्रम्हांड जणू तिच्या शरीरात सामावलं आहे. अलग झाल्यानंतर थोडा वेळ तर कुणाला काही शुद्धच राहिली नाही.

मग डोळे मिटल्या-मिटल्याच पती म्हणाला, "इतके दिवस तर आपण व्यर्थच परिश्रम करीत राहिलो."

बीजा कुशीवर वळत म्हणाली, "का, व्यर्थ का? त्या क्रीडेचा आनंद तर मेल्यावरही विसरता येणार नाही."

रात्री पुन्हा तोच क्रम! त्या फेऱ्यांच्या दरम्यान हळू-हळू पतीच्या मनात एक नवा प्रकाश झगमगू लागला की स्त्रीच्या तुलनेत पुरुष जास्त सामर्थ्यवान असतो. त्याच्या बेसुमार सामर्थ्यापुढे भले, अबला स्त्रीचा काय पाड! पुरुष महाबली असतो.

त्या रात्री तीजानं पतीचा अंश आपल्या उदरी धारण केला. रात्रीच्या अंतिम प्रहरी दोघं धुंद-फुंद होऊन झोपेच्या कुशीत जखडली गेली. दिवस तीन घडी चढल्यावर पतीचे डोळे उघडले. शेजघरात सूर्याची किरणं चमकत होती. त्या चमचमीबरोबर त्याच्या मनात असा अहम् जागृत झाला की पुरुषाचं तप-तेजच सूर्याचं रूप धारण करून आकाशात उगवतं. स्त्री तर त्याची फक्त सावली आहे. पूर्वी या एकस्तंभी महालावर दोघांचा समान हक्क होता. दोघांचा समान हक्क-अधिकार आणि हरकत घेण्याची मुभा होती. तीजा कदाचित् पूर्वीप्रमाणेच हक्क असल्याच्या भरवशावर तर नाही ना! याचा खुलासा झालाच पाहिजे. अत्यंत आश्चर्य म्हणजे त्यानं तीजाला जाग येण्याची वाट सुद्धा पाहिली नाही. तीजा-तीजा असं जोरात ओरडत तिला हलवू लागला. तीजा दचकून उठून बसली. डोळे चोळीत विचारलं, "मला अपुऱ्या झोपेतून का उठवलंत?"

पत्नीचा हा प्रश्न पतीच्या कानांना आवडला नाही. रूक्ष स्वरात म्हणाला, "झोप वाटेल तेव्हा घे, पण मला एका प्रश्नाचं उत्तर आत्ता पाहिजे-- या एकस्तंभी महालांचा मालक कोण? तू का मी?"

तीजाला प्रश्नाचा उद्देश नीटसा समजला नाही. एकदम काही उत्तर न देता अबोल बसून राहिली. पतीनं उतावीळपणानं पुन्हा तोच प्रश्न विचारला. तीजा पतीच्या मिशांचा पीळ पहात म्हणाली, "यात मालक असणं आणि नसणं हा काय प्रश्न आहे? या एकस्तंभी महालात तर आपण दोघं एकत्र रहात आहोत."

"मी एकत्र राहणं किंवा न रहाण्याबद्दल विचारलेलं नाही, सरळ-सरळ उत्तर दे की या मालमत्तेचा खरा मालक कोण आहे?"

तीजानं थंडपणे उत्तर दिलं, "भुतांचा सरदार."

उत्तर ऐकून प्रथम तर तो बुचकळ्यात पडला, पण दुसऱ्याच क्षणी भानावर येऊन चिडून म्हणाला, "तू आडवळणानं का बोलतेस? खरं सांग की आपल्याला दिल्यानंतर याचा मालक कोण? ही अमोल दौलत कुणाची आहे? तुझी का माझी?"

तीजाचं मन सुन्न झालं. एका रात्रीत हा रागरंग कसा बदलला! बीजानं तर असे सवाल-जबाब कधी केले नव्हते. पुरुष बनताच सगळं वर-खाली झालं. आता संकोच केला तर सगळेच बिघडेल. म्हणाली, "या मालमत्तेवर आपला समान हक्क आहे, तरीही काही शंका-संशय असला तर भुतांच्या सरदाराला विचारून खुलासा करून घेऊया."

पतीची नस् न नस आखडली. टोमणा मारीत म्हणाला, "भुतांच्या सरदाराचं

भय मला काय दाखवतेस! भले, तुझं बोलणं ऐकल्यावर तो माझं काय ऐकणार! माझी तरफदारी करून त्याला काय मिळणार? तुझ्या मनात असं कपट असेल असा मी स्वप्नातही विचार केला नव्हता.''

''आता तरी विचार केलात ना!''

पीळदार मिशांचा मर्द भयंकर क्रुद्ध झाला. रागानं अद्वा-तद्वा बोलू लागला, ''पण मी सुद्धा तुझ्या या यारापेक्षा कमी ताकदवान नाही. नवीन साम्राज्य निर्माण करीन. अक्षय खजिना गोळा करीन. चतुरंगी सैन्य सजवीन. शीशाच्या गिलाव्यानं मजबूत किल्ला बांधून घेईन. रंगमहालात तुझ्यासारख्या शेकडो राण्या माझ्या दिमतीला असतील!''

तीजा मध्येच अडवून म्हणाली, ''पारोश्या तोंडानं, सकाळी-सकाळी हे काय बडबडत बसलात?''

मग आळोखे-पिळोखे देऊन गुलाबाच्या शेजेवरून खाली उतरली. आणखी काही न बोलता ती रंगमहालातून बाहेर आली. एकस्तंभी महाल रागाने तिच्या अंगावर धावून येऊ लागला. एका रात्रीत त्याच्या मनात हा 'मी' कुठून आला? हा तर तोच पूर्वजांचा प्राचीन आणि अधम मार्ग आहे. त्यावरून चाललं तर त्याच दलदलीत फसावं लागेल. सूर्य मावळताच ज्याप्रमाणे चहुदिशांनी अंधार पसरतो, त्याप्रमाणे पुरुषाच्या खोळीत शिरताच बीजाच्या निर्मळ अंतःकरणात काळोखी पसरली.

अमृतकुंडात स्नान करूनही तीजाच्या मनाला शांती मिळाली नाही. ग्रहण लागल्यावर चंद्र आणि सूर्याचं सुद्धा काही चालत नाही. इथं राहिल्यावर कटकटीमुळे कडवटपणा आणखी वाढेल. मावस नणंदेच्या सासरी जाऊन तिला भेटून येणंच चांगलं. तिच्या खुशालीची वाट कशाला पाहू? काही दिवस दूर राहिल्यावर कदाचित भांडण थोडं मिटेल.

साधा शृंगार करून ती एकस्तंभी महालाचा दरवाजा उघडून बाहेर जाऊ लागली तेव्हा रागानं जळफळणाऱ्या पतीनं तिच्या चुनरीचा पदर पकडून विचारलं, ''माझ्या काळजाला आग लावून तू आता कुठं निघाली आहेस?''

तीजा शांतपणे म्हणाली, ''खरं सांगितलं तरी तुमचा विश्वास बसणार नाही, मग सांगून काय फायदा?''

''फायदा-बियदा मी काढीत राहीन, पण मला विचारल्याशिवाय तू कुठं चालली आहेस?''

एकाच दिवसात दोघांच्या दरम्यान ही कशी दरी निर्माण झाली! तीजा बोलणं सावरून घेण्याचा प्रयत्न करीत म्हणाली, ''आज तुमचा स्वतःवर ताबा नाही. तुमच्या मावस बहिणीच्या सासरी जाऊन तिची खुशाली विचारून येते. वीस-पंचवीस दिवसांत तुम्ही आपोआप शुद्धीवर याल. मग तुमचा निरोप मिळताच मी

लगेच निघून येईन.''

''तू मला काय बोलण्यात गुंतवतेस! भुताच्या जमातीशी संगनमत करून माझा निकाल लावायचा आहे का? मी तुझ्यासारख्या छिनाल रांडांची लक्षणं चांगली जाणून आहे. बऱ्याबोलानं गपचूप शेजघरात चल, नाहीतर----!''

तीजानं हसून विचारलं, ''नाहीतर काय कराल?''

तीजाच्या ओठांवर हसू पाहून तो आपली उरली-सुरली शुधबुध सुद्धा हरवून बसला. चुनरीचा पदर सोडून पटकन तिची वेणी पकडली. एकाच झटक्यात तीजा तिथंच मृतवत पडली. मग वेणीनंच तिला ओढीत म्हणाला, ''मी तसला बायकोचा गुलाम नाही, बायकोचे नखरे चालवून घ्यायला.''

नंतर त्यानं तीजाला फरफटत नेऊन शेजघरातील पलंगावर आदळलं. तीजानं दात आवळून डोळे बंद केले. तिच्या तोंडून पुन्हा एक शब्दही निघाला नाही. तिला अशा अधम पतीसमोर विव्हळण्यासही खूप खेद वाटू लागला. जीव घाबरल्यामुळे तिला आपला श्वास कोंडल्यासारखा वाटला. थोड्याच वेळात तिची शुद्ध खोल बुडता-बुडता न जाणे कुठल्या अदृश्य गुहेत दिसेनाशी झाली.

बेशुद्ध तीजाला एकटी सोडून तो एकस्तंभी महालातून बाहेर पडला. बाहेरून कडी लावून तो वेड्यासारखा जंगलात इकडे-तिकडे भटकू लागला. भटकत भटकत तो त्या दिवशीच्या पहाडावर चढला. शुष्क पत्थरांच्या ढिगासारखा तो अनघड पहाड त्याला खूप उजाड वाटू लागला. संपूर्ण निसर्ग जणू कुणाचं तरी सुतक पाळीत चेहरा पाडून बसला होता.

शिखरावर चढताच त्याच्या डोळ्यांसमोर त्या दिवशीचं दृश्य फिरू लागलं. डोळे मिटले तरी सुद्धा ते दृश्य नजरेआड झालं नाही, तेव्हा त्यानं चमकून डोळे उघडले. कुठे आहे तो मुसळधार बरसणारा मेघ! कुठे ते ढगांचे समूह! कुठे ते ओठ! कुठे त्या निर्वसन मांड्या! कुठे प्रीतीची ती अभंग समाधी! त्याचा रोम-रोम पुन्हा बीजा बनण्यासाठी तडफडू लागला. आणि त्या इच्छेनुसार त्याचं रूप बदललं. पुन्हा तसेच गुळगुळीत गाल. बंडीच्या आत तळमळणारी दोन कमळं. तीजाच्या हातांच्या स्पर्शासाठी आतुर!

पहाडाच्या शिखरावरून अतिशय वेगानं धावत बीजा एकस्तंभी महालाची कडी काढून आत घुसली. घाईघाईनं रंगमहालात जाऊन बेशुद्ध तीजाला हिसडे देत म्हणाली, ''तीजा--- तीजा--- मी पुरुषाची खोळ काढून टाकली. डोळे उघडून आपल्या बीजाला ओळख तर खरी!''

जोरात हलविल्यावर शेवटी तीजा शुद्धीवर आली. पापण्या उघडल्यावर पहाते तर काय-- वरती नागरमोथ्याच्या वेलीप्रमाणे बीजा लपेटलेली आहे! डोळ्यांत तीच चमकणारी स्निग्धता! तोच कुंकुमी नरम देह! दोघी एकमेकींच्या बाहुपाशांत बद्ध

झाल्या त्या आजपर्यंत तशाच प्रकारे बद्ध आहेत.

भुतांच्या सरदाराचा चमत्कार म्हणजे पुरुषाच्या त्या किळसवाण्या अंशाबरोबर तीजाच्या उदरातील अंकुर सुद्धा जळून भस्म झाला. बारा आणि बारा चोवीस कोसाच्या आसपास तिथं पुरुष जातीच्या पक्ष्याला सुद्धा पंख हलवता येत नाही, फक्त एकदाच तीजानं मला बोलावलं म्हणून मी तिकडे गेलो. एकस्तंभी महालाचं दृश्य मी आपल्या डोळ्यांनी पाहिलं आणि तीजानं माझ्याकडून ही कहाणी जशी लिहवून घेतली, मी लिहिली. त्याच्या व्यतिरिक्त एक शब्दही जोडला असता, तर भुतांच्या सरदारानं मला कधी सोडलं असतं!

★

कात

साचलेलं पाणी गदळ. वाहतं पाणी निर्मळ. ज्याची त्याची पारख आणि ज्याची त्याची नजर म्हणजे दयेचा सागर, देवपुरुष मित्र-शत्रूला समान सुबुद्धी देवो,कारण की कोणे एके ठिकाणी गवळ्यांचा एक खाता-पिता गवळीवाडा होता. उत्तम जातीच्या बिकानेरी गायी, गोल शिंगाच्या म्हशी. पाण्यापेक्षा जास्त दूध-दह्याची विपुलता. तुपाच्या बरण्या भरलेल्या. गावकऱ्यांना हवं तेवढं ताक फुकट. तारुण्यानं मुसमुसलेला गवळी. कोरीव तासलेली गोरी आणि मजबूत अंगकाठी. लाल रंगाच्या जाड्याभरड्या कपड्याचा साफा बांधून लांबलचक सोगा सोडलेला. लाल किनारीचं धोतर. जरीच्या काठाचा अंगरखा, दुहेरी पाखाचा. गळ्यात कंठी, ताईत आणि देवाचं फूल. शुद्ध सोन्याची साखळी. हातांत चांदीची सिंहमुखी कडी, पायांत कशिद्याच्या रंगीत मोजड्या. साफ्यापर्यंत उंच लाठी, तांब्याच्या तारांनी वेढलेली, दोन्ही बाजूला चांदीच्या मुठी.

योग्य समयी गवळ्याचा विवाह झाला. आणि विवाहाबरोबरच सर्वत्र वाऱ्यासोबत गोष्ट पसरली की अशी सुंदर गवळण ना कधी पाहिली, ना कधी दिसली. साक्षात शंकर-पार्वतीचा जोडा. जणू विधात्याने एकमेकांसाठीच अशी कारागिरी केली होती. दूध-दही आणि तूप साच्यात ओतून बनवलेला पुष्ट देह. झिलई चढलेलं तारुण्य. अंगांगातून जणू मंजिष्ठाची लाली झिरपत होती. तिला पहाणारा एकदम स्तंभित होऊन जाई, साडेतीन हातांच्या देहात असं रूप सामावलं तरी कसं! जणू संपूर्ण निसर्गातील अजोड सौंदर्यानं लाछी गवळणीच्या देहात आश्रय घेतला होता. जसं अनुपम रूप, तसंच नाव लाछी. नाव घेताच तोंड भरून जाई. हृदयात प्रतिध्वनी

दुमदुमत असे. अमृत मिसळत असे.

घरा-घरांत, शेतीवाडीत आणि गल्ली-बोळांत गुंजारव करणाऱ्या लाछी गवळणीच्या रूपाची चर्चा ठाकुराच्या कानांपर्यंत पोहचली. ऐकताच रोमरोमी फुलं फुलली. भोजा 'कनवारिया' ठाकुराच्या मर्जीतला कारभारी होता. लाडका. त्याला बोलावून ठाकुरानं विचारलं, "भोजा, तू सुद्धा काही नवीन बातमी ऐकलीस का रे?"

भोजा कारभारी खूप चतुर होता. आकाशातील तारे तोडून आणील असा. ऐकण्यापूर्वीच सगळं काही लक्षात येत असे. निळी झाक असलेली सावळी कांती. शुभ्र बत्तीशी. माणसासारखा माणूस. ना फार सुंदर ना अगदी कुरूप. पण अतिशय अक्कलवंत. आणखी चौकशी केल्याविनाच म्हणाला, "अन्नदाता, नुसतं कानांनी ऐकून काही समजत नाही, मी तर माझ्या डोळ्यांनी पाहिलं आहे"

ठाकूर बराच निश्चिंत झाला. भोजाची नजर कधी चूक करणार नाही. ठाकुरानं आतुरतेनं विचारलं, "म्हणजे गोष्ट ऐकली, ती अगदी खरी आहे?"

"नाही अन्नदाता, साफ खोटी!"

"खोटी?"

"हो, अन्नदाता, खोटी! कितीही वटवट केली तरी अशा रूपाचं वर्णन या बिचाऱ्या वाणीला करताच येणार नाही. तोंडातली जीभ हलली तर ते रूप कसलं. लाछी म्हणजे लाछीच आहे, अन्नदाता. हा तर असं रूप सहन करणाऱ्या फक्त तिच्या देहाचा चमत्कार आहे, पेटते निखारे पदरात बांधून ठेवता येत असतील तर असं रूप कुणाच्या देहात टिकून राहील."

ठाकुर बुचकळ्यात पडून गपचूप ऐकत राहिला. भोजा पुढे सांगू लागला, "लाछी माथ्यावर हंडा ठेवून छुमछुम करीत मैत्रिणींबरोबर तळ्याकडून येत होती. जणू गोवऱ्यांत चंद्र चमकत होता. खरं तर डोळ्यांवर विश्वासच बसेना. पण शेवटी वास्तविकतेवर विश्वास ठेवावाच लागतो, अन्नदाता! लाछीचं मोहक रूप पाहिल्यावर लक्षात आलं की आपण इतकी वर्षे स्त्रियांच्या भूलभुलैयात व्यर्थ हात-पाय मारत राहिलात आणि माझी चाकरी सुद्धा फुकट गेली."

ठाकुर सावकाश म्हणाला, "मग आता...!"

भोजा मध्येच उतावीळ होऊन बोलला, "मला सांगण्याची मुळीच गरज नाही. परंतु मी पहाताच ताडलं की हा नमुना वेगळा आहे. ही वाघीण सहज ताब्यात येणार नाही. पण यमराजापेक्षा महान योद्धा कोण? ज्या दिवशी लाछी गवळण हुजुरांच्या शेजेवर चढेल त्या दिवशी माझ्या कारभारीपणाचं सार्थक होईल."

बोलताना तर भोजा बोलून गेला पण बोलताक्षणी प्रथम त्याच्या काळजाला ही गोष्ट टोचली, त्या अनोळखी टोचणीची त्याला काही जाणीव झाली नाही.

ठाकुरानं त्याला थांबवून म्हटलं, "आता पुरे कर. तू तर अशी आग भडकवली

आहेस, आता दुसऱ्या कुठल्या कामात माझं मनही नाही लागणार. तुझ्यावरच आशा आहे.''

ठाकुराचा त्याच्यावर दृढ विश्वास होता. अशा भरवशाच्या कामांत तो अतिशय निपुण होता. आणि गवळणीची काय हिम्मत, ती ठाकुराला नकार देईल! नकार देण्यात अर्थच काय! गवळी तर फक्त घराचा स्वामी आहे, पण ठाकुर संपूर्ण गावाचा स्वामी. कितीही सुंदर असेना, आहे तर जातीची गवळण. गावातली रयत. हुजुरांच्या शेजेपर्यंत पोहचणं म्हणजे तर अभिमानाची गोष्ट आहे!

भोजा कनवारिया सडाफटिंग आणि अविवाहित होता. माथ्यावर ठाकुराचा वरदहस्त. शेजेची चाकरी करताना खरवड किंवा खरकटं जे मिळेल त्यावर समाधान मानून घेत असे. गावात त्याच्याशिवाय पान हलत नसे. म्हणून प्रत्येकजण त्याला खूष ठेवण्याचा प्रयत्न करीत असे. समजूतदार लोक तर वेगळ्याच प्रकारे त्याचा मान ठेवीत. स्वार्थाला सीमा नसते.

विवाहानंतर गवळ्याच्या घरी भोज्याचं येणं-जाणं दिवसेंदिवस वाढू लागलं आणि तशी तर गवळ्याबरोबर आधीचीच चांगली मैत्री होती. सुरवातीला तो लाछीकडे डोळा वर करून सुद्धा पहात नसे. असं सौंदर्य तर न पहाता सुद्धा स्पष्ट दिसतं.

पाणी भरणाऱ्या स्त्रियांच्या घोळक्यात भोजाची पाच-सात प्रेमपात्रं होती. त्यांना फूस लावून लाछीच्या मनाचा तपास घ्यायचा असा भोजाचा विचार होता. पण पुष्कळ दिवसांपर्यंत तिच्या मनाचे पापुद्रे उलगडले नाहीत. कुणी सांगे की ती अतिशय भोळी आहे. दुसरी म्हणे की ती भलतीच हुशार आहे. कुणी सांगे की रूपाप्रमाणे तिच्यात अक्कल नाही. ना एखादं बोलणं समजत आणि ना इशारे. आपल्या पतीशिवाय तिला दुसरा कुठला पुरुष दिसतच नाही. तिला आपल्या हंड्यातील पाण्याशिवाय दुसऱ्या ठिकाणच्या पाण्याने चूळ सुद्धा भरायची इच्छा नाही. अशा उलट्या खोपडीच्या बायकांबरोबर कोण डोकं पिकवून घेईल!

तेव्हा भोजा त्यांना सांगे की डोकं पिकवून घ्यायलाच हवं.

एखादं उद्धट प्रेमपात्र हसून म्हणायचं, ''आधी तुमचा फायदा होणार असेल तर थोडी डोकेफोड करायला हरकत नाही.''

भोजा सुद्धा असं ऐसपैस बोलणं उधार ठेवीत नसे. हसून म्हणाला, ''महादेवाला भोग चढविल्याशिवाय प्रसाद कुठला?''

मग दोघांच्या ओठांवर फक्त हसूच हसू. हास्याहून मोठा कसला प्रश्न नाही. हास्याहून मोठं कसलं उत्तर नाही.

त्यानंतर भोजाच्या प्रेमपात्रांनी लाछीला फितविण्यासाठी अनेक युक्त्या केल्या, पण अबोध गवळणीला दुसरी कुठली गोष्ट समजूनच घ्यायची नव्हती. ती तर

दुधावर पोसली होती आणि दुधाच्या फेसात लहानाची मोठी झाली होती म्हणून तिला सफेत-सफेत ते सगळं दूधच वाटत होतं. म्हशींचं दूध सुद्धा जर काळं नसतं तर माणसाचं हास्य आणि त्याचं मन काळं कसं असेल?

ठाकुराला चेतविण्यापलीकडे भोजालासुद्धा काही करता आलं नाही. प्रेमपात्रंसुद्धा प्रयत्न करकरून थकली, पण लाछी कुणाच्या बोलण्यात अडकली नाही. मडकीतलं दही मडकीत आणि डेऱ्यातलं ताक डेऱ्यात.

गायी-म्हशी पहाण्याच्या निमित्तानं ठाकुर अनेक वेळा गवळ्याच्या घरी आला. मनातल्या मनात सगळ्या गोष्टी ओळखूनही लाछी अगदी गपचूप रहात असे. ठाकुराचे मनसुबे किती दिवस लपून रहाणार! ती आतल्या आत चिडू लागली. करपलेल्या दुधाचा वास तूप केलं तरी जात नाही, मग ठाकुराच्या विकारी मनाचा वास तिला कसा नाही येणार!

एकदा गायींची प्रशंसा करता-करता ठाकुराने लाछीजवळ येऊन विचारलं, "ही गाय किती वेळा व्यायली आहे?"

लाछीच्या एका हातात चारा आणि दुसऱ्या हातात दोरी होती. सावकाश म्हणाली, "माझ्या काही लक्षात नाही."

भोजा जवळच उभा होता. संधी पाहून त्यानं लगेच बोलणं पुढे वाढवलं, "मला वाटतं की तुझं तर स्वतःकडेही नीट लक्ष नाही. स्वतःकडेच काय, कुणाकडेच कसलं लक्ष नाही."

लाछीनं एकदा पापण्या वर करून भोजाकडे पाहिलं. मग बसून दूध काढू लागली.

ते दोघंजण लज्जित होऊन एकमेकांशी बोलण्याच्या निमित्ताने तिथून निघून गेले. ही काय बाई आहे की कोण. गावच्या मालकाची मान-मर्यादा पण नाही समजत. सगळं काही जाणत असूनही अजाण बनली आहे.

लाछीनं तरीही विशेष पर्वा केली नाही. ज्याची त्याची लक्षणं आणि ज्याचा त्याचा स्वभाव! पाची बोटं सुद्धा सारखी नसतात. पतीला ही गोष्ट सांगता-सांगता राहून गेली. जो कोळसे खाईल, त्याचं तोंड काळं होईल.

पण पाठ धरणारे राजेश्री सहजतेनं पाठ सोडत नाहीत. एकदा लाछी आपल्याच तंद्रीत उभी होती. एक गाय माजावर आली म्हणून निःशंक सरळपणाने म्हँ– म्हँ– करीत सांडाला बोलवू लागली. हाक ऐकताच सांडाने सजग होऊन मान वळवली. उन्मत्त गायीकडे जोशात धावत आला. ठाकुर आणि कारभारी बहुतेक अशाच संधीच्या शोधात होते. लाछी तर आपल्याच विचारात मग्न होऊन म्हँ– म्हँ– करीत होती.

सांडाला एकसारखं उत्तेजित करीत तिनं मागं वळून पाहिलं. ठाकुर आणि

कारभारी दोघंही जवळ उभे राहून निर्लज्जपणे हसत होते. आधी लाछी जरा दचकली, पण दुसऱ्याच क्षणी भानावर येऊन तशीच पाठ फिरवून सांडाला भडकविण्यात मग्न झाली. निसर्गाच्या या पवित्र लीलेची कसली शरम! कसली लाज! मग निर्लज्ज माणसांसमोर ती कशाला लाजेल?

योगायोगाची सुसंधी पुन्हा-पुन्हा मिळत नाही. या वेळी हुकली तर हुकलीच. ठाकुरानं चढवून ठेवलेल्या कारभाऱ्यावर कुणाचा लगाम! निःशंक म्हणाला, "लाछी, तुला या सांडाची इतकी काळजी आहे, पण ठाकुरसाहेबांची तर तू काही पर्वाच नाही करत. किती दिवस झाले, ते तडफडताहेत?"

लाछीनं अक्षर न् अक्षर स्पष्ट ऐकलं. मागच्या सगळ्या गोष्टी ज्वालेप्रमाणे तिच्या डोळ्यांसमोर झळकल्या. संतापानं उकळत मागं पाहिलं. ठाकुराच्या ओठांवर एक निर्लज्ज किळसवाणं हास्य चिकटलं होतं. तिला त्या हास्याचं मर्म भोजाच्या बोलण्यापेक्षा सुद्धा जास्त गलिच्छ वाटलं. माणसाच्या ओठांना अशा घाणेरड्या हास्याचा स्पर्श! तिला अंगांगात निखाऱ्यासारखी धग जाणवली. रयत आणि मालक हा विचार विसरून ती त्वेषाने ठाकुराच्या दिशेनं सरसावली. हात उचलून कोपरानं असा जोराचा वार केला की गावच्या स्वामीला मूर्च्छा आली. तो जिथं उभा होता तिथंच चक्कर येऊन खाली पडला. अक्कलवंत भोजाच्या अकलेनं सुद्धा वेळीच साथ नाही दिली म्हणून तो खाली बसून अन्नदात्याची छाती चोळू लागला. आणि लाछी फुटणारं हसू मोठ्या प्रयासानं दाबीत म्हँ-म्हँ– करीत सांडाच्या दिशेनं निघून गेली.

शेवटी चोळून-रगडून ठाकुराची मूर्च्छा गेली, पापण्यांची उघडझाप करीत विचारलं, "भोजा, हे काय झालं रे?"

भोजा बरगड्यांवर हात फिरवीत म्हणाला, "अन्नदाता, हलक्या जातीतल्या बायकांशी गाठ पडली की असंच होतं. एक वाईट स्वप्न पाहिलं असं आपण समजा. आपण थोडे दिवस धीर धरलात तर ही मार्गावर येईल. मी बायकांची नाडी चांगल्या प्रकारे ओळखतो."

ठाकुर सावकाश म्हणाला, "पण इथं तू चूक केलीस."

"अन्नदाता, चूक मी नाही केली, लाछीनं केली. तिला गावच्या चालीरीतींची माहिती नाही."

ठाकुराला नीट श्वास घ्यायला काही जमेना म्हणून तो अडखळत म्हणाला, "तू म्हणत असशील तर रांडेचं नाक-कान कापून बत्तीशी पाडून टाकतो."

भोजा हात जोडून म्हणाला, "जशी हुजुरांची इच्छा. पण अन्नदाता, अशी दुर्दशा केली तर तिचा चेहरामोहराच बदलून जाईल."

"पण आज तिच्या हातून माझी अब्रू धुळीला मिळाली, त्याचं काहीच नाही?"

"कुणी पाहिलं, अन्नदाता!" ठाकुरांची छाती चोळीत भोजा पुढे बोलू लागला,

“आपल्याला माहीत आहे, मला माहीत आहे आणि या लाछीला माहीत आहे. या गुराढोरांना तर माणसाच्या इज्जत-अब्रूबद्दल काही समजतच नाही. आपण आज्ञा कराल तर मी लाछीची समजूत घालतो की तिनं या घटनेचा कुणाकडे उल्लेख करू नये. चुकूनही कुणाला सांगितलं तर वाईट गत होईल.”

“पण ती ऐकेल तर ना!”

“तिलाच काय तिच्या सावलीला पण मान्य करावं लागेल.”

त्यानंतर ठाकुर कपड्यांची धूळ झटकीत उभा राहिला. त्या वेळी त्याला भोजाला धूळ झटकण्याचा हुकूम सुद्धा देता आला नाही. भोजा हळू-हळू लाछीजवळ जाऊन म्हणाला, “आज तू फार मोठी चूक केली आहेस, पण तरीही अन्नदात्याचं मोठेपण की तुला माफ केलं आहे. आम्ही कुणाकडे चर्चा करणार नाही, तू सुद्धा करू नकोस.”

या खेपेला लाछीला उफळणारं हसू दाबता आलं नाही. मोठ्याने खदखदून हसू लागली ती बराच वेळ हसतच राहिली. भोजाची अक्कल पुन्हा इथं गोत्यात आली. तो एवढंसं तोंड करून तिथून निघून गेला. ठाकुराने पण आणखी काही चौकशी केली नाही. लाछीचं हसणं थांबलं तरी खूप वेळपर्यंत त्यांच्या कानात गुंजारव करीत राहिलं.

गाय शांत झाल्यानंतर गवळी त्या ठिकाणी आला. लाछी उत्साहानं त्याच्याकडे धावली. चुड्या-बांगड्यांचा किनकिनाट, लगटणाऱ्या लोंब्यांची सरसर, घेरदार घागऱ्याची फरफर आणि गवळणीच्या ओठांवर आश्चर्य, उत्साह आणि आवेश मिसळलेलं हास्य. पतीकडील लाठी हातात घेऊन तीवरून हात फिरवीत म्हणाली, “गूळ-खोबरं दिलंत तर एक चांगली बातमी सांगेन.”

विवाह होऊन काल महिना झाला. दिवस गेल्याची बातमी तर तिनं आधीच सांगितली होती. मग आणखी कसली चांगली बातमी असेल! पण त्या वेळी सुद्धा ती इतकी उत्साही नव्हती, नववधूला थोडी फार शरम तर वाटणारच. कदाचित त्यामुळेच आणखी एकदा तीच शुभवार्ता सांगायची असेल. स्त्रियांच्या दृष्टीनं यापेक्षा जास्त आनंदाची गोष्ट आणखी काय असणार! तिच्या गालांवर हात फिरवीत म्हणाला, “उत्साहाच्या भरात तू विसरलीस की ही शुभवार्ता तर तू आधीच ऐकवली आहेस.”

उंच मान हलवीत म्हणाली, “अं हं, ही गोष्ट दुसरी आहे. तुम्ही गूळखोबरं द्यायचं कबूल तर करा.”

गवळ्याला काही समजेना. तरीही हसत म्हणाला, “गूळ-खोबऱ्याचं काय मोठंसं, आवडत असेल तर रोज खात जा.”

“गोष्ट आवडण्याची नाही, अभिनंदन करण्याची आहे.”

मग तिनं सुरवातीपासून ठाकुराला घेरी येईपर्यंतची संपूर्ण हकीकत सविस्तर

सांगत ऐकवली आणि पती हतप्रभ होऊन चूपचाप तिचं बोलणं ऐकत राहिला. पण कोपराचा वार आणि माफ करण्यात आल्यानंतर खदखदून हसण्याची गोष्ट त्याच्या गळी उतरली नाही. चेहऱ्याचा रंग उडाला. थक्क होऊन दबत्या सुरात म्हणाला, "हे तर फार वाईट घडलं! मालकाच्या मान-मर्यादेचा थोडा तरी विचार करायचा होता!"

पतीच्या तोंडून हे अनपेक्षित बोलणं ऐकून आनंद आणि उत्साहानं भरलेलं हास्य लुप्त झालं, जणू एखादा अदृश्य ससाणा एकाच झडपेत तिचं हसू छिनावून उडून गेला होता. तिचा आपल्या कानांवर विश्वास बसला नाही, संज्ञाहीन झाल्याप्रमाणे बोलली, "मान-मर्यादा! यात मान-मर्यादेचा काय प्रश्न आहे? त्या वेळी असा संताप आला होता की हरामखोराची मान मुरगळावीशी वाटत होती."

पत्नीचं हे बोलणं ऐकून पतीला सुद्धा राग कमी नाही आला. तिच्या ओठांवर हात ठेवीत म्हणाला, "बकवास बंद कर, असं बोलायला तुला लाज नाही वाटत! अन्नदात्यांचा तर स्वभावच असा आहे, येता जाता बारीक-सारीक चेष्टा करीत रहातात."

लाछीनं हात झटकून बाजूला केला, म्हणाली, "तुम्हाला ही बारीक-सारीक चेष्टा वाटते?"

त्याबरोबरच तिचे डोळे भरून आले. आणखी एक शब्दही बोलता आला नाही.

त्यानंतर पती तिला गंभीरपणे समजावू लागला की असा वेडेपणा करून भागत नाही. अन्नदाता तर जसे आहेत तसेच रहाणार. त्यांच्यावर रयतेचा जोर चालत नाही. समुद्रात राहून मगरीशी वैर करता आलं तर गावातील रयतेला ठाकुराशी वैर धरता येईल. अक्कल आणि शहाणपणाच्या जोरावर जातील तेवढे दिवस आपले आहेत. तशी या घरावर ठाकुराची बरीच कृपा आहे. नुसत्या गोऱ्यागोमट्या रूपानं काय होणार आहे. गुण, प्रेमळपणा आणि अक्कल चांगली हवी.

पती समजावीत राहिला आणि लाछी हसमसून रडू लागली. तिची या तरण्याबांड पतीकडून काय अपेक्षा होती आणि काय सामोरं आलं? मग ही हातातली काठी कुठल्या दिवसासाठी आहे? बिचाऱ्या जनावरांना मारून आपल्या हाताची भले खाज भागवा. ती तर कधी बोलून आपलं दुःख नाही प्रकट करणार. आपल्यापेक्षा दुर्बळ असणाऱ्यांसाठी लाठीची गरजच काय आहे? बरोबरीच्या किंवा आपल्यापेक्षा जास्त बलवानाशी भिडण्यातच हत्याराचं महत्त्व आहे. पशु-पक्ष्यांचा स्वभाव तर एकदम साधा आणि सरळ. जसे दिसतात तसेच वागतात. पण माणसाच्या वागणुकीत खूप गुंतागुंत असते. मनात एक, बोलतात वेगळं आणि करतात तिसरंच. जसं दिसतं त्याच्या अगदी उलट आणि तिरकस. घर-कुटुंब, जात-पात आणि संस्कारांची बंधनं, यांच्यापुढे त्याचं काही चालत नाही.

लाछीनं पुन्हा काही उत्तर दिलं नाही. पतीला वाटलं की रडते आहे म्हणजे पश्चात्ताप झाला असणार. अजून पोरकट आहे. ठोकरा खाल्ल्यावर आपणहून समजेल. संसार चालवणं खूप वेडंवाकडं आणि कठीण काम आहे. मग लाछीला चुचकारीत म्हणाला, ''इतकी बडबड केल्यावर थोडी तरी अक्कल आली असेल.''

गप्प बसलेल्या लाछीनं डोकं थोडं वर उचलून पतीकडे पाहिलं. लाछीला अशा नजरेची तर स्वप्नातही अपेक्षा नव्हती. डोळे पुसून बळजबरीनं हसण्याचा प्रयत्न केला. पतीनं तोच प्रश्न पुन्हा विचारला, ''थोडी अक्कल आली की नाही?''

आता या गवळीवाड्याचं भाग्य तेच लाछीचं भाग्य. तो सोडून ती कुठं जाणार? म्हणाली, ''अक्कल तर आज ना उद्या येणारच होती.''

गवळ्याला आपल्या अकलेची खूप घमेंड वाटली. पत्नीची हनुवटी उचलून थोडा वेळ तिचं रूप न्याहाळत राहिला. मग अभिमानानं म्हणाला, ''हे रूप पाहून तर दगडाचं हृदय सुद्धा विरघळेल. मग हुजूर कसा अंकुश ठेवणार! तू इतकी सुंदर नसतीस तर काही भानगड झाली नसती.''

''सुंदर असणं आणि नसणं तर कोणाच्या हातात नाही.''

''पण सहन करून धीर धरणं तर हातात असतं.''

अशा बोलण्यामुळे कुणी जणू लाछीच्या काळजाला हात घातला. पतीला चिडवण्यासाठी म्हणाली, ''तुमच्यात हिम्मत नसेल तर स्वतःचा चेहरा जाळून टाकते!''

पुढे आणखीही काही बोलणार होती, पण पतीला राग आला. म्हणाला, ''सौंदर्याचा जास्त गर्व चांगला नसतो. सोन्याचा खंजीर स्वतःवर थोडाच खुपसला जातो! चूल फुंकायला आणि शेण थापायला या गवळीवाड्यात तुझ्यासारख्या पंधरा-वीस बायका आणीन, पण अन्नदात्याचा आसरा सोडून कुठं जाऊ?''

लाछीनं विचार केला की आता वाद घालण्याची हद्द गाठली आहे. बोलण्या-ऐकण्यात काही सार नाही. मस्करी करीत म्हणाली, ''हो, हे तुमचं बोलणं अगदी बरोबर आहे. पण माझ्यासारखं सौंदर्य सुद्धा दुसरं मिळणार नाही.''

पती चिडून म्हणाला, ''त्यानं काय होणार? गोऱ्या गोमट्या रूपानं गवळीवाड्याचा संसार नाही चालणार. खूप हुशारीनं आपलं काम सांभाळावं लागतं.''

भले, आता लाछी कशाला संधी सोडते. तिनं टोमणा मारला, ''तुमची परवानगी असेल तर दिवसा-ढवळ्या ठाकुराबरोबर झोपू का?''

आगीत जणू गवताची पेंडी टाकली होती. रागानं दात आवळीत म्हणाला, ''चांडाळणी, मी सोबत झोपायचं काही बोललो का? तुझी इच्छा असेल तर कुणी अडवलं तरी थांबणार नाहीस. बराच वेळ वटवट चालू आहे. मार खायचा असेल तर बोल, आत्ता ताळ्यावर आणतो.''

बोलण्यानं बोलणं वाढतं आणि बोलण्यानं बोलणं दबलं जातं. मग लाछी

कशाला माघार घेते. म्हणाली, ''मला मार देण्यात तर काही मर्दपणा नाही, पण मी वेगळाच अंदाज केला होता. लवकरच संशय फिटला. आता तुमच्याकडे कधी कुणाबद्दल तक्रार करणार नाही. घडीभरात हजारो वर्षांची अक्कल एकदमच आली.''

कुठल्यातरी विसरलेल्या गोष्टीची आठवण होऊन पती म्हणाला, ''तुला कोणत्या कामासाठी पाठवलं आणि तू कसल्या लफड्यात गुंतलीस. बोलता-बोलता विचारायलाच विसरलो की 'काबरी' गाय तृप्त झाली की नाही?''

हाच गवळीवाड्याचा सर्वश्रेष्ठ धर्म! आणि हेच गोठ्याचं झिरझिरीत मर्म! जवळच झाडू पडली होती. हातात घेऊन केर काढीत म्हणाली, ''हो, झाली.''

माहेरची झाड-झुडुपं, घरातल्यांची माया आणि मैत्रिणींची संगत सोडून या परक्या जागी आली. मनात किती उत्साह आणि हर्ष होता! पण एकाच झोक्यात देवजाणे कसा हिसका बसला, अंतःकरणातील सगळी फुलं कोमेजून गेली. नवीन अंकुर आतल्याआतच जळून गेले.

परंतु सुंदर काया तर तशीच निकोप होती, तिला काही लकवा झाला नव्हता. मग तीच गुरं, तोच गवळीवाडा आणि तीच माथेफोड. दूध काढणं, पाणी आणणं, स्वयंपाक, केर-कचरा, चारा आणि शेण. तेच दूध आणि तेच विरजण. तीच भांडी आणि तेच दही. तेच घुसळणं आणि तेच लोणी. तीच शेज आणि त्याच क्रीडा. त्याच गल्ल्या आणि तेच बोळ. पण मन अगदी विझून गेलं होतं. कामक्रीडेचा आनंद आंबट झाला होता. असं वाटत होतं की जणू एखादं लाकडी बुजगावणं तिच्या प्रेताला तुडवीत आहे. प्रेतच तुडवायचं होतं तर विवाह, वेदी आणि पाणिग्रहणाचं अवडंबर कशासाठी रचलं गेलं? या गवळीवाड्यानं स्वागत करून आपल्यात घेण्याचा तमाशा का केला? जर अशा प्रसंगीसुद्धा पतीला रक्षण करता येत नाही तर त्याचा हात धरून मागोमाग कशाला आले? मग भांडण-तंटा, क्रोध, बदला आणि सजवलेली मजबूत लाठी कुठल्या दिवसासाठी आहे? ठाकुर असेल तर आपल्या घरी. देव जाणे शेजेवरचा महसूल लोक कसा सहन करतात? असले भेकड भ्रतार कसल्या कामाचे? फक्त रोटी आणि कपड्यांच्या बदली ही गुलामी मान्य केली नव्हती. अशा घाणेरड्या उदरनिर्वाहासाठी दुसरे हजारो मार्ग आहेत. मग गाजत-वाजत याचा एवढा उत्सव कशासाठी? दही घुसळणाऱ्या लाछीच्या मनात सुद्धा अशा विचारांची एक अदृश्य रवी फिरत होती– झरझर– झरझर! देव जाणे लोण्याप्रमाणे कसला गोळा निघेल! लाछीचं मन पूर्णपणे खट्टू झालं होतं. तिला कुठेही काही बरं दिसत नव्हतं. तिच्यालेखी आता ना चंद्रात प्रकाश राहिला, ना सूर्यात आणि ना ताऱ्यांत. सूर्य उगवला तर त्याची मर्जी आणि नाही उगवला तरी त्याची मर्जी. लाछीला त्याच्याशी काही देणंघेणं नव्हतं. विवाहानंतर एका महिन्यात लाछीच्या दृष्टीनं निसर्गातील सगळा देखावा बदलून गेला.

लोकांना दाखविण्यासाठी तिला खुदकन हसावं लागे, मोठ्याने सुद्धा हसावं लागे, पण पहिल्यासारखा दुधाळ रुबाब पुन्हा तिच्या ओठांवर थिरकला नाही. अंगसंगासाठी आता नकार द्यायला सुद्धा तिला शरम वाटत असे. तिला पुन्हा कधी पतीशी मनाने एकरूप होता आलं नाही.

आणि तिकडे कोपराचा वार मिळाल्यानंतर ठाकुराला पण चैन नव्हती. नेहमी चिडून मर्जीतल्या कारभाऱ्याला म्हणत असे, "भोजा, तुझ्या अकलेला पण गंज चढला का? अजूनपर्यंत काही युक्ती नाही सुचली?"

भोजा अजिजीनं हात जोडून म्हणाला, "अन्नदाता, मी आधीच सांगितलं होतं की हा नमुना वेगळा आहे. दुसऱ्या बायकांप्रमाणे हिचा स्वभाव सरळ नाही. बोरं आणि निंबोळ्याप्रमाणे गगनातील तारे सहज मिळाले असते तर त्यांना कुणी सोडलं असतं! अशा वस्तू मोठ्या कष्टानं हाती लागतात, अन्नदाता! पण हाती लागल्यानंतर त्या आनंदाला ना कोणती सीमा आणि ना कुठे अंत. त्या सुखाच्या बदल्यात स्वर्गाचं राज्य सुद्धा ओवाळून टाकलं तरी कमी आहे. आपण थोडा धीर धरा, आपल्या हातात असताना मी कसलीही कसर ठेवणार नाही."

ठाकुर एक खोल निःश्वास सोडून म्हणाला, "याची तर मला पुरी खात्री आहे रे!"

परंतु मूर्च्छा आली होती त्या दिवसानंतर भोजा तेवढा विश्वसनीय राहिला नव्हता. हळूहळू आपोआपच त्याचं मन बदलू लागलं. गावाच्या मालकाची इतकीच ताकद! कोपराच्या वारानं घेरी आली. आणि शुद्ध आल्यावर सुद्धा कुणाचा केस वाकडा झाला नाही. जो घाबरतो त्याला ठाकुर आणि देव जास्त घाबरवतात. हे घाबरवून टाकणारे सुद्धा घाबरतात. या नव्या अनुभवाच्या प्रकाशाने भोजाच्या मनाचा रंग बदलला आणि हळूहळू शेजेवरील या दलालीचा त्याला तिरस्कार वाटू लागला. त्याला कुठल्या शंभर हत्तींचं पालनपोषण करायचं नव्हतं. सड्याफटिंग माणसाला असं गलिच्छ काम शोभत नाही. आणि लाछीसारख्या अप्सरा गवळणीसाठी तर ही दलाली अजिबात लाभदायक ठरणार नाही. हा कमनीय देह त्याच्या हाती लागला तर अशा शंभर दलाली तिच्या मुखदर्शनातच संपतील. आणि जर हे लोण्यासारखं मुलायम सौंदर्य त्याच्या गळ्यात हात टाकून झोके घेऊ लागलं तर बादशाही सुद्धा त्या सुखापुढे सात वेळा पाणी भरेल. मग अशा सुखाची दलाली तर मृत्यूनंतरही त्याचा अपमान करील.

योगायोगाची गोष्ट म्हणजे भोजाला एकदा अशीच अकस्मात संधी मिळाली. भोजा धनुर्वातावर डाग देण्यात कुशल होता. गवळ्याची एक म्हैस धनुर्वातानं आखडू लागली तेव्हा घाबरून गेलेल्या गवळ्यानं त्याला लगोलग बोलावून घेतलं. गवळ्याला तर जातपंचायतीच्या कामाला जाण्याची घाई होती. म्हणून लाछीला नीट समजावून

सांगून तो लगेच प्रवासाला निघून गेला.

भोजा गोठ्यात उभा राहून हातपाय झाडीत तडफडणाऱ्या म्हशीवरून हात फिरवीत होता. तेवढ्यात लाछी एका खापरात रसरशीत पेटलेल्या गोवऱ्या घेऊन आली. गोवऱ्यांच्या मधोमध तापलेला विळा लालभडक झाला होता. भोजाने पटकन विळ्याची मूठ पकडून म्हशीच्या ढुंगणावर डाग दिला. चामडीतून थोडासा धूर निघाला. म्हशीने तळमळून जोरजोरात लाथा झाडल्या. मग थोड्या वेळानं आपणच उठून उभी राहिली. जणू काही अजब जादू झाली. पायाच्या अंगठ्याने धूळ उकरीत लाछी म्हणाली, "वेळेवर डाग मिळाला म्हणून म्हशीचा प्राण वाचला, नाहीतर तडफडून मेली असती."

एवढं बोलणं ऐकल्यावर भोजा काय गप्प बसणार! लगेच उत्तर दिलं, "या म्हशीप्रमाणे माझा प्राण सुद्धा तुझ्या हातात आहे. इच्छा असेल तर मार, इच्छा असेल तर तार!"

लाछीचा आपल्या कानांवर विश्वासच बसेना, त्या दिवशीच्या घटनेनंतर कुणाच्या तोंडून असे शब्द बाहेर पडतील तरी! तिनं गावच्या मालकालाही सोडलं नाही, तर एका तुच्छ कारभाऱ्याची काय बिशाद! ठाकुराला तर फक्त मूर्च्छाच आली होती, त्याच्या निम्म्यानं वार केला तरी याची हाडं नरम होतील. ही गोष्ट चांगली माहीत असूनही याच्या उत्साहानं कसलं बंधन मानलं नाही. लाछीनं अचंबित होऊन भोजाकडे पाहिलं. हसू दाबीत म्हणाली, "त्या दिवशीची गोष्ट विसरलात?"

"विसरलो नाही, म्हणून तर माझी हिम्मत झाली. तुझ्या हातानं मरण आलं तर मुक्ती मिळेल. सूर्याच्या प्रकाशात अभाग्यांचा पण हिस्सा असतो, मग तुझ्या सौंदर्यात मला थोडा सुद्धा वाटा नाही!"

लाछी खाली नजर लावून पुन्हा धूळ उकरू लागली. पतीच्या सामर्थ्याचा पेंढा बाहेर पडला नसता तर आज हे बोलणं ऐकल्यावर तिनं भोजाची आतडी बाहेर काढली असती. पण पतीची शिकवण ऐकल्यानंतर लाछीचं ते स्वरूपच बदलून गेलं होतं. माणसाच्या मनात काही सरडे लपलेले असतात. कधी कसला रंग बदलतील, त्याला स्वतःलाही समजत नाही. तिच्या मनात अनेक गोष्टी वादळाप्रमाणे घोंगावू लागल्या. ठाकुराबद्दलची घटना ऐकून पतीला राग नसेल आला, पण कदाचित डोळ्यांनी प्रत्यक्ष पाहून त्याची विवेकबुद्धी कूस बदलेल. पतीची अंतिम पारख किंवा खरी ओळख होण्याच्या बहाण्याने त्याची परीक्षा तरी घेऊया. गवळी परवा परत येणार आहे. लाछी पाठ वळवून म्हणाली, "तेरवा दिवस मावळल्यानंतर गोठ्यात या."

भोजाला एवढा धीर कुठला? आज तर त्याच्या तळहातात चंद्र उगवला होता. आतुरतेनं म्हणाला, "साप चावल्यावर कुणी वाट पहात रहातं का? आज का

नाही? असा मुहूर्त तर पंचांगात पाहूनही सापडणार नाही.''

''पण माझ्या पंचांगात तीन दिवसांपर्यंत मुहूर्त नाही.'' असं म्हणून लाछी लगेच तिथून चालू लागली. भोजासुद्धा मागे मागे निघाला. म्हणाला, ''लाछी, माझ्या धनुर्वाताचा डाग तुझ्या हाती आहे. आज वेळेवर डाग दिला नाही, तर माझे प्राण मुळीच वाचणार नाहीत.''

लाछी मागे वळून म्हणाली, ''आज नाही, तेरवा संध्याकाळी गोठ्यात!''

भोजा पुढे आणखी बोलणार होता तेवढ्यात लाछीची सासू येताना दिसली. नाइलाजाने धीर धरावा लागला. सासू जवळ येताच म्हणाला, ''मांजी, डाग देताच म्हैस तर एकदम खडखडीत झाली.''

मांजीच्या मनाला स्वस्थता लाभली. हसून म्हणाली, ''तुझ्या हातांवर माझा पुरा विश्वास आहे. तोंड तरी गोड करून जा.''

भराभरा पावलं टाकीत गढीच्या वाटेला लागत भोजा म्हणाला, ''आता भाई आल्यानंतरच तोंड गोड करीन.''

सासू हसत-हसत लाछीजवळ येऊन म्हणाली, ''कारभारी किती भला आणि साधा आहे. आपल्या घरावर तर त्याची पहिल्यापासून कृपादृष्टी आहे. कारभारी म्हणजे ठाकुरांचे डोळे आणि कान असतात. ते त्यांनी चालविल्यावरच चालतात. घरी आल्यावर नीट पाहुणचार करीत जा. दूध-दही आग्रहाने दे.''

लाछी सावरून घेत म्हणाली, ''आपण असताना मला चिंता करायची काय गरज आहे. ते काम तर वडीलमाणसांचं आहे.''

''तरीही वेळप्रसंगी संसारातील खुब्या शिकण्याने फायदाच होतो.''

संध्याकाळी लाछी धार काढायला बसली तर तिला वाटलं जणू आपल्या आनंदाचा क्षीरसागर एकदम आटून गेला आहे. मन रमविण्याचा खूप प्रयत्न केला, पण वठलेल्या खोडांना पुन्हा पालवी फुटली नाही. तिच्या विचारांची दिशाच बदलली. आज गळ्यात कडं अडकवलेल्या गायीची धार काढायला बसली तेव्हा तिचं मन खट्टू झालं होतं. ती गाय मान वळवून आपणच आपलं दूध पीत असे, म्हणून गळ्यात कडं अडकवलं होतं. संसारातील खुब्या अशा फायदेशीर ठरतात. वासराला सुद्धा पोटभर दूध प्यायला देत नाहीत. आणि ही बिचारी जनावरं गवत खाऊन अमृतासारखं दूध देतात. देवजाणे, त्या वेळी लाछीला काय उलटी बुद्धी झाली, तिनं अर्धी चरवी दूध मोठ्या पातेलीत ओतून गायीपुढे ठेवली. प्रथम तर गायीचा विश्वास बसेना. नजर वर करून लाछीकडे पाहिलं. नंतर आपणच लपालपा दूध पिऊ लागली.

या गायीप्रमाणे तिनं भोजाची पण अशीच दया केली आहे का? नाही-नाही, ही गोष्ट तर मरण आलं तरी शक्य नाही. संसारात मर्यादा राखणं खूप अवघड असतं. मग ठाकुराच्या छातीवर कोपरानं वार करणाऱ्या लाछीनं स्वतः आपल्या तोंडानं

भोजाला गोठ्यात येण्याचं निमंत्रण कसं दिलं? निमंत्रणाच्या बहाण्यानं तिला पतीची खरी ओळख जाणून घ्यायची आहे की पतीची पारख करण्याची थाप मारून तिला खरोखर भोजाचा सहवास हवा आहे? त्या दिवशीच्या संतापाच्या बुडाशी ही दया कुणास ठाऊक कुठे इतकी खोल दबलेली होती! प्रत्यक्ष साक्षात्कार झाला तरी सुद्धा एकदम विश्वास बसत नाही. आपलं मन आपल्याच डोळ्यांसमोर असा लपंडाव खेळतं का? मनाच्या तळाशी कसले कसले कूटप्रश्न चिकटलेले असतात. दुधावर पोसलेल्या आणि दुधातच वाढलेल्या गवळणीच्या मनातील हे रहस्य माहीत नव्हतं. भोजाशी झालेलं बोलणं पुन्हा आठवताच तिचं अंग-अंग शरमेनं आक्रसू लागलं. मग पुन्हा पुन्हा आपल्या मनाला समजावू लागली की पतीचा खरा चेहरा पारखण्याची इच्छा मनात नसती तर स्वप्नातही ती परपुरुषाबरोबर असं बोलली नसती. आपलं मन आपल्यापासूनच लपवणं हाच माणसाचा सर्वांत मोठा गुण आहे.

लाछी आणि भोजाच्या दृष्टीनं तो दोन दिवसांचा काळ समान होता, पण त्या दोघांच्या विचारात खूप फरक होता. त्या वेगवेगळ्या भावनांचं रहस्य न उघडेल तर बरं होईल.

कशीबशी इच्छित घडीची सायंकाळ अवतरली. पतीनं सोबत यावं म्हणून लाछीनं आग्रह धरला तेव्हा तो वैतागला, "आज हे नवीन काय? पूर्वी कधी सोबतीला बोलावलं नव्हतंस."

लाछी जरा नाराजीनं म्हणाली, "पूर्वी मला तुमच्या गावचे रंगढंग माहीत नव्हते. आता एकटं जायला भय वाटतं."

गवळी तिला धीर देत म्हणाला, "थोड्या दिवसांनी आपोआप भीती वाटेनाशी होईल. आपलं मन ताब्यात असेल तर कसलं भय नाही. पण तुझ्या मनात आहे तर चल, माझी ना नाही."

आणि तिकडे गोठ्यात वाट पहाणाऱ्या भोजाची अधीरता क्षणाक्षणाने वाढत होती. भिंतीवरून डोकावून पाहिलं तर लाछीबरोबर गवळीही येताना दिसला. हे तर भलतच आक्रित. पण भोजाची बुद्धी फार तीक्ष्ण होती. लगेच युक्ती शोधून काढली. गंजीजवळ जाऊन गपचूप चारा उलटा-पालटा करू लागला.

पाठ दिसली तरी गवळ्यानं नीट ओळखलं नाही म्हणून जोरात गरजला, "कोण आहे?"

भोजाने वळून उलट तेवढ्याच जोरात उत्तर दिलं, "मी तो भोजा!"

गवळ्याचे डोळे अजूनही आश्चर्याने विस्फारलेले होते. विचारलं, "या वेळी इथं गोठ्यात कसा? भोजा, हडळ सुद्धा एक घर सोडते रे!"

भोजा हसून म्हणाला, "हडळीचं हडळीला माहीत. पण आधी गढीची चाकरी, मग मैत्रीबित्री. कुणीतरी ठाकुरसाहेबांचे कान भरले की गुरांना तू रोज कणसांसकट

ज्वारीची ताटं खायला घालतोस. गंजीत तपासल्यावर लक्षात आलं की गोष्ट खरी आहे. तुला थोडा तरी विचार करायला हवा होता. आता तुझ्याबरोबर माझी पण खैर नाही.''

गवळ्याचं मन खचू लागलं, पण तरीही त्याचा भोजावर पूर्ण विश्वास होता, तो काहीही करून सांभाळून घेईल. जवळ जाऊन त्याच्या कपाळाकडे हात करीत म्हणाला, ''भोजा, तुझ्या माथ्याची शपथ, फक्त कालच धीर धरवेना. मोत्यासारखे दाणे भरलेली कणसं पाहिल्यावर माझी नियत बिघडली. माझी अब्रू आता तुझ्या हातात.''

भोजा लाछीला ऐकविण्यासाठी तिरकसपणे म्हणाला, ''तुझी आणि माझी अब्रू तर एकच आहे. पण हुजुरांना काय उत्तर देऊ? आजकाल त्यांची तुझ्यावर कडक नजर आहे. देव जाणे, काय रहस्य आहे.''

भोजाकडे पहात लाछी म्हणाली, ''देव जाणो किंवा न जाणो, तुम्हाला स्वतःला तर माहीतच आहे.''

गवळ्याला राग आला. दटावीत म्हणाला, ''तू मध्ये वटवट करू नकोस. बरं झालं मी सोबत आलो. नाहीतर तू पुन्हा भांडण करीत बसली असतीस. आमच्या गोष्टी आम्ही निकालात काढू. तू धार काढ. बायकांना पुरुषांच्या कामात बोलण्याची काय गरज आहे?''

लाछीचं तर स्वतःच्या गरजेकडे पूर्ण लक्ष होतं. मग या निरर्थक वादाला कुठला अंत! परंतु तरीही भोजानं वेळेवर अक्कल तर खूप लढविली. किंचितही संशय येऊ दिला नाही. तिच्या मनातली खळबळ तर आता त्यालाच समजेल.

लाछीनं धार काढीपर्यंत दोघं बोलत राहिले. भोजाने खात्री पटवून दिल्यानंतर गवळी निश्चिंत झाला, आता ही बाब पुढे वाढणार नाही.

दुसऱ्या दिवशी लाछी भल्या पहाटे एकटीच तळ्याकडे निघाली तर वाटेत भोजा भेटला. भोजाच्या तर प्राणावर बेतलं होतं. इकडे-तिकडे पहात म्हणाला, ''लाछी, हा कुठल्या जन्मीचा बदला घेतलास? गवळ्याला सोबत घेऊन कशाला आली होतीस?''

''तुमचे भाऊ ऐकेनात तर मी काय करू? मी खांद्यावर बसवून तर आणलं नव्हतं. हल्ली प्रत्येक बाबतीत संशय घेतात. तुम्ही हुशारीनं वागला नाहीत, तर दोघांचंही तोंड काळं होईल.''

आपली आपणच स्तुती करीत भोजा म्हणाला, ''माझी गोष्ट तू सोड! वेळप्रसंगी अशी युक्ती लढवतो की माझा संशय कुणाला घेताच येणार नाही. पण आता आणखी कसली तरी नवीन युक्ती शोधून काढ.''

लाछी दबत्या आवाजात म्हणाली, ''माझी ना थोडीच आहे. पण तुमचं नशीबच

वाईट आहे त्याला मी काय करू? रात्री शेवटच्या प्रहरी वासरं ठेवलेल्या गोठ्यात या.''

''नक्की?''

''हो, नक्की.''

एवढं आश्वासन मिळाल्यावर भोजा दुसऱ्या रस्त्याकडे वळला. लाछीनं रूण-झुण करीत घागर उचलली व आपल्याच विचारांत गुंगून चालू लागली. वेणीच्या फटकाऱ्याने गढीचे बुरूज थरथरू लागले. हा चांगला खेळ गवसला! शेवटी तर भोजाची अक्कल सुद्धा हार मानून थकेल. पतीचा संशय कधी ना कधी तरी फूत्कार टाकीलच. बांबूएवढ्या खोल अनोळखी पाण्यात उतरली आहे, तर आता तळापर्यंत पोहचूनच दम खाईल.

संध्याकाळी लाछीनं एका म्हशीपुढे आंबोणाचं पातेलं ठेवलं तर तिनं तोंडही लावलं नाही. कदाचित तहानलेली असेल. डोणीत चार-पाच पोहरे पाणी ओतलं, पण म्हशीनं पाण्याकडे डोळा वर करून सुद्धा पाहिलं नाही. पाठ थोपटून दावं सोडलं तर म्हैस हुंकारत धावली. कधी इकडे तर कधी तिकडे. म्हैस तर माजावर आली होती. लाछीनं पुऱ्या ताकदीनं घसा खरवडीत हुर्ऽऽहुर्ऽऽ करून रेड्याला बोलावलं. रेडा तर या आवाजाची वाटच पहात होता. तोफेतून सुटलेल्या गोळ्याप्रमाणे म्हशीच्या मागे लपेटला. पवित्र-शुद्ध निसर्गाला ना कुणाचा संकोच, ना कुणाची लाज, आणि ना त्याच्यावर रीतिरिवाजांच्या अवडंबराचा अंकुश. पण माणूस चहुबाजूंनी किती भिंती, किती पडदे, किती कपडे, किती घुंघट, किती चोळ्या आणि काजळ-टिकल्यांत जखडलेला आहे. सात फेऱ्यांच्या निमित्ताने स्त्री फक्त एकाच पुरुषाचा हात हातात का घेते? आणि जो तिला स्वप्नातही पसंत पडणार नाही असा हात हातात का घ्यावा लागतो? लाछीच्या सौंदर्यानं कुठल्याही गवळ्याच्या घरी घुंघट घेतला असता. मग ते सौंदर्य एकाच पुरुषाच्या बंधनात का जखडलेलं रहावं, अशा बंधनाच्या मर्यादेत पुरुषाचे हजारो स्वार्थ पुरे होतात. एखादी स्त्री ठाकुर, गावातल्या व्यक्ती आणि कारभाऱ्याला कुठवर खूष ठेवील? कसंही करून जगणं हाच माणसाचा धर्म बनला आहे. घर-संसाराच्या उदरनिर्वाहापेक्षा कोणतीही मोठी नैतिकता उरलेली नाही. मनुष्याच्या लेखी हेच इतिहासाचं दूध आहे, हेच ज्ञानाचं दही आणि हेच धर्माचं लोणी! बाकी सगळं ताक आणि पुळकावणी ! सुरवातीला लाछी सफेत-सफेत ते सगळं दूधच समजत होती, पण आता तिला दूधही काळं दिसू लागलं. समजुतीचा घोटाळा आहे. कशी द्विधा अवस्थेत फसली आहे! रहावतही नाही आणि सोडवतही नाही. ठाकुराच्या दहशतीपुढे अर्धांगिनीच्या शीलाची काही चाडच नाही! लाछीच्या डोक्यात असंख्य गांधीलमाशा घोंघावू लागल्या. जोडीचा भ्रतार आणि खाता-पिता गवळीवाडा! मग कोणत्या अदृश्य

सुखासाठी तिचं मन व्याकुळ झालं होतं? घडी-दीड घडी रात्र बाकी असताना ती दचकून उठून बसली. पतीला हलवून जागवलं. म्हणाली, ''तुम्ही तर खुशाल डाराडूर झोपता! आता मी भलत्यावेळी कुठंही एकटी जाणार नाही. माझ्याबरोबर चला.''

गवळ्यानं खूप टाळाटाळ केली, पण लाछीनं ऐकलं नाही तेव्हा त्याला सोबत जावंच लागलं. कृष्णपक्षातल्या एकादशीचं सौम्य चांदणं पडलं होतं. भोजाने तर घडीभर आधीच येऊन जागेवर ठिय्या मारला होता. लाछीची वाट पाहून डोळे शिणले, तेवढ्यात त्याला वासरांच्या गोठ्याकडे दोन व्यक्ती येताना दिसल्या. एकतर लाछी आणि दुसरा—- गवळी! हरामखोर पुन्हा सोबत आला मरायला! आता एखादी वेगळी सबब सुचायला हवी.

आत शिरताच लाछीला एक व्यक्ती शेण गोळा करीत असलेली दिसली. जोरात विचारलं, ''कोण आहे?''

बेधडक उत्तर मिळालं, ''मी तो भोजा!''

लाछी चिडून म्हणाली, ''या वेळी इथं काय हरवलंय ते शोधायला आलात?''

भोजा शेण गोळा करता करता म्हणाला, ''ठाकुराणीचा आज एकादशीचा उपवास आहे. तुळस शुद्ध करण्यासाठी वासराचं शेण न्यायला आलो आहे.''

गवळी म्हणाला, ''या क्षुल्लक कामासाठी तू त्रास कशाला घेतलास? मला निरोप पाठवायचा, मी आणून दिलं असतं.''

''मी कोण एवढा खास लागून गेलो आहे. तुला तर माहीत आहे की ठाकुराणीजी माझ्याशिवाय कुणावर विश्वासच ठेवीत नाही.''

भोजाचं उत्तर ऐकून लाछी भलतीच खूष झाली. अक्कल असावी तर अशी! काय थाप मारली!

त्यानंतर दोघे मित्र गप्पात रंगले. गवळ्यानं विचारलं की ठाकुरसाहेब आता आणखी नाराज नाहीत ना? भोजा गर्वानं सांगू लागला– मी असताना कशाला नाराज होतील. भले, अशा जिगरी दोस्ताचे उपकार मेल्यावर तरी विसरता येतील का? पतीच्या अडाणीपणावर लाछी आतल्या आत कुढत राहिली, पण तोंडाने उघड काही बोलली नाही.

पहाटे दही घुसळताना लाछीला वाटलं की आपलं मन अगदी असंच घुसळलं जात आहे. जी दह्याची अवस्था तीच तिच्या मनाची अवस्था.

घरातच बांधली गेलेली लाछी निरुत्साहानं सगळी कामं आपसूक पार पाडीत होती. भर दुपारी सगळ्या गुरांना घेऊन ती तलावावर गेली. संधी मिळताच भोजा जवळ आला. लाछी तोंड फिरवून उभी राहिली. गुरा-ढोरांसमोर देव जाणे का तिला इतकी शरम वाटली! असं वाटलं की आता कधी या भोळ्या जनावरांना आपलं तोंड दाखविता येणार नाही. भोजाने मग पुढे होऊन म्हटलं, ''लाछी, आजची युक्ती पुन्हा

फुकट गेली.''

वेणीचा गोंडा कुरवाळीत लाछी म्हणाली, ''मग मी तरी काय करू? तुमच्या भावाच्या संशयावर माझ्याकडे इलाज नाही.''

''पण माझ्या रोगावरचा इलाज तर तुझ्याकडे आहे.''

''तुमच्या नशिबावरचा इलाज तर विधात्याकडेही नाही. दिवस मावळल्यावर मागच्या खळ्यात या. गवताच्या शेजेवर तुमच्यावर इलाज करीन.''

भोजा हसून म्हणाला, ''आज चंद्रग्रहण आहे. तुला सात पिढ्यांचं पुण्य एकदमच मिळेल, बघ विसरू नकोस.''

''ही काय विसरण्यासारखी गोष्ट आहे!''

आता थांबून काय उपयोग. भोजा पुन्हा गढीच्या दिशेनं चालू लागला.

ठाकुराने तर एकच धोशा लावला होता. ईश्वराऐवजी तो लाछीच्या नावाची माळ जपू लागला. रागावून पुन्हा पुन्हा विचारीत होता, ''भोजा, अजून काही जमलं नाही का रे?''

''जमतंय, अन्नदाता! तीतर-होल्याची शिकार करणं सोपं असतं, पण वाघाची शिकार कठीण. कधी कधी प्राणावर बेततं ते वेगळचं. आपला प्राण अनमोल आहे. पूर्ण समाधान झाल्याशिवाय आपल्याला पुढे कसं करू! एकदाच चूक झाली, त्याचाच अजून पश्चात्ताप होत आहे.''

ठाकुर आपल्या विश्वासू कारभाऱ्यावर बेहद खूष झाला.

त्यानंतर दिवस घडीभर राहिला असतानाच खळ्यात येऊन मनातल्या मनात मांडे खाऊ लागला. हे गवताच्या गंजीमुळे झालेले बोळ, हा भुशाच्या राशींचा आडोसा आणि ही गवताची शेज! ही लाछीची वेणी! हे काचोळीचे बंद! हे उरोज! हे ओठ! हा घागरा! आणि हा—!

तेवढ्यात कुणाच्या तरी पायाने गवत दबल्याचा खसखस आवाज ऐकू आला. आली वाटतं लाछी. गंजीच्या बोळातून डोकावला– अरे, या पाजी गवळ्यानं तर इथं सुद्धा पाठ सोडली नाही. आता संशय आला नाही तरच आश्चर्य. कुठवर बहाणे करायचे. पण युक्ती शोधणं हा तर त्याच्या डाव्या हाताचा खेळ. पाठ वळवून गवताच्या गाडीतील दर्भ निवडून-निवडून गोळा करू लागला.

दुरूनच गवळ्याची गर्जना ऐकू आली, ''कोण आहे?''

त्यानं तोंड वळवून तेवढ्याच जोरात उत्तर दिलं, ''मी तो भोजा.''

''इथं खळ्यात काय करतो आहेस?''

''आज चंद्रग्रहण आहे. दर्भ गोळा करतोय. तुला तर माहीत आहे, ग्रहणाच्या दिवशी गढीत एका मोठ्या भाऱ्याची गरज असते.''

''दर्भाची तर तू काळजीच नको करूस. खूप गोळा करून ठेवलं आहे. मला

सांगितलं असतंस तर मी पाठवलं असतं.''

''तुला तर माझी सवय माहीत आहे. हातोहात काम संपविण्याची मजा वेगळीच असते.''

लाछी मनातल्या मनात हसली. भोज्याची अक्कल तर चरख्याप्रमाणे फिरते. ठरवूनही इतक्या पटकन उत्तर देता येणार नाही. हाच एक मूर्ख गवळी, याला दाखवलं तरी सुद्धा दिसत नाही.

चार घडी सरल्यावर चंद्राला पूर्ण ग्रहण लागलं. काळ्या तव्याप्रमाणे गोल. ग्रहण लागताच ताऱ्यांचा प्रकाश वाढला. आजचं हे ग्रहण जगाला माहीत होतं, पण लाछीला लागलेल्या ग्रहणाचा कुणालाही कसला पत्ता नव्हता.

नंतर चंद्र मुक्त होताच ती गवळ्याच्या बाहूत जखडली गेली.

आणि तिकडे भोजा कारभाऱ्याची शेजसुद्धा रिकामी नव्हती. लाछीसाठी त्याचं मन तडफडत तर खूप होतं, पण त्याच्या दृष्टीने हाती लागलेली स्त्रीच सर्वांत जास्त सुंदर असते. फक्त लाछीच्या नावानं तळमळून काय होणार? शरीराच्या जागी नुसत्या इच्छेनं काम भागत नाही. लाछीमुळे हताश झाल्यानंतर भोजाला स्त्रीसहवासाची वेड्यासारखी ओढ लागत असे. ठाकुराच्या विश्वासू कारभाऱ्याला कसली कमतरता! एकीऐवजी दोन हजर. आणि तसा भोजा खूप समजूतदार सुद्धा होता. बाहूत लपेटलेल्या स्त्रीला लाछी समजून समाधान करून घेत असे. माणूस आयुष्यभर एकाच दमात श्वास घेऊन जगण्याचा हट्ट धरील तर त्याचा हट्ट पूर्ण होणार नाही.

दुसऱ्या दिवशी लाछी तलावाकाठी एका दगडावर कपडे धूत होती तर समोर भोजा दिसला. तो काही बोलण्याआधीच लाछी म्हणाली, ''मला दोष देण्याची गरज नाही. सगळा दोष तुमच्या भावाचा आहे. काहीतरी निमित्त काढून त्यांना कुठं बाहेर पाठवलं तर तुमची इच्छा पूर्ण होईल.''

अशी संधी सोडता तर भोजाचा कारभार इतकी वर्षे कसा चालू राहिला असता. हजरजबाबी तर होताच, लगेच म्हणाला, ''फक्त माझी इच्छा पुरी होईल, तुझी नाही?'' भोजाला चिडविण्यासाठी लाछी थट्टेच्या सुरात म्हणाली, ''माझी इच्छा दररोज शेजघरात पुरी होतेच.''

''मग माझी काळजी तुला कशाला?''

''मला तुमची काळजी करण्याची गरजच कुठे आहे? फक्त माझ्यावरच अवलंबून असता तर काळजी सुद्धा केली असती. तुमच्या काय कमी चाहत्या आहेत!''

''पण कुणाला तुझ्या नखाची सर नाही. लाछी, आज रात्रीच काहीतरी जमव.''

लाछी कपडे धुता धुताच म्हणाली, ''चंद्र उगवल्यावर 'आखरी'तल्या पपनसाच्या झाडावर लपून बसा. तिथं अगदी शुकशुकाट असतो. मग आपलं नशीब.''

लाछीची सासू येताना दिसली म्हणून भोजा पाणी पिण्यासाठी तलावात उतरला.

सूर्य, चंद्र आणि तारे सुद्धा लपंडाव खेळतात, मग लाछी गवळणीला कसली अडचण! जितके दिवस खेळ चालेल तेवढं चांगलं. लाछीला हा दुसरा महिना लागला होता. नवव्या महिन्यात तिची कूस उजवेल. इकडे उदरात पोसलेला बाळगोपाळ आपले बंद डोळे उघडेल आणि दुसरीकडे कुठेतरी एखाद्या माणसाचे डोळे मिटतील. जीवन-मरणाच्या निमित्ताने निसर्ग सुद्धा युगानुयुगे हा खेळ खेळत आहे. एक पान झडतं तर दुसरा अंकुर फुटतो. हाच आदि आणि अनंत खेळ आहे. तारुण्याच्या क्रीडासुद्धा कशापेक्षा कमी नाहीत, या धरतीवर नित्य नवं तारुण्य फुलतं आणि कोमेजतं. नित्य नवी पात्रं बदलत असतात. पण नाटक तेच तेच.

एकतर गवळ्याचा लाछीवर अटळ विश्वास होता किंवा त्याचं हृदय इतकं निर्मळ होतं की तो संशयासारख्या क्षुद्र भावनेला आपल्या आसपास थारा देत नसावा. किंवा घरच्या स्वार्थापुढे गवळी इतका आंधळा झाला होता की त्याला इतर काही दिसतच नव्हतं. गढीतल्या नोकरांचा संशय घेऊन कसं भागेल?

गुरंढोरं आणि घरातलं सगळं काम आटपून लाछी जेवली, तोपर्यंत तीन-साडेतीन घडी रात्र उतरली होती. गवळी शेजघरात झोपू लागला तेव्हा लाछीनं त्याला हात धरून उठवलं. म्हणाली, ''सुताराची एक मुलगी सांगत आली होती की आपलं पपनसाचं झाड मेंढपाळांनी चांगलं साफ करून टाकलं आहे. आत्ता सुद्धा एक माणूस पाला तोडायला वर चढला आहे. तुम्ही काही लक्षच देत नाही. चला, आत्ता त्याला पकडूया.''

गवळ्याचं ते आवडतं झाड होतं. आपल्या हातानं पाणी घालून इतकं मोठं वाढवलं होतं. लग्नानंतर नीट देखभाल करता आली नाही. आज आठवण करताच तो लगेच उठून बसला. 'आखरी' घरापासून दोन एक शेतं दूर होती. आकाशाची कूस चिरून कुंकुमवर्णी चंद्र उगवला होता. हळूहळू चांदणं पसरवीत वर चढू लागला. वृक्षांची हिरवाई सोनेरी मुलाम्यात झगमगू लागली.

दोघं पती-पत्नी 'आखरी'चं फाटक उघडून आत घुसले. भोजा आता कुठे निश्चिंत झाला की लाछी वचन दिल्याप्रमाणे आली तर खरी. तो उत्साहानं खाली उडी मारणार होता तेवढ्यात गवळ्याची गर्जना ऐकू आली, ''कोण आहे''?

हा नाग डसलेला गवळी तर काही डाव साधू देत नाही. जिथं तिथं सावलीप्रमाणे लाछीच्या मागे असतो. पण ही वेळ व्यर्थ डोकं पिकविण्याची नाही. लगेच त्याला एक उपाय सुचला आणि तो दोन्ही हातांनी सपासपा पाला तोडीत खाली टाकू लागला. गवळी आणखी कडक आवाजात म्हणाला, ''पपनस कोण तोडत आहे? बोलत का नाही?''

शेंडे तोडीत तोडीतच भोजा म्हणाला, ''मी तो भोजा!''

आपण आल्याचं समजावं म्हणून लाछी म्हणाली, ''पण रात्री झाडावर कसली रखवाली करीत आहात?''

भोजानं निःसंकोच उत्तर दिलं, ''ठाकुराणीचे डोळे खूप दुखत आहेत. म्हणून या पाल्यासाठी रात्रीचं यावं लागलं. पण तुम्ही दोघं अशा अवेळी आखरीत कशाला आलात?''

पाला तोडून भोजा खाली उतरला. गवळी त्याच्याजवळ जाऊन म्हणाला, ''आत्ता एका सुताराच्या मुलीनं सांगितलं की कुणी मेंढपाळ झाड तोडत आहे. मग मला चैन कुठली?''

एक खोल निःश्वास सोडून भोजा म्हणाला, ''फुकट त्रास झाला.''

गवळी म्हणाला, ''पण त्या निमित्तानं तुझी भेट तर झाली.''

गवळ्याकडे पाहून भोजानं लाछीला ऐकवलं, ''अशा भेटीत काय अर्थ?''

पण हा 'अर्थ' एकट्या लाछीच्या हातात नव्हता. घर, संसार, भाईबंद, जात, धर्म, संस्कार, मर्यादा आणि रीती-रिवाजांचे किती अडथळे आहेत! एकट्या स्त्रीला आपल्या कुवतीनुसार या संसारपाशाला कसं तोंड देता येईल? जनावरांच्या स्वच्छंदतेचं स्वप्न तरी आता कुठं उरलं आहे? लाछीच्या मनात अशा प्रकारची ज्योत पेटत होती. कुठल्या वाटेनं पुढं जावं? कुठली पायवाट शोधावी?

रात्री पतीसहवासाच्या वेळी तिला वाटलं की आपण एखाद्या अजगराच्या विळख्यात विचित्र प्रकारे फसलो आहोत. या स्त्रीजन्मात तिची या विळख्यातून कधी मुक्तता होईल की नाही? संसारातील या दुर्गंधित सांडपाण्यानं तिचं डोकं दुखू लागलं. कोपराने वार केला म्हणून सुद्धा सात फेरे घातलेल्या पतीनं उलट तिलाच खडसावलं! तिलाच बरंवाईट बोलला! मग दुसऱ्या कुठल्या सावलीची आशा करावी? आशा करूनही त्या सावलीत मुक्काम कधी करता येईल का?

स्वप्नजाळ्यात गुंतलेल्या निद्रेमुळे लाछी जरा उशिरानं उठली. उठल्याबरोबर तिला वाटलं की जणू सूर्य आज ठरलेल्या जागी उगवलेला नाही. नाही उगवला तर नाही. सूर्याचं सूर्याला माहीत. संसारातील कामांपुढे तिला तर श्वास घ्यायलाही सवड मिळत नाही. ती घाईघाईनं शेजघरातून बाहेर पडली. गुराढोरांची देखभाल, धार काढणे, चारा-पाणी आणि केरवारे. शेवटी कामं तर केल्यावरच आटोपणार.

सूर्य माथ्यावर चढला तेव्हा कुठे तिला गायरानाकडे जाता आलं. खूप उशीर झाला होता. पती वाट पहात असेल. भराभरा पाय उचलू लागली. काकणांचा किणकिणाट, घागऱ्याची फडफड, ओढणीची सरसर आणि पैंजणांच्या छुमछुमीमुळे हवेत जणू जादू पसरली. लाछीच्या रूपयौवनाचा रस पिऊन सूर्यकिरणांचं भाग्य उजळू लागलं.

गावाच्या बाहेर पडताच भोजा भेटला. त्याला पाहिल्यानंतरही लाछीची चाल

धीमी झाली नाही तेव्हा भोजा बरोबरीनं चालत म्हणाला, ''लाछी, आता तर वाटतं की आपलं मीलन मसणातच होईल.''

लाछी ओठातल्या ओठांत पुटपुटली, ''मेल्याशिवाय मसण तरी नशिबात कुठलं?''

''पण मरणं तर आपल्या हातात आहे!''

''माझ्या बाबतीत मरण सुद्धा हातात नाही.''

''तर मग?''

''याचं उत्तर माझ्याकडे सुद्धा नाही. मी तर खूप प्रयत्न केले, पण काही जमत नाही तर कुणाला दोष देऊ. सारखा पाठलाग केलात तर गावात बदनामी होईल. तीन घडी रात्र ढळल्यावर रांधपघरात भेटा. घराची अब्रू घरात.''

भोजा मान्य करीत म्हणाला, ''हं, ही युक्ती चांगली आहे. मग माझं नशीब.''

नशिबावर गोष्ट सोडून भोजा गावाच्या दिशेनं वळला आणि लाछी पुढे चालू लागली. पती जेवणाची वाट पहात असेल.

गवळी खेजडीच्या छायेत बसून अलगूज वाजवीत होता. चहूकडे गायी-वासरं, गुरं-ढोरं, जमिनीत तोंड खुपसून चरत होती. लाछी जवळ आली तेव्हा गवळ्यानं विचारलं, ''खूप उशीर केला?''

जेवणाची टोपली उतरीत लाछी म्हणाली, ''तुम्ही वेळेवर झोपू देत नाही, मग वेळेवर कसं उठणं होणार!''

जेवणाची भांडी बाहेर काढली तेव्हा गवळ्यानं आश्चर्यानं विचारलं, ''आज इतकं जेवण कसं काय आणलंस?''

''खूप उशीर झाला, म्हणून मी घरी जेवले नाही. आधी तुम्ही जेवा, मग मी जेवते.''

''का, मग कशाला? आज बरोबरच जेवूया.''

गवळ्याच्या घरी कसली कमतरता? घट्ट दही, काकवी, ताक, लोणी, टरबुजाची भाजी, लापशी आणि बाजरीची रोटी. पती-पत्नी एकत्र बसून निवांत जेवली. त्यानंतर गवळी म्हणाला, ''मी थोडा आराम करतो. तू जरा लक्ष ठेव. कुणाच्या शेतात घुसली तर बघ.''

अशी सूचना देऊन पती झोपला. लाछी गुराढोरांना सांभाळायला गेली. प्रथमच गाभण राहिलेल्या गाय व म्हशीच्या पाठीवर हात फिरवून लाछी पाच-सात पावलं पुढे गेली तेव्हा तिला एका काटेरी झुडुपाजवळ काळा आणि चमकणारा तुकडा दिसला. जवळ जाऊन नीट पाहिलं तर कातीसकट काळा साप. सूऽऽसूऽऽ करून छेडलं तरीही काळ्या सापाने फणा उभारला नाही. कात थेट डोळ्यांपर्यंत लपेटलेली होती. थोडासा हलून पुन्हा तिथंच दबून राहिला. कातीमुळे त्याला पुढे सरपटत जाता येत नव्हतं.

लाछीनं दोन-तीन खडे मारले. साप थोडा सरपटत पुढे सरकला. तेवढ्यात अचानक त्याची कात काटेरी झुडुपाच्या काट्यांत अडकली. काळ्या सापानं जरा जोर लावला तेव्हा कात निखळली. मग हळूहळू काळा साप कातीतून सुटका करून घेत सरसरत दाट झुडुपात दिसेनासा झाला. लाछीनं लगेच कात आपल्या हातानं उचलली. आश्चर्यानं पाहू लागली. सफेत सुंदर खोळीवर असंख्य टिकल्या. कात चिपकलेली होती तोपर्यंत काळ्या सापाला इकडे-तिकडे जराही हलता येत नव्हतं. संपूर्ण आंधळा, मोठ्या दोरखंडाप्रमाणे पडलेला होता. कातीतून मुक्त होताच नजरेच्या वेगानं पळाला. म्हणजे ही कात सगळ्यात मोठं बंधन आहे.

त्यानंतर लाछीच्या डोळ्यांसमोर ठायी-ठायी काळ्या सापाच्या कातीच काती लुकलुकू लागल्या.

इकडे-तिकडे चक्कर मारून खेजडीखाली परत आली तर तिचा पती घोरत होता. ती पुन्हा पुन्हा झोपलेल्या पतीकडे आणि कातीकडे पाहू लागली. कधी तिला कातीमध्ये पतीचं स्वरूप दिसत होतं, तर कधी पती कातीप्रमाणे दिसू लागे. अचानक नजरेतील हा रंग कसा बदलला? लाछीच्या मनातील खळबळीला काही अंत नव्हता.

थोड्या वेळाने पती जांभई देत उठला तेव्हा त्याला लाछीच्या गळ्यात सापाची कात लटकत असलेली दिसली. आश्चर्यानं विचारलं, "अरे, ही कात कुठे मिळाली? हा चांगला शकुन आहे. तुझ्या मनातली इच्छा पुरी होईल."

लाछीनं काही उत्तर दिलं नाही. कात हातात घेऊन त्या रिकाम्या आवरणाकडे टुकूटुकू पाहू लागली.

पती लाछीजवळ आला. गळ्यात हात घालून तिच्या गालांची लागोपाठ दोन-तीन चुंबनं घेतली. म्हणाला, "ज्योतिषाला विचारायची पण गरज नाही. चंद्रासारखा मुलगा होईल. आणि तो भाग्यशाली होईल. माझे अनुभवाचे बोल आहेत. कातीचा शकुन कधी चुकत नाही. तुझ्याशी विवाह ठरण्याच्या तीन दिवस आधी मलासुद्धा जंगलात एक कात मिळाली होती."

लाछी तोंड वाकडं करून म्हणाली, "म्हणजे अपशकुनच झाला म्हणायचा."

गवळी लाछीचं कंगन फिरवीत म्हणाला, "वा! अपशकुन कसला? तुझ्यासारखी बायको मिळाली. यापेक्षा चांगलं भाग्य आणखी काय असतं?" मग तिच्या नजरेत नजर रोखून म्हणाला, "तुझी एक इच्छा तर आत्ता इथंच पुरी करतो."

ओठांना ओठांचा स्पर्श होताच पतीच्या बोलण्याचा अर्थ लाछीच्या लक्षात आला. चमकून बाजूला सरकली. तक्रारीच्या सुरात म्हणाली, "तुमची अक्कल जाग्यावर आहे ना? शेजघरातलं कर्तृत्व शेजघरातच शोभून दिसतं."

"इथं कोण पहाणारं आहे?"

लाछी हाताने खूण करीत म्हणाली, ''या बाभळी, ही काटेरी झुडुपं, हे गवत आणि हे पक्षी.''

मग ती तिथं थांबलीच नाही. गावाच्या दिशेनं धूम ठोकली. पती हाका मारीत राहिला, पण तिनं पुन्हा मागे वळून पाहिलं सुद्धा नाही.

सरळ कोठीच्या खोलीत जाऊन आपली संदूक उघडली. काळ्या सापाची कात नीट जपून आत ठेवली आणि पुन्हा कुलूप ठोकलं. रिकामटेकडं बसून कसं चालेल! गवळ्याच्या संसारात कामांना कुठला अंत! शेण, भूस, आंबोण आणि पाणी. कामं आटपीत होती आणि विचार करीत होती की रांधपघरात पाहून तरी गवळ्याला नक्की संशय येईल. संशयाबरोबर त्याचा संतापही उफाळून येईल. या खेपेला भोजा बचावणं शक्य नाही. पाहूया, काय गंमत होते?

पण लाछीचं नशीब की कसली गंमत झाली नाही. चार घडी रात्र उलटल्यावर लाछीनं पतीला जागं केलं, ''रांधपघरात बहुतेक कुणीतरी माणूस आला आहे.''

एवढं बोलणं ऐकल्यावर गवळी काय गप्प बसतो! तारा गुंडाळलेली लाठी घेऊन ताबडतोब लाछीबरोबर निघाला. दिवा लावून पाहिलं तर खरंच कोठीच्या मागे एक माणूस लपलेला होता. लाठी सरसावून गर्जना केली, ''कोणाचं मरण आलं आहे?''

भोजाला तेवढा वेळ कुठे? लगेच विचार केला. निर्भयपणे पुढे येऊन म्हणाला, ''कोणाचं काय, मरण तर तुझंच येऊन ठेपलं आहे. हुजुरांकडे कुणीतरी तक्रार केली आहे की तुझ्याघरी दररोज नव्या बाजरीची खिचडी आणि रोट्या करतात. अन्नदाता खूप मागे लागले म्हणून मला सत्य जाणून घेण्यासाठी यावंच लागलं. भल्या माणसा, तुझी बायको तर उघड उघड रोट्या बनवते.''

मग हातातल्या रोट्या गवळ्यासमोर धरीत भोजा म्हणाला, ''आपल्याबरोबर माझीही अब्रू घालवशील. आता या रोट्या हुजुरांना दाखवाव्याच लागतील.''

गवळी हात जोडून म्हणाला, ''मग तर मरण न येता माझा मृत्यू होईल. इतके दिवस ईश्वराने दिलेले होते, आजपासून तू दिलेले होतील. कसंही करून हा गुंता सोडव. पुन्हा कधी चूक होणार नाही. तुला तर माहीत आहे बाजरीशिवाय एक घासही माझ्या गळ्याखाली उतरत नाही.''

शेवटी भोजाला तर मान्य करायचंच होतं. गवळ्यानं खूप गयावया केली. तेव्हा तो मोठ्या मुश्कीलीनं राजी झाला. लाछीला मग क्षणभरही तिथं थांबवलं नाही. सरळ शेजघरात येऊन खाटेवर पडली. दिवा घेऊन शोधला तरी असा भ्याड पती सापडणार नाही. पण भोजाच्या अकलेपुढे माथा झुकवायला हवा. काय बहाणा केला! पुरुषाची अक्कल असावी तर अशी!

भोजाला गल्लीपर्यंत पोहचवून गवळी शेजघरात परतला. गवळ्याच्या घरात

तेलापेक्षा तूप स्वस्त असतं. गाईच्या तुपाचा दिवा मंद-मंद जळत होता. अर्ध्या शेजघरात गवळ्याची सावली पसरली. खूप वेळ तो भोजाचे गुण गात राहिला. मग पगडी उतरवून ठेवीत घरवालीच्या गालांवर हात फिरवीत म्हणाला, ''गायरानातून पळून घरी आलीस, पण आता शेजघरातून पळून कुठे जाणार? आज अशी खबर घेतो की तू पण आठवत रहाशील.''

सात फेरे घातलेल्याला नकार सुद्धा देता येत नव्हता! मग भले तिच्या मनात कितीही खळबळ माजलेली असेना. परस्त्री असती तर थोडे नखरेही केले असते, लाछीला हा मार्गसुद्धा उरला नव्हता. अशा पेचप्रसंगी या नखऱ्यांमुळे आणखी काय जास्त वाईट होणार!

काचोळीचे बंद सुटताच शेजघरात गार हवेचा झोत आला. चमचम करणाऱ्या विजांमध्ये शर्यत लागली. एकमेकांवर स्वार होणारे ढग मोठमोठ्याने गर्जू लागले. सरत्या आश्विनाचे मोती बरसू लागले. दिवसभर पावसाची काही चिन्हं नव्हती, पण सायंकाळी अशी काही काहिली होऊ लागली आणि लांब लांबचा पाऊस एकाच ठिकाणी जमा होऊन ताडताड बरसू लागला. त्याची जादू त्यालाच माहीत. लाछीच्या मनातलं लाछीला माहीत.

आज पुन्हा उठायला उशीर झाला. शेजघरातून खाली उतरल्यावर लाछी सरळ कोठीच्या खोलीत गेली. सगळीकडे पाणीच पाणी पसरलं होतं. रात्रभर पाऊस पडत होता. पेटी उघडली आणि काळ्या सापाची कात बाहेर काढून लाछी एकटक तिच्याकडे पाहू लागली.

सासूची हाक ऐकल्यावर तिला भान आलं आणि ती नेहमीप्रमाणे संसाराच्या कामधंद्यात अडकली.

ढगांशिवाय एवढी शिंपण भले कोणाला करता येईल! पाऊस थांबल्यावर शीतल वारे वाहू लागले.

दिवस मावळल्यावर लाछी काकड्या-टरबुजं घेऊन घरी परतत होती तेव्हा भोजाची भेट झाली. निराश होऊन म्हणाला, ''लाछी, रात्री तर रांधपघरातही उपाशी राहिलो.''

''काय करू, जमत आलेलं काम नणंदेनं बिघडवलं.''

''मला तर याचा शेवट कुठे दिसत नाही.''

''थोडा धीर धरा. कधी ना कधी तरी भाग्य उघडेल. आज तुमची फेरी फुकट जाणार नाही. मध्यरात्री तुमचे भाऊ ढोल वाजवले तरी उठणार नाहीत. मी केशरी शाल पांघरून अंगणात झोपलेली असेन. गवळी सफेत जाड चादर पांघरून माझ्याजवळच झोपलेला असेल. शाल ओढताच मी तुमच्याबरोबर चालू लागेन. आता तरी समाधान झालं?''

"समाधान होईल तेव्हा होईल. मी तर तुझ्या इशाऱ्यावर मरायला सुद्धा तयार आहे."

लाछी पुन्हा समजावून सांगू लागली, "माझ्यावर केशरी शाल असेल. बघू किती हुशारी दाखवता ते."

भोजा गर्वानं म्हणाला, "हुशारीची गोष्टच तू सोड. फक्त तुझ्यापुढे माझं काही चालत नाही."

"आता तुम्ही जा. लोक बोलायला लागतील."

भोजा तिथून दुसऱ्या वाटेला वळला आणि लाछी घरी येऊन धारा काढण्यात मशगुल झाली.

रात्री जेवून झाल्यावर गवळी शेजघराच्या पायऱ्या चढू लागला तेव्हा लाछी म्हणाली, "शेजघरात नणदोईजी झोपले आहेत. तुम्हाला तर काही समजतच नाही." पती पायऱ्या उतरून म्हणाला, "मग आपण कुठं झोपायचं?"

"जरा हळू बोला, तुम्हाला तर अष्टोप्रहर झोपण्याचंच लागून राहिलेलं असतं, आणि माझ्या जीवावर बेततं. एक रात्र अंगणात झोपलात तर कुठलं राज्य हिरावलं जाणार आहे?"

"क्षुल्लक राज्य कुणाच्या खिजगणतीत आहे!"

तेव्हा दुधाला विरजण लावीत लाछी म्हणाली, "अंगणात चारपाईवर अंथरूण घातलं आहे, तुम्ही चला, मी लगेच येते."

"पहाटे थंडी पडेल. काही पांघरायला घेऊन ये."

मग तीच रात्र, तोच अंधार, तीच लाछी आणि तोच गवळी!

गवळी तर झोपला, पण लाछीची पापणी सुद्धा मिटली नाही. भोजाच्या खुशामतीपुढे पतीला संशयाचं ओझरतं दर्शन सुद्धा होत नाही. स्वार्थ काय इतका आंधळा आणि बहिरा असतो? दगडाला सुद्धा संशय येईल, पण पतीच्या मनात काही हालचाल सुद्धा झाली नाही. या सुखाच्या आणि सौभाग्याच्या आशेनं तिनं आपलं यौवन सांभाळलं होतं काय? अनमोल मोत्याप्रमाणे त्याचा रुबाब राखून ठेवला होता? पण पतीच्या नजरेत त्याला तनसडीइतकीही किंमत नाही. मग ढोल-नगारे वाजवून ते वेदीचं ढोंग कशाला केलं? या घराच्या अंगणात वाजत-गाजत एका परक्या मुलीला कशासाठी आणलं? वंशाची वेल वाढविण्यासाठी? शेजेवरची भूक भागविण्यासाठी? कुटुंबाच्या चरकात बैलासारखं राबायला? ठाकुर आणि कारभाऱ्यांचे तळवे चाटायला? कोपराच्या वाराबरोबर जर त्या दिवशी पतीच्या लाठीची शक्ती जोडली गेली असती तर तिला किती समाधान वाटलं असतं! मग तर तिच्या मनात कुठल्याही प्रकारच्या दुःखानं डोकं वर काढलं नसतं. पाणिग्रहण केलेला पती तर उलट तिच्यावरच नाराज झाला. वेळोवेळी तिलाच फटकारलं. स्वार्थ असेल तर पतीची कुठल्याही गोष्टीला

हरकत नाही. मग स्वार्थाच्या या झाडावर कडू फळाची सजावट केली तर कोणतं अमृत हाती लागेल? मग एका शपथेचा काय अर्थ उरतो?

लाछीच्या मनातील वारुळातून असे अनेक प्रश्न फूत्कारू लागले. शेजारी सुस्त अजगरासारखा झोपलेला पती घोरत होता. आज पती आणि भोजाची अखेरची पारख आहे. पाहू, कसलं रहस्य उघडं होतं ते?

आणि तिकडे भोजाला क्षणभरही वाट पहाणं सहन होण्याच्या पलीकडे गेलं होतं. तो घडीभर आधीच चोरपावलांनी गवळ्याच्या अंगणात येऊन पोहोचला. नीट बघितलं. लाछीनं सांगितलेलं अगदी खरं ठरलं. आज मनची इच्छा नक्की पुरी होणार. त्यानंतर त्यानं भल्याबुऱ्याचा काही विचार केला नाही, ताबडतोब केशरी शाल ओढून जोरात हिसका दिला. गवळी पटकन उठला. गर्जून विचारलं, ''कोण आहे?''

प्रश्न विचारताच निर्भय उत्तर मिळालं, ''मी तो भोजा!''

गवळ्यानं मग आश्चर्यानं विचारलं, ''भोजा?''

कारभाऱ्यानं जवळ येऊन हळूच विचारलं, ''हो, द्वारकेला येतोस का बोल?''

''नाही. मी काही द्वारकेला येत नाही.''

''फक्त तुला नेण्यासाठी मी लपत-छपत आलो होतो. नसेल यायचं तर तुझी मर्जी, पण ओरडू नकोस. उगीचच 'संग' बुजेल. गपचूप पुन्हा झोप.''

गवळ्याला झोपण्याची सूचना करून भोजा उलट पावली परत गेला. लाछी सफेत चादर पांघरून बाजूला निजली होती. दोघांचं सगळं बोलणं तिनं ऐकलं. आता कसला भ्रम शिल्लक राहिला नाही. सूर्याच्या प्रकाशापेक्षा सुद्धा तेजस्वी ज्वाळा तिच्या डोळ्यांसमोर भडकली आणि त्या भडक्यात तिचे जुने संस्कार, रीती-रिवाज आणि सगळ्या मर्यादा जळून खाक झाल्या. ती बहुतेक याच ज्वाळेची प्रतीक्षा करीत होती.

जगासमोर पाणिग्रहण करणाऱ्याने तर सात फेऱ्यांशिवाय कसला धोकाच पत्करला नाही. पण भोज्यानं पत्करलेल्या धोक्यांना कुठे अंतच नाही. अशा अथांग इच्छेला कसा नकार देता येईल? तसं तर या तारुण्याचं दुसरं महत्त्व तरी काय आहे? फक्त रोटी-कपड्यांच्या बदली गुलामांप्रमाणे राबायचं! शरीर तुडवून घ्यायचं! आयुष्याची हीच किंमत आहे? मग एकाच पुरुषाच्या मालकीचं बंधन कशाला? आत्ता कुटुंबपूजेची कात टाकली तरच तिला मुक्ती मिळेल.

दुसऱ्या दिवशी गुराढोरांचा कळप घेऊन लाछी गायरानात जाऊ लागली तेव्हा गवळी म्हणाला, ''आज तर भल्या सकाळी मरणाची काहिली होत आहे, नक्की पाऊस पडेल. लवकर परत ये.''

लाछीनं हो किंवा नाही, काही उत्तर दिलं नाही.

ना गायरानात जाताना भोजा भेटला ना घरी परतताना. कारभाऱ्याचा विश्वास भंगला होता. एकट्या लाछीमुळे दुनियेतील सगळ्या स्त्रियांची लालसा पुरी होणार नाही. आपल्या-आपल्या जागी आणि आपल्या-आपल्या शेजेवर सगळ्याच स्त्रिया चांगल्या वाटतात.

गावाच्या स्वामीच्या मनात अजून तेच दुःख सलत होतं. पुन्हा पुन्हा तोच धोशा– भोजा, काही जमलं का रे?

शेवटी हैराण होऊन भोजानं सांगितलं, "अन्नदाता, ही रांड तर सैतानाची अवलाद आहे. नाक-कान कापल्याशिवाय तिची अक्कल जागेवर येणार नाही."

ठाकुर एक खोल सुस्कारा सोडून म्हणाला, "मी तर तुला आधीच सांगितलं होतं, पण तू ऐकलं नाहीस."

"सात वेळा कान पकडतो, अन्नदाता! खूप मोठी चूक झाली."

दिवस मावळता मावळता असे काही काळे ढग जमले की पहात रहावे. चमचम विजा चमकू लागल्या. काळेठिक्कर ढग स्पर्धा करीत गर्जू लागले. जणू हजारो हत्ती एकदम चीत्कार करीत होते.

गुराढोरांना ज्याच्या-त्याच्या जागी बांधताना लाछीच्या हृदयात आज असेच काळे ढग जमा झाले होते. पतीला या पावसाचा खूप आधीच अंदाज आला, पण उघड्या डोळ्यांनी सुद्धा भोजाचा कसला संशय आला नाही. हा कसला विवेक?

पत्नीचं शरीर मनसोक्त भोगल्यावर गवळी गाढ झोपला होता. लाछी शेजघराच्या दरवाजात आली तर पावसाचे तुषार आणि विजांच्या चमचमाटांनी गाजत-वाजत तिच्या यौवनाची प्रशंसा केली. उसळणाऱ्या सौंदर्याची दृष्ट काढली. काळ्या सापाची कात हाराप्रमाणे तिच्या गळ्यात झुलत होती.

आता आणखी विचार करायला वेळच कुठे होता? एक एक करून सगळे कपडे आणि सगळे दागिने उतरवून ती शेजघराच्या पायऱ्या उतरू लागली. मुसळधार पाऊस कोसळत होता. परस्परांशी स्पर्धा करीत विजा कडाडून चमकत होत्या. गळ्यात कात आणि मांडीपर्यंत रुळणारा केशकलाप, जणू तिच्यावर एखादा ढग झुलत होता.

लाछींचं सौंदर्य पाहून चमकणाऱ्या विजांचं सार्थक झालं. तिच्या निर्वसन तारुण्याचा स्पर्श झाल्यामुळे पावसाची झड निर्मळ आणि पवित्र झाली. उदरात गर्भ आणि गळ्यात काळ्या सापाची कात! याहून मोठं आश्वासन आणखी कोणतं असेल!

पावसाच्या कृपेत भिजणाऱ्या लाछीला कुठल्याही प्रकारचं कसलं भय वाटत नव्हतं. सरळ भोजाच्या घरी गेली. कडी वाजवण्याच्या विचारात होती तेवढ्यात आतून कुणा स्त्रीचं हलक्या आवाजातलं बोलणं ऐकू आलं, "तुम्ही तर लाछीच्या

नादी लागला होतात, आज माझी याद कशी आली?"

"मसणात जावो ती लाछी आणि तिचा ताठा. माझ्यासमोर त्या छिनालीचं नाव नको काढूस."

लाछीच्या ओठांवरील पवित्र हास्य विजांच्या चमचमाटात मिसळून दिसेनासं झालं. ती धो-धो पावसात भिजत आपोआप पुढे चालू लागली. मग ना कुणाच्या दरवाजावर थांबली आणि ना कुणा पुरुषाचा आसरा मागितला.

उदरात अमर गर्भ सांभाळीत ती अजूनही ब्रम्हांडात निर्वसना फिरत आहे! ना कुठे मुक्काम आणि ना कुठे विश्राम! कदाचित सध्याच्या चंद्र-सूर्याचे भस्म झाल्यावर तिची कूस कधी उघडली तर उघडेल!

द्वारकेची तीर्थयात्रा इतरांपासून लपवून करावी असा प्रघात आहे.

★

लाजाळू

कोणत्या तरी एका काळाच्या उतरणीवर, निसर्गाच्या कुशीत एक गाव वसलेलं होतं. गाव, गावाच्या साच्यात बसविल्याप्रमाणेच होतं. त्याच नव्या-जुन्या झोपड्या. त्याच शेणाने लिंपलेल्या भिंती. तोच उखडलेला गिलावा. घरोघरी त्याच मातीच्या चुली. तोच निळसर धूर. पुरुषांच्या मस्तकावर तेच नखरेल साफे. त्याच तारेनं गुंफलेल्या लाठ्या. स्त्रियांचे जातीनुसार वेगवेगळे घागरे. तसेच छातीपर्यंत घूंघट. तीच मेंढ्यांची में-में आणि तीच खुरांनी उडवलेली धूळ. तीच तुझं-माझंची बाचाबाची. त्याच ज्याच्या त्याच्या कटकटी. त्याच साखळ्या, तीच दावी आणि तेच खुंट. तीच जागा, तीच झाडलोट आणि तेच शेण. त्याच विहिरी आणि तेच पाणी. तेच ठाकुर आणि त्याच ठाकुराणी.

आपल्या मर्यादेनुसार ते गाव जरा उंचावर वसलेलं होतं. दीड एक कोस दूर एक तलाव होता. पाणी फक्त दिवाळीपर्यंत टिकत असे. तलाव आटल्यावर विहिरी वापरू लागत. मग तर तोच गडगडाट, तेच पोहरे आणि त्याच दोऱ्या. त्याच पणिहारी आणि त्याच घागरी. छुम-छुमीच्या झंकाराने रस्त्याला जाग येत असे. गाणी गात जाणाऱ्या पणिहारींच्या आसपासची हवा व्याकुळ होऊन डोलत रहात असे. सूर्याची किरणे त्यांच्या रूप-यौवनाला स्पर्श करीत. झाडे-झुडुपे लवून मुजरे करीत.

गावाच्या बाहेर पडताच त्या पणिहारींना जणू पंख फुटत. पंख गळ्याचे. पंख हृदयाचे. पण एक पणिहारी जणू लज्जेची पुतळी होती. मैत्रिणींबरोबर निर्जन जंगलातही घूंघट बाजूला करीत नव्हती. ना चेष्टा-मस्करीची पर्वा करीत असे आणि ना उलटून

काही तिखट उत्तर देत असे. वीस वेळा विचारल्यावर मोठ्या मुश्कीलीने बोलत असे. गुलाबी मनगट आणि पिवळी ओढणी. जणू इंद्रधनुष्यातील दोन रंगांनी आकाशातील मुक्काम सोडून तिच्या देहात आश्रय घेतला होता. रंगीत चुंबळीवर पितळेचा चमचमणारा हंडा आणि लखलखीत कळशी, जणू तांबटाच्या हाती चांदीचा तुकडा पडला होता. मैत्रिणी अनेक प्रकारच्या चेष्टा कर-करून थकल्या, पण तिच्या डोईवरची दूड हिंदकळली तरच ना ती उसळेल. ती घूंघटात खुसुखुसु हसत राही.

एकदा एका समवयस्क मैत्रिणीनं कंटाळून शेवटी टोमणा मारला, ''जर घुंघट म्हणजे स्त्रियांच्या शीलाची खरी कसोटी असेल तर मग आम्ही सगळ्या निर्लज्ज आणि छिनाल स्त्रिया आहोत म्हणायच्या.''

टोमण्याच्या या माराने सुद्धा तिचे ओठ उघडले नाहीत. मैत्रिणीकडे एकदा पाहून पुन्हा तोंड फिरवलं. तेव्हा बरोबर चालत असणारी दुसरी मैत्रीण म्हणाली, ''बघ, तू घूंघट कधी दूर करूच नकोस. रसिक सूर्य तुला चुंबण्यासाठी निखळून खाली पडला तर संपूर्ण जगात कायमचा अंधार होईल.''

एक म्हणाली, ''एखाद्या पुरुष पक्ष्यानं गाल बोचकारला तर!''

दुसरी म्हणाली, ''हिला पुरुषांपेक्षा स्त्रियांचं जास्त भय वाटतं. लहानपणी नक्कीच एखादा जबरदस्त घाव बसला असणार.''

बाजूला चालणारी एक मैत्रीण धक्का मारीत म्हणाली, ''कुणीतरी म्हणत होतं की जन्मली तेव्हा सुद्धा बेंबीपर्यंत घूंघट ओढलेला होता. सोळा शृंगार केलेले होते.''

एक प्रौढ पणिहारी म्हणाली, ''टोमणे मार-मारून तुम्ही हवी तेवढी थुंकी उडवा, सुळसुळीत घड्यावर थेंब ठरत नाही. मी हिचे हात पकडते, कुणी घूंघट दूर करण्याची हिंमत दाखवली तर डोळ्यांची तहान भागेल.''

''डोळे चकणे असले तर!''

''चेहऱ्यावर देवीचे वण असले तर!''

''ओठ फाटलेला असला तर!''

''जर दात—!''

पुढचे शब्द ओठांतून बाहेर पडणार होते, पण तिच्या चेहऱ्यावर नजर पडताच जिभेचं टोक दातांखाली सापडून थोडंसं कापलं गेलं. असं रूप ना ऐकलं ना पाहिलं. वास्तविक हे रूप झाकलेलं रहाणंच योग्य आहे. सगळ्या मैत्रिणींचे चेहरे एकसाथ उतरले. सूर्योदयानंतर पोर्णिमेच्या चंद्राचं कसलं सामर्थ्य! लाख भलं होवो बिचारीचं, हिनं तमाम स्त्रियांची अब्रू राखली, नाहीतर सात फेरेवाल्या पतींनी सुद्धा तोंडं फिरवली असती. असं रूप तर सात कुलूपांच्या आत लपलेलं राहिलं पाहिजे.

त्या बोलण्याबरोबरच घूंघट बाजूला करणाऱ्या मैत्रिणीनं ताबडतोब परत घूंघट खाली सोडला आणि जणू चंद्रासमोर झिरझिरीत ढग पसरले. एकजण खोल निःश्वास

सोडून म्हणाली, "हा चंद्र दिवसासुद्धा असा चमकतो तर मग देवजाणे रात्री कसा झगमगत असेल?"

"देवापेक्षा हिच्या पतीलाच जास्त माहीत असेल."

सगळ्या मैत्रिणींचे पाय जणू चिकटले होते. हात पकडणारी प्रौढ स्त्री मोठ्या मुश्कीलीनं अडखळत अडखळत म्हणाली, "फक्त असं रूप असेल तर मधुरसाचे लोभी भ्रमर स्वप्नात सुद्धा दुसऱ्या फुलांवर घिरट्या घालणार नाहीत."

एक म्हणाली, "मी मेले तरी सुद्धा मला या पुरुषजातीवर विश्वास ठेवता येणार नाही. यांना तर साखरेऐवजी अफू गोड लागते."

"लागत असेल. पण एक गोष्ट आपण लक्षात घेतली नाही. तमाम भुंगे इतर फुलांपासून तोंड फिरवून एकाच फुलावर घिरट्या घालू लागले तर आपली किती वाईट अवस्था होईल?"

एक मैत्रीण उपहासानं हसत म्हणाली, "पण त्याचबरोबर त्या फुलाची कमी का दुर्दशा होईल?"

तेवढ्यात समोरून येणाऱ्या एका पुरुषावर पणिहारींच्या नजरा वळल्या. पण तो आपल्याच मस्तीत गुंग होता. त्याच्या दोन्ही हातांत दोन पांढरीशुभ्र कबुतरं होती. त्यांच्याशी बोलता-बोलता त्यानं पण एकदा नजर वर करून पाहिलं तर त्यालाही वाटेत काही स्त्रिया दिसल्या. जणू झाडा-झुडुपांच्या समूहावर नजर पडली होती. त्यानं त्यांची अनघड दगडापेक्षा जास्त पर्वा केली नाही. वाटेतून बाजूला होऊन जरा दुरून-दुरून चालू लागला. सफेत साफा, सफेत बंडी आणि सफेतच धोतर. काळीभोर दाढी. चेहरा नीटसा दिसला नाही, पण शरीरबांधा साजिरा, निरोगी प्रमाणबद्ध. हातात धरलेल्या कबुतरांकडे पहात तो खूप दूर निघून गेला. एकवेळ मागं वळून पहाणं तर सोडाच, पण त्याच्या मनात तशी इच्छाही बहुदा उत्पन्न झाली नसावी.

सगळ्या मैत्रिणी चुपचाप एकमेकींच्या चेहऱ्याकडे पाहू लागल्या, अचानक वाटेतल्या शांततेचा भंग करीत ती हात पकडणारी प्रौढ स्त्री तिच्या घुंघटाकडे पहात म्हणाली, "जर या भुंग्याला नाचवलंस तर तुझ्या रूपाला मान्यता देऊ."

घूंघट बाजूला करणारी मैत्रीण म्हणाली, "हा तर डोळे असूनही आंधळा आहे. मनाचे डोळेही मिटलेले आहेत. कुणास ठाऊक हा कसला पुरुष आहे."

एक मैत्रीण मान हलवीत म्हणाली, "मला तर याच्या मर्दपणातच कमतरता असावीशी वाटते."

सोबतच्या मैत्रिणीनं शंका काढली, "पण तुला ते तपासण्याची संधी कशी मिळाली?"

हसू दाबीत म्हणाली, "स्वप्नात."

आजूबाजूने चालणाऱ्या तीन-चार मैत्रिणी म्हणाल्या, "तरीही तू नशीबवान

आहेस. तुझं भाग्य मोठंच म्हणायला हवं.''

या वेळी लाजाळू नारीचे ओठ उघडले. कोकिळेच्या सवाई मधुर आवाजात म्हणाली, ''पतींच्या पाठीमागे सुद्धा असं बोलायला तुम्हाला शरम नाही वाटत?''

एका मैत्रिणीच्या तोंडून नाइलाजानं उत्तर बाहेर पडलं, ''तू शरम आणि सौंदर्याला क्षणभर सोडलंस तरच ना त्या दोन गोष्टी आमच्या वाट्याला येतील!''

मैत्रिणींबरोबर वाद घालण्यात काही फायदा नाही. तशी तर ती अगदी कमीच बोलत असे, पण त्या दिवसानंतर एकदम मौन धारण केलं. खरोखर विवाहवेदीवर तिला असंच काहीतरी वाटलं होतं की जणू आकाश आणि धरतीनं एकमेकांचं पाणिग्रहण केलं आहे. अग्नी-देवतेच्या ज्वालांची ती अतूट साक्ष कशी विसरता येईल?

दोन्ही हातांत तशीच दोन पांढरीशुभ्र कबुतरं धरून तो पुरुष वाटेत सामोरा येणं आणि त्यानं जरा बाजूला होऊन निघून जाणं हे पूर्वीप्रमाणेच चालू होतं. ती लाजाळू नार झिरझिरीत घूंघटातून त्याचा सफेत पोशाख आणि सफेत कबुतरं निरखीत असे. एक दिवस एका मैत्रिणीनं म्हटलं, ''जर हा वेडपट वचन देणार असेल तर मी स्त्री योनी सोडून कबुतरी बनायला तयार आहे. मग तर पाठलाग करून आपल्या हातांनी मला पकडेलच.''

दुसऱ्या मैत्रिणीनं झटक्यात उत्तर दिलं, ''त्याच्या कानावर ही कुणकुण पडली तर तो कबुतरं पकडायचंच सोडून देईल.''

देवजाणे कसला विचार करून एका मैत्रिणीनं लाजाळू नारीकडे तोंड करून विचारलं, ''काय, तुझ्या मनात कबुतरी बनावं असं येतं की नाही?''

तेव्हा ती लाजाळू नार सावकाश बोलू लागली, ''मनुष्य जीवनातील असं सुख सोडून मी कबुतरी बनण्याची इच्छा का करू? या मुलुखात माझ्या पतीपेक्षा सुंदर आणि समजूतदार व्यक्ती कितीशा आहेत?''

ती प्रौढ मैत्रीण एक गूढ रहस्य सांगू लागली, ''हाती लागलेल्या सोन्याऐवजी दुसऱ्यांकडील जस्त जास्त चांगलं वाटतं. मनाच्या या बाणावर कुणाला अंकुश ठेवता आला आहे?''

त्यानंतर सगळ्या मैत्रिणींचं एकमत झालं की त्या लाजाळू नारीच्या शरीरात मन किंवा हृदय नावाची गोष्टच नाही. ती नुसती दगडाच्या सुंदर मूर्तीसारखी आहे. फक्त हलणं-डुलणं, चालणं, बोलणं आणि श्वास घेणं एवढीच वैशिष्ट्यं आहेत.

मग तर रोज तीच चेष्टामस्करी. तोच वात्रटपणा. वाट चालताना, पाणी ओढताना. पाणी गाळताना. माथ्यावर ठेवलेले हंडे रिकामी असो वा भरलेले. तेच संवाद. जणू जगातल्या दुसऱ्या सगळ्या गोष्टी संपल्यात.

शेवटी एक दिवस खूप हैराण होऊन त्या लाजाळू नारीनं आपले चिकटलेले

ओठ उघडले, म्हणाली, ''आता तर तुमच्याबरोबर क्षणभरसुद्धा रहावंसं वाटत नाही.''

मैत्रिणीना या बोलण्याचं वाईट वाटलं. म्हणाल्या, ''जशी तुझ्या मनची इच्छा, आपली वेगळी वाट धर. पण स्त्री आहेस आणि या अनुपम रूप-यौवनाच्या संगती अगदी एकटी या निर्जन जंगलात आपलं ब्रीद कसं सांभाळशील? आम्ही इतक्या स्त्रिया एका टोळीत असतो तरी मनातल्या मनात भीती वाटते.''

तेव्हा लाजाळू नार निःसंकोचपणे म्हणाली, ''ज्याच्या मनात चोरीची इच्छा नाही त्याला उजेडाचं कसलं भय! माझ्या पतीचा माझ्यावर पूर्ण विश्वास आहे. माझ्या सासरच्यांना माझ्याबद्दल कसलाही संशय नाही. मग कसलं भय? कोणाचं भय? मी तर मुळी भय हा शब्द आजच तुमच्या तोंडून ऐकत आहे.''

त्या दिवशी आणि त्या घडीलाच सगळ्या मैत्रिणींनी तिला एकटं पाडलं. तरीही तिच्या मनात भीती उत्पन्न झाली नाही आणि ना तिनं कुणाच्या साथ-संगतीसाठी कसली दुसरी युक्ती केली. डोक्यावर हंडा घेऊन न घुटमळता पाणी भरण्यासाठी थेट विहिरीपर्यंत जाई आणि भरलेला हंडा घेऊन परत न घुटमळता एकटी येई. माथ्यावर भगवान सूर्याची राखण, मग बिचाऱ्या माणसाचं कसलं भय! कबुतरवाला माणूस सामोरा आला तर आला, तो तर उलट वाट सोडून खूप दुरून निघून जातो. कधी डोळे वर करून तिच्याकडे पहात सुद्धा नाही. जर आपल्या मनात पाप नाही तर तो कबुतरांऐवजी नंगी तलवार घेऊन तिच्या जवळून गेला तरी तिचं काय बिघडवणार! पण गावातले दुसरे पुरुष अगदी नीच आहेत. विवाहित असून इतके बेइमान आहेत, जणू आजपर्यंत एखाद्या स्त्रीचा चेहरा पहाण्याचं तर सोडाच पण तिचं नावसुद्धा ऐकलं नसावं. हे लफंगे सुंदर स्त्रीचं शिजवलेलं मांस सुद्धा खाण्यासाठी नकार देणार नाहीत.

गावातील घराघरात त्या वेडपण माणसाची चर्चा वेळी-अवेळी चालूच असे. वैरीणीच्या कुशीतही अशा वेडपट व्यक्तीचा जन्म न होवो! देवजाणे याला एकटं रहाण्यात कसलं सुख मिळतं! पहाता पहाता वडिलोपार्जित संपत्ती फुंकून टाकली– फक्त या कबुतरांसाठी. मागच्या जन्मी नक्की हा बावळट कबुतरांच्या जमातीचा सरदार होता असणार. हजार शुभ्र कबुतरं एकत्र जमा करण्याचा छंद लागला आहे. ना आजपर्यंत कुणाचं म्हणणं ऐकलं, ना पुढे कधी ऐकेल. त्याला कबुतरांशिवाय दुसऱ्या कोणत्या गोष्टीची आवड नाही. ना गुराढोरांची, ना शेतीवाडीची, ना जमीनजुमल्याची, ना धनदौलतीची आणि ना घरसंसाराची. मानव योनीत येऊन कबुतरांबरोबर आयुष्य घालवीत आहे.

दररोज दोन नवीन कबुतरं पकडण्याची प्रतिज्ञा पुरी झाल्याशिवाय तो तोंडात पाणीसुद्धा घेत नाही. देवजाणे कुठल्या जंगलातील कुठल्या कोपऱ्यातून शुभ्र कबुतरं पकडून आणतो? कबुतर हातात सापडलं की त्याला वाटतं की जणू चंद-

सूर्य आपल्या मुठीत आले आहेत. एकदा घराच्या आवारात शिरल्यानंतर बिचाऱ्या कबुतरांना ती जागा सोडाविशीच वाटत नाही. जशी काही जन्म देणाऱ्या आईवडिलांच्या घरट्यात आलेली असतात. त्याच्या नजरेत नजर मिसळताच कबुतरंच काय, ससाणे, गिधाडं, कावळे आणि सापसुद्धा त्याच्यावर विश्वास ठेवतात. पण त्यानं आपल्या प्रीतीचा प्रसाद कबुतरांशिवाय इतर कुणाला वाटला नाही. हातानं दाणे भरवी. हातानं पाणी पाजे. एका एका कबुतराला प्रेमानं गोंजारीत असे.

एकदा त्या लाजाळू नारीला देवजाणे कसला संशय आला, आपल्या धाकट्या नणंदेला बरोबर चलण्यास सांगितलं. सगळी गोष्ट लक्षपूर्वक ऐकून नणंदेनं ताबडतोब तिच्या शंकेचं निरसन केलं. म्हणाली, ''या कबुतरवाल्या वेड्या माणसाचं किंचितही भय बाळगण्याची गरज नाही. तो तर स्वप्नातही कुणाचं काही नुकसान करणार नाही. निरिच्छ कबुतरं सुद्धा त्याच्यावर विश्वास ठेवतात, तर तुम्हाला कसलं भय!''

त्यानंतर दोन-तीन दिवसांतून एकदा तो माणूस वाटेत सामोरा येत असे. झिरझिरीत घूंघटातून त्याचा चेहरा नीट दिसत नसे, तेव्हा ती कधी कधी मागे वळून घुघंट बाजूला करून त्याला पहात असे. पण आपल्या मस्तीत असलेला तो माणूस कुठंही इकडे-तिकडे पहात नसे. ती तोडं वाकडं करून पुढे चालू लागे. ओठातल्या ओठात पुटपुटे– बावळट कुठला! आईनं नाहक नऊ महिने ओझं बाळगलं. पण पुरुष असून हा वाटेतून दूर का होतो? स्त्रिया घाबरतात ते योग्य आहे, पण त्याच्या मनात कसलं भय आहे! अगदी उलट्या खोपडीचा आहे.

एकदा ती पाणी भरून झाल्यानंतर दोर गुंडाळीत होती, तेवढ्यात तो समोरून येताना दिसला. पाणी आटल्यानंतर विहिरीजवळून सरळ रस्ता जात होता. कुणी दुसरा पुरुष असता तर तहान लागल्याच्या निमित्तानं नक्कीच पाणी प्यायला आला असता. पण याला तर कबुतरांशिवाय काही दिसतच नाही. तो विहिरीजवळून पुढे जाऊ लागताच तिनं चुटकी वाजवून त्याला बोलावलं. त्यानं तोंड वळवून तिच्याकडे पाहिलं. तिनं हंडा-कळशी उचलून देण्याची खूण केली, पण तो आपल्या जागेवरून हलला नाही. उभ्या-उभ्याच अजाण मुलासारखा म्हणाला, ''माझ्या दोन्ही हातांत कबुतरं आहेत. सोडली तर उडून जातील.''

फक्त एवढंच बोलून तो आपल्या वाटेनं पुढे निघून गेला. आणि ती लाजाळू नार पाषाण-पुतळीप्रमाणे जागच्या जागी खिळून राहिली. काही वेळानं भान आल्यावर वाटलं की एखाद्या अदृश्य अग्नीत आपलं रूप-यौवन धडाधडा जळत आहे. यापेक्षा मृत्यू आला तर जास्त चांगलं. निर्जीव हातांनी हंडा-कळशी उचलली, जणू दोन अनघड दगड डोक्यावर ठेवले.

दुसऱ्या दिवशी देवजाणे कसला विचार करून ती घरातून मोठा हंडा आणि मोठी कळशी घेऊन पाणी आणायला निघाली. नेहमीपेक्षा घडी-सव्वा घडी आधीच.

योगायोगाची गोष्ट, दोर गुंडाळल्यानंतर तिनं इकडे-तिकडे पाहिलं तर तो गावाकडून येताना दिसला. विहिरीपासून एक दोन शेतं दूर. बहुतेक कबुतरं शोधायला निघाला आहे. तो जसा जसा जवळ येऊ लागला तसतशी ती उजव्या हातानं पाठीवरची ओढणी खाली सरकवू लागली, आणि या खट्याळपणाकडे आपलं लक्षच नाही असं भासवत होती. जणू ते हात आणि ते शरीर तिचं नसून कुण्या दुसरीचं होतं.

जवळ येताच त्याला म्हणाली, "आता तर तुमचे दोन्ही हात रिकामे आहेत. मग कसलं निमित्त सांगून नाकारणार?

तो त्या अमृतवाणीनं चमकला आणि लाजाळूच्या चेहऱ्याकडे पाहून ओठातल्या ओठात पुटपुटला, "आता फक्त एकवीस कबुतरं कमी आहेत."

तेव्हा ती लाजाळू नार हसून म्हणाली, "कमी आहेत तर पूर्ण करा, आधी मला दूड तर उचलू लागा."

"काल कुणी उचलून दिली?"

"काल तुम्ही हात लावला नाही म्हणून रागाच्या भरात मी स्वतःच उचलली."

"आता तो राग कुठे गेला?"

"पण आज राग आला तरी ही दूड उचलणार नाही."

"का, आज अशी काय नवीन गोष्ट घडली?"

"दिसत नाही, ही दूड कालच्यापेक्षा किती मोठी आहे?"

"मग ही मोठी दूड कुणाच्या भरवशावर आणली?"

"कुणा भल्या माणसाच्या भरवशावर, ज्याच्या हातात आता कबुतरं नाहीत."

तेव्हा तो मान मुरडून म्हणाला, "तुझा एवढा विश्वास आहे तर त्याला पात्र ठरायला हवं."

मग त्या अर्धवट वेड्या माणसानं दूड उचलून दिली आणि पटकन निघून गेला. ना पुढे बोलणं वाढवलं, ना एकदा सुद्धा मागं वळून बघितलं. यापेक्षा घूंघटातच रहस्य झाकून ठेवलं असतं तर बरं. सृष्टी-रचनेपासून आजपर्यंत कुणा सौंदर्यवती स्त्रीच्या तारुण्याचा इतका अपमान झाला नसेल. रस्त्याचं अंतर निश्चित करणं कठीण झालं.

दुसऱ्या दिवशी ती नणंदेला सोबत घेऊन कबुतरांच्या आवारात गेली. छातीपर्यंत घूंघट ओढून ती आवाराचं फाटक उघडून आत शिरली. विलक्षण आणि अद्भूत दृश्य होतं. त्याच्या आजूबाजूला अगणित शुभ्र कबुतरं आणि कबुतरंच दाणे टिपीत होती. गुटुर्गु-गुटुर्गुची अमृतवाणी घोळत पंख फडफडावीत होती. पुन्हा पुन्हा उत्साहानं त्या माणसाच्या माथ्यावर आणि खांद्यावर चढत-उतरत होती. दोघी अगदी जवळ गेल्या, तरीही कबुतरांनीसुद्धा काही लक्ष दिलं नाही. ना घाबरली, ना

उडाली. त्या माणसाच्या डोळ्यांसमोर फक्त कबुतरं आणि कबुतरंच नाचत होती. मग तो कशाला कुणाकडे लक्ष देईल?

नणंद मोठ्याने म्हणाली, ''माझी भाभी कबुतरांचा मेळा पहायला आली आहे.''

तेव्हा तो कबुतरांना दाणे भरवीत म्हणाला, ''यापूर्वीच आलं पाहिजे होतं. कबुतरांपेक्षा चांगलं या जगात आहेच काय! पण घूंघटातून हे दृश्य नीट दिसणार नाही. या भोळ्या कबुतरांची कसली लाज!''

पण तरीही लाजाळू नारीनं घूंघट बाजूला केला नाही. नणंद म्हणाली, ''माझ्या भाभीनं तर घूंघट न हटविण्याची जणू शपथ घेतली आहे. मी सुद्धा अजून हिचा चेहरा पाहिला नाही.''

थोडा वेळ घूंघटाआडूनच ते दृश्य पाहून ती जशी आली होती तशी परत निघून गेली. तो आपल्याच मस्तीत मग्न होऊन कबुतरांना दाणे घालू लागला.

लाजाळू नार घरी आली तरीही तिच्या डोळ्यांसमोर तेच दृश्य पंख फडफडवीत राहिलं. मधुर गुटुर्गु. तीच शुभ्र कबुतरं संपूर्ण शयनगृहात फडफडू लागली ती थांबलीच नाहीत. मनात नसतानाही पतीच्या गालांवरून हात फिरवीत म्हणाली, 'तुम्ही दाढी वाढवलीत तर तुम्हालाही छान शोभून दिसेल.''

आणि या सूचनेबरोबर ती डोळे मिटून पतीच्या बहाण्याने त्या कबुतरवाल्या माणसाच्या बाहुपाशात विसावली आणि काळ्याभोर दाढीच्या स्पर्शानं आपली सुध-बुधच हरवून बसली. मग तर केवढी रात्र आणि केवढी स्वप्नं!

दुसऱ्या दिवशी पाणी भरायला जाताना अर्धी वाट संपल्यावर तिला स्वप्नातला माणूस समोरून येताना दिसला. दोघं समोरा समोरून वाट चालत होती. स्त्रीच्या माथ्यावर रिकामी दूड आणि माणसाच्या दोन्ही हातात दोन कबुतरं. पण आज हा माणूस वाटेतून दूर का नाही झाला? लाजाळूच्या अंगांगात हुडहुडी भरली. बेशरम्याच्या मनात खोडी दिसते! हे निर्जन जंगल! कोणी आवाज ऐकायलासुद्धा जवळपास नाही. आता करायचं तरी काय?

पण तिला काही करण्याची गरज पडली नाही. वीस पावलं दूर असतानाच बडबडू लागला, ''फक्त दोन कबुतरं कमी आहेत. उद्या माझी प्रतिज्ञा पुरी होईल. या खुशीत वाटेतून बाजूला व्हायला विसरलो. पण मला घाबरण्याचं मुळीच कारण नाही. इतकी वर्षं कबुतरांची सोबत उगीच नाही केली!''

मनातला संशय फिटताच ती घूंघटाआडून म्हणाली, ''कबुतरांच्या सोबतीनं तुम्ही दगड खायला तर नाही शिकलात!''

तो माणूस जरा नरम होऊन म्हणाला, ''त्यांचं पाहून-पाहून दगड खाण्याचा प्रयत्न तर खूप केला, पण यश आलं नाही. पोट फुगून ढोल झाला. मोठ्या मुश्कीलीनं मरता मरता वाचलो.''

आपल्याच मनातील चोर नाहीसा होताच त्या लाजाळू नारीला थोडाफार विश्वास वाटू लागला. घूंघटाआडून हसून म्हणाली, ''कबुतर तर एक क्षणही कबुतरीची पाठ सोडत नाही. पण तुम्ही तर अजून विवाहही केला नाहीत. स्त्री जातीपासून अलिप्त राहता.''

काळ्याभोर दाढीत दुधाळ हास्य पसरवीत म्हणाला, ''उद्या प्रतिज्ञा पुरी झाली की या गोष्टीचा विचार करीन. पण स्वप्नातली कबुतरी मिळणं आपल्या हातात थोडंच आहे! स्वप्नातल्या त्या कबुतरीसाठीच ही प्रतिज्ञा केली आहे. बावीस वर्षांपूर्वी मला असंच एक असंभवनीय स्वप्न पडलं होतं. तेव्हापासून मी त्या स्वप्नाची पाठ सोडली नाही.''

तेव्हा ती एकटी पणिहारी खळखळून हसत म्हणाली, ''वेड्याच्या डोक्यावर शिंगं थोडीच असतात! त्या स्वप्नाच्या भरवशावर संपूर्ण आयुष्य घालवून बसाल.''

एखाद्या अदृश्य आनंदाच्या जोशात तो माणूस उत्साहानं म्हणाला, ''हजार कबुतरांच्या आशीर्वादानं मला एकही तशी कबुतरी भेटणार नाही काय?''

त्या प्रश्नाचं कसलंही ठाम उत्तर न देता, ती पुढे चालू लागत म्हणाली, ''तुम्ही जाणो आणि तुमचे स्वप्न जाणो. मला तर पाण्याला उशीर होतोय.''

मग तिनं मागं वळूनही पाहिलं नाही. पण त्या माणसाची नजर वेणीच्या रंगीत लड्यांत अडकली, खूप दूरपर्यंत तिची पाठ सोडली नाही.

दुसऱ्या दिवशी पुन्हा त्याच जागी भेट झाली. दोन्ही हातांतली कबुतरं लाजाळूच्या घुंघटासमोर धरून अमर्याद आनंदानं म्हणाला, ''आज माझी प्रतिज्ञा पूर्ण झाली. भोळी कबुतरं नक्कीच माझ्या स्वप्नाची लाज राखतील.''

असं बोलून तो वेडपटासारखा वरती रिकाम्या कळशीकडे पहात होता, तेवढ्यात अचानक त्या लाजाळूनं एका फटक्यात घूंघट बाजूला केला आणि धारदार स्वरात म्हणाली, ''भोळ्या कबुतरांच्या संगतीनंच तुम्ही मांजरासारखी फसवाफसवी शिकलात का? मला तुमच्या नजरेतील विकार स्पष्ट दिसत आहे. या निर्जन जंगलात माझ्यावर जबरदस्ती करण्याची इच्छा मनात आहे ना?''

''पण माझ्या दोन्ही हातांत तर कबुतरं आहेत.''

''मग काय झालं? कबुतरांना रिकाम्या हंड्यात ठेवून वरती कळशी झाकण म्हणून नाही का ठेवता येणार?''

लाजाळूनं असं म्हटल्याबरोबर तो माणूस आनंदानं नाचत म्हणाला, ''हुबेहूब तेच स्वप्न! मला काल पडल्यासारखं आठवत आहे. माझ्या स्वप्नातली कबुतरी, तू मला बावीस वर्षांनंतर दर्शन दिलंस. कदाचित त्या रात्री तुझा जन्म झाला असेल. आता ही कबुतरं उडाली तर उडू दे. समोर संपूर्ण आकाश पसरलेलं आहे.''

तेव्हा लाजेनं चूर झालेल्या लाजाळूच्या कानांना मनाजोगतं पुटपुटणं ऐकू

आलं, ''माझ्या स्वप्नातली कबुतरी! आता मला क्षणभरही विरह सहन होणार नाही.'' दाढीच्या प्रत्यक्ष स्पर्शानं शुद्ध-बुद्ध हरपत असताना तिनं विचारलं, ''मग इतकी वर्षं हा विरह कसा सहन केला?''

''पण माझं स्वप्न तर आजच खरं झालं आहे. मग विरह कसला?''

हातांच्या बंधनातून मोकळी होताच दोन्ही कबुतरं शुभ्र पंख फडफडावीत उडाली ती उडतच राहिली. अनंत आकाश जाणो आणि त्यांचे पंख जाणो.

★

स्वप्नप्रिया

क्षितिज आणि चांदण्याच्या सुरक्षित कुशीत एक राज्य होतं. सूर्योदय आणि सूर्यास्ताच्या किरणांच्या झोक्यावर झुलणारं. उषा आणि संध्येच्या लालिमेच्या निमित्तानं खुद्कन हसणारं. सौभाग्यानं राजा-राणी पौर्णिमेच्या चांदण्यासमान निर्मल आणि शीतल होती. प्रजेच्या सुखातच त्यांचं सुख होतं. आधी प्रजेची तृप्ती, मग सिंहासनाचा संतोष. प्रजेच्या कल्याणातच खजिन्याचा गौरव होता. प्रजाच त्या राज्याची संरक्षक होती. राजा तर प्रजेसाठी प्राण द्यायला तयार होता, तर प्रजा त्याच्यासाठी प्रतिक्षण तत्पर का नाही राहणार. प्रत्येक कुटुंबातील व्यक्ती– बालक असो, वृद्ध असो, पुरुष असो की स्त्री– सर्वजण त्या राज्याचे शुभचिंतक होते. इतकंच नव्हे, तर राज्यातील हिंसक, जंगली आणि पाळीव पशु-पक्ष्यांना राजानं इशारा करायची खोटी, ते कितीही सामर्थ्यवान सेनेचा पराभव करण्यास सक्षम होते. मेघ, वर्षा, वनस्पती आणि ऋतूंचा प्रत्येक प्राण्याच्या निमित्तानं आशीर्वाद होता.

राजा-राणीशिवाय राज्यात कधीमधी एकाच अभावाची चर्चा गपचूप हलक्या आवाजात होत असे की, विवाहाला अकरा वर्षं झाली, राणीची कूस उजवली नाही. बाकी राज्यात तर योग्य वेळीच प्रत्येक वनस्पतीला फळ धरत होतं. ना ऋतूंच्या प्रत्यावर्तनाचा क्रम कधी चुकत होता, ना काळे मेघ वर्षावाची जबाबदारी विसरत होते, ना धरती एका-एका थेंबाचं ऋण फेडायला चुकत होती. त्या राज्यातील मेघमाला सुद्धा धरतीच्या ऋणातून पूर्णतया मुक्त होत्या आणि धरतीचा कण-कण सुद्धा बिजलीच्या सुमधुर अंगाईतून ऋणमुक्त होता. सूर्य आपल्या प्रकाशाच्या

आणि चंद्र आपल्या चांदण्याच्या ऋणात नव्हता. पर्वत आपल्या दगडांच्या आणि दगड हवेतील रेषे-रेषेच्या ऋणातून मुक्त होते. झरे आपल्या खळ-खळ निनादाच्या आणि नद्या आपल्या लहरींच्या ऋणातून मुक्त होत्या. वनस्पतीतील प्रत्येक वेल, प्रत्येक झाड आपल्या हिरवाईच्या ऋणातून मुक्त होती. प्रत्येक बीज आपल्या फळांच्या आणि प्रत्येक फळ आपल्या बीजाच्या ऋणातून मुक्त होते. राजा आपल्या प्रजेच्या आणि प्रजा आपल्या राजाच्या ऋणातून मुक्त होती. संपूर्ण राज्यात कोणावर कोणाचं ऋण नव्हतं!

प्रत्येक व्यक्तीला राज्याच्या भल्या-बुऱ्याचा विचार करण्याची पूर्ण सवलत होती.

कित्येक महिने विचार कर-करून एक दिवस दिवाणानं राणीसमोर राज्यातील एकमात्र अभाव दाखवून देण्याचं साहस केलं, तेव्हा तिनं धीरानं सगळं बोलणं ऐकून घेऊन दिवाणालाच उलट समजावीत, मधासारख्या गोड आवाजात प्रश्न विचारला, ‘‘नीट विचारपूस करून मला सांगा तर खरं की राज्यांतील कोणता प्राणी माझं संतान नाही? मग हजारो-हजार संतानांची ममता डावलून स्वतःच्या गर्भाचा अकारण मोह कशाला करू? प्रसूतीच्या ठणकत्या वेदना सहन न करताही मी तर असंख्य मुलांची आई आहे. राजाजींसमोर असा अडाणीपणा दाखवण्याची चूक करू नका, त्यांना तर आपल्या बुद्धीचा फार गर्व आहे.’’

दिवाणाला राणीच्या तोंडून अशाच उत्तराची अपेक्षा होती. विनम्र स्वरात प्रतिवाद केला, ‘‘प्रजेची गोष्ट तर सोडाच, या राज्यातील वृक्ष-रोपांना, काटेरी झाडाझुडपांना या रहस्याची योग्य प्रकारे जाणीव आहे. आणि आपल्यापासून हे सुद्धा लपलेलं नाही की दगड-गोटे सुद्धा फळल्याशिवाय रहात नाहीत, मग भले....?’’

‘‘माझ्या कोखेत कसली उणीव आहे? हेच ना....’’ दिवाणाची जीभ मागचा-पुढचा विचार करू लागली तेव्हा ती लगेच मंद स्मित करीत म्हणाली, ‘‘योगायोग आणि दैवाला विसरून आपल्या राज्याचं काम भले चालू शकेल, सृष्टिकर्त्याचं नाही चालत. माझ्या कुसव्याची चिंता माझ्यापेक्षा जास्त चंद्राला आहे, सूर्याला आहे! आपल्याला ज्याची चिंता करायची आहे, फक्त त्याच्याकडेच लक्ष द्यावं.’’

दिवाणाला आपल्या मूळ अपराधाची जाणीव झाली तेव्हा त्यानं न कचरता आपली चूक कबूल केली. राणीच्या एकाच वाक्यानं त्याला कायमची शिकवण मिळाली. पण सुखद आश्चर्याची गोष्ट म्हणजे राणीच्या कुसव्याच्या आधी तिचं वचन फळाला आलं. जणू तिची हरित कूस वर्षानुवर्षे तिच्या वचनाची वाट पहात होती. योगायोगाचा चमत्कार म्हणजे त्याच रात्री द्वितीयेचा चंद्र आठ प्रहरांसाठी नील गगनातील आश्रय सोडून राणीच्या कुसव्यात लपला आणि संध्याकाळ होताच हसत-हसत पुन्हा आपल्या जागी चमकू लागला. अकरा महिन्यांनंतर राणीच्या कुसव्यातून चंद्रासारख्या सुंदर राजकुमाराचा जन्म झाला. घरा-घरांतून काशाच्या थाळ्यांचा झणझणाट

झाला. प्रत्येक अंगण बाळंतिणीची गाणी गुणगुणू लागलं. अंगाई गीतं सुरू झाली ती पाच पंधरवडे चालू राहिली. माणसांची तर गोष्टच वेगळी, राज्यातील पशु-पक्षी सुद्धा गुळाच्या गोडीने संतुष्ट झाले. सात दिवस तुळशी, पिंपळ आणि नींबाना गूळपाणी व दुधानं शिंपण्यात आलं. कुंपणावर पसरलेल्या वेलींना त्या वर्षी खूप जोमानं फळं धरली. काट्या-काट्यांतील किलकाऱ्यांचा अनाहत गुंजारव खळखळून हसला. द्वितीयेच्या चंद्राप्रमाणेच राजकुमाराचा गुलाबी देह वाढू लागला, चमकू लागला.

सुंदर स्वप्नाप्रमाणे पहाता-पहाता सोळा वर्षे संपली. योग्यतम गुरूंच्या पुण्याईनं राजकुमार सर्व विद्या आणि सर्व ज्ञान-विज्ञानात पारंगत झाला, तेव्हा राजा-राणी आणि समस्त दरबारींना त्याच्या विवाहासंबंधी आतुरता आणि उमेद वाटू लागली. आणि तिकडे योगायोगाचा चमत्कार म्हणजे राजकुमाराला निरन्तर अकरा दिवस पहाटे केवळ एकच स्वप्न दिसत राहिलं– एक राजकुमारी आपल्या बागेत, अंगणात, आपल्या महालात आणि आपल्या गच्चीत जिथं कुठे चालत असे, तिथं कुंकुमाच्या पाऊलखुणा उमटत रहात आणि त्यांच्या लालिम्यातून चंद्रासारखं तेज पसरत असे. जणू तिच्या पायांतून गुलाबी पराग झिरपत आहेत.

आईच्या तोंडून विवाहाची गोष्ट ऐकताच मुलाच्या मुलायम ओठांवर मंद स्मित थिरकलं. निःसंकोच सांगू लागला, "तुझ्या मनात तर आज आलं, पण मी तर अकरा दिवसांपासून मनातल्या मनात स्वप्नातील त्या राजकुमारीला वरलं आहे..."

"जी चालू लागली की कुंकुमाच्या पाऊलखुणा चमकू लागतात." मुलाची हनुवटी डाव्या हातानं गोंजारीत आई म्हणाली, "त्याच राजकुमारीबरोबर तर मला तुझा विवाह ठरविण्याची इच्छा आहे."

कृष्ण-कान्ह्यासारखे डोळे मिचकावीत मुलानं यशोदामाईला विचारलं, "तुला कसं समजलं?"

"मुलाची स्वप्नं आईला नाही समजणार तर काय ईश्वराला समजणार? मुला, माझा एकमात्र, उपदेश हाच आहे– तो जर जाणून घेतलास तर मग जगात काहीही जाणून घेण्याचं शिल्लक रहाणार नाही– स्वप्नं ही जीवन आणि सूर्यापेक्षा जास्त खरी असतात. तू चुकूनही त्यांच्या खरेपणाचा संशय घेऊ नकोस. आत्तापर्यंत उशीर झाला तोच खूप आहे. जा– पिता, दिवाण, गुरूवर, प्रजा आणि राज्यातील तमाम चराचरांचा आशीर्वाद घेऊन त्या प्रियतमेच्या शोधासाठी बाहेर पड. तिच्या चमचमणाऱ्या कुंकुमी चरणांना केवळ तुझीच प्रतीक्षा आहे."

"आणि तुझा आशीर्वाद...?"

"माझ्या लाडक्या, तो तर हवेप्रमाणे तुझ्या पुढे-पुढे चालत राहील! तुझा वियोग आता मला योगायोगापेक्षाही जास्त सुखप्रद वाटेल."

कुणास ठाऊक राजकुमाराचं स्वप्न एकमात्र वास्तविकता होती की आई-

मुलाचा तो संवाद एक स्वप्न होतं!

हितैषी दिवाणानं थोडा प्रतिवाद केला की राजकुमार अजून अज्ञान आहे, सर्वांनी आज्ञा केली तर प्रथम तो स्वतः जाऊन त्या राजकुमारीचा शोध घेईल.

राजानं ताबडतोब उत्तर दिलं, ''ज्याच्या डोळ्यांना दिसतात, त्यानंच स्वप्नांचा शोध घेतला पाहिजे. आणि ज्या डोळ्यांना झोपेतसुद्धा स्पष्ट दिसतं, ते कधी अज्ञानी नसतात.'' मग राणी स्मित करीत म्हणाली, ''आणि आपला राजकुमार तर अकरा दिवस एकच स्वप्न पहात आहे. आपल्या स्वप्नाचा शोध त्यालाच घेऊ दे, हीच त्याच्या जीवनाची सार्थकता आहे.''

दिवाणानं पुन्हा आपली चूक कबूल केली. आणि अजाण राजकुमार तर आपल्या दृढ विश्वासाच्या आवेशात तीन दिवसांनंतर सगळ्यांचे आशीर्वाद आणि शुभेच्छा स्वीकारून स्वप्नाच्या शोधात रिकाम्या हातांनी पायीच रवाना झाला. शेवटी आईच्या चरणांना स्पर्श केल्यानंतर त्यानं आईच्या डोळ्यांत आणि आईनं मुलाच्या डोळ्यांत डोकावून पाहिलं. आईच्या डोळ्यांतील ज्योती मुलाच्या अंतरात थेट खोलवर उतरल्या आणि मुलाच्या डोळ्यांतील ज्योती आईच्या अंतःकरणातील नसानसांत प्रवाहित झाल्या. राजकुमाराला वाटलं की आपली शक्ती सहस्रपटीनं वाढली आहे. मग तो घर-गल्ल्या ओलांडीत, मजल दर मजल चालतच राहिला, चालतच राहिला– सूर्य, चंद्र, मेघ, पर्वत, नद्या, धरती, झाडं-झुडुपं आणि वारा या स्वजनांच्या भरशावर रात्रीच्या अंधारात सुद्धा स्वप्नाच्या त्या प्रकाशाच्या आधारे, जो सूर्याच्या प्रकाशापेक्षासुद्धा थोडा जास्त प्रखर होता.

आपल्या राज्याची सीमा ओलांडल्यानंतरही निसर्गातील कोणत्याही हितचिंतकानं त्याची संगत सोडली नाही. आकाशातील प्रत्येक ताऱ्यात त्याला आपलं भाग्य लुकलुकताना दिसत असे. डोळे उघडे असले तरी तेच स्वप्न आणि डोळे मिटलेले असले तरी तेच स्वप्न! आणि यापेक्षा मोठ्या आश्चर्याची गोष्ट म्हणजे तो जागृतावस्थेपेक्षा झोपेतच जास्त चालत राही. हवा आणि चांदण्यांसारखं वाहन उपलब्ध असेल तर ध्येय स्वतः चालत जवळ येतं. आणि स्वप्नांचा पाठलाग करणारे विलक्षण प्रवासी तर गरूडापेक्षाही जास्त वेगानं उडतात. फक्त पायच काय, तर त्याचा संपूर्ण देहच गतीचं प्रतीक बनला होता.

एक दिवस तो नदीकिनारी पाणी पिण्यासाठी खाली वाकत होता तेवढ्यात त्याला जवळच फडफड आवाजाची अस्पष्ट चाहूल लागली. लगेच वळून त्या दिशेला पाहिलं– एक सोनेरी मासोळी वाळूवर तडफडत होती आणि तिला बोचकारण्यासाठी घार आणि गिधाडं घिरट्या घालीत होती! तो आपली तहान विसरून तळमळणाऱ्या मासोळीचे प्राण वाचविण्यासाठी झेपावला आणि आपल्या सुकोमल हातांनी मासोळी उचलून नदीच्या वाहत्या पाण्यात सोडली. तो पाण्याचा स्पर्श होता

की प्राणांचा! मासोळी आनंदानं शेपूट फटकारीत कुमाराच्या आसपास नाचू लागली. प्रथम तिची तगमग पाहून तो आपली तहान विसरला होता आणि नंतर तिचा आनंद ओळखून आपला दाह विसरला. मासोळी फक्त आपल्याच आनंदात हरवून बसली नव्हती. कुमाराचे पाय कुरवाळीत म्हणाली, "कुमार, मी मासोळींची राणी आहे. तू माझे प्राण वाचवलेस, वेळ येताच माझी आठवण कर, तुझे उपकार फेडीन. आम्ही पाण्यातील जीव आहोत, आमचं पाणी कधी नाहीसं होत नाही. काय, आठवण करशील ना?"

चुळबुळ्या मासोळीचे प्राण वाचविल्याच्या बेहद खुशीत कुमाराला उत्तर द्यायचं सुद्धा भान राहिलं नाही. तेव्हा मासोळीनं आणखी मोठ्या आवाजात विचारलं, "का, गप्प का बसलास? काहीतरी उत्तर दे. अडचणीच्या वेळी मी तुझ्या उपयोगी पडणार नाही काय?"

"का नाही, का नाही, नक्की उपयोगी पडशील. शंभर वेळा उपयोगी पडशील. जर जीवच जीवाच्या उपयोगी आला नाही, तर आणखी कोण येणार? मला माझ्या शक्तिसामर्थ्याची थोडीसुद्धा घमेंड नाही. मला चांगलं ठाऊक आहे की माझ्यापेक्षा जास्त क्षमता तुझ्यात आहे!"

कुमाराच्या तोंडून असं आश्वासन मिळताच मासोळी पाण्यात अदृश्य झाली. तेव्हा त्याला आपल्या सुकलेल्या गळ्याची आठवण झाली. तृप्ती होईपर्यंत पाणी प्यायला आणि मासोळीची कृतज्ञता जाणवून मंद हसत पुढे निघाला. आपल्या ओठांवर थिरकलेलं ते हास्य अविश्वासाचं होतं की पूर्ण विश्वासाचं होतं या गोष्टीचं त्याला स्वतःलाच भान नव्हतं.

सूर्याची किरणं त्याची पाठ थोपटत होती, पुढची वाट दाखवीत हवा त्याला निरंतर आवाहन करीत होती आणि स्वप्नप्रियेच्या शोधात कुमाराचा अक्लान्त उत्साह तशाच प्रकारे हटून बसला होता, तेवढ्यात अचानक एका मुंग्यांच्या वारुळावर असंख्य कावळे घिरट्या घालीत असलेले दिसले. धूर्त कावळ्यांसमोर असहाय्य मुंग्यांचा कसला जोर? प्राण तर मुंग्यांचे सुद्धा हत्तींएवढे विशाल असतात! कुमाराला वाटलं की ते निर्दय कावळे आपल्यालाच टोची मारीत आहेत. त्याचे पाय तिथंच खिळले, जणू स्वप्नप्रियेचा शोध निःशेष झाला आहे. त्याला कामाच्या वेळी कल्पनेत रमणं आवडत नसे आणि कल्पना करतेवेळी कामाची चिंता सतावीत नसे. पण त्याच्या दृष्टीनं दोघांचं महत्त्व समान होतं.

शेवटी एक दिवस मुंग्यांच्या वारुळातील सगळ्यांत मोठी मुंगी त्याच्याजवळ येऊन म्हणू लागली, "कुमार, मी या वारुळातील महाराणी आहे. तू कावळ्यांपासून आमचं रक्षण केलंस, फक्त तीन-चार दिवस नाही, पुरे चार महिने. ना निवांत झोपलास आणि ना कधी पोटभर जेवलास. न जाणे किती वेळा उभ्या-उभ्या भिजलास. असा दयाळू प्राणी तर आम्हाला आजपर्यंत दिसला नाही. आमची नजर

काही मामुली नाही. विश्वास ठेव, आम्हाला सूर्यापेक्षा जास्त दिसतं. वेळ येईल तेव्हा आठवण कर, तुझे उपकार फेडू. धरती आमची आई आहे, आमच्या तोंडून कधी खोटे बोल निघत नाहीत. काय, आठवण करशील ना?''

''नक्की आठवण काढीन, शंभर वेळा आठवण करीन. जीवच जीवाच्या उपयोगी आला नाही, तर आणखी कोण येणार? मला माझ्या विवेकशक्तीचा थोडासुद्धा गर्व नाही.''

त्याच्या तोंडून आश्वासन मिळताच सगळ्या मुंग्या पुढच्याच क्षणी धरतीमातेच्या कुशीत अदृश्य झाल्या. आणि तो महाराणीच्या बोलण्याला हसत पुढे निघाला.

झाडा-पेडांची अगणित पानं हिरव्यागार स्वरात त्याला आवाहन करीत होती आणि डहाळ्या झुकून-झुकून त्याला जोहार करीत होत्या आणि स्वप्नप्रियेच्या शोधात कुमाराची प्रफुल्लित आशा तशीच उमलत राहिली होती– तर अकस्मात सूंऽऽऽसूंऽऽ असा तीक्ष्ण आवाज ऐकू आला. त्याच क्षणी त्याचे डोळे तिकडे वळले. एका ससाण्यानं झाडीत बसलेल्या कोणत्यातरी पक्ष्यावर बाणाप्रमाणे सणसणत झेप घेतली होती. झाडी अगदी जवळ होती. कुमारानं हवेपेक्षा वेगानं पुढे सरसावून थरथरणाऱ्या पोपटावर स्वतःला लोटून दिलं. आणि ससाणा सरळ कुमाराच्या पाठीवर येऊन पडला. बरंचसं मांस तोडलं. त्यानं हूं का चूं केलं नाही. संज्ञाविहीन पोपटाला हातात घेऊन त्याला गोंजारलं, चुचकारलं. थोड्याच वेळात त्या हिरव्या पोपटाचा जीव टवटवीत झाला. किलबिलत म्हणाला, ''मी असंख्य पोपटांचा राजा आहे, आज तू माझे प्राण वाचवलेस. वेळेवर माझी आठवण कर, तुझे ऋण चुकवीन. हिरव्या वृक्षांवरील हिरवे पक्षी कधी खोटं बोलत नाहीत. काय, आठवण करशील ना?''

''नक्की आठवण करीन, हजार वेळा आठवण करीन. जीवच जीवाच्या उपयोगी आला नाही, तर आणखी कोण येणार? मला माझ्या कौशल्याचा किंचितही अहंकार नाही.''

कुमार पोपटाला गोंजारीत-चुचकारीत पुढे निघाला होता तर समोरच विशाल वटवृक्षावर बसलेल्या थव्याचा कलकलाट ऐकून पोपट अपार आनंदानं किलबिलत म्हणाला, ''बस, मला माझ्या सांगातींच्या मध्ये सोडून दे, माझं हेच ठिकाण आहे. तुझी इच्छा पूर्ण होईल, पण वेळ येईल तेव्हा विसरू नकोस.''

''नाही बाबा नाही, ही काय विसरण्यासारखी गोष्ट आहे.'' बोलताना तर कुमार असं बोलून गेला, पण तो तर स्वप्नप्रियेशिवाय सगळं काही विसरला होता. एवढंच नव्हे, तर खुद्द त्याची त्यालाच शुद्ध नव्हती. अशा प्रकारे विसर पडल्यावरच लक्ष्य-प्राप्ती होते.

त्रयोदशीचा चंद्र योग्य प्रकारे मार्ग दाखवीत, स्मिताचं चांदणं शिंपीत चिर-सांगातीप्रमाणे त्याच्या सोबत चालत होता तेवढ्यात अचानक समोर जंगलात

भडा-भडा पेटलेली आग त्याला दिसली. त्याची चाल आणखी वेगवान झाली, जणू कुठल्या अदृश्य पंखांच्या सहाय्याने उडत होता. कोणत्या तरी उजाड वस्तीतील भुसभुशीत कुंपणाला भयानक आग लागली होती. एके ठिकाणी मधमाश्यांचं मोठं पोळं होतं. त्यानं आपल्या प्राणांची थोडी सुद्धा पर्वा न करता ताबडतोब आग विझविण्यात यश मिळवलं आणि पुरेपूर भरलेल्या पोळ्यातील एकाही मधमाशीला आच लागू दिली नाही. पुन्हा-पुन्हा कुरवाळून सुद्धा मधमाश्यांनी त्याच्या सुकोमल हातांवर एकही डंख मारला नाही. सगळ्यात चपळ मधमाशी गुंजारव करीत म्हणाली, ''कुमार, मी मधमाश्यांची राणी आहे, आज तू धगधगत्या आगीतून आमचे प्राण वाचवलेस. वेळ येईल तेव्हा आठवण कर. तुझे उपकार फेडू. सुरंगी फुलांतील सत्त्व ग्रहण करणाऱ्या मधमाशा कधी विखारी आणि खोटं बोलत नाहीत. तुच्छ समजून माझे बोल विसरून जाऊ नकोस.''

''नाही, नाही, मुळीच नाही विसरणार. आपल्या-आपल्या ठायी सगळे जीव मोठे असतात. जगातील सगळे वाघ एकत्र झाले तरी त्यांना एक थेंबही मध तयार करता येणार नाही. तू वेळेवर उपयोगी आली नाहीस तर आणखी कोण येणार? परदेशात मला मदत करणारं आहेच कोण? मला माझ्या ज्ञानाचा तीळमात्रही अभिमान नाही.''

आकाशात उडणारे पक्षी कुमाराचा उत्साह सतत वाढवीत होते. प्रतिदिन आपल्या गुलाबी घुंघटात स्मितहास्य करणारी उषा त्याचा विश्वास सुदृढ करीत होती आणि तो स्वप्नप्रियेच्या शोधात पाऊल-पाऊल पुढे जात होता. ना कधी स्वस्थ झोपला आणि ना कधी पोटभर जेवला. तरीसुद्धा त्याला ना दुःख झालं आणि ना पश्चात्ताप. त्याच्या स्वप्नाचं माहात्म्य जीवनापेक्षा मोठं होतं. किंवा असं म्हणता येईल की स्वप्नच त्याचं जीवन होतं. धर्म आणि ईश्वर होतं.

अशा प्रकारे एक-एक पाऊल टाकीत तीन वर्षे संपली. कुमाराला ना काळाची जाणीव होती ना देशाची. जसा काही काळ एका जागी थांबला होता आणि जणू स्वतः स्थळ त्याच्या दिशेनं सरकू लागलं होतं. शेवटी एक दिवस तो कुंकुमाच्या पाऊलखुणा उमटविणाऱ्या राजकुमारीच्या सुरंगी बागेत अचानक पोहोचला आणि त्याच्या ते लक्षात सुद्धा आलं नाही.

दिवाणाची मुलगी राजकुमारीची अभिन्न सखी होती. जणू परस्पर एकमेकींची छाया होत्या. संगतीनं रहात, संगतीनं खेळत आणि संगतीनंच झोपत. दिवाणाच्या मुलीचं बाह्यरूप अधिक सुंदर आणि आकर्षक होतं. राजकुमारी अंतरी सौम्य आणि सुखद होती. दोघींचा स्वभाव सुद्धा थोडा-फार भिन्न होता. राजकुमारी मानसरोवराप्रमाणे सीमा-बद्ध आणि संयमी होती आणि दिवाणाची मुलगी झऱ्यासारखी उन्मुक्त आणि चंचल. राजकुमारीच्या स्मितावर फुलं ओवाळून टाकावीत आणि सखीच्या हास्यावर

लखलखते मोती. राजकुमारी सदैव समोर पहात असे तर तिची अभिन्न सखी नेहमी पाठीमागे. एकदा राजकुमारीनं आपल्या मनात वळवळणारी शंका ओठांनी प्रकट केली सुद्धा की तिच्या ललाटाऐवजी पाठीवर डोळे असते तर जास्त चांगलं झालं असतं. नजर समोर न ठेवता ती मागे-मागेच कां बघते ते देवजाणे? व्यतीत झालेल्या भूतकाळातून कुणास ठाऊक काय वेचते? जणू तिचं संपूर्ण अस्तित्व वर्तमानाऐवजी भूतकाळातच श्वासोच्छ्वास करीत आहे आणि भविष्याला तिच्या जीवनात काही महत्त्वच नाही. भूतकाळ– केवळ भूतकाळच तिच्या जीवनाची एकमात्र वास्तविकता होती. तरीसुद्धा राजकुमारीचा स्वतःऐवजी अंतरंगातील सखीवर जास्त विश्वास होता. जणू दोघी मिळूनच एक पूर्ण व्यक्ती बनत होती.

आज राजकुमारी पानांसारखा हिरवा पोशाख करेल आणि दिवाणाची मुलगी फुलांसारखा गुलाबी. राजकुमारीची अशी सूचना होती. म्हणून ती बगलेत दोन्ही पोशाख ठेवून महालातून झऱ्याच्या दिशेनं घाई-घाईनं जात होती, तेवढ्यात बागेतील एका कोपऱ्यात कुणा अपरिचित युवकाला पाहून प्रथम तर ती चमकली, पण दुसऱ्याच क्षणी त्याच्या अत्यंत गंभीर चेहऱ्याचं ओझरतं दर्शन होताच ती चित्रलिपीसारखी थांबून राहिली, जसा काही तो युवक तिच्या चिर-आकांक्षेचं प्रत्यक्ष स्वरूप होता. त्याला निरखते वेळी कदाचित चंद्राची किरणं सुद्धा दिपून जातील. सखीला असं वाटलं जशी काही आजच तिला स्वतःची स्वतःला ओळख झाली आहे. चौकशी केल्यानंतर काही सुद्धा लपून राहिलं नाही, राजेश्रींच्या डोक्यावर सुद्धा तेच भूत स्वार झालं आहे. शेवटी याचा पण तोच परिणाम होईल. अटी पूर्ण केल्या नाहीत तर प्राणदंड. कुंकुमाच्या पाऊलखुणा उमटविणाऱ्या राजकुमारीशी विवाह करण्याच्या लालसेनं अनेक रसिक राव-उमराव आले आणि सगळ्यांनी वृथा जोमात येऊन आपले प्राण गमावले. राजाची एकुलती एक संतान असल्यामुळे राज्याचं प्रलोभन सुद्धा कमी नव्हतं. पण विवाह केल्याशिवाय राज्याचं स्वप्न सुद्धा अवघड होतं. हा वेडा सुद्धा यमलोकाच्या त्याच मार्गाला लागेल. पण हा तर शंभर वेडपटांची गरज पुरी करीत आहे. तीन वर्षांपासून स्वप्नाच्या उत्साहात कुंकुमाच्या पाऊलखुणांच्या आशेनं उपाशी-तापाशी भटकत आहे. आई-वडील सुद्धा असे वेडे की निरागस मुलाला राजी-खुशीनं निरोप दिला. दुर्गम पहाड, अरण्यातील हिंस्त्र पशू आणि रात्रीच्या अगम्य अंधाराची पर्वा न करता स्वप्नप्रियेशी विवाह करण्यासाठी यानं सिंहासन सोडलं, राज्याचं सुख सोडलं, आईचा पदर सोडला. बाकी सगळे राव-उमराव तर फौजफाट्यानिशी थाटामाटात आले होते. याच्यासारखं अगदी एकटं कुणी आलं नव्हतं. त्याचा वश चालता तर आपली सावली सुद्धा मागे सोडून आला असता!

ती टक लावून स्थिर दृष्टीने त्याच्याकडे पहात राहिली, जणू जगाच्या नजरेपासून

बचावण्याच्या हेतूने त्याला आपल्या अंतःकरणात ठेवू इच्छित होती. याच्या मृत्यूने तर सूर्याचा अभंग प्रकाश विझून जाईल, चांदण्यावर काळोखी फासली जाईल आणि स्तनांतील दूध सुद्धा काळंशार होऊन जाईल, या दुष्ट शंकांनी ती मनातल्या मनात थरारली. ना कुठल्या रोपट्यांवर फुलं फुलतील आणि ना हिरवळ टवटवीत होईल.

दिवाणाच्या मुलीनं एक-एक करून चार अटींची असंभवता चांगल्या प्रकारे समाजावून त्याला खूप सावध करण्याचा प्रयत्न केला– स्वतः ईश्वर जरी आला तरी त्याला या अटींमुळे नक्कीच तोंडघशी पडावं लागेल. पण तो तर काहीसुद्धा समजून घ्यायला तयार नव्हता. किंचितसं हसून त्यानं शांतपणे प्रतिवाद केला, "कदाचित् ईश्वर स्वप्न पहात नसावा— मग त्याला स्वप्नांचं माहात्म्य काय समजणार?" त्याला पुढे आणखीही काही बोलायचं होतं पण अचानक का कोण जाणे अधीर होऊन उठला. एक पाऊल पुढे जाऊन त्यानं अत्यंत आतुर स्वरात विचारलं, "ती आहे कुठे? माझ्या स्वप्नाची राजकुमारी आहे कुठे? मला त्या ठिकाणी पोहचवून दे, म्हणशील ती इच्छा पुरी करीन!"

राजकुमाराच्या व्याकुळ आतुरतेनं तिच्या अवर्णनीय रूप-यौवनाला एक वेळ झटका तर भयंकरच बसला, पण पुढच्याच क्षणी तिनं स्वतःवर काबू ठेवला. कुंकुमाच्या पाऊलखुणांची गोष्ट मान्य करायला नको होती. नाही, नाही, मग तो थांबलाच नसता. तिच्या सौंदर्याची उपेक्षा करून ताबडतोब पुढे निघून गेला असता. बद्ध होऊन एवढा वेळ थांबला तर खरा. त्याच्या सरळसाध्या व्यक्तिमत्त्वाची थोडी ओळख तर झाली. पण त्याचबरोबर याचा मृत्यूसुद्धा टाळता येणार नाही. कुणास ठाऊक कसल्या भोळ्या आवेशात म्हणून टाकलं की ईश्वर स्वप्नं पहात नाही, नको पाहू दे! या वेडपटाला कोण समजावणार की स्वप्नं चांगल्या जीवनासाठी असतात, मरण्यासाठी नसतात काही. मृत्यूसुद्धा स्वप्नं कुठे पहातो? हाती न लागणाऱ्या असंभव गोष्टीसाठी वेडपट लोक हसत-हसत प्राण निछावर करतात आणि हाती लागणाऱ्या सहजप्राप्य वस्तूसाठी कुणाच्या मनात काही इच्छा सुद्धा जागृत होत नाही. कशी दुर्दशा आहे? हुशार व्यक्तीपेक्षा भोळ्या व्यक्तीला फसवणं कठीण आहे! बुद्धिमान व्यक्ती समजावल्यावर आपला हट्ट सोडून देतात, पण अबोध बालक सोडत नाही. तिनं आपल्या अंतरी डोकावून पाहिलं, तरीही नीट शोध घेता आला नाही की तिला या वेडपटाला मृत्यूच्या जबड्यातून खेचून काढायचं आहे की त्याला प्राप्त करून घेण्याची इच्छा आहे? वाचविल्याशिवाय हा प्राप्त होण्याचा संभव नाही आणि न समजाविण्याचाच संभव आहे! जगातील कोणतीही स्त्री आत्तापर्यंत अशा प्रकारच्या धर्म-संकटात सापडली नसेल. हताश होण्याच्या शेवटच्या क्षणापर्यंत ती प्रयत्न करील– उचित किंवा अनुचित, कसेही. परंतु या वेडपटाला प्राप्त करण्याच्या निमित्तानं तिच्या सावध-बेसावध मनात अशी दुर्दम्य

लालसा का आहे? कोणती अप्राप्य किंवा दुर्लभ वस्तू प्राप्त होणार आहे? याच्या साहचर्यामुळे तर जीवनभर दुःखच भोगावं लागेल. कुठल्याही कल्पनातीत सुखाला सुद्धा ज्याची पूर्तता करता येणार नाही अशा दुःखाची सुद्धा मनुष्याला इच्छा असते! आपल्या अंतरात लपलेल्या या वेडेपणाचा आज प्रथमच तिला साक्षात्कार झाला!

कुमाराला तर आता एक क्षणही धीर धरणं कठीण झालं होतं. अतिशय उद्विग्न स्वरात म्हणाला, "तीन वर्षं तर चुटकीसरशी संपली, आता एक क्षण सुद्धा वर्षासारखा मोठा वाटत आहे." नंतर तिचं निर्दोष सौंदर्य एकटक न्याहाळीत म्हणाला, "असं झालं असतं तर! तुझ्या चालण्यामुळे कुंकुमाच्या खुणा उमटल्या असत्या तर दुधात साखर पडली असती!"

त्याला प्रथमच तिच्या सौंदर्याची जाणीव झाली. नकळत तिच्या तोंडून शब्द बाहेर पडले, "दूध उपलब्ध झाल्यावर साखर नाही मिळाली तरी समाधान मानून घेतलं पाहिजे."

"नक्कीच घेतलं असतं, मला ते स्वप्न पडलं नसतं तर." तो भावनेच्या भरात बोलू लागला, "अगदी माझ्या मनातली गोष्ट बोलत आहेस. अशा निर्मल सौंदर्याचं दर्शन झाल्यानंतर स्वप्नात सुद्धा दुसऱ्या रूपाची इच्छा केली नसती. पण आता मला त्या स्वप्नाशिवाय काहीसुद्धा सुचत नाही!"

तिच्या हृदयानं बुद्धिनुसार कूस बदलली. किंचित् गंभीरपणे म्हणाली, "खरी गोष्ट सांगितली तर सहन करता येईल का?"

वेडपट कुमाराच्या ओठांवर अकस्मात हास्याची प्रभा चमकली, "का नाही, अगदी सहजतेनं सहन करता येईल. एखादं असत्य ऐकण्यासाठी मी तीन वर्षं बिकट प्रवास केलेला नाही. तुझ्या तोंडून सत्यच ऐकायची इच्छा आहे. आणि तुला खोटं बोलताच येणार नाही."

इतका दृढ विश्वास? थेट आतपर्यंत संकोचली. थरथरत्या स्वरात इतकंच बोलता आलं, "—- राजकुमारी इतकी सुंदर नाही."

अजाण राजकुमाराचा उत्साह किंचितही कमी झाला नाही. लगेच उत्तर दिलं, "नसू दे, मी सौंदर्याच्या नाही, स्वप्नाच्या शोधात आलो आहे. तिचं दर्शन घडव. मेल्यावरही तुझे उपकार विसरणार नाही."

त्या शब्दांच्या स्वरलहरींबरोबर तिच्या एका कानात विष आणि दुसऱ्या कानात अमृत मिसळलं गेलं. तिला अर्धी रिक्तता आणि अर्ध स्मित दाखवीत स्पष्ट बोलणंच उचित वाटलं, "पण मला तर जिवंत राहून उपकाराचं फळ हवं आहे."

त्याचा उत्साह तसाच कायम राहिला. उदारता त्याचा जन्मजात स्वभाव होता, खास गुण नव्हता. श्वासोच्छ्वासाप्रमाणे त्याच्या जीवनातील सहज कार्य होतं, आदर्श नव्हे. निश्चल हाव-भाव प्रकट करीत म्हणाला, "बोल, तुला काय हवं?"

थोडं अडखळत विचारलं, "सगळा खजिना लुटून देऊ. म्हणत असशील तर माझं राज्य अर्पण करतो. आई-वडिलांना फक्त इच्छा प्रकट करण्याची खोटी."

दिवाणाची मुलगी सुद्धा पूर्णतया बुद्धिमान आणि चतुर नव्हती, जराशी निर्बुद्ध आणि बेअकली होती. तिला सुद्धा राज्याऐवजी, राज्य अर्पण करणाऱ्याची प्रबळ आकांक्षा होती. कुमाराला समजावण्याचा खूप प्रयत्न करीत म्हणाली, "हा तर शुद्ध वेडेपणा आहे. जिवंत रहायला मन विटलं असेल तर तुला माहीत. ही तर उघडपणे आत्महत्याच होईल. कुंकुमाच्या पाऊलखुणा उमटवणारी स्वप्नप्रिया तर मृत्यूचंच प्रतिरूप आहे. तिला वरण्याच्या इच्छेच्या अधीन होऊन अनेक राव-उमराव, राजा-महाराजा, सेठ-सावकार आणि सेनापती मृत्यूचा घाट उतरले आहेत, त्यात आणखी एक. चार अटी तर सोडाच, अर्धी अट सुद्धा पुरी नाही होणार. ही थट्टेची गोष्ट समजू नकोस, राजकुमारी गुंजभर सुद्धा दया दाखवणार नाही. असं क्रूर काळीज लांडग्याचं सुद्धा नसतं. जिवंत आहेस तोपर्यंत खूपसा विचार कर, स्वप्नातल्या राजकुमारीचं तर मग स्वप्न सुद्धा नाही पडणार. आपले प्राण देऊन सुद्धा तुला वाचवायची इच्छा आहे."

वेडेपणाला स्वतःची अशी एक मस्ती आणि स्वतःचीच जिद्द असते, त्यासाठी वेगळा कसलाही विचार करावा लागत नाही. त्यानं नितांत सहजतेनं म्हटलं, "जर तशा प्रकारे जगण्याचा मोह असता तर मी आपलं राज्यच का सोडतो? माझ्या दृष्टीनं स्वप्नच खरं जीवन आहे."

"आणि स्वप्नं पहाण्यासाठी जिवंत रहाण्याची गरज आहे." तिनं किंचित् त्राग्यानं म्हटलं, "मेल्यावर तर स्वप्नांची राखसुद्धा शिल्लक रहात नाही."

"न राहू दे!" अगदी बालिश सुरात तो उत्साहानं बोलू लागला, "मला जे स्वप्न पहायचं होतं ते पाहून झालं, तेच पूर्ण केलं तर मला दुसऱ्या स्वप्नाची आवश्यकता नाही."

ठोब्यांच्या मस्तकावर शिंगं तर नसतात, तर झटकन ओळख पटेल. आयुष्यात प्रथमच कुणा माणसाबद्दल मोह वाटला आणि तो सुद्धा असा एकदम बुद्दु. कपाळाला आठ्या घालीत म्हणाली, "स्वप्नं कुणाच्या आवश्यकतेनुसार पडत नाहीत. त्यांची आपली स्वतंत्र प्रक्रिया असते, समजलं?"

मुक्त थट्टेच्या हास्य-प्रभावात त्याची वाणी मिसळली होती, "मला जे समजून घ्यायचं होतं, ते सगळं एकदमच समजून घेतलं. गरज लागली तर आणखी समजून घेईन."

"तेच तर समजावते आहे—-."

"तुला नाही समजावता येणार, आत्ताच तुझ्यावर तेवढा विश्वास ठेवता येत नाही. माझ्या आईनं नेहमी सूर्योदय आणि सूर्यास्ताच्या आधी हाच धडा शिकवला

आहे, तो मी कधी विसरणार नाही.''

दिवाणाची मुलगी न जाणे कसल्या स्वप्नाच्या नागपाशांत गुंतत चालली होती? तिला असं वाटू लागलं जणू कुठल्यातरी अथांग पाण्यात डुबकी मारून बाहेर पडलो आहोत– पुष्कळसा नवीन जन्म घेऊन. दृढ भावनेनं सांगू लागली, ''मी सुद्धा आता विसरण्याचा आग्रह करणार नाही. पण राजकुमारी विवस्त्र होऊन नहात आहे, तिथं नरपक्ष्याला सुद्धा उडण्यास बंदी आहे. अशा अवस्थेत तिथं आपण जाणं योग्य होईल का?''

''नाही, मुळीच नाही. माझे डोळे यासाठी नाहीत, त्यांना तर तिच्या पायांतून उमटलेलं कुंकुम सोडून आणखी काही पहाण्याची इच्छा नाही.''

''ज्याची-त्याची दृष्टी!'' एक सुदीर्घ निःश्वास सोडून ती पुढे म्हणाली, ''पण एक गोष्ट अजूनही लक्षात ठेवता आली तर जरूर ठेव की पायांच्या कुंकुमापेक्षा माझा कुंकुमवर्णी देह जास्त आकर्षक आहे.''

राजकुमाराला आपली अक्षमता जाहीर करण्यास किंचितही संकोच वाटला नाही, ''अशा गोष्टी माझ्या मुळीच लक्षात रहात नाहीत.''

त्यानंतर काय ऐकायचं शिल्लक राहिलं होतं? तरीही तिनं आपला धीर गमावला नाही. वाईट वाटण्याऐवजी तिला आपल्या पारखीचा थोडा-फार अभिमान वाटला. जीत होण्याच्या आनंदापेक्षा थोडा जास्तच आनंद होण्यासारखी ती एक अप्रतिम हार होती.

–आणि तिकडे समजावल्यावर राजकुमारीनं तरी कुठे समजून घेतलं. दोघं एकापेक्षा एक मूर्ख! तिनं किती खुबीनं बहकावण्याचा प्रयत्न केला की स्वप्नाच्या खरेपणावर असा दृढ विश्वास ठेवणाऱ्या मूर्खाचा काय भरवसा? आणखी एखादं स्वप्न पडलं तर त्याच्यामागे भटकत जाईल. आणि झोपेतल्या स्वप्नांचं काय, कधी कोणत्या रूपात प्रकट होतील?

''माझी सखी असून असं काय बोलतेस तू?'' तिनं खेद आणि आश्चर्यमिश्रित आवाजात म्हटलं, ''स्वप्नं कधी काल्पनिक नसतात. मी स्वतः काही वर्षांपासून असंच स्वप्न विणीत आहे. चल, लवकर चल, आज मला आपलं स्वप्न उघड्या डोळ्यांनी पहाता येईल.''

सखीला आपल्या मनात भिरभिरणाऱ्या शंकेचं निरसन करता आलं नाही. विचारलं, ''अटी पूर्ण केल्याशिवायच त्याच्याशी विवाह करणार की काय?''

तिला किंचित्‌ही विचार करण्याची गरज भासली नाही. दृढपणे लगेच उत्तर दिलं, ''नाही, हे तर स्वप्नातही शक्य नाही. दुसऱ्यांपेक्षा याच्याबरोबर आणखी जास्त कठोरपणे वागायला हवं. संधीच्या पूर्वी एक सुद्धा अट त्याच्या कानी पडू नये अशी व्यवस्था दिवाणजी या खेपेला करतील.''

एकाएकी दहशत बसून सखीचं मन खचलं. परंतु काही क्षणांनंतर स्वतःला संयमित करून गंभीर स्वरात आपली शंका व्यक्त केली, ''मग तर राजकुमाराचं मरण मृत्यूपेक्षा सुद्धा जास्त निश्चित आहे.''

परंतु राजकुमारी किंचितही विचलित झाली नाही. अकृत्रिम भावनेनं म्हणाली, ''ही त्यानं विचार करण्याची गोष्ट आहे, म्हणून तोच जाणो. माझ्या बाबतीत प्रतिज्ञा आणि स्वप्नाची मर्यादा समान आहे.''

सखीच्या अंतरात कुणास ठाऊक किती उद्वेग होता. दीर्घ निःश्वास सोडून म्हणाली, ''ज्याची-त्याची लहर आणि ज्याची-त्याची समज. माहीत नाही तुझ्या चरणांचे पराग किती रक्त वाहवून काळे पडतील? फक्त तुझ्या पाऊलखुणाच गुलाबी आहेत, रक्त तर अगदी काळं आहे. तुझ्या हृदयाचा दया-मायेशी दूर-दूरवरूनही काही संबंध नाही.''

राजकुमारी सखीला चिडविण्याच्या उद्देशानं हसत म्हणाली, ''जर तुझं अंतःकरण दया-मायेनं चिंब झालेलं आहे तर विवाह करून याचे प्राण वाचव, माझी काही हरकत नाही.''

''पण त्याची हरकत आहे.'' सखीनं अधीर होऊन मध्येच म्हटलं, ''माझ्यासारख्या सुंदरी त्याच्या राज्यात काय कमी आहेत? तो तर तीन वर्षापासून एक-एक पाऊल चालत फक्त तुझ्या हातून मरायला आला आहे. इतरांप्रमाणे सत्ता, सिंहासन, मद, माया, काम आणि लोभ हीच त्याच्या जीवनाची इष्टता असती तर तुझ्याप्रमाणे मी सुद्धा याच्या मरणाची पर्वा केली नसती. पण याचं व्यक्तिमत्त्व तर सूर्य, चंद्र आणि निसर्गापेक्षा जास्त श्रेष्ठ वाटतं. ही एक अशी हत्या ठरेल की या पापाचं निवारण तुला हजार-हजार जन्मांपर्यंत करता येणार नाही! जर कुणाला वाचविण्याची तुझ्यात क्षमता नाही तर कुणाला मारण्याचा अधिकार आता तरी सोडून दे.''

तिनं तरीही वाईट वाटून घेतलं नाही. उलट सखीच्या गालावर टिचकी मारीत म्हणाली, ''सगळं काही माहीत असूनही तू माझ्यावर दोष थापतेस? सांग, मी कुणाला हुकूम सोडून बोलावलं आहे? विवाह करीन तर आपल्या अटींवर. माझ्याशी विवाह करण्याची ज्याला कुणाला लालसा असेल, त्याचा सारा भरायलाच हवा.''

सखी आपल्याशीच तक्रार करीत म्हणाली, ''तर मग आयुष्यभर अशाच प्रकारचा हिंसक सारा गोळा करीत रहा. ईश्वराची इच्छा असली तरी त्याला सुद्धा तुझ्याशी विवाह करता येणार नाही, त्याचं सुद्धा इतकं सामर्थ्य नाही.''

''पण मी कुठे ईश्वरासाठी लालचावले आहे? त्याला त्याच्या अवस्थेत राहू दे. पण मला हे तर सांग की तो वेडपट दिसतो कसा, तू एकटी-एकटी सगळ्या गप्पा मारून आली आहेस.'' असं म्हणून तिनं आपल्या अभिन्न सखीच्या चेहऱ्यावर नजर रोखली तर तिच्या आश्चर्याला सीमा राहिली नाही, ''अरे! पुन्हा तोच फेरा!

भूतकाळात डुबकी मारण्यासाठी स्त्रीचा जन्म मिळालेला नाही. प्रत्यक्ष वर्तमानात जगायला शीक. भविष्याला विन्मुख होणं तर आणखीनच वाईट. किती वेळा समजावलं, पण तुझ्या बद्द्ड मेंदूत काही भरतच नाही.''

ती अजूनही डुबकी मारून परतली नव्हती. नीट ऐकूनही कठपुतळीप्रमाणे अविचल उभी राहिली. राजकुमारीनं हलवल्यावर तिला भान आलं आणि ती शुष्क नजरेनं इकडे-तिकडे पहात राहिली, जणू अभेद्य धुक्यात कुठे हरवली आहे!

राजकुमारीनं त्याच बोलण्याचा पुनरुच्चार केला तेव्हा सखीच्या डोळ्यांत दोन निखारे फुलले. तिनं समोरच्या तृप्त नजरेत आपली तप्त नजर रोखून म्हटलं, ''माझ्या अंतरात उकळत असलेलं वास्तव ऐकण्याची योग्यता आहे का तुझी?''

तिला वाटलं की आपल्या सवयीनुसार सखी आणखी कसलातरी नवीन अभिनय करीत आहे. मजे-मजेत तिचं आव्हान स्वीकारीत म्हटलं, ''हो, आहे! पण इतक्या मोठ्या योग्यतेची तुला गरज काय आहे? क्षुल्लक योग्यतेनं काम होईल.''

''पुन्हा एकदा विचार कर.'' सखी विदग्ध स्वरात म्हणाली.

राजकुमारी हसली, ''विचार केला! तू काय ते सांग तर खरं, मुद्दामच जिज्ञासा वाढवतेस.''

''माझा संकल्प होता की आयुष्यभर तुला हे रहस्य सांगायचं नाही. पण वेडपट कुमारानं येऊन सगळी उलटा-पालट केली. आता सांगितल्याशिवाय रहावत नाही की मी दिवाणजींची मुलगी नाही, राजाजींची कन्या आहे, तुझी सख्खी बहीण–''

''काय म्हटलंस–?'' तिच्या तोंडून जणू ज्वालामुखीचा उद्रेक झाला,'' हे खोटं आहे, एकदम खोटं! मी मुळीच मान्य करणार नाही.''

''तुझ्या मानण्या न मानण्यानं जग चालत नाही.'' या खेपेला सखीच्या ओठांवर विद्रुप हास्य होतं. सांगू लागली, ''माझ्यावर विश्वास नसेल तर राजाजींना विचार, राणीमांना विचार. हवं तर माझ्या तथाकथित पित्याला विचार. माझ्या आईनं काही इतक्या सहजतेनं आत्महत्या केली नव्हती. तिला जगण्याची खूप हाव होती. पण सत्ता आणि स्वार्थापुढे तिचा काही वश चालला नाही. तुझ्यासारखं मला सुद्धा खूप पुढे पहाता येतं, पण भूतकाळ माझा पिच्छा सोडत नाही. मी सर्वथा विवश आहे– मागे पहाण्याकरिता. एकाच पित्याच्या मुली असून तू मात्र राजकुमारी आहेस आणि मी अवैध संतान, तुझी सखी. तुझ्या चरणांतून कुंकुम चित्रित होतं आणि माझ्या पायांतून घामाचे डाग उघडे पडतात. राणीमांने अगदी तुझ्याप्रमाणे माझं पालन-पोषण केलं. पण तुझी ती प्राप्ती होती, जन्मसिद्ध अधिकार. आणि माझ्यावर होती करुणेची अभिशापीत छाया, जी थेट बालपणापासूनच मला खूप दुःख देत आली आहे. तुझ्या पाऊलखुणांच्या कुंकुमासाठी अनेक राव-उमरावांनी आपली मस्तकं उडवू दिली आणि माझ्या कुंकुमवर्णी देहासाठी कोणी शूर-वीर नखसुद्धा कापून द्यायला तयार नाही–.''

राजकुमारी जणू तल्लीन झाली होती. तिची काया थरथर कापू लागली. धाय मोकलून रडायचं होतं, पण तिची बत्तीशी खिळली होती. तोडलेल्या वृक्षाप्रमाणे हात पसरून बहिणीच्या गळ्यात लटकली. तिनं कंबर घट्ट पकडून सावरलं नसतं तर जमिनीवर कोसळली असती. अचानक बेसावधपणे खूप रडू लागली, नाहीतर अंतरातील झंझावातात तिच्या छातीचे तुकडे-तुकडे झाले असते. बहिणीचा सगळा कोंडमारा, साऱ्या वेदना डोळ्यांवाटे वाहू लागल्या. असं माहीत असतं तर जिभेच्या चिंध्या-चिंध्या झाल्यानंतरही रहस्य प्रकट केलं नसतं! तोंडातून तीक्ष्ण बाण सुटले होते. राजकुमारीचं काळीज ठायी-ठायी विद्ध झालं.

राजकुमारी धाकट्या बहिणीपेक्षा फक्त दहा महिन्यांनी मोठी होती. वद्य चतुर्दशीच्या रात्री ज्या मुहुर्तावर तिचा जन्म झाला, त्याच रात्री दिवाणाच्या धर्मपत्नीला राजाकडून गर्भधारणा झाली. आणि एक महिन्यानंतर जल-पूजनाच्या शुभ-मुहुर्तावर सोन्याच्या छतात लटकणाऱ्या रेशमी सरकफासात झोके घेतले. कुलक्षणी राण्यांसाठी अशीच उचित व्यवस्था होती. दिवाण होण्यापूर्वी स्वतः पतीनं पत्नीला राजाच्या रंगमहालात पोहचवलं होतं.

घडी-सव्वाघडीनंतर राजकुमारी सावध झाली. डोळे उघडून घायाळ हरिणीप्रमाणे इकडे-तिकडे पाहिलं. ती बहिणीच्या मांडीवर उताणी पडली होती. नजरानजर होताच डोळ्यांतून अश्रू बाहेर उसळले. राजकुमारी कोपरांच्या आधारानं उठून बसली. बहिणीच्या गळ्यात हात घालून क्षीण स्वरात म्हणाली, ''वेडी कुठली, राजकुमार येण्यापूर्वी हे रहस्य सांगितलं असतंस तर मला खूप काही करता आलं असतं, पण अजूनही उशीर झालेला नाही. मी उद्याच अन्य एखाद्या राजकुमाराशी तुझा विवाह करून देते आणि हुंडा म्हणून संपूर्ण राज्य देऊन टाकते, म्हणजे मला पण प्रायश्चित मिळेल. बोल, आता तरी खूष!''

इच्छा नसतानाही ओठांवरील स्मिताबरोबर तिच्या डोळ्यांतील मोती सुद्धा चमकले. सावकाश बोलू लागली, ''भीक मिळाल्यावर भिकारी सुद्धा खूष होतात. मग ती राखेची भीक असो की राज्याची असो. अशा प्रकारे धाकटी बहीण खूष झाली तर तुला आवडेल? विवाह आणि राज्याच्या हुंड्याचा आनंद तर सोडाच, उद्यानंतर कसलाही लहान-मोठा आनंद आपल्या भाग्यात असणार नाही. माझ्यासाठी काही करायचीच इच्छा असली तर वेडपट कुमाराचं मस्तक तू ठेवून घे आणि धड मला दे. रोगन-मसाला भरून त्याची पूजा करू या. दरबारातील सर्व जिवंत मनुष्यांच्या तुलनेत त्याचं शव सुद्धा जास्त महत्त्वपूर्ण आहे. परंतु याचं मस्तक धडावेगळं झाल्यानंतर या चार हिंसक अटींना तिलांजली देऊन टाक, माझी हात जोडून तुला एवढीच प्रार्थना आहे.''

''चला, तुझी प्रार्थना मंजूर झाली. पण वाटणी करण्याआधी त्याच्या अखंड

रूप-रंगाचं वर्णन तरी कर. तुझ्यासारख्या गप्पा मारायला तर ना मला शोभणार आणि ना त्याला. बरं, तू म्हणत असशील तर आजच जुना संकल्प मोडून टाकते.''

''पण तो वेडा मुळीच नाही ऐकणार. आणि तुझ्या दृष्टीने सुद्धा हे शोभून दिसेल का? बघूया रात्रीचा काळा पडदा दूर झाल्यावर उद्या कसा सूर्य उगवतो आहे?''

''कुणास ठाऊक उगवतो की नाही?'' अशी शंका व्यक्त करतच राजकुमारी झटकन उभी राहिली, जणू मनोवांछित इच्छांचं निवारण झालं होतं. धाकटी बहीण सुद्धा राजकुमारीच्या डोळ्यांत आशेची ज्योत शोधून म्हणाली, ''आता लवकर चल, त्याच्या धीराची जास्त परीक्षा न घेणं बरं.''

थोडं चालल्यानंतर राजकुमारी एक विसंगत प्रश्न विचारून बसली, ''मी अशा लंपट राजाची मुलगी आहे तर.''

''तू राजेलोकांची काळजी सोड, सगळे राजे लंपट आणि क्रूर असतात, आणि हेच तर राजेलोकांचे गुण असतात.'' आता कुठल्याही प्रकारच्या संवादात धाकट्या बहिणीला रुची नव्हती. तिला आपलं आपल्याशीच मूक संभाषण करायचं होतं. पण राजकुमारीच्या शंका तिच्या नियंत्रणातून निसटत होत्या. एक निरुपद्रवी शंका अडून बसली, ''तर राजकुमार सुद्धा लंपट असेल काय?''

''मला काय माहीत, पण हे तर निश्चित आहे की मृत्यूनंतर कुठलीही व्यक्ती लंपट रहात नाही, मग तो राजा असो की राजकुमार. फक्त एका रात्रीचं आयुष्य आहे बिचाऱ्याला!''

राजकुमारी थेट आतून बाहेरून भयभीत झाली. बाकी साऱ्या शंका कासवाच्या पायाप्रमाणे लपून बसल्या. सगळं काही माहीत असून जणू ती सगळं काही विसरून गेली होती की सकाळी पहिली अट असफल होताच राजकुमाराची मान दुधारी तलवारीच्या एका झटक्यात चिरली जाईल. बहिणीनं आठवण करून दिली नसती तर ती स्मृतीची मर्यादा ओलांडून आत्म-विस्मृतीच्या अथांग सागरात आकंठ बुडून गेली असती. राजकुमार सदैव अमर राहील असा तिला अंधविश्वास का होता कुणास ठाऊक. परंतु जीवन आणि मृत्यू, दोघांची अनिवार्यता वैयक्तिक इच्छा-अनिच्छेवर अवलंबून नसते. मृत्युच्या विचाराला थेट खोलच-खोल दाबून तिनं धाकट्या बहिणीचा हात असा धरला, जणू तिनं शाश्वत जीवनाशीच करार केला होता. ना ती स्वतः मरणार आणि ना राजकुमाराला मरू देणार. बहिणीच्या हातात काहीसा असाच अदम्य विश्वास भरलेला होता. जणू ती चिर-यौवन आणि चिर-जीवनाचीच प्रत्यक्ष प्रतिरूप होती.

एकमेकींचे हात धरून दोघी मैत्रिणींना येताना पाहिलं तेव्हा कुमारानं त्यांच्या पायांवर नजर रोखली, जणू त्याच्या संपूर्ण शरीराचंच डोळ्यांत परिवर्तन झालं होतं. स्वप्नातील ती सत्यता ऐन डोळ्यांसमोर अशा प्रकारे हुबेहूब चित्रित होईल यावर

एकाएकी त्याचा विश्वास बसेना. डोळे विस्फारण्याऐवजी पापण्या अर्धवट मिटून मग तो टक लावून पाहू लागला. कुंकुमाच्या एका-एका पाऊलखुणेत न जाणे किती सूर्य लपलेले होते! हीच आहे– डोळ्यांची सार्थकता हीच आहे. आता काही सुद्धा पाहणं शिल्लक राहिलेलं नाही. सांप्रत जगदीश्वर जरी अवतीर्ण झाला तर तो त्याच क्षणी डोळे मिटून घेईल. धरतीवर चित्रित कुंकुमाची पावलं त्याच्या अंतःकरणात प्रफुल्लित होऊ लागली. त्याची स्वप्नप्रिया तर प्रत्यक्ष हजारो-हजार डोळ्यांसमोर चालत आहे. हे सुद्धा एक स्वप्नच तर नाही ना? त्यानं डोळे गच्च मिटून पुन्हा उघडले– समोर तेच दृश्य. तीच राजकुमारी आणि त्याच कुंकुमाच्या पाऊलखुणा. हिरव्या ओढणीचं अवगुंठन! जसं काही स्वतः निसर्गानं राजकुमारीचं रूप धारण केलं आहे. मागे गुलाबी पोशाखात तिची सखी चालत होती– जिवंत प्रतिछायेच्या रूपात.

राजकुमारावर नजर पडताच ती दचकून वळणार होती तेव्हा सखीनं अडवीत म्हटलं, ''आज तरी चांगलं भेटून घे. डोळ्यांची तहान भागविण्यात कसर ठेवू नकोस. उद्या तर याचं मस्तक पायांजवळ पडलेलं सापडेल.''

राजकुमारीनं जणू काही ऐकलंच नाही. जाता-जाता सक्त ताकीदीच्या सुरात म्हणाली, ''अटी पूर्ण करण्यापूर्वीच बागेत येण्याचा मूर्खपणा करायला नको होता. जर चुकून आले असतील तर ताबडतोब निघून जायला सांग.''

सखीला सांगण्याची गरजच नाही पडली. राजकुमारानं सुद्धा तिची ताकीद स्पष्टपणे ऐकली होती. अपराधाची जाणीव झाल्याच्या भावनेनं म्हणाला, ''मला माहीत नव्हतं. नकळत चूक झाली, क्षमा करावी!''

एवढं बोलून तो बगिच्यातून बाहेर पडला. दिवाणाची मुलगी सुन्नपणे उभी राहून मनातल्या मनात काय विचार करीत होती ते तिलाच माहीत. ओठांतल्या ओठांत पुटपुटली, ''असं झालं असतं तर! मी सुद्धा या दोघांप्रमाणे वेडपट असते! बुद्धी तर मिळवता येते, परंतु असं वेडेपण प्राप्त करणं असंभवच नव्हे, तर दुर्लभ अवश्य आहे. आजचा दिवस वर्षानुवर्षे मावळला नाही, तर किती चांगलं होईल.''

राजकुमारीशी विवाह करण्यासाठी जो कुणी वीर येत असे, तो प्रथम सात वेळा नगारा बडवून आपल्या आगमनाची घोषणा करीत असे. नंतर राजदरबारात चारही अटी पूर्ण करण्यासंबंधी त्याच्याकडून सात वेळा कबुली घेतली जाई. अटी पूर्ण झाल्या नाहीत तर जाहीरपणे मस्तक उडविण्याचा अटळ आदेश. अनेक मस्तकं उडवली गेली होती, त्यांत हे एक आणखी. पण हा तर अगदी एकटा आला आहे, चिमणीचं पिल्लूसुद्धा सोबतीला नाही. इतर इच्छुक फौजफाट्यानिशी मोठ्या थाटात आले होते. आणि वाईटरीत्या तोंडघशी पडले. काही सैन्यं तर लढत-लढत माघारी फिरली. त्या राज्याचं सैन्य अष्टोप्रहर अस्त्र-शस्त्रानिशी तयारीत

असे. समस्त प्रजेची पण साथ होती.

तमाशा बघणाऱ्यांची मस्तकं आपल्या धडावर काय नेहमीच कायम रहातील? तरीही न जाणे कसला विचार करून त्यांना नगाऱ्यावर प्रहार करण्याची हिंमत एकवटता येत नव्हती! आपली-आपली माथी कुरवाळीत आपल्या-आपल्या घरांत परत-परत येत. मृत्यू सुनिश्चित आहे, तरीही मरणाच्या ज्ञात-अज्ञात भयानं थर-थर कापत. मरणाऱ्याबद्दल थोडी सहानुभूती दर्शवून, जेवण आटोपून झोपी जात. कटकटी-जंजाळ किंवा स्वप्नं पण पडत, पण सकाळी उठताच तात्काळ विसर पडे. आणि तसं तर खऱ्या अर्थानं स्वप्नांचं महत्त्वच काय आहे? त्यात आणखी जगण्याच्या विवशतेपुढे स्वप्नांबद्दल विचार करायला सवडच कुठे होती! आपला-आपला विचार आणि आपली-आपली इच्छा. राजकुमारानं सातऐवजी अकरा वेळा नगाऱ्यावर प्रहार केला. एका-एका ध्वनीचा वाणच निराळा होता, जणू शतकानुशतके त्याचा प्रतिध्वनी थांबणार नव्हता. दरबारात गडबड माजली. ताबडतोब दरबार भरला. दिवाणानं प्रत्येक अट दोन-दोन वेळा स्पष्ट शब्दांत सांगून वेडपट राजकुमाराला माहिती दिली. आणि सहजभावानं स्मित करीत, लहान मुलाप्रमाणे होकार भरीत राहिला. अजाण मूल ज्याप्रमाणे चंद्रासाठी हात-पाय उडवतं, अगदी तसाच बाल-सुलभ प्रयत्न राजकुमाराच्या स्वीकृतीत होता. त्याच्याकडून होकार मिळताच तमाम दरबारी एक रहस्यमय हास्य करून गप्प झाले.

राजकुमारी आणि तिची धाकटी बहीण महिलांच्या रांगेत जवळ-जवळ बसल्या होत्या. आधीच्या कुठल्याही इच्छुकाबद्दल, मग तो राजा-महाराजा असो, राव-उमराव असो, ठाकुर, जमीनदार असो, सेठ-सावकार असो– कुणाबद्दलही त्यांच्या मनात अशी सहानुभूती नव्हती. पाषाण पुतळ्यांप्रमाणे त्या निश्चल बसल्या होत्या. प्राण न जाणे कुठे अडकले होते? राजकुमारीने मनातल्या मनात निश्चय केला की या वेडपट राजकुमाराच्या मृत्यूनंतर हा क्रूर संकल्प सोडून द्यायचा. जन्मभर कुमारी राहिले तर राहिले! तिनं सुद्धा स्वप्नाला वश होऊन हा संकल्प केला होता. आता तर दृढ विश्वास बसला की कुठल्याही महाबलीला या अटी पुऱ्या करता येणार नाहीत. मग तर विवाहाचा प्रश्नच कुठे उरतो! या वेडपटानं कसला विचार करून बालकाप्रमाणे हसत होकार देऊन टाकला. पण याला तर कुठल्याही किमतीवर वाचवायला हवं. जर त्याचं मस्तक बचावणार असेल तर दोघी मैत्रिणी आपलं मस्तक उडवून देण्यास तयार होतील. बराचसा संभव आहे राजा आणि दिवाण त्यांचं म्हणणं टाळणार नाहीत. समजत नाही की या वेडपटाबद्दल त्यांच्या मनात इतकी ममता का आहे? त्यांना जी वैशिष्ट्यं जाणवली, त्यासाठी त्यांना कुठली वाचा किंवा तसे शब्दच गवसले नाहीत.

त्यांनी लाख इच्छा केली तरी सुद्धा सूर्याच्या नित्यनेमात गुंजभरही फरक पडला नाही. तो तर वेळेवर आपलं रक्तरंजित तोंड घेऊन निर्लज्ज क्रूर हास्यासहित

उगवलाच! मग बेशरम जन-लोक कशाला मागे रहातात. बेसुमार गर्दी मेंढरांसारखी नदीकिनारी बघता-बघता जमा झाली. राजा आणि दिवाणासोबत समस्त दरबारी आपल्या-आपल्या जागी बसले. हातात दुधारी तलवारी आणि काळा पोशाख घातलेले जल्लाद वेगळेच ओळखू येत होते. ते राजकुमाराच्या आजूबाजूला हुशारीत तयार उभे राहिले. दोघी मैत्रिणींच्या भाग्यात शेवटी हा दिवस पहायचा असं सुद्धा लिहिलेलं होतं. जर इच्छा करताच मरण येत असतं तर रात्रीचा अंधार दूर होण्यापूर्वीच त्यांचे प्राण लुप्त झाले असते. परंतु मृत्यू कोणाच्याही बाबतीत दयेचा विचार करीत नाही– ना इच्छा करणाऱ्यांच्या आणि ना भयभीत होणाऱ्यांच्या बाबतीत.

राज्याचे सैनिक सुद्धा मृत्यूपेक्षा कमी क्रूर आणि कमी तटस्थ नसतात. सत्तेचा आदेशच त्यांच्या जीवनाचा सर्वतोपरी आदर्श असतो. सात शिपाई डोक्यावर टोपल्या घेऊन उभे होते. सिंहासनाच्या प्रतिनिधींच्या आज्ञेची क्षणोक्षणी वाट पहात. परंतु अत्यंत आश्चर्याची गोष्ट म्हणजे वेडपट राजकुमार न जाणे कुठल्या अज्ञान आनंदानं मंद-मंद हसत राहिला होता. मृत्यूच्या अशा अपूर्व स्वागताचं स्वप्न तर बहुदा यमराजानं सुद्धा पाहिलं नसेल.

दिवाणानं सांगण्याचीच खोटी आणि सातही टोपल्या एकदम नदीच्या वहात्या पाण्यात उपडी करण्यात आल्या. तीन घडीच्या आत एक-एक गुंज पुन्हा टोपलीत भरायची आहे. जर एक सुद्धा गुंज नदीत राहिली तर अट अपूर्ण मानण्यात येईल.

वेडपट राजकुमाराचा राज्य-शक्तीपेक्षा नैसर्गिक शक्तींवर जास्त भरवसा होता. त्याच्या मनात कुठल्याही प्रकारची कसली शंका नव्हती. डोळे मिटून पवित्र मनानं मासोळ्यांच्या राणीची आठवण केली आणि पापण्या उघडायच्या आत ती हजर. पाण्याच्या बाहेर तोंड काढून म्हणाली, ''कुमार, मी असंख्य मासोळ्या घेऊन आले आहे. तू कसलीही चिंता करू नकोस. साताऐवजी सत्तर टोपल्या सुद्धा असत्या तरी आम्ही सव्वा-घडीच्या आत वेचल्या असत्या.''

बघता-बघता नदीच्या पाण्यात जसं वादळ उठलं आणि पहाता-पहाता सातही टोपल्या पुन्हा तशाच भरल्या गेल्या. मासोळ्या तर शिपायांपेक्षा जास्त तत्पर निघाल्या. गर्दीच्या आश्चर्याला सीमा राहिली नाही. राजा-राणीला अमर्याद आनंद झाला, जसं काही त्यांना नवीन आयुष्य आणि नवीन राज्य मिळालं होतं. पण दरबारींच्या जळफळाटाला मर्यादा नव्हती. दोघी मैत्रिणी डोळे बंद करून बसल्या होत्या. दिवाणानं सांगितल्यावर कानांवर विश्वासच बसला नाही. तेव्हा त्यांनी डोळे उघडले आणि गुंजांनी भरलेल्या टोपल्यांचं दृश्य प्रत्यक्ष पाहिल्यानंतरही त्यांच्या मनानं मानलं नाही. स्वप्नापेक्षा सुद्धा खूप पुढच्या वास्तवावर भले त्यांचा विश्वास बसावा तर तो कसा! या वास्तवासमोर स्वप्नं तर अत्यंत दरिद्री ठरली! तरी सुद्धा राजकुमारीच्या आनंदानं प्रकाश आणि हवेच्या सीमा ओलांडल्या. पण धाकटी बहीण वर्तमान

डोळ्याआड करून आपल्या मागील वास्तविकतेत अंतर्धान पावली. फक्त राजकुमारीचं मन रमविण्यासाठी वरवर खूप आनंद प्रकट केला. तिचं मन दोन हिश्श्यांत विभागलं गेलं. अर्धं मन तिचं स्वतःचं होतं आणि अर्धं मन राजकुमारीशी संबंधित होतं. स्वतःच्या मनात तर शुद्धीच्या पलीकडे लपलेल्या आनंदाला पारावार नव्हता. परंतु दुसऱ्या मनात ईर्षा, जळफळाट आणि सूडाची व्याप्ती सुद्धा कमी नव्हती. आणि राजकुमारी तर आपल्याच अनिर्वचनीय आनंदात समाधिस्थ झाली होती. अभिन्न सखीची दुहेरी मनःस्थिती ओळखण्याइतकी तिला शुद्ध-बुद्ध तरी कुठे होती.

दुसरी अट जास्त अवघड होती. सात गाड्या मोहरी, सात कोसापर्यंत विखरून टाकली होती. सात दिवसांच्या आत एक-एक दाणा पुन्हा गाडीत गोळा करायचा होता. एक दाणा सुद्धा मागे राहिला तर अट अपुरी मानण्यात येईल. कुमाराच्या मनात ना पूर्वी कधी शंका होती आणि ना आता. डोळे मिटून पोपटांच्या राजाची आठवण काढली तर तो लगेच हजर. कुमाराच्या डोक्यावर घिरट्या घालीत चिवचिवला, ''कुमार, मी सव्वा लाख पोपटांचा थवा घेऊन आलो आहे. तू कसलीही चिंता करू नकोस. सात गाड्यांऐवजी सत्तर गाड्या असत्या तरी आम्हाला काही फरक वाटला नसता.''

कुमाराची निश्चित धारणा होती की निसर्गाला आईप्रमाणे मानलं तर आईप्रमाणे लाड करतो, तसंच वागतो. पहाता-पहाता निळ्या आकाशाखाली पोपटांच्या जमातीचं एक आणखी हिरवं आकाश ताणलं गेलं आणि बघता-बघता मातीत विखुरलेली मोहरी पुन्हा सात गाड्यांत भरली गेली. विखरून टाकायला नक्कीच खूप वेळ लागला, पण पुन्हा गोळा करायला काही सुद्धा वेळ लागला नाही.

अकस्मात एकदम चमकून दोघी मैत्रिणींची नजरानजर झाली. राजकुमारीसारखं अभिन्न सखीच्या ओठांवर सुद्धा तसंच स्नेहल स्मित होतं. किती मार्मिक होती डोळ्यांची ती मूक रहस्यमय वाणी! पूर्णपणे एक दुसरीपासून विभिन्न. सखीला तर राजकुमारीच्या डोळ्यांतील रहस्य पूर्णतया समजलं, पण राजकुमारीला तिच्या डोळ्यांतील गूढ रहस्य समजलं नाही.

दिवाणानं उदास होऊन तिसरी अट सांगितली. असं झालं तर! त्याच्या मुलीला असा वर मिळता तर! पण ती तिसरी अट आणखीनच जास्त अवघड आहे. कदाचितच पूर्ण होईल. सात-सात कोस अंतरापर्यंत मातीत खांडसरी अशा प्रकारे मिसळली की ती कोणाच्या नजरेला काय पडेल! तीन दिवसांच्या अवधीत एक कण सुद्धा मागे राहिला तर अट अपूर्ण मानली जाईल. परिणामी ना धडावर मस्तक राहील आणि ना मस्तकाखाली धड. कुमारानं डोळे मिटून मुंग्यांच्या राणीची आठवण केली आणि ती लगेच हजर. कुमाराचा उजवा पाय गोंजारीत म्हणाली, ''कुमार, मी संपूर्ण राज्यातील मुंग्या सोबत घेऊन आले आहे. तू कसली चिंता करू

नकोस. खांडसरीचा एक कण सुद्धा मागे राहणार नाही.''

चहुबाजूला सात-सात कोस दूरपर्यंत जमीन काळीभोर झाली. मुंग्यांच्या नजरेशी बिचाऱ्या माणसाच्या नजरेची कसली तुलना? माणसांची अमर्याद गर्दी डोळे फाडून आश्चर्यानं पहात राहिली आणि गाडीवर ठेवलेली एकवीस पोती खांडसरीनं पूर्णपणे भरून गेली. ना लोकांच्या आनंदाला सीमा होती ना मत्सराला! असं झालं तर! कुमाराऐवजी त्यांच्या जीवनात असा चमत्कार घडता तर! स्वतः वंचित होण्याच्या ठणक्यामुळे लोक आपल्या मनाला समजावू लागले– तीन अटी पूर्ण झाल्या तर काय? चौथी अट तर अजून शिल्लक आहे– अगदी अशक्य. तीन दिवसांच्या आत फुलांतील तीन मण रस गोळा केला नाही, तर कुमारानं डोकं उडवून घ्यायला तयार रहावं. तीन अटी पूर्ण झाल्या तरीही त्याला कोणती सवलत देण्यात येणार नाही. न्याय सुद्धा असाच असतो.

परंतु न्यायाची वेळच आली नाही. कुमाराच्या मनात ना पूर्वी शंका होती आणि ना आत्ता. त्यानं डोळे मिटून मधमाश्यांच्या राणीची आठवण काढली आणि पापणी लवण्यापूर्वी ती हजर. गुंजारव करीत म्हणाली, ''कुमार, तू कसलीही चिंता करू नकोस. तू भडकलेल्या आगीपासून आमचं रक्षण केलंस, मग तुझ्यासाठी हे लहानसं काम सुद्धा करणार नाही का? सव्वा लाख पोळ्यांतील मधमाशा सोबत आणल्या आहेत.''

लोकांची अपार गर्दी हतप्रभ होऊन पहात राहिली आणि तीन मण रस बोलता बोलता गोळा झाला. राजकुमारीचं अंतःकरण पण मधासारखं भरून आलं— आणि तिकडे धाकट्या बहिणीला स्वतःला आपल्या मनःस्थितीची यथार्थ कल्पना नव्हती की तिच्या अंतरात कसली खळबळ माजली आहे. या फाकड्या राजकुमाराशी भले कुठली अप्सरा विवाह करण्यास इच्छिणार नाही? ज्याप्रमाणे हवा, ऊन आणि पावसावर सगळ्यांचा समान अधिकार असतो, त्याप्रमाणे या कुमारावर सुद्धा समस्त नारीजातीचा अधिकार असला पाहिजे. भले कृष्णाला एका गोपीसोबत बांधून ठेवणं कुठवर सुसंगत आणि श्रेयस्कर आहे. इतकी घनिष्ठ असून सुद्धा राजकुमारी तिचं म्हणणं का मानेल? मग वेड्या राजकुमारानं तर मानण्याचा प्रश्नच नाही. तो तर तिच्या शोधात तीन वर्षांपासून भटकत राहिला आहे.

आपल्या भूतकाळात बुडी मारून धाकटी बहीण भानावर आली तेव्हा अतिशय आनंदानं वेडावलेल्या राजकुमारीला समजावण्याची आवश्यकता वाटली. तिच्या रोम-रोमात खुषीची फुलपाखरं पंख फडफडण्यासाठी उल्हसित झाली होती. अनाहत उल्हासामुळे संयम गमावून जेव्हा राजकुमारी तिच्या गळ्यात पडून मुक्त झाली तेव्हा ती अकृत्रिम भावनेनं बोलू लागली, ''तू आनंदानं वेडी झाली आहेस. आणि आपल्या वेडेपणामुळे तुला माणूस आणि मायावी यांच्यातला फरक सुद्धा लक्षात

येत नाही. विवाह झाल्यानंतर लगेचच तो तुला मधमाशी किंवा मुंगी करून टाकील.''

''काही हरकत नाही.'' ती एखाद्या बालकाप्रमाणे हट्ट करीत म्हणाली, ''मी तर या मायावीच्या हातून काहीही बनायला तयार आहे.''

असं म्हणून तिनं बहिणीच्या डोळ्यांत नजर गुंतवून पाहिलं– एकाच ठिकाणी उभी राहून ती दूर– खूप दूर निघून गेली होती. सखीचं हे स्वरूप पाहून थोडी भयभीत झाली होती. तिला पुन्हा आलिंगनात बद्ध करून डाव्या गालाचं चुंबन घेतलं. लटका राग प्रकट करीत म्हणाली, ''आज तू माझ्या आनंदात सामील का नाही होऊ इच्छित. अशी स्वार्थी तर तू कधी नव्हतीस.''

आपल्या सर्वसाधारण रूपात परतताच ती तत्काळ सावरली. विमनस्क भावनेनं म्हणाली, ''स्वार्थी मी नाही, तू आहेस. मृत्यू काय ढोल किंवा थाळी वाजवून प्रकट होतो! विचार केला आहेस कधी या गोष्टीवर?''

''याच्यात विचार करण्यासारखी गोष्टच काय आहे?'' ती किंचित बेपर्वाईनं म्हणाली, ''तो कोणत्या क्षणी दबत्या पायांनी येऊन गळा दाबेल, कुणालाही पत्ता लागत नाही, ना पंडितांना आणि ना राजेलोकांना.''

दिवाणाच्या मुलीचा तीर निशाणाच्या दिशेनं पुढे जात होता. तोच विषय पुढे वाढवीत म्हणाली, ''मग तू अगदी बेसावध राहून आनंदानं वेडी का होत आहेस? हा नुसता स्वार्थ नाही तर आणखी काय आहे? जर दुर्दैवानं तुझ्या बाबतीत काही असंभवनीय घडलं तर या वेडपट कुमाराची काय अवस्था होईल. डोकं आपटून-आपटून मरून जाईल. ना तंत्र-विद्या कामी येईल आणि ना कसली जादू चालेल.''

''नाही, असं नाही घडणार.'' ती दृढ विश्वासानं सांगू लागली, ''तू मुळीच काळजी करू नकोस. ना माझ्या बाबतीत असंभवनीय घडेल आणि ना वेडपट कुमाराची वाईट अवस्था होईल. सख्ख्या बहिणीपेक्षा जास्त घनिष्ठ असून सुद्धा तुला हे रहस्य सांगण्याची तशी संधीच मिळाली नाही. मी अमर आहे. मृत्यूला माझं काही सुद्धा वाईट करता येणार नाही.''

''या नश्वर जगात कुणीही अमर नाही.'' ती विरोध करीत म्हणाली, ''मग माझा का म्हणून विश्वास बसेल?''

''तर आज विश्वास देवविलाच पाहिजे.'' राजकुमारी आपल्या अकस्मात आनंदाच्या भरात सांगू लागली, ''हे बघ, पहिल्यांदा तुलाच हे रहस्य सांगत आहे. कुणालाही याची कुणकुण लागता नये. राजकुमाराला सुद्धा नको.'' मग ती उन्मत्त भावनेनं तिच्या कानांत हळू-हळू सांगू लागली, ''माझ्या महालाच्या खालती सात तळघरं आहेत. सातव्या तळघराचं भलंमोठं कुलूप उघडल्यावर अशी एक विचित्र पेटी सापडेल की जी केवळ डोळे मिटल्यावरच दिसून येते. त्या विचित्र पेटीच्या आत सात लहान-लहान पेट्या आहेत, त्या फक्त उजवा डोळा बंद केल्यावरच दिसतात.

सगळ्यात लहान सातव्या पेटीत एक नवलाखी हार आहे. तो कुठल्याही स्त्रीनं गळ्यात घातला तर मी एक क्षण सुद्धा जिवंत रहाणार नाही. पण हार परत काढून ठेवताच मी पुन्हा जिवंत होईन. मी अमर आहे यावर आता तरी तुझा विश्वास बसेल.''

''हो, आता तर अविश्वासाला काही जागाच नाही, पूर्णपणे निश्चिंत झाले.''

''मी आनंदाच्या भरात कुठं हरवू नये, आजपासून या किल्ल्या तुझ्याकडे ठेव.''

मनातील उल्हास आणि ग्लानीच्या बेचैनीला दाबून ती थोडा वेळ थरथरत्या आवाजात टाळाटाळ करीत राहिली, पण अडेलतट्टू राजकुमारीच्या हट्टामुळे तिला जबरदस्तीनं किल्ल्या सांभाळाव्या लागल्या. तरीही शेवटपर्यंत गंभीर स्वरात समजावत राहिली, ''इतका भरवसा तर आईवर सुद्धा ठेवता नये.''

तेव्हा तिची हनुवटी कुरवाळीत राजकुमारी हसून म्हणाली, ''तू माझी सखी आहेस, आई नाही.''

थरथरत्या हातात धरलेल्या किल्ल्या क्षणभरासाठी झंकारल्या. तिच्या मनात सुद्धा असा सहमतीचा झंकार प्रतिध्वनित झाला. हळूच विचारलं, ''सखी आईपेक्षाही जास्त असते काय?''

''तुला यात काही शंका असेल तर मग आज कायमचा खुलासा करून टाकते की तू माझ्या दृष्टीनं आईपेक्षा जास्त आहेस आणि जुळ्या बहिणीपेक्षा सुद्धा. धाकट्या बहिणीचं अभिशापित रहस्य सांगून तर तू माझं हृदय कायमचं जिंकलं आहेस. जर वेडपट राजकुमारानं माझं म्हणणं मान्य केलं तर मी आजन्म कुमारी राहून त्याच्याबरोबर तुझा विवाह करून देईन.''

सखीनं भावनावेगानं डोकं हलवीत तिला मध्येच अडवलं, ''नाही, नाही— असं पुन्हा कधी बोलू नकोस. मला भीक आणि त्यागाच्या नावावर काहीसुद्धा मान्य होणार नाही.'' किल्ल्यांचा जुडगा पुन्हा एकदा जोरात वाजला. आपल्या शुद्धीच्या पलीकडे जाऊन ती खरोखर लाचार झाली होती. यंत्रवत हात पुढे करून म्हणाली, ''पण माझा माझ्यावर भरवसा नाही, सांभाळ आपल्या किल्ल्या— एखादी असंभवनीय गोष्ट नाही की मी तुला धोका देऊन बसेन.''

राजकुमारीच्या ओठांवर विनासायास दुधाळ हास्य थिरकलं. म्हणाली, ''तुझ्या तोंडून असं मूर्खपणाचं बोलणं ऐकून आता कधी किल्ल्या परत नाही घेणार. मला धोका देशील इतकी तुझी हिंमत सुद्धा नाही.''

डोळ्यांसमोर असूनही सखीनं पुन्हा कुठे खोलवर डुबकी मारली. थोड्या वेळानं पुन्हा परतल्यावर तिच्या चेहऱ्याचा रागरंग बराचसा बदललेला दिसून आला, राजकुमारीला पण तो एखाद्या गूढ कोड्याप्रमाणे वाटत होता. ओठापर्यंत उसळलेल्या जिज्ञासेला थोपवून दिखाऊ मनानं बोलली, ''तर आता जाऊ, आई केव्हापासून वाट पहात बसली आहे. माथा विंचरून आत्ता परत येते. तोपर्यंत तू सुद्धा नटून-थटून तयार हो.''

“मी तर तयारच आहे.” एक म्लानसं चतुर हास्य तिच्या ओठांवर क्षणभरासाठी झळकून गेलं.

चतुर्दशीचा चंद्र तीन घडी वर आल्यानंतर कुंकुमाच्या पाऊलखुणा उमटविणाऱ्या राजकुमारीचं वेडपट राजकुमाराशी पाणिग्रहण होतं. राजा-राणी तर अमर्याद खुषीत होते, पण मुलीचा बगिचा हळू-हळू कोमेजू लागला होता. मनातील अंतर्द्वंद्वाला कुठे काठ-किनारा सापडत नव्हता. आपल्या कल्पनातीत अनपेक्षित आनंदापासून ना दूर सरकायला जमत होतं आणि ना त्याच्याशी जुळवून घेण्याचा काही उपाय सुचत होता.

मुलीला मांडीवर बसवून आई तिच्या केसांची सजावट करीत होती. अमोल मोत्यांनी भांग सजवून अमर-सौभाग्याचा आशीर्वाद देणार होती इतक्यात मुलीचा प्राण फडफडू लागला. डोळ्यांतील बाहुल्या निर्जीव होऊ लागल्या. तरीही आपल्या शुद्धी-बेशुद्धीवर तिचं थोडं-फार नियंत्रण होतं. आईच्या मांडीवर लवंडण्यापूर्वीच तिनं अस्फुट स्वरात सूचना केली की तिच्या शवाला अग्नी देऊ नये, बगिच्यातील सात मजली महालातील पलंगावर निजवून ठेवावं.

आईच्या मांडीवर माथा सजवून घेणारी मुलगी विवाहाच्या तीन घडी आधी अशा प्रकारे प्राणमुक्त झाली तर ती मृत्यूला सुद्धा लाज वाटावी अशी गोष्ट आहे! मग आईची ममता का म्हणून धैर्य दाखवील. पण मुलीची शेवटची सूचना ऐकून तिला धीर धरावा लागला.

मुलीनं जशी सूचना केली, राजानं तसंच केलं. नंतर दिवाणाला बोलवून सल्ला विचारला तेव्हा दिवाणानं जावई, राजा आणि राणीच्या भल्यासाठी राजकुमारीच्या दहनक्रियेची विनम्र सूचना केली. शास्त्रांतील उचित संदर्भ सांगितले. पण राजानं नाही म्हणजे नाहीच मानलं. तेव्हा जास्त आग्रह धरणं दिवाणाला योग्य वाटलं नाही. पण मूर्ख राजकुमाराची दिशाभूल करणं सोपं आहे या गोष्टीवर राजा-राणी दोघांचंही सहमत होतं. त्या बाबतीत राजकुमारीची सखी चांगली कुशल आहे. आपली आपण सगळं रहस्य सावरून घेईल. राजकुमारीच्या अकस्मात त्रासाचं दुःख तिला सुद्धा कमी नव्हतं. पण कसंही कर्तव्याचं पालन करायलाच हवं. तिला वडील माणसांच्या आदेशाची अवज्ञा करता येणार नाही. ही तिच्या बाह्यस्वरूपाची अप्रत्यक्ष अभिव्यक्ती होती. पण मनाच्या आत-अगदी आत ती आपल्याच हातांनी हळूहळू गळा कापीत होती. तिचा घायाळ दर्प खुद्द स्वतःच्या सामर्थ्यावर काही-ना-काही प्राप्त करू इच्छित होता. पण याचक रूपात तिला ईश्वराकडे सुद्धा कंगाली दाखविण्याची इच्छा नव्हती.

राजाच्या आदेशाचं अनुपालन करण्याव्यतिरिक्त दिवाणाला दुसरा अधिकारच कसला होता? शेवटी त्याची आकांक्षा सुद्धा हीच होती. प्रथम दिवाणाच्या मुलीनं साफ नकार दिला, पण नंतर सगळयांनी समजावल्यावर तिला कबूल करावंच

लागलं. राणीनं सख्ख्या मुलीसारखं तिचं पालनपोषण केलं होतं. आयुष्यात पहिल्यांदाच आपल्या अंतरातील कुरूक्षेत्रावर तिला दोन्ही बाजूंनी लढाई लढावी लागत होती. ती स्वनिर्मित पिंजऱ्यात फसत पण चालली होती, आणि त्याचबरोबर त्यातून मुक्तता मिळविण्याची सुद्धा इच्छा होती.

शेवटी वाजत-गाजत, नौबत-नगाऱ्यांच्या कोलाहलात धूमधडाक्यानं राजकुमाराबरोबर तिचा विवाह झाला. त्याचा तिला आनंद सुद्धा कमी नव्हता. गर्व-अहंकार सुद्धा कमी नव्हता आणि पश्चात्ताप सुद्धा कमी नव्हता. तिला आपल्या संपूर्ण हृदयापासून राजकुमाराला प्राप्त करण्याची इच्छा होती. दुसऱ्या बाजूनं आपल्या समग्र अंतःकरणातून त्याचा परित्याग सुद्धा करण्याची इच्छा होती. ती संपूर्ण रूपानं आपल्या नियंत्रणात होती आणि गुंजभर सुद्धा स्वतःचा वश चालत नव्हता.

आणि तिकडे राजकुमारी पलंगावर निश्चल पडली होती. कुमाराच्या वेडपट कानांपर्यंत कसलीही दुसरी कुणकुण पोहचली नाही. रंगमहालात चहुबाजूला सात पिवळ्या ज्योती झुलत होत्या, जणू एखाद्या अदृश्य गगनातून सात चंद्र उतरून आले आहेत. डोलणारी-फडफडणारी प्रत्येक ज्योत राजकुमारीचं भावपूर्ण स्वागत करीत होती. गोधृताच्या सुगंधानं प्रकाश दरवळत होता.

आणि ही घ्या– तोरड्यांच्या किणकिण झंकाराद्वारे वायुमंडलाला सुमधुर नाद ऐकवीत दुल्हननं उंबरठा ओलांडून आत प्रवेश केला. तोच हिरवा चमकणारा झिरझिरीत वेश. हे आहे पवित्रतम स्वप्न– अद्वितीय स्वप्न, ज्याच्यासमोर वास्तवाचं हद्दपारित केलेलं रूप शंभर वेळा फिकं पडतं. आपल्या राज्यात कुंकुमाच्या पाऊलखुणा उमटविणाऱ्या राजकुमारीचं स्वप्न किती वास्तव होतं आणि आज प्रत्यक्ष डोळ्यांसमोर हे लुकलुक चमकणारं वास्तव कसं गूढ स्वप्न आहे.

त्या झोपेतील स्वप्नाला कृतार्थ करण्यासाठी हिरव्या अर्धांगिनीचं अवगुंठन डाव्या हाताने वर उचललं तेव्हा राजकुमाराच्या दृष्टीनं तारांकित संपूर्ण आकाशच ताबडतोब उद्ध्वस्त झालं— उफ्— ही तर त्याला समजावणारी ती मुलगी आहे– स्वप्नप्रियेची अभिन्न सखी. हे कसं घडलं? पाणिग्रहणानंतर सुद्धा एखादी अट शिल्लक असेल तर ती सुद्धा पूर्ण करता येईल! असा प्रश्न आणि अशी शंका– दोघंही वाणीचे इच्छुक नसतात. ध्वनीशिवाय सुद्धा ते व्यक्त होतात, अधिक स्पष्ट ऐकू येतात.

एक अलौकिक हास्य पसरवीत दुल्हन म्हणाली, "ज्या अटी खुद्द सृष्टि-कर्त्याला सुद्धा पूर्ण करता येणार नाहीत, त्या आपण जादूटोण्यानं किंवा स्वप्नाप्रमाणे पुऱ्या केल्यात, आता कसली अट नाही. आपली काही अट असेल तर निःसंकोच सांगा, ती पूर्ण करण्यात कसलीही कसर बाकी रहाणार नाही."

आयुष्यात प्रथमच राजकुमार अडखळत बोलला, "स्वप्न समजा किंवा अट,

माझ्या दृष्टीनं त्याचं सारखंच महत्त्व आहे. चालताना कुंकुमाच्या पाऊलखुणा अंकित होत नसतील तर मी स्वप्नात सुद्धा तिच्याशी विवाह केला नसता.''

''आणि मी सुद्धा आता असा आग्रह करणार नाही. माझी प्रतिज्ञा सुद्धा हीच होती.'' दुल्हननं संपूर्ण रहस्य सावरून घेण्याचा प्रयत्न करीत म्हटलं, ''सुरवातीची ती भेट तर आपली पहिली परीक्षा होती. जर सौंदर्याच्या मोहात आपण कुंकुमाच्या पाऊलखुणांबद्दल उदासीन झाला असता तर मी आपल्यापासून कायमची विन्मुख झाले असते. कुंकुमाच्या पाऊलखुणा उमटविणारी काया माझं बाह्य स्वरूप होतं, जे पाणिग्रहणानंतर लुप्त झालं. बस, पाणिग्रहण होईपर्यंतच माझ्या सत्त्वाचा जोर होता. आपल्या मनात किंचितही दुविधा असेल तर आईला विचारा, राजाजींना विचारा आणि दिवाणजींना विचारा. संदेह असेल त्या ठिकाणी आता एक क्षण सुद्धा थांबणं मला शोभणार नाही. पूर्ण विश्वास पटला की निरोप पाठवा, तत्काळ निघून येईन.''

इतकं बोलून ती गर्विता जाऊ लागली तेव्हा राजकुमाराला असं वाटलं की जणू त्याचा आत्माच शरीराचा परित्याग करीत आहे. त्याच्या राज्यात असत्य, लबाडी आणि ढोंगाचं नाव सुद्धा कुणाला माहीत नव्हतं. त्यामुळे त्याचा ऐकताक्षणी विश्वास बसला की तीच कुंकुमाच्या पाऊलखुणा उमटवणारी स्वप्नप्रिया आहे. त्या अपेक्षित परिवर्तनाची आधीच कुणकुण लागती तर पाणिग्रहणाच्या प्रलोभनात तिच्या हातांना स्पर्श सुद्धा केला नसता. पण आता पश्चात्ताप करण्यात काय अर्थ? आपल्या राज्यात परतल्यावर कोण त्याच्या बोलण्यावर विश्वास ठेवील की त्यानं खरोखर आपल्या डोळ्यांनी कुंकुमाच्या पाऊलखुणा निरखल्या आहेत. पण त्याचा तर आपल्या डोळ्यांवर विश्वास होता. प्रत्यक्ष लखलखणाऱ्या चित्रांच्या कुंकुमाबद्दल ईश्वरापेक्षासुद्धा अधिक जिव्हाळा होता. तरीही राजकुमाराचं अर्धं मन विझून गेलं. परंतु दुल्हन तर आपल्या अखंड-तृषित उत्साहाच्या परितृप्तीसाठी पूर्णपणे आतुर होती. क्षण-क्षण प्रतीक्षा करणाऱ्या मीलन-शय्येचा वियोग तिला असहनीय होत राहिला. गळ्यातील नवलाखी हार खुंटीवर टांगून ती व्याकुळ शेजेच्या दिशेनं सरसावली मात्र, गाढ निद्रेत निश्चल पडलेल्या राजकुमारीच्या पापण्या अकस्मात उघडल्या. ती गडबडून उठून बसली. सुन्न-सुन्न नजरेनं इकडे-तिकडे पाहू लागली. नंतर ती आपल्या पायांवर नजर रोखून सुवर्ण-पलंगाच्या चारही बाजूला फिरू लागली. तिच्या कुंकुमाच्या पाऊलखुणांच्या तेजानं महालातील प्रकाश हळू-हळू वाढू लागला. जणू प्रत्येक कुंकुमी चित्रातून चांदण्यांची किरणं उमलत होती.

तिच्या जिवंत होण्याचा अर्थ आणि मर्म डोळ्यांसमोर स्पष्ट उघड होऊ लागलं. अकस्मात तिच्या ओठांवर स्मिताची मंद रेषा चमकली. त्यात लपलेल्या भावना थट्टा-मस्करी, करुणा की मत्सराच्या होत्या, राग किंवा क्षमेच्या होत्या, स्वतः राजकुमारीला सुद्धा त्याचा निश्चित धागा मिळाला नाही. मरून पुन्हा जिवंत होण्याचा

आनंद किंवा विषादाची प्रच्छन्न अभिव्यक्ती तर त्या स्मितात प्रकट झाली नव्हती ना? खरं तर तिनं स्वतः अंतःकरणपूर्वक आग्रहानं उघड सूचना केली होती, मग तिनं कसला विचार करून तिच्या विश्वासाला धक्का दिला? तिच्या विश्वासाची किंमत सहवासाच्या आनंदापेक्षा सहस्त्रपटीनं जास्त नव्हती काय? पण त्या मानिनीला आपल्या मानाची हिंस्त्र तृप्तीच सर्वतोपरी प्रतीत झाली. जवळ आलेल्या प्रलोभनासमोर ती अगदी आंधळी-बहिरी होण्यापासून बचावली नाही. डोळ्यांच्या आंधळेपणापेक्षा भावनेचं आंधळेपण खूप जास्त घातक असतं. वारंवार एकाच शरीराच्या जीवन-मरणाच्या दुर्दशेचा असा क्रम काय निरंतरच चालू रहाणार? याला कुठे कसला अंत नाही आहे? परंतु कामसमाधीत निमग्न झालेल्या त्या वेडपटांनी सूर्याच्या प्रकाशाची मर्यादा तरी कुठे राखली? कमीत कमी राजकुमाराकडून तरी स्वप्नातही अशी अपेक्षा नव्हती.

समस्त चराचरात प्राण-शक्ती पसरविणाऱ्या सूर्याचा उदय झाल्यावर ती मृत्यूच्या कुशीत झोपी जाई आणि बहुदा त्याचा अस्त झाल्यावर पुन्हा जिवंत होई! एकाच जीवनाचा पुन्हा-पुन्हा पुनर्जन्म हे संपूर्ण जगातील पहिलंच उदाहरण होतं– कदाचित अंतिम सुद्धा असेल.

तिकडे सुंदर रूपवती दुल्हननं आपल्या कुंकुमवर्णी देहाद्वारे कुमाराला पूर्णपणे वशीभूत करून घेतलं. स्त्रीच्या सळसळणाऱ्या देहाचा स्पर्श कसलं क्षुल्लक संमोहन उत्पन्न करीत नाही. त्याची प्रचीती आध्यात्मिक अनुभवाप्रमाणे अवर्णनीय असते. नारीदेहाच्या विचित्र जादूसमोर स्वतः जगदीश्वर सुद्धा विचलित झाल्याशिवाय रहात नाही. मग राजकुमार तर केवळ एक पुरुष होता. निर्मळ आणि निरागस पुरुष! ज्याच्या तुलनेत दुल्हन बेहद चतुर आणि प्रत्येक कलेत निष्णात होती. तिची ठाम समजूत होती की नारीदेहाच्या अनाहत नादाच्या समाधित मग्न झाल्यानंतर पुरुषाचा विवेक क्षीण होतो. आईच्या ममतेचा पराभव होईल, पण नारीच्या अंग-रसाचा स्वाद चाखल्यानंतर त्याची अभिलाषा कधी शांत होत नाही. एक वेळ आणखी— आणखी– या ‘आणखी’चा अंत मोठा दुस्सह आहे.

प्रथम प्रणयाच्या बंधनाचा तर अनुभवच विलक्षण होता. दुल्हनला असं वाटलं की पहिल्या पावसानं ज्याप्रमाणे तृषार्त धरतीचा कण-कण तृप्त होतो, त्याप्रमाणे तिचा रोम-रोम सुद्धा आल्हादित व परितृप्त झाला होता. रंगमहालातील पिवळ्या ज्योतींच्या प्रकाशामुळे तिच्या नसानसांतील अंधार प्रकाशित झाला होता. परंतु राजकुमारीच्या दुर्दशेचा विचार येताच तिच्या देहातील सांध्या-सांध्यात सहस्त्र विंचवांच्या दंशासारखा दाह होत होता.

अशाच सहवासाच्या चमचमणाऱ्या कैफात रात्रीचा अंधार उज्वल– उज्वलतर होऊ लागला होता. कुमार त्या कुंकुमवर्णी देहात पुरेपूर ओलाचिंब झाला. पण दुल्हन आतल्या आत कुठे बुडू लागली होती. असह्य अंतर्वेदनेचं द्वंद्व तिच्या

अंतःकरणाला टोचत राहिलं होतं. बाहेरून ती खूप तृप्त आणि आत्मविभोर दिसण्याचा पुरेपूर प्रयत्न करत असे, परंतु कधी-मधी सहवासाच्या अनाहत समाधीच्या दरम्यान राजकुमाराला अकस्मात असा भास होई की जणू देहत्याग करून चिर-सांगातिणीचा आत्मा कुठे दूर निघून गेला आहे. सहवासाचं मंथन या सीमेपर्यंत विलक्षण असतं काय? तिनं आनंदाच्या परमोत्कट तृप्तीचा अभिनय केला की कुमाराचा संशय आणखीनच स्पष्ट होऊ लागे. जिथं चतुर-सुजाण सहजतेनं फसले जातात, तिथं सरळ व्यक्ती आपल्या अंतर्प्रज्ञेच्या माध्यमातून तुरंत सत्य ताडतात. एकदा त्यानं जाणून घेण्याची इच्छा प्रदर्शित केली, तेव्हा दुल्हननं अपराधी भावनेनं म्हटलं, ''कुंकुमाच्या पाऊलखुणा लुप्त झाल्याचा संताप मिटता-मिटता मिटेल. तीच तर माझ्या अस्तित्वाची अद्वितीय ओळख होती. नुसत्या जिवंत रहाण्याच्या किंवा सहवासाच्या आनंदामुळे ते नुकसान भरून येणार नाही. आपण चिंता करू नये, काळ जाईल त्याबरोबर ती वेदना सुद्धा नाहीशी होईल.''

भोळ्या राजकुमाराच्या मनातील शंकेचं उचित समाधान होताच दुल्हनच्या अंतरातील घुसमट आणखी जास्त वाढली. एक दिवस कुमारानं आपल्या राज्यात परत जाण्याची इच्छा प्रकट केली तेव्हा दुल्हननं शुभ मुहुर्ताच्या निमित्तानं पंचमीपर्यंत थांबण्याचा जोरदार आग्रह केला. तरीही कुमारानं माघारी परतण्याची इष्टता अपरिहार्य असल्याचं सांगितलं तर दुल्हननं विरोध करीत म्हटलं, ''असं समजा की स्वप्नप्रियेच्या शोधात महिना-सव्वा महिना जास्त लागला.''

कुमाराचा सरळ तर्क होता की जी गोष्ट घडली नाही, ती जबरदस्तीनं मानण्याची गरज काय आहे? संपूर्ण राज्यात शांतपणे प्रतीक्षा करीत असतील. तेव्हा दुल्हननं पतीचा स्वभाव जाणून शेवटचा फासा फेकला, ''इतक्या लवकर तर एखादा पक्षीसुद्धा आपलं घरटं सोडून अन्यत्र जात नाही. त्यात पुरुषापेक्षा स्त्रीची स्मृती अधिक नाजूक आणि अस्थिर असते. माहेरापासून दूर रहाण्याचा विचार येताच संपूर्ण अंतर्मन चीत्कारू लागतं. तरीसुद्धा पतीचा जो आदेश असेल, तो आनंदानं मान्य करीन.''

कुमारानं या दृष्टिकोनातून कळत-नकळत काही विचारच केला नाही, पण दुल्हनची भावना समजताच त्याच्या पश्चात्तापाला सीमा राहिली नाही. अपराधाची जाणीव होऊन भावनावेगानं म्हणाला, ''जेव्हा तुझी इच्छा होईल, तेव्हा परत जाण्याची गोष्ट काढीन. नकळत चूक झाली, त्याबद्दल क्षमेची प्रार्थना करतो. आणि आजपासून कायमची ही गोष्ट पक्की लक्षात ठेव की मी तुझा पती नाही, जीवनसाथी आहे. तू माझी जीवन-सखी आहेस. तुझ्याशिवाय मी अपूर्ण आहे. माझ्याशिवाय तू अपूर्ण आहेस. दोघं मिळूनच पूर्ण आहोत.''

राजकुमाराची ही अजाण निरागसता तिचं काळीज चिरून गेली. हसण्याच्या निष्फळ प्रयत्नात तिच्या अंतरातील संताप आणखी जास्त उघड होऊ नये म्हणून

ती पाठ फिरवून उभी राहिली. राजकुमाराला वाटलं की तिची नाराजी सहजतेनं मिटणारी नाही. दुःखी स्वरात म्हणाला, "तुझी इच्छा नसेल तर माझ्याबरोबर येण्याची सुद्धा जरुरी नाही. पवन-पंखी घोड्यावरून उडत जाईन. मी सांगितल्यावर आई आणि वडील सुद्धा इकडे येतील. असे आई-वडील हजार जन्म तपस्या केल्यावर मिळतात. एक दिवस जरी त्यांच्याबरोबर राहिलीस तर पुन्हा त्यांच्यापासून दूर रहाण्याचं नाव काढणार नाहीस. खरोखर, माझ्या आईच्या मांडीवर तर कबुतरं आणि खारी सुद्धा निर्भयपणे खेळत रहातात. एक ससाणा तर आईच्या खांद्यावरून बाजूला व्हायचं नाव सुद्धा घेत नसे. तो मेल्यानंतर आईला तीन दिवस जेवण गेलं नाही. इतकं त्याच्यावर प्रेम करीत होती."

दुल्हननं तरीसुद्धा वळून पाहिलं नाही तेव्हा कुमार भावनावेगानं समोर येऊन उभा राहिला. तिच्या डोळ्यांत अश्रू पाहून तो स्तब्ध झाला. लक्षात येईना की काय चूक झाली? पण तिला तर आपल्या अश्रूंचं भानच नव्हतं. कुठल्या वेगळ्याच अथांग समुद्रात बुड्या मारीत राहिली होती. कुमारानं जवळ येऊन आपल्या सुकोमल बोटांनी तिचे अश्रू पुसले. आर्द्र कंठानं बोलला, "तुझी इच्छा नसेल तर आपल्या राज्याची चर्चाच करणार नाही. मी तर समजत होतो–"

"नाही, तुम्ही चुकीचं समजत आहात. तुमचं बोलणं ऐकून मी तर तुमच्या राज्यात पोहोचले होते." विनम्र भावनेनं बोलू लागली, "ऐकवा, मला आपल्या राज्यांतील सगळ्या गोष्टी ऐकवा. जगात असं राज्य सुद्धा असतं?" आणि दुसऱ्याच क्षणी कुणास ठाऊक ती हरवून गेली. संज्ञाविहीन झाल्यासारखी हळूच पुटपुटली, "असं घडतं तर! तुम्ही इतके भोळे आणि सज्जन नसता तर मी तुमच्यापासून हार पत्करली नसती— आणि—!"

राजकुमार पुन्हा बहकला, "खरंच, माझ्या राज्यातील वाघ, साप आणि कावळे सुद्धा अत्यंत भोळे आणि सज्जन आहेत. तू स्वतः आपल्या डोळ्यांनी बघणार नाहीस, तोपर्यंत माझ्या बोलण्यावर स्वप्नातही विश्वास ठेवणार नाहीस. इतकंच नव्हे, तर आमच्या राज्यात सैन्य सुद्धा नाही. राज्याच्या संरक्षणाची जबाबदारी माणसांऐवजी हिंसक, जंगली आणि पाळीव प्राण्यांवर आहे. एखाद्या शत्रूची डोळे वर उचलून पहाण्याची काय हिंमत आहे." आपल्या राज्याच्या वाखाणणीत हरवलेला राजकुमार समोर पहात असूनही त्याला दिसलं नाही की त्याच्या तोंडून बाहेर पडणाऱ्या प्रत्येक शब्दामुळे दुल्हन थरथर कापत होती! ज्याची शेवटची पराकाष्ठा तर तेव्हा झाली जेव्हा तो आपल्याच वेगात म्हणाला, "कपट, लबाडी, हत्या, ढोंग, हिंसा, असत्य वगैरेचं तर कुणाला नावसुद्धा माहीत नाही–."

"आणि आमच्या राज्यात तर याच्याशिवाय आणखी काहीच नाही. किंवा असं म्हणणं जास्त योग्य ठरेल की या सगळ्यांच्या भेसळीचं नावच राज्य आहे. आणि

मी स्वतः या राज्याच्या हवेत वाढले आहे. जर मी सांगितलं की मी तुम्हाला धोका दिला आहे, तर विश्वास ठेवाल?''

''अशा विश्वासानंतर जगण्यात अर्थच काय आहे?'' कुमाराचे घायाळ संस्कार तळमळू लागले. किंचित क्षीण स्वरात म्हणाला, ''मला विचारही करवत नाही की कोणी मला धोका का देईल? आणि तू तर आपल्या शत्रूला सुद्धा धोका देणार नाहीस. असं सौंदर्य आणि धोका? मग हे जग जगण्याच्या लायक रहाणार नाही.''

''ते नष्ट करून टाकाल काय?''

''जे निर्माण केलं नाही, ते नष्ट करण्याचा अधिकार मला नाही.''

''मग कसला अधिकार आहे तुम्हाला? आत्म-हत्येचा अधिकार तर आहे?''

''नाही, तो सुद्धा नाही.''

''मग जगण्याची लाचारी तर जशीच्या तशी राहिली.''

तेव्हा राजकुमार सहजभावानं समजावू लागला, ''ज्या गोष्टीची काही शक्यताच नाही, तिची कल्पना करून कशाला निरर्थक विचारांचं भूत उभं करीत राहिली आहेस?''

वाटलं की आतल्या झंझावातानं बाहेरचा सांधा-न्-सांधा निखळून पडेल. धूर्त व दुष्टापेक्षा अशा प्रकारच्या निर्दोष व्यक्तीला पराजित करणं किती कठीण आहे. दुल्हन तर भिडताक्षणी पराभूत झाली. ही तर स्वतः आपल्याच हातांनी आपल्याशीच केलेली फसवणूक झाली! आता उघड-उघड सांगितल्याशिवाय एका क्षणाचं ओझं सुद्धा तिला सहन करता येणार नाही. या मर्मभेदी यातनांपुढे बिचाऱ्या मृत्यूची दुर्घटना काहीच नाही. तिला आज नवीनच आत्मबोध झाला की जीवनापेक्षा मृत्यू थोडा अधिक सुखद आहे! सज्जन आणि भली व्यक्ती समजूतदार असतच नाही काय? जर समजूत फक्त कुटील आणि क्रूर माणसांचंच अस्त्र असेल तर तशा समजुतीनं करायचंच काय आहे? मसणात जावो! अंतरातील सगळी तळमळ दाबून रहस्यमय आवाजात सांगू लागली, ''फक्त एक महिन्याच्या सुखाची इच्छा केली होती, पण माझ्या तर नऊ दिवसांत चिंधड्या-चिंधड्या झाल्या. तेव्हा वाटलं होतं की ही मृगतृष्णाच जीवनातील एकमात्र सत्यता आहे. भूतकाळ विसरून भविष्याच्या इंद्रजालात फसले, पण मोह-भंग झाल्यानंतर त्या मृगजळाच्या मागे आता एक पाऊल सुद्धा पुढे टाकता येत नाही. ईश्वर करो! आपल्या अंतरीच्या धगधगणाऱ्या आगीतील एक ठिणगी तरी मला कुणाला दाखविता आली तर? किंवा मला स्वतःला तिचा दाह समजला असता तर?''

त्यानंतर गळ्यात घातलेल्या हाराला नकळत कुरवाळीत पुढे निघाली आणि कुमाराला बोलावीत म्हणाली, ''या, माझ्याबरोबर या. तुमच्या स्वप्नांची राजकुमारी बगिच्यातील महालात आहे. फसवणूक तुमची नाही, माझी झाली आहे! आणि

मीच केली आहे! मी आपल्या कुंकुमवर्णी देहाच्या कणा-कणातून तुमच्यावर प्रीत केली, आणि तुम्ही कुंकुमाच्या पाऊलखुणा उमटविणाऱ्या स्वप्नप्रियेच्या धोशात हरवला आहात. ही सत्यता झेलण्याची किंचित् जरी योग्यता तुमच्याकडे असती तर मी हे रहस्य मुळीच प्रकट केलं नसतं. राजकुमार! तुमची अंतीम परीक्षा शिल्लक आहे. इच्छा करते की तुम्ही त्यात सुद्धा पूर्णतया सफल व्हाल. नैसर्गिक शक्तींच्या मदतीनं असंभवनीय अटी पूर्ण करून घमेंड दाखवू नका! तुमची स्वतःची क्षमता आणि समज यांची तर आता माहिती मिळेल.''

दुल्हन पुढे निघताच राजकुमार तर स्वप्नचलित पुतळ्याप्रमाणे तिच्या मागे-मागे चालू लागला.

तीन वर्षांच्या बिकट प्रवासानंतर, ज्या बागेत त्यानं पहिल्या प्रथम विश्रांती घेतली होती, त्याच परिचित हिरवळीतून आणि सुगंधित फुलांमधून महालाच्या पायऱ्या चढू लागला. जणू चमचमणाऱ्या ताऱ्यांच्या पलीकडील एका अशा रहस्यलोकीच्या शोधात जात होता, ज्याचे काळोखानं झाकलेले दरवाजे प्रथमच उघडतील– जिथं सहस्र चंद्रांचं चांदणं लखलखत असेल.

किती वेळ गेला?— एक घडी, एक वर्ष की एक युग, त्याला तशी कसलीच शुद्ध-बुद्ध नव्हती. कधी-मधी काळ अशा प्रकारे अर्थहीन आणि अस्तित्वशून्य होत असतो.

राजकुमारी सोन्याच्या पलंगावर सरळ लेटली होती. तोच हिरवा पोशाख! दवासारख्या चम-चम करणाऱ्या मोत्यांनी भांग सजविला होता. एखाद्या अपूर्व स्वप्नासाठी लालसावलेले अर्ध-मिटले डोळे. गाढ निद्रा किंवा चिर-शांती.

—कल्पनातीत विस्मय, दुःख, आनंद, हताशा आणि निष्ठेच्या संयुक्त मिश्रणात तरंगत होती राजकुमाराची मनःस्थिती.

दुल्हननं सहजतेनं आपल्या गळ्यातील हार राजकुमारीच्या गळयात घातला आणि आपल्या समस्त संज्ञा-अंतःसंज्ञेच्या अभेद्य धुक्याला भेदीत अतिशय आनंदित भावनेनं हाक मारली तर राजकुमारी अविलंब उठून बसली. जणू त्याच चिर-प्रतिक्षित गुंजारवाची क्षणो-क्षणी वाट पहात राहिली होती!

★

स्वप्न

पर्वतांचे पंख, झाडा-झुडुपांचे पाय, विहिरी-बावड्यांची चक्रं आणि ढगांसाठी खांब, ईश्वराच्या इच्छेनंतर सुद्धा लागतील न लागतील— पण एक लाकूडतोड्या तर—! नको, सुरवातीलाच कहाणीचं तात्पर्य सांगून टाकलं तर तिच्या आनंदावर विरजण पडतं. योग्य वेळेनुसार कहाणीचे पदर उलगडत राहिले तर त्याचा आनंदच काही वेगळा असतो. तर समस्त चराचर आणि मानवजातीसाठी परमेश्वराची दया-माया अखंड राहो कारण एक होता लाकूडतोड्या. पिढ्यानुपिढ्या त्याचे पूर्वज जंगलातील लाकडं विकून-विकून मोठ्या मुष्किलीनं पोटाची आग विझवीत असत.

खांद्यावर कुऱ्हाड, गवतानं वळलेल्या दोरखंडाची गुंडाळी आणि लाकडांची मोळी. हातांत ताकद आणि पायांत मजबुती. जितकी कमाई, तसाच थाट. अगदी एकटा असून सुद्धा पैलतीरी लागणं सोपं नव्हतं. तरीही मोठ्या आश्चर्याची गोष्ट म्हणजे लाकूडतोड्या अगदी निरोगी, धडधाकट आणि रूपवान होता. उन्हात रापलेली तांब्यासारखी कांती. शरीरयष्टी दृष्ट लागेल अशी. उसळतं तारुण्य. पाणीदार डोळे. रेखीव दात. धारदार नाक. लाघवी बोलणं. लांबसडक हात. फाटके-जुने कपडेसुद्धा त्याच्या सुंदर देहावर खूप शोभत असत. जो कुणीही बघे, सर्वांत प्रथम थू थू करून तिटकारा दर्शवीत. मग एक खोल उसासा टाकून म्हणे, कर्म-कमाईचा मेळ नसला की अशा प्रकारे कष्ट काढावे लागतात. रूप तर त्यात गावांच्या सरदारासारखं. पण खाण्या-पिण्याला सुद्धा मोताद. लाकूडतोड्याचं घाणेरडं काम. भरपूर मेहनत आणि क्षुल्लक दाम. परंतु लाकूडतोड्या पूर्ण समाधानी होता.

आहे त्या परिस्थितीत मग्न. ना कुणाबद्दल त्रागा आणि ना कुणाचा द्वेष. हवं तेव्हा झोपत असे आणि हवं तेव्हा उठत असे. रूईच्या झाडानं आंब्यानं लगडलेल्या झाडाकडे पाहून जळफळाट केला तरी त्यातून कसलंही समाधान कुठं प्राप्त होतं. तारे ताऱ्यांच्या जागी चमचमतात आणि सूर्य आपल्या जागी तापतो.

त्या लाकूडतोड्याचं आणखी एक वैशिष्ट्य होतं, वठलेल्या झाडाशिवाय हिरव्या आणि बहरलेल्या झाडावर त्यानं कधी कुऱ्हाड चालवली नाही. त्याचं मन म्हणे की जसे आपले प्राण तसेच झाडांचे प्राण. हिरव्या वृक्षाच्या देहावर हात चालवेल, तो अधर्मी! समजुतीच्या वयात आल्यानंतर त्यानं कोणत्याही जिवंत झाडाचं पान सुद्धा तोडलं नाही. तरीसुद्धा त्याला जंगलातील एक–एक झाड-झुडुप, एक-एक वृक्ष-पेड, एक-एक जडी-बुटी आणि एक-एक वेलाची पुरेपूर माहिती होती. पक्षी-प्राण्यांच्या स्वभावाचं चांगलंच ज्ञान होतं.

ना कुणाशी मैत्री आणि ना कुणाशी वैर. आपल्या वाटेनं जाई आणि आपल्या वाटेनं येई. ना जागेपणी कसलं ओझं आणि ना झोपल्यावर कसलं जंजाळ. पडल्याबरोबर घोरू लागे. निःस्वप्न गाढ निद्रा– गोड आणि छान. निद्रेच्या पाळण्यात क्षण संपला की वर्ष, काही पत्ता लागत नसे.

नेहमीप्रमाणे सायंकाळी, लाकडाची मोळी विकून, तलावात स्नान केल्यानंतर तो आपल्या घरी आला. घर कसलं, आपली पद्धत म्हणून घर म्हणायचं. एक पडकी झोपडी. जमिनीत पुरलेली चूल. मातीचा तवा आणि मातीची परात. तीन-चार कुऱ्हाडी आणि एखादं फुटकं भांडं. घट्टे पडलेल्या हातांनी जवाची भाकरी शेकली. मिठाचा खडा तोंडी लावून जेवला आणि बराच वेळ चुळा भरल्या. नंतर एक-दोन तांबे गार पाणी पिऊन, तो नेहमीप्रमाणे खाटेवर झोपला.

त्या रात्री एक चमत्कारिक गोष्ट घडली. पापण्या मिटताच त्याला एक स्वप्न पडलं. चम-चम चमकणारा सोन्याचा राजमहाल. सोन्याचा मुकुट घालून तो सोन्याच्या सिंहासनावर विराजमान झाला आहे. चार रूपवान दासी त्याच्यावर सोन्याच्या चवरी ढाळीत आहेत. अकस्मात इंद्राच्या अप्सरेपेक्षा सवाई एक शाहजादी आपल्या गुलाबी ओठांवर स्मित हास्य झळकवीत, त्याच्या जवळ येऊन उभी रहाते. शाहजादीचं हास्य आणि तिच्या अनुपम सौंदर्यामुळे सुवर्ण-महालाचं तेज आणखी जास्त खुलून गेलं. खरोखर, त्याच्या सौभाग्याला कुठली सीमा! कारण त्या शाहजादीबरोबर त्याचा विवाह झाला. फुलांचा वर्षाव झाला. त्यांचा सुगंध चोहीकडे वातावरणात दरवळला.

कावडीप्रमाणे त्याच्या डोळ्यांसमोर संपूर्ण रात्र ते स्वप्न चकरा मारू लागलं. ना त्याला झोपेतून जाग आली आणि ना पापण्या उघडल्या. नेहमीप्रमाणे भल्या सकाळीच तो उठून बसला. आकाशाकडे पाहिलं. चमचमणारे तारे इतके आकर्षक? सुमधुर शीतल झुळूक आज इतकी छान? आणि आजच त्याला हे नवं स्वप्न का

पडलं? नकळतच त्याच्या ओठांवर हास्य थिरकलं.

खांद्यांवर कुऱ्हाड धरून तो हसत-हसतच जंगलाच्या दिशेनं रवाना झाला. हसत-हसतच सुकलेली लाकडं तोडली. मोळी बांधली. आणि हसत-हसतच गावात पोहोचला. गावातल्या लोकांनी त्याच्या ओठांवर हास्याची नवी चमक पाहिली. कुणीतरी विचारलं की मुळं खोदताना धनाचा पुरलेला कलश तर त्याच्या हाती नाही ना लागला? कुणी विचारलं की रस्त्यात कुठे हरवलेला दागिना तर मिळाला नाही ना? कुणाला जाणून घ्यायचं होतं की अशा प्रकारे अकारण हसण्याचा अर्थ काय? तेव्हा कुठे त्या लाकूडतोड्याला आपल्या हास्याची जाणीव झाली. आणि त्याचबरोबर थोडंसं आश्चर्यसुद्धा वाटलं.

पण दुसऱ्या दिवशी सुद्धा पापण्या मिटायची खोटी की त्याला पुन्हा तेच स्वप्न पडलं. हास्याची चमक थोडी आणखी वाढली. पण तिसऱ्या दिवशी सुद्धा तेच स्वप्न पुन्हा पडलं तेव्हा उठल्याबरोबर तो हसू लागला तो हसतच राहिला. त्याच्या नकळत, शुद्धीच्या पलीकडील अजोड हास्य होतं ते. जो ऐके तो आश्चर्य करी आणि मनातल्या मनात द्वेषानं जळून उठे. जणू ते हास्य ऐकणाऱ्याची टर उडवीत होतं. त्याला अशा प्रकारे हसताना पाहून त्यांना असह्य ठेच लागत होती.

शेवटी लोकांनी कंटाळून विचारलं की त्याचं डोकं तर फिरलेलं नाही ना? वेड्यासारखा न बोलता नुसता हसतच राहतो. ना कसली बात, ना कसली चीत. आणि ना हसण्याचं कारण सुद्धा सांगत. खूप सतावलं तेव्हा तो त्रस्त होऊन म्हणाला, ''ना तुमचे कान ऐकण्याच्या लायक आहेत आणि ना माझं तोंड सांगण्याच्या लायक आहे.''

त्याचं हे अशिष्ट बोलणं तर हास्यापेक्षा जास्त कडवट वाटलं. सड्याफटिंगाला आपल्या लाकूडफोडीचा गर्व सुद्धा खूप आहे! कुणा माणसाला माणूसच समजत नाही. भले, इतका कसला हेकटपणा?

लोकांचा सुद्धा एक विचित्र स्वभाव की आपल्या आचरणाकडे डोळे मिटून ते दुसऱ्यांच्या खटाटोपाचा हिशोब ठेवीत असतात. दुसऱ्यांच्या जाळी-झरोक्यांतून डोकावून पहातात. गुप्त गोष्टींना उघडपणे बाहेर काढतात.

एकत्र जमून लोकांनी ठाकुराला विनंती केली की त्यांनी त्याच्या हसण्याचं कारण विचारावं. आधी तर ठाकुर म्हणाला की तो हसतो तर हसेना का. त्याच्या हसण्यानं कुणाचं काय बिघडतं? एखाद्याच्या हसण्याचं कारण जाणून घेण्याची इच्छा कुणाला का व्हावी?

लाडावून ठेवलेल्या कारभाऱ्यांनी म्हटलं, ''आपण म्हणता ते खरं आहे– पण बोलण्याशिवाय नुसतं हसणं योग्य नाही. आपण गावाचे मालक आहात, गावातल्या प्रत्येक लहान-मोठ्या गोष्टींची आपल्याला माहिती असायला हवी. एकदा त्याला

बोलावून विचारा तर खरं की तो का हसत आहे? कोणाला हसतो आहे?''

ठाकुरानं विचार केला की तो त्यालाच हसत नाही ना? कारभाऱ्याला पाठवून त्याला ताबडतोब बोलावून घेतलं. खांद्यावर कुऱ्हाड. डोक्यावर लाकडाची मोळी. घामानं ओलाचिंब. आणि तो खरोखर हसतच हसत राहिला होता. पाहताच ठाकुराच्या आपादमस्तक आगच आग भडकून उठली. दरडावून हसण्याचं कारण विचारलं तर हसत-हसतच उत्तर दिलं, ''माझं तोंड सांगण्याच्या लायक नाही आणि आपले कान ऐकण्याच्या लायक नाहीत. पण समजत नाही की कोणाचा माझ्या हसण्याशी काय संबंध?''

त्याचं वाह्यात बोलणं ऐकून गावचे कारभारी स्तब्ध झाले. जणू कान उपटून हातात दिले होते. ठाकुराचा संताप खदखदू लागला. वाटलं नव्हतं लाकूडतोड्या असा हरामी असेल. एक कारभारी रागानं बडबडला, ''नालायका, तुझं मरण तर नाही आलं?''

नंतर ठाकुरानं चुचकारून विचारलं. धमकावून विचारलं. पण त्यानं पुन्हा पुन्हा एकच उत्तर दिलं.

ठाकुर त्याला कडक शिक्षा देण्याच्या विचारात होता तेवढ्यात त्याला लगेच एक नामी युक्ती सुचली. बदमाशाचा सारा हेकटपणा बेपत्ता होईल. दरडावून म्हणाला, ''एक तर आपलं हसू थांबव, नाहीतर राजासमोर हजर करीन.''

लाकूडतोड्या तर तसाच निर्भयपणे हसत राहिला. हसत-हसतच म्हणाला, ''वाहती हवा थांबेल तर माझं हसू थांबेल. आपण विश्वास ठेवा, हे हसू थांबवणं माझ्या आवाक्यातील गोष्ट नाही.''

मोठ्या आश्चर्याची गोष्ट म्हणजे स्वप्नाच्या आनंदात त्याच्या तोंडून 'अन्नदाता' शब्द बाहेर निघता-निघता कुठे अडकला. साऱ्या प्रजेबरोबर ठाकुराच्या नेहमी सवय असलेल्या कानांनासुद्धा ती उणीव खटकली. ठाकुरानं रागावर नियंत्रण ठेवीत उपहासानं म्हटलं, ''जर हसणं थांबवणं तुझ्या अवाक्यातील गोष्ट नाही, तर राजासमोर तुला हजर न करणं ही माझ्या आवाक्यातील गोष्ट नाही.''

लाकूडतोड्यानं हसत-हसतच म्हटलं, ''जशी आपली इच्छा.''

ठाकुराची आज्ञा होताच चार चौकीदारांनी त्या लाकूडतोड्याला राजासमोर हजर केलं. दोऱ्यांनी जखडलेला लाकूडतोड्या त्याच लकबीत हसत राहिला. दरबारींसकट खुद्द राजाला सुद्धा त्याचं हसणं अतिशय खटकलं. दिवाणानं दरडावून गप्प रहायला सांगितलं तरी सुद्धा तो हसायचा थांबला नाही. राजानं संतापानं दात आवळीत हुकूम सोडला, ''एक तर हसण्याचं कारण सांग, नाहीतर तुझं डोकं उडवून देण्यात येईल.''

लाकूडतोड्यानं हसत-हसतच उत्तर दिलं, ''असं वाटतं की मेल्यानंतर सुद्धा

माझं हे हसू थांबणार नाही.''

दिवाण म्हणाला, ''डोकं उडवण्यापूर्वी तर याचा पत्ता सुद्धा नाही लावता येत.''

राजा म्हणाला, ''हसू थांबत नाही, तर काही हरकत नाही, पण याचं कारण तर सांग.''

लाकूडतोड्याच्या जिभेवर तर फक्त एकच कारण होतं. बेधडक कारण सांगितलं की त्याचं तोंड सांगण्याच्या लायक नाही आणि राजाचे कान ऐकण्याच्या लायक नाहीत.

क्रोधाच्या झळीबरोबर राजाला खूप भीती सुद्धा वाटली की हा लाकूडतोड्या बादशहाचा हेर तर नाही ना? नाहीतर एवढी हिम्मत कुणाला होईल? राजाचा समजूतदार त्रागा एकदम थंड पडला. शांतपणे म्हणाला, ''मी तर तुझ्या वेडेपणाला माफ करतो, पण बादशहासमोर सुद्धा अशा प्रकारे हसणं थांबलं नाही तर मानलं.''

''हे हास्य कुणाचा मुलाहिजा ठेवणार नाही.'' त्यानं हसत-हसतच उत्तर दिलं. उत्तराचा ढंग ऐकताच राजाची भीती दृढ झाली. बरं झालं त्याला शिक्षा केली नाही. योग्य समयी अशी सुबुद्धी सुचली नाही तर तो राजाच कसला! राजा कसलीही उणीव शिल्लक ठेवणार नाही. आता तर याला क्षणभर सुद्धा इथं थांबवणं योग्य नाही. तिकडे पाठविण्यातच हित आहे. जाणूनबुजून हे संकट माथ्यावर कशाला ओढून घ्यायचं!

राजानं संपूर्ण संरक्षणानिशी त्याला बादशहाच्या दरबारात सहीसलामत पोहचवून दिलं. पण लाकूडतोड्याच्या हास्यात कसला अडथळा आला नाही. तो बादशहासमोर सुद्धा तशाच निःसंकोचपणे हसत राहिला. बादशहाच्या काळजावर जणू पेटता निखारा चिकटला. एकुलती एक शाहजादी आजारी आणि या गांवढळाला हसायला सुचत आहे. कदाचित हसण्याच्या निमित्तानं याचा मृत्यूच प्रकट झाला आहे. बादशहाच्या लालभडक डोळ्यांतून जणू ठिणग्या उडू लागल्या. सिंहासारखी डरकाळी फोडून म्हणाला, ''दुष्टा! माझ्या एकुलत्या मुलीच्या आजारपणात तू निर्लज्जासारखा हसत राहिला आहेस. तुझा मृत्यू तर नाही आला?''

लाकूडतोड्या बेधडक हसत म्हणाला, ''जर माझ्या रडण्यामुळे शाहजादीचा आजार दूर होणार असेल तरी सुद्धा मला रडता येणार नाही. ना माझ्या इच्छेनं हे हास्य झळकतं आणि ना कुणाच्या रोखण्यानं थांबतं.''

वजीराच्या आधीच बादशहाचे ओठ उघडले. विचारलं, ''पण चांडाळा! तुझ्या या हसण्याचं कारण तरी सांग.''

लाकूडतोड्याकडे तर एकच रचलेलं कारण होतं. हसत-हसतच सांगू लागला, ''माझं तोंड सांगण्याच्या लायक नाही आणि आपले कान ऐकण्याच्या लायक नाहीत.''

बादशाहाच्या त्राग्याला जणू पलीता लागला. नाकपुड्यांतून गरम वाफ सोडीत कडाडला, ''या नालायकाला मृत्यूची शिक्षा सुद्धा खूप कमी होईल. याला काळ्या कबरीत डांबून ठेवा.''

बादशहाचा हुकूम ऐकल्यानंतर कसला उशीर! चार क्रूर मांग उडी मारून पुढे सरसावले आणि त्याला ओढीत नेऊन काळ्या-कबरीत कैद केलं.

ती कबर इतकी काळी होती की दिवा लावल्यानंतर सुद्धा तिथं उजेड पडत नसे. खोल, खूप खोल– खडबडीत तळघर. अगदी लहानसं. जिवंत माणसांसाठी काळ्या मृत्यूचा जबडा. सूर्याच्या किरणांच्या पलीकडे. खालती काटेच काटे पसरलेले. उंदीर-वटवाघूळांची घाण आणि दुर्गंधीमुळे श्वास घेण्याची सुद्धा इच्छा होऊ नये. तरीसुद्धा लाकूडतोड्याच्या हसण्यात कुठल्याही प्रकारची कमतरता नव्हती. त्या घनघोर काळोखात त्याचं हास्य काजव्यांप्रमाणे चमचम चमकू लागलं. अंधाराच्या अस्तित्वाचं सार्थक झालं. त्याचं जीवन प्रकाशित झालं.

जेव्हा काळ्या-कबरीतील क्रूर मांगांनी त्या अनोख्या हास्याची खबर दरबारात पोहचवली तेव्हा बादशहाच्या आश्चर्याला सीमा राहिली नाही. वजीराला सोबत घेऊन तो त्या खडबडीत कबरीत आला. वजीरानं बादशहाच्या आगमनाची शुभवार्ता सांगितली तेव्हा लाकूडतोड्या पूर्वीप्रमाणेच हसत-हसत म्हणाला, ''शेवटी देशाच्या स्वामीला सुद्धा काळ्या-कबरीत यावं लागलं. यापेक्षा श्रेष्ठ माझ्या हसण्याचा आणखी कोणता चमत्कार असेल?''

लाकूडतोड्याचं हास्य बादशहाला ज्वालेप्रमाणं जाणवलं. काळजावर अकस्मात दबाव सुद्धा आला. मनातल्या मनात विचार करू लागला की लाकूडतोड्याच्या बहाण्यानं एखादा अवलिया-पीर तर त्याची परीक्षा घ्यायला आलेला नाही ना? त्यानं साध्या शब्दात हसण्याचं कारण विचारलं तर पुन्हा तेच उत्तर. बादशहा जसा आला तसा गपचूप निघून गेला.

काळ्या-कबरीच्या अभेद्य अंधारात चमकणाऱ्या हास्याची चर्चा ऐकली तेव्हा शाहजादीचं मन सुद्धा तिथं जाण्यासाठी उचंबळून आलं. बादशाहाला विचारून एका दासीसोबत ती लाकूडतोड्याकडे गेली तर तिला तेच दृश्य दिसून आलं. आपली शुद्ध-बुद्ध विसरलेला लाकूडतोड्या आपल्याच मस्तीत अनिर्बंध हसत राहिला होता. आणि त्याच्या हास्याचं फलस्वरूप म्हणून काळ्याभोर अंधारात जणू काजवे खेळत होते. शाहजादीच्या विस्मयाला ना काही आर आणि ना काही पार! आणि तिकडे लाकूडतोड्या सुद्धा बुचकळ्यात पडला की अकस्मात हा मंद-मंद उजेड कुठून प्रकट झाला? त्यानं डोळे फाड-फाडून पाहिलं. या स्त्रिया तर या काळ्या कबरीत प्रथमच आल्यात. एका अप्सरेच्या नवलाखी हारामुळे तिच्या लखलखीत सौंदर्यात एक अवर्णनीय आभा मिसळली होती. नजरेचा स्पर्श होताच स्पष्ट ओळख

पटली– अरे! ही तर स्वप्नातली शाहजादी–! नुसती छाया पाहून सुद्धा ओळखण्यासारखी गोष्ट होती. म्हणजे तर ही काळी-कबर आईच्या मांडीप्रमाणे सुखप्रद आहे. त्याच्या हास्याला आणखी जास्त भरती आली. शाहजादीनं हसत विचारलं, "मला सुद्धा आपल्या हसण्याचं कारण सांगणार नाही काय?"

शाहजादीच्या गळ्यातून अक्षरांचे बोल निसटलेले दिसून आले. लाकूडतोड्याच्या कानांत अमृत उसळलं. त्याच्या तोंडून नकळत एक दुसरंच उत्तर बाहेर पडलं, "शाहजादी! वेळेवर पेरलं तरच मोती निर्माण होतात. वेळ येताच आपणहून सांगेन. आज सांगण्यासाठी योग्य वेळ नाही."

देव जाणे कसला विचार करून शाहजादीनं पुन्हा काही वाद घातला नाही. थोडा वेळ लाकूडतोड्याच्या ओठांवरील चमकतं हास्य अवाक् निरखीत राहिली आणि काही न बोलता तिथून चूपचाप अदृश्य झाली. जणू त्या अव्यक्त मौनातच सर्व काही आपोआप व्यक्त झालं. परंतु मोठी विलक्षण गोष्ट म्हणजे शाहजादी नजरेआड झाल्यानंतर सुद्धा लाकूडतोड्याला त्या अभेद्य अंधारात एक रूप चम-चम चमकताना स्पष्ट दिसून येत राहिलं होतं. हे तर उघड्या डोळ्यांचं स्वप्न आहे! पापण्या मिटताच तुटतं. आणि ते झोपेतलं स्वप्न जाग आल्यावर नाहीसं होतं. पापण्या उघडताच न जाणे कुठं लपून रहातं? तर मग झोपेतल्या स्वप्नात अशा प्रकारे सत्य लपून रहातं काय? एक तर दोन्ही स्वप्नं भ्रमजाळी आहेत किंवा दोन्ही प्रत्यक्षरूपी सत्यं आहेत. जोपर्यंत चालू असतात, सुख-दुःखाची हुरहुर त्यांच्यासोबत चालू रहाते. तुटल्यानंतर कुठे काहीसुद्धा नाही. मग झोपेतल्या स्वप्नाला सत्य मानण्यात कसली अडचण? कसला पडदा?

ज्याप्रमाणे झोक्यावर झोके घेताना चढ-उताराचा सारखाच आनंद जाणवतो, त्याप्रमाणे लाकूडतोड्या आपल्या जीवनाच्या झोक्यावर दोन्ही स्वप्नांचा समान आनंद घेऊ लागला.– तर काळाच्या अप्रकट पडद्यात लपलेल्या स्वप्नानं अशा प्रकारे आपलं स्वरूप दाखवलं? प्रत्यक्ष ओळखीपूर्वी तो लोकांना आपल्या हसण्याचं काय कारण सांगणार होता? आणि सांगितल्यावर कोणी विश्वास ठेवला असता. अशी स्वप्नं पहाणाऱ्यांना जग कधी जिवंत रहायला देतं.

काळाच्या बरोबरीनं जीवनाचं स्वप्न पुढे चालू लागलं. शाहजादी आपल्या विश्वासू दासीला सोबत घेऊन लाकूडतोड्याला आपल्या हातांनी जेवू घालू लागली. अशा प्रकारे दिवसभर हसणं तर बादशहाला सुद्धा पोसता येणार नाही.

काळ्या कबरीच्या चारही कोपऱ्यांत शाहजादीनं चार अमूल्य मोती ठेवले. पर्याप्त प्रकाश पसरला. लाकूडतोड्याला दोन्ही वेळा आपल्या हातानं जेवू घातल्यानंतर ती बराच वेळपर्यंत तिथं थांबत असे. त्याच्याशी गप्पा मारी. अजाण बालिकेप्रमाणे त्याला विचारायची की तो कशा प्रकारे लाकडं तोडीत होता? कशी मोळी जमा

करीत असे? कसा दोरखंड वळीत असे? आणि कशी मोळी बांधून, डोक्यावर घेऊन विकत असे? त्याचं गाव कुठं आहे, कसं आहे? गायीच्या धारोष्ण दुधाप्रमाणे लाकूडतोड्याच्या तोंडून पवित्र बोल झरू लागत. ना काही लपवीत असे आणि ना काहीही जोडीत असे. निखालस सत्याशिवाय त्याच्या जिभेला दुसरी कसली गोष्ट सांगण्याची सवय नव्हती.

शाहजादी गपचूप बोलणं ऐकत राही आणि लाकूडतोड्याच्या खरखरीत हातांवर इंद्रगोपांसमान आपली सुकोमल बोटं फिरवीत असे. त्या निर्मळ शुद्ध स्पर्शाच्या फलस्वरूपी लाकूडतोड्याचे दगडासारखे हात गुलाबासारखे कोमल झाले.

लाकूडतोड्याच्या हसण्याचं कारण समजल्याशिवायच शाहजादी त्याचं पाहून-पाहून हसू लागली. जणू पोर्णिमेच्या चांदण्यात दुसऱ्या एखाद्या द्वितीयेच्या सुंदर चंद्राची मंद आभा जोडली गेली.

अशा प्रकारे काळ्या-कबरीत उघड्या डोळ्यांसमोर लाकूडतोड्याचं स्वप्न निरंतर चालू राहिलं होतं तेव्हा एक दिवस शाहजादी त्याला अत्यंत उदास झालेली दिसून आली. लाकूडतोड्याला हसताना पाहून, तिनं सुद्धा हसण्याचा खूप प्रयत्न केला, परंतु तिच्या गुलाबी ओठांवर हास्य नाही विखुरलं ते नाहीच विखुरलं. शाहजादीचा उदास आणि कोमेजलेला चेहरा न्याहाळल्यानंतर लाकूडतोड्याच्या डोळ्यांत वीज चमकली. असं काय घडलं? द्वितीयेचा चंद्र आज निस्तेज का? त्यानं अधीर होऊन कारण विचारलं. तेव्हा शाहजादीनं हळू-हळू उसासा टाकीत सांगितलं, "बहुतेक बादशहांचं राज्य हरणार असं मला दिसत आहे."

लाकूडतोड्या तिला धीर देऊन समजावू लागला, "हरावं लागेल अशी गोष्ट मान्यच करू नये. मान्य करताना जितका आनंद होतो, त्याच्या हजारपट जास्त त्रास हरल्यानंतर होतो. पण अकस्मात हरण्याची पाळी का आली?"

शाहजादी सांगू लागली, "अकस्मात प्रसंग आला तो आलाच. दरबारींच्या अकलेच्या भरवशावर राजाचा लोभ जागृत झाला. आणि त्यांनी शेजारच्या बादशहानं लावलेली पैज स्वीकारली. बस्स– आता तर उद्या– उद्यापर्यंत मुदत आहे. पण अजूनपर्यंत कुणालाही त्या चार प्रश्नांची उत्तरं सुचलेली नाहीत. सर्व दरबारी सहा दिवस डोकं पिकवून-पिकवून हार मानून थकले, पण एकाही प्रश्नाचं उत्तर जवळपास फिरकलं सुद्धा नाही."

शाहजादीला उदास पाहून सुद्धा लाकूडतोड्याचं हास्य किंचितही कमी झालं नाही. तसंच हसत-हसत त्यानं विचारलं, "असे काय प्रश्न आहेत? मला सुद्धा ऐकू दे जरा!"

"आता कुणाच्या ऐकण्या न ऐकण्यानं काही फायदा नाही. जर बड्या-बड्या दिग्गज दरबारींची अक्कल कामी आली नाही तर एका लाकूडतोड्याच्या अकलेनं

काय होणार? राज्य हरल्यानंतर बादशाह आणि माझी काय अवस्था होईल? या गोष्टीचा विचार येताच माझं रक्त गोठू लागतं. आता लक्षात आलं की सगळे दरबारी मूर्ख आणि फुकटे आहेत. का म्हणून बादशहांनी त्यांच्या अकलेवर भरवसा ठेवावा आणि का पैजेचा फास गळ्यात अडकवून घ्यावा? त्यात आणखी बादशाह वचनाचे पक्के आहेत. वचन मोडण्यापेक्षा, ते असली शंभर राज्यं हरणं चांगलं समजतील. मी सुद्धा खूप मेंदू शिणवला, पण एकाही प्रश्नाचं उत्तर सुचलं नाही.''

लाकूडतोड्याचं हास्य किंचित गंभीर झालं. विचारलं, ''आपलं काय मत आहे– दरबारींच्या सूचनेनुसार बादशहानी लढून आपलं राज्य वाचवलं पाहिजे की आपल्या वचनाचा मान ठेवला पाहिजे?''

शाहजादी क्षणभर गप्प झाली. पण दुसऱ्याच क्षणी लाकूडतोड्याच्या हास्यातून शक्ती ग्रहण करीत म्हणाली, ''माझ्या मते बादशहानी आपल्या वचनावर ठाम राहिलं पाहिजे.''

लाकूडतोड्याच्या हास्याचा भर आणखी थोडा वाढला. गर्वानं शाहजादीकडे पहात तो म्हणाला, ''माझी आपल्याकडून हीच अपेक्षा होती. असो, झालं ते झालं. गैर वाटणार नसेल तर मी सुद्धा जरा आपला मेंदू लढवून पहातो. कदाचित तलवारीऐवजी सुईनं काम भागेल.''

आणि खरोखर जिथं दुधारी तलवारीची काही मदत झाली नाही, तिथं एका क्षुल्लक सुईच्या मदतीनं बादशाहाचं राज्य बचावलं.

शेजारच्या बादशहानं आपला दूत पाठवून चार प्रश्नांची उत्तरं मागितली होती. प्रश्न ऐकल्यानंतर सुरवातीला ते खूप सोपे वाटले, पण जसजसा त्याच्यावर विचार करावा तर ते अगदी जटिल आणि गूढ वाटू लागले. उत्तरांबरोबर त्यांची कारणं सुद्धा नीट समजवायची होती. योग्य उत्तर आणि योग्य कारण सांगितल्यानंतर शेजारच्या बादशहाचं राज्य मिळेल आणि उत्तरं मिळाली नाहीत तर संपूर्ण राज्य छिनावलं जाईल. आणि बादशहाला खजिन्यातून एक कवडीसुद्धा नेता येणार नाही. क्षुल्लक प्रश्नांच्या बदली नवीन राज्य मिळण्याचं प्रलोभन सुद्धा कमी नव्हतं. दरबारींनी भडकविल्यानंतर त्यांच्या बुद्धीच्या भरवशावर बादशहाने ताबडतोब होकार दिला. पण फायद्याऐवजी नुकसान झालं.

लाकूडतोड्यानं हसत-हसत चार प्रश्न ऐकले आणि थोड्या वेळानंतर हसत-हसतच चारही उत्तरांचा खुलासा केला. शाहजादीचा दृढ विश्वास बसला की चारही उत्तरं योग्य आहेत. लाकूडतोड्या बारकाईनं पहात राहिला आणि शाहजादीची उदासी न जाणे कुठं गायब झाली? आणि पहाता-पहाता तिच्या चेहऱ्यावर केव्हा एक नवीन तेज झळकू लागलं, काही समजलंच नाही.

लाकूडतोड्याला आपल्या हातानं जेवू घालून ती हसतच बादशहाकडे गेली.

असं विचित्र आणि अपूर्व होतं ते हास्य, जणू खळाळणाऱ्या झऱ्यातून उसळून तिच्या ओठांवर चिपकलं होतं. उत्साहानं सांगू लागली, "उद्या दरबारात चारही प्रश्नांची उत्तरं मी देईन. आपण कोणत्याही प्रकारे काळजी करू नये." शाहजादीनं अमर्याद धीर एकवटला, पण बादशाहची काळजी मिटली नाही.

दुसऱ्या दिवशी राजदरबारात लोकांची खूप जत्रा भरली. शेजारी राज्याशिवाय दूर-दूरहून उत्सुक गर्दी खेचली गेली होती. राजदूत बादशाहाजवळ गर्वानं बसला होता. आज मुदतीचा शेवटचा दिवस आहे. त्याला स्वप्नात सुद्धा वाटलं नव्हतं की त्या प्रश्नांचा कुणाला योग्य उलगडा करता येईल. बादशाहाची स्वीकृती मिळताच शाहजादी निःशंकपणे उभी राहिली. तिच्या हातात एक मुसळ होतं. दोन्ही टोकं अगदी समान. केसाइतकाही फरक नाही. ती दूताकडे पाहून सांगू लागली, "आपला पहिला प्रश्न असा आहे की याचा तळ कोणता आणि वरचा भाग कोणता आहे? पाण्यात तरंगविल्यावर आपोआप ते ओळखता येईल. तळाचा भाग जड असतो वरचा भाग थोडा हलका. जे टोक पाण्याच्या आत जास्त बुडेल तो नक्की तळ आणि दुसरं टोक शिर."

उत्तर ऐकताच राजदूताचं तोंड उतरलं. अगदी योग्य खुलासा होता. तरीही चिंता करण्यासारखी बाब नाही. अजून तीन प्रश्न शिल्लक आहेत. एकापेक्षा एक पेंचदार आणि जटिल.

शाहजादीनं ताबडतोब दूताच्या मनातली गोष्ट ओळखली. तिची हिंमत वाढली. पुढे बोलू लागली, "आपल्या दोन घोड्या तबेल्यात बांधलेल्या आहेत. एकाच साच्यातून काढलेल्या. रंग, रूप आणि शरीरयष्टी हुबेहूब एकसारखी, जणू घोड्यांचा केस न् केस एकमेकींचा चोरला होता. रेशमाच्या धाग्याएवढं सुद्धा अंतर नाही. यातली आई कोणती आणि शिंगरू कोणतं हे आपल्याला जाणून घ्यायचं आहे. याची दोन प्रकारे ओळख सांगते. तलावाच्या किनारी पोहोचल्यावर जी घोडी मस्ती करीत आनंदानं उड्या मारील, ते शिंगरू, आणि उड्या मारणाऱ्या घोडीला जी गंभीरपणे पहात राहील, ती आई आहे. जर ही परीक्षा आपल्या मनाला पटत नसेल तर दोघींवर पाणी उडवा. जी घोडी जास्त लांब उडी मारेल ती शिंगरू आणि दुसरी आई. जी वयानं मोठी असेल, ती जवळच उडी मारेल."

या राज्यात कुणाही व्यक्तीला अशी अक्कल असेल असं वाटलं नव्हतं. अनेक वर्षे खोलवर विचार करून पेंचदार प्रश्न गुंफले आणि त्यांची उचित उत्तरं एका अल्पवयी शाहजादीच्या तोंडून? आता राज्य बचावणं कठीण आहे. कुणी दुसरा विद्वान असता तर त्याला कसलंही प्रलोभन दाखवून वश करून घेतलं असतं. दोन वेळा शेजारच्या बादशाहाचे फांसे बरोबर पडले होते. दोन लहान-मोठी राज्यं छिनावूनच घेतली होती. या पैजेत राजदूताचाच जास्त आग्रह होता. सुळावरच्या

शिक्षेत कसली उणीव नाही. हात जोडून, पाय धरून शरण येऊन इथंच राहील. संपूर्ण शरीरात वीज चमकली.

शाहजादी आणखी जोरात बोलू लागली, "गजशाळेत आपले दोन प्रचंड हत्ती उपस्थित आहेत. वजन करून सांगायचं आहे की कोण कुणापेक्षा किती जड आहे? एका प्रचंड नावेत पाळीपाळीनं दोन्ही हत्तींना चढवून वजनाचा बरोबर हिशोब काढता येईल. हत्तीच्या वजनानं नाव पाण्यात खोल डुबेल, त्या ठिकाणी तीक्ष्ण अवजारानं खोदून खूण केली पाहिजे. नंतर दगड भरून दोन्ही खुणांतील अंतर भरून वजनातील फरक काढता येईल. म्हणत असाल तर प्रत्यक्ष करून दाखवते."

राजदूत थुंकी गिळीत म्हणाला, "नको, त्याची काही गरज नाही. आपली युक्ती अगदी बरोबर आहे. आम्हाला मोठ्या प्रयासानं हे उत्तर काढता आलं होतं. पूर्ण सहा महिने लागले." त्याचं मन बुडू लागलं होतं. आता तर फक्त एक प्रश्न शिल्लक आहे. त्याचं राज्य तर घारीच्या एकाच झेपेत छिनावलं गेलं.

शाहजादी ओठांपर्यंत उसळणाऱ्या हास्याला बळजबरीनं दाबून ठेवीत म्हणाली, "हा चवथा प्रश्न सर्वांत अवघड आहे. मोठी मेहरबानी होईल, जर एक दिवसाची मुदत–"

राजदूत पटकन उभा राहून म्हणाला, "नाही, नाही, एका क्षणाचीही मुदत वाढवता येणार नाही. मी तर आधीच स्पष्ट सांगितलं होतं की एकाही प्रश्नाचं योग्य उत्तर मिळालं नाही, तर पैज हरावी लागले." मग बादशाहाकडे पाहून उच्च आवाजात विचारलं, "बोला, सांगितलं होतं की नाही?"

बादशाह सहजपणे होकार देत म्हणाला, "हो, सांगितलं तर होतं."

"मग?"

शाहजादी गंभीर स्वरात म्हणाली, "काही हरकत नाही. जी युक्ती सुचली ती सांगते. पण मला सुद्धा पूर्ण भरवसा वाटत नाही. आपल्याला माहिती हवी होती की दिवस-रात्र इच्छेनुसार खूप खायला घालून सुद्धा कशा प्रकारे बकऱ्याला मरतुकडा करता येईल?"

"हो, अगदी हेच विचारलं होतं–"

"तर मग ऐका– माझा होरा असा आहे की सिंहाच्या पिंजऱ्यापासून थोड्या अंतरावर बांधलेल्या बकऱ्याला कितीही खायला-प्यायला घाला, सिंहाची डरकाळी ऐकताच बकऱ्यानं सगळं खाल्लेलं-प्यायलेलं व्यर्थ जाईल. सिंहावर नजर पडताच तो कृश होऊ लागेल. काय, आपलं काय म्हणणं आहे?"

राजदूत धबकन आसनावर बसला, जशी काही उभं रहाण्याची शक्तीच एकदम क्षीण झाली. नजर चोरून चाचरत बोलू लागला, "आम्ही तर ही युक्ती तीन-चार वेळा आजमावून पाहिली आहे. आपली युक्ती शंभर टक्के बरोबर आहे.

बारा वर्षं श्रम करून हे प्रश्न अजमावले, तेव्हा कुठे निश्चित निष्कर्ष निघाले. शेकडो विद्वान-पंडितांच्या सामूहिक बुद्धीवर आपण सात दिवसांत प्यादे-मात केली. आता आपल्यातील करारानुसार आमचं राज्य आपण सांभाळा. मला पूर्ण अधिकार दिलेला आहे. काय ठरवून आलो होतो आणि काय बेतलं. बादशाह माझे प्राण घेतल्याशिवाय रहाणार नाहीत–.''

शाहजादी काही बोलण्याआधीच बादशाहनं राजदूताला निश्चिंत करीत म्हटलं, ''हरलेल्या राजाला कुणाचे प्राण घेण्याचा काय अधिकार आहे? त्याचे प्राण वाचावेत म्हणून प्रार्थना करा. लढल्याशिवाय कुणाचं राज्य छिनावणं हा एखादा क्षुल्लक गुन्हा नाही. ही तर माझ्या शाहजादीनं पैज जिंकली, नाहीतर दरबारींच्या भरवशावर तर राज्य छिनावलंच गेलं होतं.''

आता कुठे शाहजादीला आपल्या मनातली गोष्ट प्रकट करण्याची संधी मिळाली. राजदूताकडे तोंड करून म्हणाली, ''जर अशी भीती आणि पश्चात्ताप असेल तर आपलं राज्य मला परत देता येईल.''

विरोध दर्शविण्यासाठी राजदूत मान हलवीत म्हणाला, ''अशी कृपा– आणि ती सुद्धा स्त्रीच्या तोंडून! तोबा, तोबा! त्याऐवजी आमचे बादशाह भीक मागून जगणं उचित समजतील! त्यांच्या हेकेखोरपणाचा आपल्याला अंदाज नाही.''

शाहजादी फक्त एवढंच बोलली आणि गप्प झाली, ''ते आपल्याला माहीत.''

शाहजादीच्या अकलेच्या पराक्रमामुळे बादशाह हसत-खेळत दोन राज्यांचा स्वामी झाला. त्याच्या आनंदाला ना कसला अंत होता आणि ना कसला पार! सूर्याचा प्रकाश सुद्धा त्या आनंदाची चमक मिसळल्यामुळे आणखी जास्त झगमगू लागला. कदाचित आज संध्याकाळी सूर्याचा अस्तच होणार नाही. संपूर्ण दरबारात कसला उत्सव नसतानाही आनंदाच्या लाटा उसळू लागल्या. एका-एका हृदयात शंभर-शंभर हृदयांचा उल्हास वातावरणात फुलपाखरांप्रमाणे नाचू लागला. बादशाह शाहजादीला छातीशी कवटाळून म्हणाला, ''आज माझं राज्य आणि माझा मान तुझ्या बुद्धीमुळे दुप्पट झाला. दुसरं राज्य तूच सांभाळ.''

तेव्हा शाहजादी अधीर होऊन मोठ्या मुष्किलीनं म्हणाली, ''आता तर मला खरं रहस्य सांगावंच लागेल की हा माझ्या बुद्धीचा परिणाम नाही, काळ्या-कबरीतील लाकूडतोड्याच्या अकलेचा चमत्कार आहे. जर तो हसत-हसत काळ्या-कबरीतील शिक्षा भोगण्यासाठी आला नसता तर आपली काय वाईट अवस्था झाली असती. हरलेल्या बादशाहाला कुणी भीक सुद्धा घालीत नाही.''

बादशाह आपल्या विजयाच्या आनंदात वेडा झाल्यासारखा म्हणू लागला, ''आता ही काळजी हरलेल्या बादशाहाला करू दे, आपल्यावरचं संकट तर टळलं.''

जेव्हा स्वतःच्याच तोंडून बाहेर पडलेलं बोलणं बादशाहाच्या कानांत पडलं

तेव्हा त्याचा भयानं थरकाप उडाला. एकाच घडीत हा फासा कसा उलटा पडला? शाहजादी म्हणते त्याप्रमाणे सणकी लाकूडतोड्या योगायोगानं आला नसता तर खरोखर शाहजादीबरोबर दारोदार हिंडण्याची लाचारी पत्करावी लागली असती. या गुलाबाच्या कळीला काटे टोचले असते. नाही, नाही– मी असताना कुणाला हिच्या केसालाही धक्का लावता येणार नाही. जगापासून रक्षण करून मी हिला आपल्या पापण्यांत लपवून ठेवलं असतं. पण आज तर हा लाकूडतोड्या मला खुदापेक्षा जास्त मोठा वाटत आहे. त्याचं नीट दर्शन तरी घेऊया. एखादवेळेस खरोखर खुदानेच माझ्यावर कृपा केली की नाही? आता तर एक क्षणसुद्धा इथं वाया दवडणं उचित नाही. दिवाणाचा हात धरून काळ्या-कबरीकडे निघाला. जणू सदेह स्वर्गात जाण्याची वाट सापडली होती. दिवाणाला आज्ञा न करता स्वतः बादशहानं आपल्या अधीर हातांनी बेड्या उघडल्या. पुन्हा-पुन्हा माफी मागून त्याला घट्ट मिठी मारली. बादशाहाच्या डोळ्यांत पश्चात्तापाचे अश्रू आणि ओठांवर अप्रतिम आनंदाचं हास्य खेळत होतं.

त्यानंतर हुबेहूब स्वप्नातल्याप्रमाणे शाहजादीबरोबर लाकूडतोड्याचा विवाह झाला. तो उघड्या डोळ्यांनी पुन्हा ते स्वप्न पाहू लागला– सोन्याचा चमचमणारा राजमहल! सोन्याचा मुकुट आणि सोन्याचं सिंहासन. कुणास ठाऊक त्या दिवसांतली स्वप्नातली गोष्ट खरी, की आजची खरी घटना एक स्वप्न आहे?

लाकूडतोड्याकडे दोन्ही राज्यं सोपवून राजा तर फकीर बनला. शाहजादीनं घळा-घळा रडून खूप विनवणी केली, पाया पडली, पण बादशाहानं नाही ऐकलं ते नाहीच ऐकलं. तिच्या माथ्यावर हात फिरवीत म्हणाला, "अशा प्रकारे आपल्या इच्छेनुसार पत्करलेली फकीरी, दुनियेतील सगळ्या राज्यांपेक्षा मोलाची आहे. अडाणी लाकूडतोड्याचे बोल किती योग्य होते की जी गोष्ट हरल्यामुळे दुःख होतं, ती मान्यच का करावी. तुझ्या उत्तरांपूर्वी मला किती असह्य दुःख झालं, त्याच्या आठवणीनंच अंगावर काटा उभा रहातो. आता पुन्हा अशी चूक करणार नाही. आणि तुला खुदाच्या हाती सोपवून मी पूर्णपणे निश्चिंत आहे."

लाकूडतोड्याला कसलाही वाद घालणं योग्य वाटलं नाही. तशाच प्रकारे सहजतेनं हसत राहिला. बादशाहाचं शेवटचं बोलणं ऐकून तो एकदा जोरात खो खो हसला एवढं खरं. जणू त्या खो खो हसण्यात त्याचा संपूर्ण विरोध समाविष्ट होता.

अनमोल मीलन रात्रीच्या झगमगत्या अंधारात विचारलं नव्हतं तरी लाकूडतोड्यानं शाहजादीला सविस्तर स्वप्नाची गोष्ट सांगून म्हटलं की त्याच्या हसण्याचं हेच तर कारण आहे आणि हे त्याचं स्पष्टीकरण आहे. आणि शाहजादी लाकूडतोड्याच्या तोंडून बाहेर पडणारे बोल अशा प्रकारे पीत राहिली, जणू एखादं स्वप्न पहात होती.

परंतु अत्यंत आश्चर्याची गोष्ट म्हणजे स्वप्नाचं सत्य सांगताच लाकूडतोड्याचं

हसणं एकदम थांबलं, जणू फुटलेल्या घड्यावर लाख लावली गेली. शाहजादीनं विचारलं तेव्हा त्याला आपलं हास्य थांबल्याचं भान झालं. हसण्याचा प्रयत्न करीत शांतपणे म्हणाला, "ना त्या दिवसांतलं हसणं माझ्या ताब्यातील गोष्ट होती आणि ना आज अकस्मात त्या हास्याचं थांबणं माझ्या ताब्यातील गोष्ट आहे." लाकूडतोड्याचं बोलणं गपचूप ऐकण्याशिवाय शाहजादीपुढे कसला दुसरा इलाजच नव्हता.

स्वप्न– स्वप्न होतं तोपर्यंत किती सुखी आणि आनंदी आयुष्य होतं. त्याच्या ओठांवर हास्याचा अथांग सागर लाटांनी उचंबळत होता. आणि स्वप्न खरं होताच त्याचं हास्य आपोआप विझलं. तो तर उलट दुःखी झाला. सगळीकडे फसवाफसवी आणि कुटिलतेची जाळी! असत्याचा धाकदपटशा! सत्याचं पराधीन दैन्य! संपत्तीची अखंड लालसा! राज्य गमावण्याची भीती! हवेच्या रेषे-रेषेत दहशतीचं विष! उन्हावर काळोखी फासलेली. पावला-पावलावर धोका. प्रत्येक दरबारीच्या जिभेवर चुगली-कुचाळकीचा स्वाद, परनिंदेची न मिटणारी तहान. फुकटची धावपळ. न्यायाचा भ्रम. अन्यायाचा बोलबाला. खोटं यश आणि खोटी माया. पोकळ ज्ञान आणि पोकळ शान. गलिच्छ मुकुट आणि निर्लज्ज सिंहासन. खोटी नाती आणि खोटा मोह. खोटी प्रीत आणि खोटा विरह.

लाकूडतोड्याला लाख प्रयत्न करूनही समजलं नाही की कुणी कुणावर का म्हणून राज्य करतं आणि कुणी का म्हणून कुणाची गुलामी पत्करतं?

शाहजादी पुन्हा-पुन्हा त्याच्या केविलवाण्या मनःस्थितीचं कारण विचारी आणि लाकूडतोड्या उदास-उदास सुरात प्रत्येक वेळी एकच उत्तर देई की त्याला काही माहीत नाही, तर तो काय उत्तर देणार? त्याची बुद्धी तर सिंहासनावर बसताच कुंठित झाली होती.

एकदा सोन्याच्या पलंगावर झोप आली नाही म्हणून नवा बादशाह या कुशीवरून त्या कुशीवर वळत राहिला. न जाणे कसला विचार करून बेगमनं धीर एकवटून म्हटलं, "जर माझ्या सहवासामुळे समाधान मिळत नसेल तर दुसरा विवाह करावा, माझी काही हरकत नाही."

बादशाहनं तिच्या सुळसुळीत केसांत बोटं गुंतवीत म्हटलं, "तुझ्यासाठीच तर राज्याचा प्रपंच सहन करीत आहे, नाहीतर कधीच बेड्या तोडून पळालो असतो. तुझ्या सहवासापेक्षा मोठं आणखी कसलं सुख असणार?"

"मग इतक्या कसल्या काळजीत बुडालेले असता?"

"मलाच माहीत नाही, तर काय सांगू?"

बरीच रात्र उलटल्यावर मोठ्या मुष्किलीनं बादशाहाच्या पापण्यांवर झापड आली. योगायोगाचा फेरा म्हणजे बादशाहाला दुसऱ्या वेळी एक अजब स्वप्न पडलं की तो गारुड्याचा वेष घालून ठिकठिकाणी जंगलात साप पकडत आहे. त्याच्या

गळ्यात साप. त्याच्या लहान पेटाऱ्यात साप. गावात पुंगी वाज-वाजवून सापांना खेळवीत आहे. आणि जोगीणीचा वेष घालून बेगम पुंगीच्या तालावर गात आहे, नाचत आहे. बदल्यात जे शिळे-कोरडे तुकडे मिळतील, झोळीत गोळा करीत आहे. नवलाखी हाराऐवजी तिच्या गळ्यात तऱ्हे-तऱ्हेचे लाल, पिवळे, काळे आणि ठिपकेदार कबरे साप लटकत आहेत. दोघांचे कपडे फाटके. अनवाणी पाय! नखं वाढलेली. तळपायाला भेगा पडलेल्या. जंगलामागून जंगलं रात्रंदिवस भटकत आहेत. अर्धपोटी मुलांचं रडणं कधी थांबतच नाही.

कावडीप्रमाणे ते स्वप्न पुन्हा-पुन्हा बादशाहाच्या डोळ्यांसमोर चकरा मारीत होतं. अकस्मात सावध होऊन उठून बसला आणि त्या क्षणी जाग आल्याबरोबर तो हसू लागला तो हसतच राहिला. हसण्याचा अस्पष्ट आवाज ऐकताच बेगम पटकन उभी राहिली. अजाण मुलाप्रमाणे विचारलं, "पुन्हा काही स्वप्न पडलं का?"

बादशाहानं हसत-हसतच उत्तर दिलं, "हो–."

बेगमनं त्याच्या गळ्यात हात टाकून हट्ट करीत म्हटलं, "मला पण सांगा."

तेव्हा बादशाह हसत-हसतच म्हणाला, "आज तर माझं तोंड सांगण्याच्या लायक आहे, पण तुझे कान ऐकण्याच्या लायक नाहीत. वेळ येताच सर्व काही समजेल. थोडा धीर धर."

बेगमनं स्पष्ट नकार देत म्हटलं, "नाही, आता मी क्षणभर सुद्धा धीर धरणार नाही. तुम्हाला वाटतं की जोगीणीबद्दल ऐकून मी घाबरेन?"

बादशाह आधी जरा दचकला. नंतर तसंच हसत-हसत विचारलं, "तुला कसं काय समजलं?"

"मी सुद्धा तेच स्वप्न पहात होते!" फक्त एवढंच रहस्य सांगून ती हसू लागली ती हसतच राहिली.

पुढच्याच क्षणी बेगमला असं जाणवलं की ती बादशाहाच्या मुखानं हसत राहिली आहे आणि बादशाहाला असं जाणवलं की तो बेगमच्या मुखानं हसत राहिला आहे.

★

सावधगिरी

एका जंगलात कोल्हा-कोल्हीणीचा जोडा रहात होता. लिंपलेली साफ-सूफ गुहा. चार-एक शेतं. दूर निर्मळ पाण्याचं तळं. जंगलात बोराची असंख्य झाडं-झुडुपं. निवडून-निवडून गोड बोरं खात. सुख आणि आनंदाला कसली सीमा नव्हती. परस्परांवर अतिशय प्रेम. एकमेकांच्या सावलीसाठी प्राण देतील. कोल्हीण सीतेपेक्षा सवाई पतिव्रता. मच्छर-माशीचा सुद्धा शरीराला स्पर्श होऊ देत नव्हती. नखरे आणि नाजूकपणामुळे कोल्ह्याला चैन पडू देत नसे. कोल्हीणीची आत्म-प्रशंसा ऐक-ऐकून कोल्हासुद्धा बाता मारू लागला की एकदा त्यानं शेपटीनं सिंहाला फटका लगावला तर त्यानं सात कोलांट्या उड्या खाल्ल्या. शेवटी तोंडात गवताची काडी धरल्यावरच त्यानं माफ केलं. वाघ तर ताणलेल्या भुवया बघूनच धूम ठोकतात. आता या जंगलाचा राजा मानला तर तो आणि बादशहा मानला तरी तोच. कोल्ह्याची इच्छा नसेल तर जंगलातील एक पान सुद्धा हलत नाही. एकदा मस्तीत येऊन त्यानं एका टेकडीला लाथ मारली तर ती घरकुलासारखी विखरून पडली. त्याची गर्जना ऐकून ढग फुटू लागतात. कोल्हीणीला आपल्या पतीचा खूप गर्व होता.

एकदा मध्यरात्र उलटल्यावर कोल्हीणीला तहान लागली तेव्हा तिनं आपल्या पतीला उठवून सोबत चलण्यास सांगितलं. कोल्हा झोपेच्या गुंगीत म्हणाला, ''या डुलक्यांमुळे माझा तर डोळाच नाही उघडत. तू एकटीच जाऊन–''

कोल्हीण तोंड वेडंवाकडं करीत म्हणाली, ''मी बाई-माणूस एकटी कुठं जाऊ?''

"पण इथं तुला छेडणारा कोण आहे?"

कोल्हीण गर्विष्ठपणे म्हणाली, "स्त्रीची मर्यादा तुम्हा पुरुषांना काय माहीत! मला तर वारा आणि उन्हाचा स्पर्शसुद्धा सहन होत नाही. पण इलाज चालत नाही."

कोल्हा झोपेत उंच तान मारीत म्हणू लागला, "का, यात अशक्य काय आहे! माझा इलाज तर चालतो. तू म्हणत असशील तर वारा आणि उन्हाला झुडुपांच्या काट्यांत असं गुंतवून ठेवतो की शेवटच्या दिवसापर्यंत सुटका होणार नाही."

"पण आधी माझ्यासोबत तर चला. तहानेमुळे नीट बोलताही येत नाही."

कोल्हीणीनं खूप वैताग आणला तेव्हा शेवटी कोल्ह्याला सोबत जावंच लागलं. आकाशात पोर्णिमेचा चंद्र चमकत होता. झाडा-झाडांवर लाल बोरं चमकत होती. चांदण्याच्या मांडीवर जंगलाचा कण-कण निश्चिंत झोपला होता. कोल्हीणीनं एकदा चंद्राकडे पाहिलं. किती सुंदर! किती शोभिवंत! लाख कोल्हेसुद्धा एकत्र येऊन याच्यासमोर टिकणार नाहीत.

कोल्हा काठावर उभा राहिला. कोल्हीण जरा पुढे जाऊन निवांतपणे पाणी पिऊ लागली. पाणी पिऊन तोंड वर करण्याचा विचार केलाच होता तेवढ्यात तिला चंद्राच्या कुटिलतेचं भान आलं. पाण्यात लपून इतका वेळ तिच्या ओठांचं चुंबन घेत राहिला! ही पुरुषांची जातच नीच असते. कडाक्याच्या थंडीचा धोका पत्करून सुद्धा तिच्यासाठी पाण्यात बुडी मारली. या काळतोंड्या पुरुषांमुळे कोणी पतिव्रता आपलं सत्त्व राखणार तरी कसं?

रागानं तोंड फिरवून पतीकडे पहात म्हणाली, "असं जवळ उभं राहून टकामका काय बघत राहिलात? हा लफंगा चंद्र माझं चुंबन घेण्याचा मूर्खपणा करीत आहे. तुम्ही सोबत नसता तर हा माझ्यावर जबरदस्ती करून बसला असता."

घरवालीचं हे बोलणं ऐकून कोल्ह्याचं तोंड रागानं लाल झालं. दात आवळून म्हणाला, "कोण, हा चिचुंद्रीसारखा मरतुकडा चंद्र! याची एवढी हिंमत! तू म्हणत असशील तर याच्या चिंधड्या-चिंधड्या उडवतो."

असं म्हणून तो वाघासारखे पंजे मारू लागला. जणू चंद्राचा या क्षणी निकाल लावील. कोल्हीणीनं पुन्हा एकदा तोंड उंचावून चंद्राकडे पाहिलं. चंद्र सुद्धा तिचा चेहरा पहाण्यासाठी तडफडत होता. किती आकर्षक! किती कांतिमान! पतीला अडवीत म्हणाली, "जाऊ दे. या वाईट नजरेच्या चांडाळामागे सगळ्या जगाला त्रास सोसावा लागेल. बिचारे बाळ-गोपाळ अंधारात जास्त घाबरतील."

क्रोधानं उसळणाऱ्या कोल्ह्यानं आणखी जोरात पंजा मारला. म्हणाला, "नाही, नाही! तू म्हणत असशील तर आत्ता या चंद्राचा लगदा बनवतो."

घरवाली पतीचा हात धरून म्हणाली, "जाऊ दे, जाऊ दे. तुम्ही आपल्या

माथ्यावर नाहक बदनामी का घेता?''

घरवालीनं पुन्हा-पुन्हा अडवलं तेव्हा कोल्ह्यानं मानलं. नाहीतर जगाची फार वाईट अवस्था झाली असती. परतताना कोल्हीण कोल्ह्याला समजावू लागली की आपलं सत्त्व आणि आपली सावधगिरी आपल्यापाशी. हा मुर्दाड चंद्र तळमळत असेल तर तळमळू दे. ती तर रात्री आपल्या गुहेच्या बाहेर तोंड सुद्धा काढणार नाही.

कोल्हा निर्लज्ज चंद्रावर दात-ओठ खात गुहेत घुसला. आपल्या सौंदर्याच्या अहंकारात फुगलेल्या कोल्हीणीला खूप उशिरानं झोप लागली. सकाळी दोन घडी दिवस चढल्यावर मोठ्या मुश्किलीनं जाग आली. डोळे चोळीत-चोळीत गुहेच्या बाहेर आली. सूर्य तिचं सौंदर्य न्याहाळण्यासाठी अधीरतेनं तळमळत होता. ही पुरुषांची जातच नष्ट करून टाकण्याच्या लायकीची आहे. सगळे एकसारखे. पण पठ्ठा आहे तर खूप तेजस्वी, तपस्वी. सगळ्या जगाला प्रकाशानं भरून टाकणारा. पाहूया चंद्राप्रमाणे हा सुद्धा निर्लज्ज आहे की नाही? तहान नव्हती तरीही ती पतीला सोबत चलण्याचा आग्रह करू लागली. तो चिडून म्हणाला, ''वेडे, दिवसा कसलं भय? तू निःशंक एकटी जा.''

कोल्हीण हट्ट करून समजावू लागली, ''जर चंद्रासारख्या मोठ्या-मोठ्या देवता सुद्धा नियत बिघडवून ठेवतात, तर कोणावर भरवसा ठेवणार? स्त्रियांच्या मनाचा विश्वास बसेल तरी कसा! आता तर एकट्यानं मरायला सुद्धा जीव होत नाही.''

कोल्हीणीनं पाठ सोडली नाही तेव्हा कोल्ह्याला मनाविरुद्धच सोबत जावं लागलं. कोल्हीणीनं जेवढ्या वेळा तिरप्या नजरेनं पाहिलं, तेवढ्याच वेळा तिला सूर्य तिचं सौंदर्य न्याहाळण्यासाठी तळमळत असलेला दिसला.

किनाऱ्यावर पोहचताच चंद्राप्रमाणे कुटिल सूर्यसुद्धा पाण्यात डुबकी मारताना स्पष्ट दिसून आला. परक्या स्त्रीचं शील भ्रष्ट करण्यामुळे या पुरुषांच्या हाती काय लागतं कुणास ठाऊक? कोल्हीणीनं पाणी पिण्यासाठी तोंड खाली केलंच होतं तेवढ्यात सावध होऊन तोंड फिरवलं. पतीकडे पहात म्हणाली, ''जे म्हटलं होतं तेच झालं. हा नीच सूर्य तर चंद्रापेक्षा अव्वल निघाला. दिवसाच्या उजेडात सुद्धा उघड-उघड आत लपलेला आहे.''

कोल्हा झेप घेऊन जवळ आला. अतिशय संतापानं विचारलं, ''कुठे, कुठे?''

कोल्हीण बुड्या मारीत असलेल्या सूर्याकडे बोट दाखवून म्हणाली, ''तो बघा, लंपट कुठला!''

आता कोल्ह्याच्या संतापावर कसला अंकुश? बब्बर शेराप्रमाणे पंजा आपटीत म्हणाला, ''तू म्हणत असशील तर या मुर्दाड सूर्याला जमिनीत गाडून टाकतो.''

कोल्हीणीनं पुन्हा कच खाल्ली. पतीला अडवीत म्हणाली, ''जाऊ दे. आपल्या स्वार्थासाठी संपूर्ण जगाला त्रास सहन करावा लागेल. ते अंधारात कशा प्रकारे आपला उदरनिर्वाह करतील?''

कोल्ह्याच्या काळजात जणू आग भडकली. दुप्पट जोमानं पुन्हा पंजा आपटला. दात आवळीत म्हणाला, ''नाही, नाही, तू म्हणत असशील तर आता या मुर्दाड सूर्याला बोरासारखं गिळून टाकतो. टरबुजाच्या खापीसारखं खरवडून काढतो.''

कोल्हीण पतीचे पाय धरून म्हणू लागली, ''जाऊ दे. थोडी दया दाखवा. जग शाप देईल. आपल्या माथी उगाच कशाला बदनामी घेता?''

कोल्हा रागानं मोठ्यानं बोलला, ''उगाच कशी? अशा मवाल्याला सोडलं तर पाप लागेल. तू बघत रहा–''

''मला आता काही पहायचं नाही. माझ्या पहाण्यामुळे जगाचं पहाणं बंद होईल. सहन करा. आपलं सत्त्व आणि आपली सावधगिरी आपल्यापाशी. तुम्ही वर तोंड करून या निर्लज्ज सूर्यावर लक्ष ठेवा. तोपर्यंत मी पोटभर पाणी पिऊन घेते.''

शेवटी कोल्हीणीनं अडविल्यामुळे कोल्ह्यानं कसं-बसं सहन केलं. तो पापणी न लववता, सूर्याकडे एकटक पहात राहिला.

त्याच्या सामर्थ्याची सूर्याच्या मनात अशी भीती बसली की तो पुन्हा आपल्या जागेवरून हलला सुद्धा नाही!

कोल्हीण खूप वेळापर्यंत मजेत पाणी पीत राहिली आणि पाण्यात लपलेला सूर्य तिच्या ओठांची चुंबनं घेत राहिला. अशी तहान पूर्वी कधी भागली नव्हती.

तहान लागणं आणि न लागणं कोणाच्या ताब्यातली गोष्ट नाही. ती रात्री सुद्धा अनेक वेळा पतीला फरफटत सोबत नेत होती. आणि कोल्हा तोंड वर करून चंद्रावर पुरेपूर लक्ष ठेवीत असे. त्यानंतर आळी-पाळीनं चंद्र आणि सूर्याच्या चुंबनांसाठी अधीर झालेली कोल्हीण मजेत आपली तहान भागवू लागली, ती भागवतच राहिली. आपलं आपलं सत्त्व आणि आपली आपली सावधगिरी!

★

निशाराणीचा रुसवा

संपूर्ण जगाला प्रकाशित करणारा सूर्य निशाराणीच्या रंगमहालात पाऊल टाकताच सौम्य होतो. आपल्या तप्त-तेजाचं महत्त्व आपल्या राणीला काय दाखविणार! आणि राणी सुद्धा राण्यांसारखी. लाखांत एक! धरतीपर्यंत लहरणारा अपार काळा केशकलाप. केसा केसांत अगणित मोती गुंफलेले. असीम ब्रम्हांडात फरफरणारे निळसर वस्त्र. सायंकाळी प्रियकर रंगमहालात आल्याबरोबर गुलालाचा वर्षाव. पहाटे रंगमहालातून निघून जाताना गुलालाचा वर्षाव. सकाळपर्यंत मिळणाऱ्या सहवासाच्या वेळी चंद्राचा दीप लावीत असे. प्रियकराचा विरह होताना नेहमी रुसून बसण्याची सवय. त्याला रुसलेली राणी जास्त मोहक वाटे.

रोजच्याप्रमाणे आज पुन्हा तीच दिनचर्या. प्रीतीच्या गुलालात माखून उल्हसित झालेला सूर्य रंगमहालाकडे आला तर दरवाजा बंद होता. चिमण्यांच्या चिवचिवाटाच्या रूपात कडी वाजवली. रुसलेल्या राणीनं बऱ्याच वेळानं दरवाजा उघडला. केसांच्या लडिवाळ बटांवरून हात फिरवीत प्रियकर म्हणाला, ''पुन्हा तेच. बिचाऱ्या दिव्याचा काय अपराध? दिवा तरी लावायचा.''

''मला सांगण्याची जरूर नाही. गरज असेल तर स्वतः लावा.''

''मला लावता येत नाही, म्हणून तर तुझी इतकी विनवणी करतो आहे. दिव्याच्या प्रकाशात तुझं रुष्ट सौंदर्य पाहिलं की माझा सगळा दाह नाहीसा होतो.''

प्रियकराचा हात झटकून निशाराणी म्हणाली, ''मी तुमची सगळी लक्षणं जाणते. ही ढोंगं शिकायलाच दिवसभर डुलत-डुलत फिरत असता वाटतं? रात्री

गरज असते, तेव्हा म्हणालात की आत्ता चक्कर मारून घडी-अर्ध्या घडीत परत येतो. नेहमीच्या वेळेवरच यायचं होतं तर मला खोटं आश्वासन कशाला दिलंत?''

हसण्याच्या निमित्तानं चमचमत सूर्य म्हणाला, ''माझी राणी गं तू, मला संपूर्ण जगाचा विचार करावा लागतो. मी सगळ्या प्राण्यांना उपाशी जागं ठेवीन, पण उपाशी झोपवीत नाही. त्यांचा फक्त माझ्यावरच भरवसा असतो. मी नियमभंग केला की त्यांचा विश्वास उडतो. सर्व प्राण्यांसाठी दिवस आणि तुझ्यासाठी संपूर्ण रात्र. तरीही तू रुसून बसतेस! प्रत्येकाचं पालनपोषण करता करता मला क्षणभरही विसावा मिळत नाही.''

निशाराणीचा रुसवा आता थोडा उतरू लागला. म्हणाली, ''म्हणजे काय तुम्ही एकटे सगळे श्रम करून जग चालवता?''

''मी एकट्यानं श्रम करून जग चालविण्याचं काम पार पडणार नाही. म्हणून मी प्रत्येक प्राण्याला जरुरीप्रमाणे उत्साह आणि सामर्थ्य पुरवितो.''

''मला तर तुम्ही पुरविलेल्या सामर्थ्यात काही दम दिसत नाही. जे हमाल-मजूर तुमच्या उन्हात अष्टोप्रहर हाडं झिजवीत मेहनत करतात, घाम गाळतात त्यांना सुके-शिळेपाके तुकडे मोठ्या मुष्किलीनं मिळतात. आणि जे अमीर-उमराव गाद्या-गिरद्यांवर लोळत असतात, तुमच्या तप्त-तेजाच्या जवळही फिरकत नाहीत ते मौजमजा करतात, ऐश करतात.''

सूर्य थोडा मंद होत नरमाईच्या सुरात म्हणाला, ''माणसापासून त्रासून मी त्याचा सांभाळ करायचं सोडून दिलं आहे. त्याच्या आकांक्षा खूप वाढल्यात. तो आपल्या ज्ञानाच्या अहंकारात बुडाला आहे, आता त्याच्यावर माझा अधिकार चालत नाही. जे पशु-पक्षी फक्त माझ्या भरवशावर जगतात, त्यांचीच मी इच्छा पुरी करतो.''

निशाराणीनं मध्येच तक्रार केली, ''चांगली इच्छा पुरी करता! प्राणी प्राण्याचं भक्षण करतो. आजच मी झरोक्यातून पाहिलं, एका वाघानं एका गर्भवती हरिणीला पाहून जोरात डरकाळी फोडली. बिचारी आपल्या पाडसांसाठी खूप रडली, विनवण्या केल्या, पण क्रूर वाघाच्या मनात किंचितही दया पैदा झाली नाही.''

''हे काम निसर्गाचं आहे. निसर्ग जीवन-मरणात फरक करीत नाही. जन्मणार तो मरणार, मरणार तो जन्मणार. मी प्राण्यांचे स्वभाव सांभाळतो, बदलत नाही.''

''जिथं काही चालत नाही तिथं अशीच बाजू सावरून समाधान मानावं लागतं. एखादा क्षुल्लक प्राणीसुद्धा तुमच्या पालन-पोषणाव्यतिरिक्त राहू शकणार नाही?''

सूर्य मस्तक हलवून म्हणाला, ''अं हं, कोणीच नाही रहाणार. या प्राण्यांमुळेच तुझा विरह सहन करतो.''

निशाराणी पैज लावीत म्हणाली, ''आणि जर एखादा प्राणी तुमच्या पालन-पोषणाशिवाय राहू शकला तर?''

"तर मी रंगमहालाच्या बाहेर तोंडही नाही काढणार."

"इतके उधळू नका! मला तुमच्या वचनाची ताकद माहीत आहे."

राणीला बाहूत कवटाळीत प्रियकर म्हणाला, "तुला नाही तर कुणाला माहीत असणार? माझ्या जळजळ-दाहाची तूच एकमात्र छाया आहेस."

मोत्यांनी सजवलेला भांग सांभाळीत निशाराणी म्हणाली, "या पोकळ प्रीतीसाठी माझे अमूल्य मोती विखरून टाकू नका."

"माझ्या प्रीतीमुळेच हे मोती मौल्यवान बनले आहेत."

"हं, ही गोष्ट मात्र खरी आहे."

मग तर विखुरलेल्या मोत्यांचा हिशोब कुणी ठेवला नाही. पहाटे सूर्य रंगमहालातून बाहेर जाण्यास आतुर झाला तेव्हा प्रियकराचा गाल चुंबीत निशाराणी म्हणाली, "मी सांगते म्हणून एक दिवस तरी थांबा. मेले तर मनातच राहील."

सूर्य आलिंगन सोडवीत म्हणाला, "आपण दोघंही अमर आहोत. आपण मेलो तर सगळं जग मरून जाईल."

"फक्त घडी-अर्धा घडी आणखी थांबा ना. माझ्या प्रीतीचा इतकाही मान नाही ठेवणार?"

"मान ठेवतो म्हणून तर वेळेवर जायला हवं. क्षणभर उशीर केला तर संपूर्ण जगात गडबड-गोंधळ माजेल."

मनात नसतानाही निशाराणीला गुलालाचा वर्षाव करावा लागला. सूर्य हसत हसत बाहेर पडला आणि त्याच्या हास्यानं चहुदिशांना प्रकाशच प्रकाश पसरला.

रुसलेल्या राणीनं एका झटक्यात उरलेले सगळे मोती काढून टाकले. आता तर प्रियकराची योग्य परीक्षा घेतल्याशिवाय तिला चैन पडणार नव्हती. पैज जिंकल्यावर त्याला कधी रंगमहालातून बाहेर जाऊ देणार नाही. पाहू या तरी सगळ्यांचा सांभाळ करणाऱ्या या महाबलीला!

थोड्या वेळानं तिला एक छान युक्ती सुचली. कुंकवाच्या डबीत एक मुंगी ठेवून डबी कंचुकीत लपविली.

क्षणोक्षणी वाट पाहून दिवस खूप लांबला. आज काहीही केलं तरी ती विश्वास ठेवणार नव्हती. मुद्दामच इतका उशीर केला!

सूर्य रंगमहालाची साखळी वाजवून-वाजवून पुरा वैतागला. तेव्हा कुठं तिनं मोठ्या प्रयासानं दरवाजा उघडला. आमोरे-सामोरे येताच तक्रार केली,

"आज इतका उशीर कसा झाला?"

"मी तर वेळेवरच आलो. पण माझ्या रुसलेल्या राणीला तो उशीरच वाटणार."

निशाराणीनं जोरात विचारलं, "एखाद्या प्रण्याला सांभाळण्यात उणीव तर नाही राहिली?"

सूर्य गर्वानं म्हणाला, "उणीव राहिली तर माझ्या तप्त-तेजावर कोण भरवसा ठेवील?"

"खूप पाहिलं तुमचं तप्त-तेज! कशाला उगीच बाता मारता!"

मग जवळ येऊन तिनं कंचुकीतून सोन्याची डबी काढून विचारलं, "या मुंगीला खायला दिलंत?"

सूर्य हसून उत्तरला, "तुला संशय असेल तर डबी उघडून बघ. स्वतःच्या हातानं अर्धा तांदूळ घातला होता. कुरतडल्यानंतर अजूनही थोडा शिल्लक आहे."

तरीही निशाराणीचा विश्वास बसला नाही. लगेच डबी उघडून पाहिली, खरोखर मुंगीजवळ तांदळाची कणी पडली होती.

तिच्या आश्चर्याला आणि आनंदाला सीमा राहिली नाही. प्रियकरावर गुलाल उधळीत म्हणाली, "आता माझे सगळे मोती विखुरले तरी पर्वा नाही."

या प्रेमळ बोलण्याबरोबरच तिनं आपल्या प्रियकराला बाहूत कवटाळून घेतलं. मग तर संपूर्ण रात्र मोत्यांमागून मोती विखुरले, विखरतच राहिले.

★

चोर

माणसांच्या गुणांची जाणे कधी पारख होईल? कशी पारख होईल? पारख करेल कोण? म्हणून आपल्या देशात वेषाची पूजा होते. लोक वेषापुढे मस्तक झुकवतात. चरणांना स्पर्श करतात. वेषामुळे माणसाचे सगळे गुण लपतात. वेष माणसांच्या गुणांचा असा पुरावा आहे की अशिक्षिताला सुद्धा पाहून ओळखता येईल. बहुत करून आळशी, ऐतखाऊ, निरोद्योगी भगवा-वेष धारण करतात, त्यामुळे भिक्षा सहजतेनं मिळते. कुणी या वेषाद्वारे ठकगिरी करतो. यापेक्षा सुलभ कमाई आणखी कुठली नाही. अशा ठकांच्या दृष्टीने हा पैशांशिवायचा धंदा आहे. जोपर्यंत वेषाची पूजा करणारे उपलब्ध आहेत, तोपर्यंत या धंद्यात बरकतच बरकत आहे. बरेचसे लंपट लुच्चे-लफंगे वेषाच्या आडोशानं मनपसंत ऐश करतात. दुःख आणि आपत्तीनी त्रस्त झालेले अनेकजण वेषाला शरण जातात. अशा कष्टी लोकांच्या दृष्टीनं वेष म्हणजे सुख-शांतीची छाया. कुणी, पंथांच्या सूक्ष्म जाळ्यात अडकलेले वेषाच्या बहाण्याने धर्माच्या जुन्या चाकोरीतून जातात. म्हणून घोटलेलं औषध आणि मुंडन केलेल्या खोपडीचा काही भरवसा नाही. खऱ्या ज्ञानी लोकांचं वेषामुळे समाधान होत नाही.

अनेक वर्षांपूर्वी, एका गावात एका अशाच वेषधारी महात्म्यानं धुनी पेटवली. सोबत हट्ट्या-कट्ट्या, गलेलठ्ठ-तगड्या चेल्यांची टोळी. अशिक्षित, अडाणी आणि गांवढळ लोक; त्यात आणखी ईश्वर, आत्मा-परमात्मा आणि मोक्ष याबद्दल पक्की आस्था! फसविण्यासाठी अशी मूर्ख गर्दी आणखी कुठे मिळेल! जाणल्या-

समजल्याविना चरणी मस्तक नमविणाऱ्यांना फसविण्यासाठी जास्त अकलेची गरज नसते. दिवा डोकं हलवून पतंगांना किती मनाई करतो, पण ते ऐकत नाहीत. त्या वेषधारी महात्म्याला गेली अनेक वर्षे वेष आणि धर्माची अशीच चटक लागली होती. जसा-जसा तो लोकांना सांगे की त्यांनी इथं येऊन आपला वेळ गमावू नये, तसे-तसे लोक आणखी जास्त येत. चेला बनविण्यासाठी तो पुन्हा-पुन्हा नकार देई, तरी सुद्धा त्याच्या बैठकीवर चेला बनू इच्छिणाऱ्यांची रांग लागत असे.

तो वारंवार सांगे, "भल्या माणसांनो, मी कुणी महात्मा नाही. या वेषाचा रंग मला आवडला, एवढंच! विश्वास ठेवा, आणखी काही नाही. मी तर भटका-योगी आहे. पायावर चक्र आहे. म्हणून ठिकठिकाणी भटकावं लागतं. तुम्ही तुमचं काम करता आणि मी माझं. जर मी तुमच्या कामात विघ्न आणीत नाही, तर तुम्ही माझ्या कामात विघ्न कशाला आणता?"

असं बोलणं ऐकून जो मान्य करील, तो भक्त कसा! चेला बनण्यासाठी रांग लागली. एक जाई आणि एकवीस येत. अशा पूजनीय महात्म्याचं दर्शन मोठ्या सौभाग्यानं होतं. त्या महात्म्याचं आणखी एक वैशिष्ट्य होतं, कुणालाही चेला बनविण्यापूर्वी, त्याला एखादी गोष्ट सोडायला लावीत असे. कुणी वांगं सोडलं. कुणी कांदा. कुणी दोडकं, कुणी भोपळा तर कुणी काकडी. अनेकांनी दूध, दही आणि आमचूराचं पथ्य पाळण्याची शप्पथ घेतली. कुणी सांगितलं की तो रात्री जेवणार नाही. कुणी इतरांसोबत न जेवण्याची प्रतिज्ञा केली. कुणी खमंग पदार्थ सोडला तर कुणी गोड, पण तंबाखू, भांग, गांजा, अफू आणि दारू-मांस सोडणारे खूप कमी निघाले.

त्या गावात एक विख्यात चोर रहात होता. तो रात्री आपल्या कामगिरीवर जात असे आणि दिवसा झोप घेई. चेला बनण्याची एवढी गडबड ऐकून त्याच्या पायाला पण मुंग्या आल्या. एक दिवस झोपता-झोपता त्याच्या मनात आलं की महात्म्याची मस्करी करावी. ऐन दुपारी तो डोळे चोळीत उठला आणि सरळ महात्म्याच्या बैठकीवर जाऊन थडकला. त्या वेळी चेल्यांची गर्दी जरा कमी होती. महात्म्याच्या पायांना स्पर्श करून म्हणाला, "मला सुद्धा आपला चेला बनवा."

महात्मा म्हणाला, "माझी अट तर तुला माहीतच असेल. काहीतरी सोडण्याची प्रतिज्ञा केल्याशिवाय मी कुणाला आपला चेला बनवीत नाही."

"कुणाला आपला गुरू न करण्याची प्रतिज्ञा केली तर आपण मला आपला चेला बनवाल?"

हजारो चेले बनविले, पण अशा माथेफिरूशी कधी संबंध आला नाही. त्याला वाटलं, जणू कुणी त्याच्या तोंडावर फाटका जोडा मारला आहे. पण तो सुद्धा कमी चतुर नव्हता. अशा ऐऱ्या-गैऱ्यांकडून हार मानेल, मग झालंच. दुसऱ्याच क्षणी

भानावर येऊन, हसण्याचा प्रयत्न करीत म्हणाला, "बेटा, मग तुला चेला बनण्याची आवश्यकताच काय आहे?"

"माझी गरज मला माहीत आहे. बहुतेकांनी तर फक्त एकच वस्तू सोडली, पण मी आपल्या समोर चार वस्तू सोडत आहे. पहिली, कधी राणीच्या खाटेवर चढणार नाही. सोन्याच्या थाळीत जेवणार नाही. सोन्याच्या हौद्यात हत्तीवर सवारी करणार नाही. आणि ही चौथी सगळ्यात मोठी गोष्ट म्हणजे या जन्मात कधी राजा बनणार नाही. आता तरी मला चेला बनविण्याची कृपा करावी."

महात्म्याचा रागानं जळफळाट झाला. पण करतो काय! मारकुट्यातील मारकुटी म्हैससुद्धा दावं लावल्यावर खुंट्याला जखडून रहाते. मग तो या वेषाच्या वर्तुळातून बाहेर कसा पडणार. पण याला धडा तर शिकवायलाच हवा. संतापून तर उलट त्याचंच नुकसान होईल. बळजबरीनं हसत म्हणाला, "तुझ्या तोडीचा कुणी चेला आजपर्यंत बनला नाही. तुझा गुरू होण्यात मलासुद्धा गर्व वाटेल. या चार गोष्टी तू आपल्या इच्छेनुसार सोडल्यास, एक मी सांगतो ती सुद्धा सोड."

"का नाही! आपण आज्ञा केलीत तर जरूर सोडीन. आपली आज्ञा असेल तर श्वास घेणं सोडीन, तरीही मरू नये."

हा शिष्य तर वेगळा! त्याच्या ललाटी आठ्या पडल्या. संताप तर असा आला की चांडाळाला हीच प्रतिज्ञा करायला लावावी. पण लोक काय म्हणतील. अजून तर अनेक वर्षे हे ढोंग चालवायचं आहे. अजून भोगलं काय! फक्त धुनी पेटवली आहे. विचार करू लागला, याला कसली शपथ द्यावी की ज्यामुळे हा काही दिवसांतच सगळी दांडगाई विसरून जाईल! इतकी वर्षं झाली संन्यास घेऊन. मोठे-मोठे महात्मा बघितले, पण असत्याशिवाय त्यांचंही चालत नाही. मग बिचाऱ्या गृहस्थींना खोटं न बोलण्याची शपथ कशी निभावता येईल! एक तर हा अशी प्रतिज्ञा करणारच नाही आणि केली तर एकाच दिवसात पश्चात्तापाची वेळ येईल. म्हणाला, "या चार प्रतिज्ञांबरोबर खोटं न बोलण्याची प्रतिज्ञा सुद्धा केलीस तर सोन्याला सुगंध प्राप्त होईल."

पठ्ठा, हा चोर तर विचित्र! सांगताच होकार दिला. म्हणाला, "सोन्याला सुगंध मिळेल की नाही हे तर आपण जाणता, पण आजपासूनच मी खोटं न बोलण्याची शपथ घेतो."

"बघ, प्रतिज्ञेचं पालन केलं नाही तर तुझ्याबरोबर मला पण कलंक लागेल. समजून-उमजून वचनात बांधून घे. खोटं न बोलणं काही थट्टा-मस्करी नाही."

चोर छाती ठोकून म्हणाला, "याची आपण चिंता करू नये. दुसऱ्या एखाद्या कारणानं आपल्याला खाली पहावं लागलं, तर ही जबाबदारी आपली, पण माझ्यामुळे आपल्या इज्जतीला कधी आंच लागणार नाही. आम्हा चोरांना ना कसली

इज्जत असत आणि ना ती जाण्याचा धोका! इज्जत तर आम्ही आईच्या कोखेतच सोडून येतो. जेव्हापासून बोलायला शिकलो, खोटंच खोटं बोललो. हजारोंच्या बरोबर फक्त खोटं बोललो, तरीसुद्धा काही सुख नाही दिसलं. मी जे बोलतो, ते खोटं आणि बोलत नाही ते सत्य. बदलायचं तर एवढंच आहे की आजपासून मी जे बोलीन ते सत्य आणि बोलणार नाही ते असत्य. आपण तर मला तोंडानं खोटं बोलण्याचीच शपथ देत आहात. मला मान्य आहे.''

तेव्हा इच्छा नसूनही महात्म्याला त्याला चेला बनवावं लागलं. महात्म्यानं त्याच्या डाव्या हाताला दोरा बांधला आणि चोरानं त्याला नारळ भेट दिला. एका नारळात चेला बनणं काही महाग नाही.

असत्याशिवाय तर व्यापाऱ्याचा धंदा सुद्धा चालत नाही, मग तो तर एक चोर. पण धंदा तर करायचाच होता. महाजन व्यापारासाठी परदेशी जातात तर तो सुद्धा आपल्या धंद्यासाठी परदेशी जाईल. फाटके कपडे आणि फाटके जोडे घालून लपा-लपा परदेशी जाण्यास निघाला. चालता-चालता एका नव्या राज्यात पोहोचला. सायंकाळचा अंधार घेरू लागला होता. जवळच्याच एका मंदिरातील आरतीचा आवाज ऐकून, तो सुद्धा भक्तांच्या मध्ये जाऊन उभा राहिला. आरतीनंतर इतर भक्त आपल्या-आपल्या ठाव-ठिकाणी गेले, पण तो तिथंच ईश्वराच्या मूर्तीसमोर उभा राहिला. सुंदर आणि साफ-सूफ मंदिर सोडून तो आणखी कुठे रात्र घालवणार! ईश्वराच्या मूर्तीऐवजी, त्यात जडवलेले हिरे-मोती त्याला जास्त सुंदर वाटले. समदृष्टी ईश्वराला दगड, हिरे सगळे समान. हा तर फक्त माणसाच्या नजरेतील फरक आहे.

पुजाऱ्यानं या नव्या भक्ताकडे पाहिलं. फाटके कपडे. फाटके जोडे. भक्तीत मग्न. एकटक ईश्वराची मूर्ती निरखत असलेला. विचारलं, ''तू कोण आहेस बाबा? कुठून आलास?''

त्यानं चमकून पुजाऱ्याकडे पाहिलं. म्हणाला, ''मी चोर आहे. आजच आलो आहे.''

पुजारी हसला. विचारलं, ''चोराचं मंदिरात काय काम?''

''चोरी! आणखी चोराचं काय काम असणार!''

''वेड्या, कशाला माझ्यासमोर खोटं बोलत आहेस? मी पन्नास वर्षांपासून इथला पुजारी आहे. घटा-घटाबद्दल तोच अंतरयामी जाणतो, पण मी सुद्धा माणसाचा चेहरा ओळखतो, चोर तर ठोकून काढल्यावरसुद्धा मोठ्या मुष्किलीनं खरं बोलतात. तू नक्कीच कुणी अघोरी भगत आहेस. माझी पारख करायला आला आहेस. मला परीक्षेचं काही भय नाही. खराच ठरेन. बघ, तुझं हे बोलणं ऐकून घटवासी हसत आहे.''

त्यानं बारकाईनं पुजाऱ्याला न्याहाळलं. सफेत केस. सफेत दाढी. बोळकं तोंड. चंदनाचा टिळा. गळ्यात रुद्राक्ष-माळ. म्हणाला, ''आहे तर चोर. मानणं, किंवा न मानणं आपली मर्जी. माझं बोलणं ऐकून ईश्वर हसला तर ईश्वराची मर्जी. इथं रात्र काढायची इच्छा आहे. आपली काही हरकत तर नाही?''

पुजाऱ्यानं त्याला मिठीत घेतलं. डोळे भरून आले. भरल्या गळ्यानं म्हणाला, ''दीनबन्धो, आज माझी भक्ती सफल झाली. आपण या रूपात दर्शन दिलंत? डोळ्यांची नजर क्षीण झाली म्हणून काय झालं, मनाचे डोळे तर उघडे आहेत. भले, आपल्याला नाही ओळखणार!''

त्यानं मोठ्या मुष्किलीनं आपलं हास्य रोखलं. पुजारी सदेह अवतरलेल्या ईश्वराच्या भरवशावर मंदिर सोडून, मागच्या बाजूला असलेल्या खोलीत झोपी गेला. भक्तांनी श्रद्धेनं हिरे-मोती चढवले. आज स्वतः ईश्वरानं त्यांचा स्वीकार केला. पाहूया, ईश्वरानं स्वीकार केल्यानंतर नैवेद्य आणि प्रसाद कमी होतो का जास्त!

तो चोर असा निष्णात होता की झोपलेल्यांचे कपडे उतरवून घेईल. मग मागे काय सोडतो! चोरीची मजा जास्त नाही आली, पण अनपेक्षित माया खूप हाती लागली. हिरे-मोती, सोन्याचं छत्र. सत्य बोलण्यानं खूप प्रभाव दाखविला. आयुष्यभर बेसुमार खोटं बोलला, पण मिळालं काय– फक्त दुःख. भाकरीची सुद्धा भ्रांत पडे. लोकांनी मार-मारून भरीत केलं, पण एकदा नाही म्हटल्यावर पुन्हा हो म्हटलं नाही.

परदेशात अशा प्रकारे बरकत होते, म्हणून तर महाजन पिढ्यानुपिढ्यांचं ठिकाण बेधडक सोडून देतात. चार घडी रात्र उरली तेव्हा मंदिर, ईश्वर आणि पुजाऱ्याला आपल्या अवस्थेत सोडून, तो तिथून चालता झाला.

गावी परतून त्यानं आपल्या हातानं सोन्याचं छत्र गाळलं. शेतात हिऱ्या-मोत्यांचा मुकुट खोल गाडून टाकला आणि झाडीची खूण नीट पाहून-सवरून सरळ सोनाराकडे पोहोचला. सोन्याच्या तुकड्यात सोनाराला त्याच्या मजुरीचा योग्य हिस्सा देऊन आपल्यासाठी सलकडी, मणिमाळ, कानांतल्या बाळ्या, हिऱ्याच्या अंगठ्या आणि कडं बनवलं. मग शिंप्याकडून ऐटदार कपडे शिवून घेतले. पाच हजार रुपये देऊन ठाकुराकडून अरबी घोडा खरेदी केला.

संपत्तीची लीलाच न्यारी! पूर्वी जरासा जरी संशय आला तर लोक विचारीत की कुठे हात मारला? त्यांना चांगलं माहीत होतं की तो मरण पत्करेल, पण खरं सांगणार नाही. तरीसुद्धा ते त्याला मार-मारून खिमा बनवीत. पण आज जेव्हा तो विचारताच खरं सांगायला तयार आहे, कुणीही विचारलं नाही की इतका माल कुठून आणला! सोन्यासारखी चमक तर सूर्याला सुद्धा नसते. इतका माल भले कुठे चोरीने हाती लागतो? नक्कीच एखादा मोठा व्यापार किंवा सट्टा खेळला असेल.

थोडे दिवस सुस्तावून त्यानं पवनवेगी घोड्यावर जीन कसली. हातात सोन्याची छडी घेतली व परदेशाची वाट धरली. उत्तम घोडा असेल तर अंतर काटायला काय वेळ लागतो! दुसऱ्या दिवशी एका मोठ्या शहरात मुक्काम ठोकला. बागेत थोडी विश्रांती घेतली आणि सांज ढळताच नगरसेठाच्या हवेलीवर पोहोचला. अशा-तशा जागेत काय हात घालायचा! मोठा हल्ला तर मोठ्यांकडेच शक्य आहे.

सेठजी अंधार पडण्यापूर्वीच जेवण करून पुन्हा बैठकीत आला होता. धाप लागल्यामुळे जरा लेटतच होता तेवढ्यात अनोळखी खाकरणं ऐकून विचारलं, "कोण आहे?"

"चोर."

चोराचं बोलणं ऐकताच त्याची घाबरगुंडी उडाली. घाईघाईनं उठून बसला. दम्याच्या जोरामुळे ओरडताही येईना. पण चोराचं रूपरंग पाहून त्याचा जीव थाऱ्यावर आला. इतके दागिने तर त्याच्याकडे सुद्धा नाहीत! त्यात आणखी ही सोन्याची छडी. हसून म्हणाला, "भल्या माणसा, चोराचं नाव घेऊन उगाच कशाला घाबरवलंस? चोराची तर सावलीसुद्धा लपून रहात नाही. आपण मला काय इतका मूर्ख समजता. एका क्षणात ओळखीन की कोण चोर आहे आणि कोण सावकार!"

तो हसला. म्हणाला, "मग तर सेठजी, आपली पारख बिलकुल खोटी आहे. मी तर सरळ सांगत आहे की मी चोर आहे आणि आपल्याकडे चोरी करायला आलो आहे. पटत नसेल तर आपली मर्जी. ठीक आहे, आपणच सांगा, मी कोण आहे?"

सेठजी त्याचा हात ओढीत म्हणाला, "इथं माझ्याजवळ बसा. दर्शन तर आजच झालं, पण नाव इतकं ऐकलं आहे की पहाताच ओळखलं. नजर जरा कमजोर झाली आहे, म्हणून इतका वेळ लागला. आपण रागावू नका."

मग सेठजीनं त्याला वरपासून खालपर्यंत बघितलं. त्याचे दागिने पाहिले. अशा खऱ्या सोन्यानं मढण्याची काय गरज! हसून म्हणाला, "आपण आहात, उज्जैनचे सर्वांत मोठे जवाहिरे! भले, मी कसला गुन्हा केला, आपण या गरिबाच्या पेढीकडे तोंडही नाही वळविलंत. असो, आज कृपा केलीत, तेच खूप झालं. कसले-कसले अनमोल हिरे-मोती, माणिक-पांचू आणि रत्नं दाखवीन की आपण सुद्धा आठवत रहाल. शेषनागाचे खरे मणी आपल्याला आणखी कुठे मिळणार नाही."

मग तो मायापती सेठ, उज्जैनच्या त्या नामवंत जवाहिऱ्याला, तो नको-नको म्हणत असताना हात ओढून बेधडक हवेलीच्या आत घेऊन गेला. तिन्ही तिजोऱ्या उघडून, मशालीच्या उजेडात एकापेक्षा एक वरचढ बेजोड जवाहर दाखवीत सांगू लागला, "आता तर फक्त एक नजर टाका, पारख तर उद्या दिवसाउजेडीच होईल. मला किंमत सांगण्याची गरज नाही. आपण उपरण्यात बांधून, जी काही किंमत द्याल ती मला कबूल असेल. माझ्यापेक्षा जास्त तर आपण याची किंमत जाणता.

सूर्याला काय दिवा दाखवायचा! कदाचित पूर्ण रक्कम जवळ नसल्यामुळे आपण संकोच करीत आहात. मी इतका नीच नाही. सहा महिन्यांत रक्कम पोचती करा. जी रत्नं पसंत असतील, घेऊन चला.''

''चोरीच्या मालात पसंती, नापसंती कसली! आपण सांगण्याची गरज नाही. एक सुद्धा मागे ठेवणार नाही. आपण दाखवून दिलेत, नाहीतर मला शोधायला जरा त्रास पडला असता. यासाठी नक्कीच आपले उपकार मानीन.''

सेठजी मोठ्याने हसला. हसत-हसतच म्हणाला, ''आत्तापर्यंत फक्त ऐकलंच होतं की आपल्याला जरा थट्टा-मस्करीची सवय आहे. आज स्वतः अनुभवलं.''

सेठजीनं जास्त आग्रह केला तेव्हा तो उज्जैनचा जवाहिरा रात्रीच्या मुक्कामासाठी तिथंच थांबला. सेठजीनं बत्तीस पक्वान्नं करवून घेऊन, चांदीच्या थाळ्यात स्वतः जेवण वाढलं. जवाहिरा आपल्या हिशोबानं चांदीचा चौरंग, चांदीचे थाळे, सोन्याच्या वाट्यांचा ठावठिकाणा माहीत करून घेऊ लागला. सेठजी खूप लवकर उठत असे, पण जवाहिरा त्याच्याही दोन घडी आधी उठला आणि बागेत बांधलेल्या घोड्याला टाच मारली. सेठजीनं पलंगाजवळ जाऊन पाहिलं तर पलंग रिकामा! मोठ्या-मोठ्यानं हाका सुद्धा मारल्या, पण उत्तर म्हणून फक्त घोड्यांच्या टापा ऐकू आल्या. इथंच कुठं फिरायला गेले असतील असा विचार करून तो वाट पहात राहिला, आत्ता परत येतील. पण त्याला परतायचं नव्हतं, नाही परतला. सकाळी सूर्य उगवल्यावर नगरसेठाच्या हवेलीत अंधार पसरला. आरडा-ओरड करीत सेठजीनं राजाकडे फिर्याद केली. पण सगळी गोष्ट ऐकल्यावर राजानं चोराचा पाठलाग करण्याबाबत साफ नकार दिला. उलट सेठजीला फटकारलं की बिचाऱ्या चोरानं वारंवार सांगितलं की तो चोर आहे तर त्यानं विश्वास का नाही ठेवला! अशा सत्यवादी चोराला तर बक्षीस मिळायला हवं. हे ऐकून सेठजीची उरली-सुरली शुध-बुध सुद्धा जाऊ लागली. चांडाळानं सोन्याच्या नावावर तुस सुद्धा सोडलं नाही.

तिकडे संपत्ती गमावून सेठजीची वाईट अवस्था झाली होती आणि इकडे संपत्ती मिळवून चोराची वाईट अवस्था होती. वारंवार विचार करी की एवढ्या संपत्तीचं काय करायचं? दोन्ही हातांनी रात्रंदिवस उडविली तरीही संपणार नाही. शिवाय एका माणसाच्या गरजा कितीशा असतात? रहाण्यासाठी उत्तम तीनमजली हवेली. दूध-दह्यासाठी गायी. तबेल्यात चांगल्या जातीचे पाच-सात घोडे. घरात कपडेलत्ते, भांडीकुंडी आणि अंथरुणं-पांघरुणं तर आधीच गरजेपेक्षा जास्त होती. वेळी-अवेळी, सुख-दुःखात गोरगरिबांना मदत सुद्धा खूप करीत असे. जो कुणी हवेलीत आला, त्याला हातानं उत्तर दिलं, तोंडाने नाही. धर्मशाळा आणि पाणपोईद्वारे बराचसा धर्मादाय सुद्धा केला. पण आपल्या जुन्या आणि पिढीजात धंद्याशिवाय कधी कुठल्या दुसऱ्या धंद्यासाठी मन लालचावलं नाही. भले, या धंद्याला कसली

तोड! आधी तर याची खूण पटली नाही. फक्त हाड न् हाड तुडवून घेतलं. दोन वेळ पोट भरणं सुद्धा कठीण होतं. धंदा तर आता सुद्धा तोच आहे, पण लोक किती मान देतात! हुजरेगिरी करतात. कुठल्याही माईच्या लालनं असं नाही विचारलं की इतकं धन कुठून आणलं? आता समजलं की चोरी-दरोडा गुन्हा नाही, गुन्हा आहे गरिबी. गरिबी सगळ्यात मोठा गुन्हा आहे. संपत्तीची तर लीलाच न्यारी! हिच्या छत्राखाली सगळे गुन्हे, सगळी पापं आणि सगळे जुलूम लपले जातात.

आता राज्याच्या खजिन्याची चोरी करता आली तर मनाला थोडं समाधान वाटेल. धन तर गरजेपेक्षा जास्त आहे, पण असं हातावर हात धरून कसं बसून रहाणार! आपलं कौशल्य कसं सोडून द्यायचं! तोच घोडा, तोच पेहेराव आणि तीच सोन्याची छडी. किल्ल्याच्या तटाबाहेर पहारेकऱ्यांनी अडवलं, ''आपण कोण आहात आणि कसल्या कामासाठी आला आहात?''

त्यानं घोड्यावर बसल्या-बसल्याच उत्तर दिलं, ''मी चोर आहे आणि राज्याच्या खजिन्याची चोरी करायला आलो आहे. अडवता आलं तर अडवा.''

आधीच तर ओळखलं होतं. म्हणून अदबीनं वागले. चोरांचा आणि असा थाट! चोर असता तर लपून नसता आला! हा तर घोड्यावरून उतरला सुद्धा नाही! राजेशाही पोशाख! मौल्यवान दागिने! दिमाखदार अरबी घोडा! नक्की कुणी राजवंशी आहे. हात जोडून विनंती केली, ''हुजूर, आपल्याला अडविण्याचा उद्धटपणा करण्याएवढं कुठलं आमचं धाडस. काही हुकूम असेल तर सांगावा.''

तटाच्या आत गेल्यावर मुख्य प्रवेशद्वार लागलं. पहारेकऱ्यांनी झुकून 'जयजयकार' केला. तो पुढे निघाला. सातव्या प्रवेशद्वारावर कडक पहारा होता. हात जोडून म्हटलं, ''राजाजींकडे विनंती केल्याशिवाय पुढे जाण्यास सक्त मनाई आहे. आपण श्रीमुखातून काही सांगाल तर आम्ही जाऊन विनंती करू. आपण कोण आहात आणि कोणत्या कामासाठी आला आहात?''

''मी चोर आहे आणि राज्याच्या खजिन्यात चोरी करायला निघालो आहे. तुम्हाला आणि तुमच्या राजाजींना अडवता आलं तर अडवा. मनात ठेवू नका.''

पहारेकरी मनातल्या मनात घाबरले, त्यांनी अडवलं आणि चौकशी केली म्हणून नाराज झाले असावेत. नव्या दिवाणासंबंधी ऐकलं होतं, कदाचित तेच असतील. त्याशिवाय असा थाटमाट आणखी कुणाचा असणार! कोपरापर्यंत हात जोडून म्हणाले, ''सरकार, चूक झाली, माफी असावी. आपल्याला अडवण्याचा उद्धटपणा करण्याएवढं कुठलं आमचं धाडस.''

तो हसून पुढे निघाला. पहारेकऱ्यांना वाटलं की त्यांनी माफ करून टाकलं.

त्यानंतर त्यानं थेट भांडारगृहासमोर जाऊन घोडा थांबवला. खजिनदार घोड्यांचं खिंकाळणं ऐकून बाहेर आला. हात जोडून म्हणाला, ''हुजुरांना ओळखलं नाही!''

त्यानं म्हटलं, ''आधी पाहिल्याशिवाय ओळखण्याची पद्धत सुद्धा नाही. मी चोर आहे आणि खजिन्यात चोरी करायला आलो आहे.''

खजिनदारानं ताबडतोब ओळखलं की हे नवीन दिवाणजी आहेत! खजिन्याची तपासणी करायला आले आहेत. ओळखलं नाही म्हणून चिडलेत. म्हणून तिरकस बोलत आहेत. आता ही नोकरी तर गेली. थरथर कापत म्हणाला, ''गरीबपरवर, आंधळा आणि अडाणी समान असतो. उतरत्या वयामुळे नजर सुद्धा जरा कमजोर झाली आहे.''

असं म्हणून खजिनदारानं कमरेला बांधलेल्या चाव्या सोडून नव्या दिवाणांसमोर धरल्या. त्याच्या मनाप्रमाणं झालं. चाव्या घेऊन निःशंक आत गेला. घाबरलेला खजिनदार बाहेरच उभा राहिला. त्याच्याकडे संपत्ती तर कमी नव्हती. फक्त राज्याच्या भांडारात चोरी करून प्रसिद्ध व्हायचं होतं. म्हणून निवडून पाच मोती खिशात ठेवले आणि चाव्या पुन्हा खजिनदाराकडे सुपूर्त केल्या.

परत जाताना त्याला कुणी अडवलं नाही. तटाच्या बाहेर पडताच हवेच्या वेगानं घोडा पळविला. पहारेकरी घोड्याच्या खुरांनी उडालेली धूळ पहात राहिले आणि बोलता-बोलता तो नजरेआड झाला.

शिक्का मारण्यापूर्वी खजिनदारानं आणखी एकदा खजिना तपासला. पाच मोती कमी! कुठे मोजण्यात चूक तर नाही झाली! दुसऱ्यांदा मोजले. तिसऱ्यांदा मोजले. पाच मोती कमी होते, ते कसे भरून काढणार! अरे! तो खरोखर चोर होता. ईश्वर जाणे राजा काय शिक्षा देईल! ओरडण्याचा विचार केलाच होता तेवढ्यात एक शहाणपणाची गोष्ट सुचली. विचार केला, चोरी तर झाली. सगळा आरोप चोराच्या माथी थापला जाईल. चोरांचा कसला विश्वास! तसेच पाच मोती आपल्या कनवटीत खोचले. मग जोरात ओरडला– चोर–चोर!

किल्ल्याचे कारभारी आणि शिपाई अशाच संधीची वाट पहात असतात. 'चोर–चोर' ची हाकाटी ऐकताच चारी दिशांनी धावत आले. बघता-बघता भांडाराच्या चहुबाजूला हल्लकल्लोळ माजला. सगळे जमून राजाकडे गेले. खजिनदारानं संपूर्ण वृत्तांत ऐकवला, रडत-रडत म्हणाला, ''अन्नदाता, जर चोर अशा प्रकारे श्रीमंती पोशाख करून राज्याच्या खजिन्याकडे दिवसाढवळ्या आणि उघडउघड छाती ठोकून येऊ लागले तर स्वतः ईश्वराला सुद्धा राखण करता येणार नाही. माझं तर सामर्थ्यच काय!''

पहारेकऱ्यांनी खजिनदाराच्या म्हणण्याला पुष्टी दिली. हात जोडून म्हणाले, ''मायबाप, आता ही चाकरी आमच्यानं होणार नाही. जर मोठे लोक चोरी करू लागले तर रखवालीची जबाबदारी कोण घेईल! आणि वर बेधडकपणे सांगायचं की चोर आहे आणि राजाच्या भांडारात चोरी करायला जात आहे, अडवता आलं तर

अडवा! अन्नदाता, चोरीचा हा अगदी नवीन प्रकार आहे. चोर तर गरीब असतात. मोठ्या लोकांना चोरी केल्यावर सुद्धा चोर कोण म्हणेल? हुजूर, मोठे डाकू-लुटेरे राजा म्हणवून घेतात. त्यांना डाकू कोण म्हणेल! जो म्हणेल, त्याचं मस्तक न उडवून देवो.''

तो राजा फक्त सिंहासनाची शोभा होता. राज्याचं कामकाज आणि न्याय-अन्यायाच्या समस्या त्याला जास्त काही समजत नसत. मूर्खासारखं सगळ्यांचं बोलणं गपचूप ऐकून घेई, पण काही उत्तर द्यायला जमत नसे. राज्यातील सगळं काम राणी सांभाळत असे. ती अत्यंत हुशार होती. सगळी हकीकत ऐकून म्हणाली, ''यात तुम्हा लोकांचा काही अपराध नाही. तुमच्या जागी दिवाणजी असते तरीसुद्धा त्याचा संशय आला नसता. असो, झालं ते झालं. पण चोराला पकडणं अत्यंत आवश्यक आहे, नाहीतर सत्तेचं भय कुणाला वाटेल? ही तर चोरानं मेहरबानी केली होती की संपूर्ण खजिना हाती लागून सुद्धा तो फक्त दहा मोती घेऊन गेला. तो सगळा खजिना घेऊन जाता तर त्याला कोण अडवणारं होतं! जा, जिथं कुठं असेल, त्याला पकडून माझ्यासमोर आणा. मग तो सातव्या पाताळात का लपलेला असेना. हा राज्याच्या अब्रूचा प्रश्न आहे!''

राणीची आज्ञा होताच चोहीकडे शिपाई पिटाळण्यात आले. घोड्याच्या खुणा ओळखणारे पारखी सरळ त्याच्या हवेलीत पोहोचले. तो निवांत आपल्या शयनगृहात झोपला होता. गडबड ऐकून बाहेर आला. शिपायांनी लगेच ओळखलं की हा कालचाच घोडेस्वार आहे. पण चेहऱ्यावर भयाची सुरकुती सुद्धा नाही. हा कसला चमत्कार? विचारताच गुन्हा कबूल केला. म्हणाला, ''भल्या माणसांनो, इतकी तसदी घ्यायची काय गरज होती! मी तर आधीच सांगितलं होतं की मी चोर आहे आणि राज्याच्या खजिन्यात चोरी करायला जात आहे.''

बरोबर चलण्यास सांगताच तो निर्भयपणे त्या घोड्यावर बसून त्यांच्यासोबत निघाला. असा चोर तर ना पाहिला आणि ना ऐकला.

किल्ल्यात पोहचताच आरडाओरडा झाला, चोर पकडला, चोर पकडला. राणीच्या हुकुमावरून दरबार भरला. अशा नामी आणि वेगळ्या चोराला पहाण्यासाठी दरबार खचाखच भरला. शेवटी राजा आला आणि गपचूप राणीजवळ सिंहासनावर बसला. लोकांची इतकी गर्दी पाहून त्याला अत्यंत आश्चर्य वाटलं. कुठे तीळ ठेवायलाही जागा नव्हती. राणीच्या चेहऱ्याकडे पहात म्हणाला, ''एका चोराला पहायला इतकी गर्दी. आपल्या दर्शनासाठी याच्या एक चतुर्थांश लोक सुद्धा कधी आले नाहीत. हा तर राजा होण्याच्या लायकीचा आहे.''

राणीनं डोळ्यानं खुणावलं तेव्हा राजानं ओठांपर्यंत आलेले बोल पुन्हा गिळून टाकले. कधी चोराला पाहून हसे आणि कधी दरबारींना आणि रयतेला पाहून.

राणीनं लक्ष देऊन पाहिलं की संपूर्ण दरबारात कुणी इतकं रूपवान नाही जो चोराच्या समोर टिकेल. पकडला गेला तरी चेहऱ्यावर सुरकुती नाही. तिचा एकदम विश्वास बसेना. मग विचारलं, "खरं सांग, तुझे सगळे गुन्हे माफ केले, तू आहेस कोण?"

वारंवार एकाच प्रश्नाचं उत्तर देऊन-देऊन त्याला राग आला. सोन्याची छडी फिरवीत मोठ्याने म्हणाला, "किती वेळा सांगू की मी चोर आहे, चोर! सर्वांना सावध करून खजिन्यात चोरी करायला आलो होतो."

"किती मोती चोरलेस?"

"पाच."

आता राणी खजिनदाराकडे वळली. म्हणाली, "तुम्ही तर म्हणत होता की दहा मोती चोरीला गेले?"

खजिनदारानं हात जोडून विनंती केली, "अन्नदाता, चोरांचा काय भरवसा. हा अगदी खोटं बोलत आहे."

चोर म्हणाला, "मी तर जे आहे, ते खरं-खरं सांगितलं. भले चोरी करतो, पण खोटं न बोलण्याची मी शपथ घेतली आहे. सहाव्या मोत्याला स्पर्श सुद्धा केला नाही."

राणीला चोराचं बोलणं सोळा आणे खरं वाटलं. खजिनदाराचा चेहरा पहाताच त्याच्या मनातली गोष्ट ताडली. कडाडून म्हणाली, "ख़जिनदार एकदम खोटं बोलत आहेत. दिवाणजी, आपण ताबडतोब चार शिपायी घेऊन जा आणि खजिनदारांच्या घराची झडती घ्या."

चोराच्या पायांत केवढा जोर! खजिनदाराचा चेहरा उतरला. लगेच मान्य केलं. घरून मोती आणून थरथरत्या हातानं दिवाणाच्या हवाली केले.

लोकांच्या आश्चर्याला सीमा उरली नाही. या चोरानं तर मोठ्या-मोठ्या इमानी लोकांवर मात केली. चोराचा गुरू सुद्धा रयतेमध्ये बसला होता. चेल्याची बहादुरी पाहून त्याची छाती गर्वानं फुगली. उभं राहून अभिमानानं विनंती केली, "हुजुर, हा माझा चेला आहे आणि मी याचा गुरू. मीच याला खोटं न बोलण्याची शपथ दिली होती. खरोखर, मला सुद्धा त्या दिवशी असा विश्वास वाटला नव्हता की हा अशा प्रकारे आपली प्रतिज्ञा निभावेल. चेले असावेत तर असे!"

हे ऐकून राणी आणखी प्रसन्न झाली. दिवाणाला म्हणाली, "या चोराच्या प्रामाणिकपणावर मी खूष आहे. हे पाचही मोती याला बक्षीस द्या."

पण चोराला राणीचा हा अनुग्रह मान्य झाला नाही. म्हणाला, "मी कुणी बामण नाही तर बक्षिसासाठी हात पसरीन."

एक यःकिंचित चोर राणीच्या बक्षिसाला अशा प्रकारे भर दरबारात ठोकरून

देईल असं कुणाला स्वप्नातही वाटलं नव्हतं! चहुकडे सन्नाटा पसरला. राणीला संताप आला की वाघाला सुद्धा तिच्या नजरेत नजर मिळवता येत नाही. ती चिडली की बक्षिसाच्या जागी फाशी मिळणं म्हणजे क्षुल्लक गोष्ट. मूर्खाला बहुदा राणीचा स्वभाव माहीत नाही.

राणीला संताप तर असा आला की याच क्षणी याचं मस्तक उडवून द्यावं. पण दुसऱ्याच क्षणी उफाळणारा राग दाबून, निर्जीव हास्य करीत म्हणाली, "मी ओळखलं होतं की या उलट्या खोपडीच्या चोराच्या तोंडून असंच बोलणं बाहेर पडणार."

मग दिवाणाला आज्ञा केली, "हे दहाही मोती याच्या गुरूला द्या. त्यांनीच तर याला खोटं न बोलण्याची शपथ दिली होती."

खरोखर, तो चोर म्हणजे अगदी उलट्या खोपडीचा. निःशंक म्हणाला, "पाच मोती तर माझ्या कमाईचे आहेत. कुणाला द्यायचे, कुणाला नाही द्यायचे ते माझ्या मर्जीवर."

या खेपेला दिवाणाला रहावलं नाही. रागानं लाल होऊन म्हणाला, "चांडाळाचं तोंड खूप सुटलं आहे. हुजुरांच्या कृपेचा अनुचित फायदा घेऊन कधीपासून बकबक करीत राहिला आहे. चोर तो चोर आणि शिरजोर! राज्याच्या खजिन्यातून उघड उघड चोरून नेले आणि बेशरमी म्हणतो की आपल्या कमाईचे आहेत."

चोर हसून म्हणाला, "दिवाणजी, कशाला नाहक रागावता! आपण सगळे रिकाम्या हातांनी येतो आणि रिकाम्या हातांनी निघून जातो. आपला म्हणण्यासारखा हा देह सुद्धा नाही. ज्याला जितकं शक्य होईल, तो तेवढंच धन आपल्या ताब्यात घेतो. कोणी लहान चोर तर कोणी मोठा चोर! मोठा चोर नेहमी लहान चोरांना शिक्षा करतो. मी विचारतो की राज्याच्या खजिन्यात हे मोती कुठून आले? थुंकल्यानंतर, राजा असो वा रंक, सर्वांच्या तोंडून थुंकीच बाहेर पडते. ज्याला जेवढं धन लुटता येईल तेवढं लुटतो. रिकाम्या हातांनी लूट करता येत नाही. धन, धरती आणि तलवारीचं सामर्थ्य असेल तर लूट जास्त करता येते. मोठ्या आणि लहान चोरांत बस् इतकाच फरक आहे. माझंच बघा ना. पूर्वी मी खोट्याशिवाय काही बोलत नसे आणि जग सुद्धा त्याला खोटं समजत असे. तेव्हा रोटीसाठीसुद्धा तडफडावं लागे. आता मी निर्भेळ सत्य बोलतो, तरीसुद्धा जग त्याला खोटं मानतं. सत्य मानण्याची हिंमत होत नाही. पण जगाच्या या अजब पद्धतीमुळे माझा खूप फायदा झाला. बेसुमार दौलत हाती लागली."

त्याचं बोलणं ऐकून सगळे अस्वस्थ झाले. राणीवर तर जादूच झाली. आणि राजा तसाच आपल्यातच गुंग, मंद-मंद हसत राहिला.

खजिनदाराला जाहीररीत्या शंभर चपलांची शिक्षा मिळाली. चोराच्या गुरूला

पाच मोती बक्षीस मिळाले, त्यांचा त्यानं आनंदानं मस्तक नमवून स्वीकार केला. जर त्या दिवशी त्यानं रागानं त्याला चेला बनवला नसता आणि तो अशा प्रकारे शपथ न निभावता तर आज बक्षिसाची कृपा कशी झाली असती?

खोल तळघरात बेड्यांत अडकलेला चोर विचारात बुडाला होता. इथं तर दिवस असूनही अगदी काळोख आहे. या निष्ठुर, आडदांड-सत्ताधीशांची आज इतकी मनमानी की हे सूर्याचा प्रकाश आणि हवेपासून सुद्धा निर्बलाला वंचित ठेवतात. तर मग आपल्या अधिकारात असलेल्या जमीन-जुमल्याला जवळच फिरकू देणार नाहीत.

हळू-हळू काळोख दाट होऊ लागला. रात्र झाली असावी असं वाटतं. काळोख, चोहीकडे अथांग काळोख. आज तर एखाद्या ताऱ्याचं ओझरतं दर्शन सुद्धा त्याच्या वाट्याला आलं नाही. अचानक त्याच्या डोळ्यांसमोर स्मशानातील पिंपळाची पानं लुकलुकू लागली. पोर्णिमेचा चंद्र माथ्यावर चढला होता. चम-चम करणारं दाट चांदणं. अनंत, असीम. सूं-सूं करणारा वारा. पाना-पानांचं सळ-सळ संगीत. आणि पाना-पानावर छम-छम नाचणारं चांदणं. त्या दृश्याच्या बदली संपूर्ण जगातील दौलतही हाती लागली तर काय कामाची! डोळ्यांच्या अगदी समोर असून सुद्धा ते दृश्य किती अगम्य आणि अगोचर होतं. दिसत असूनसुद्धा न दिसणं. असून सुद्धा नसणं. आज या काळोखात त्या दृश्याचं महत्त्व योग्य प्रकारे समजून आलं.

तेवढ्यात दरवाजा करकरला. हलकासा उजेड पसरला. नंतर एक मुलगी हातात दिवा घेऊन त्याच्याजवळ आली. ती राणीची खास विश्वासातली दासी होती. म्हणाली, "आपल्याला राणीसाहिबानी बोलावलं आहे."

चोराच्या तोंडून आपोआप प्रश्न बाहेर पडला, "कशाला?"

दासी हसू दाबीत म्हणाली, "मोत्यांच्या चोरीचा निकाल द्यायचा आहे वाटतं!"

असं म्हणून तिनं दिवा जमिनीवर ठेवला आणि त्याच्या बेड्या सोडल्या. तळघरात खळखळाट घुमला. तो गपचूप तिच्यासोबत निघाला. बाहेर पडताच त्यानं वरती पाहिलं. त्रयोदशीच्या चंद्राचं धवल चांदणं चारही दिशांना एकसारखं पसरलं होतं. त्याच्या झिरझिरीत घुंघटात पेंगणारे अगणित तारे. पापण्या अर्धवट मिटलेल्या. मधुर-मधुर थंड हवा. जणू पेंगणाऱ्या ताऱ्यांसाठी अंगाई गुणगुणत आहे. जर अंधाराची ही शिक्षा मिळाली नसती तर निसर्गाची ही अथांग, असीम आणि अमूल्य दौलत त्याच्या हाती कशी लागती! आहे कोणी असा जवाहिरा ज्याला आकाशातील अपरिमित हिऱ्यामोत्यांची पारख करता येईल आणि एका तरी हिऱ्याचं मोल चुकतं करता येईल! तो आज निसर्गाच्या या संपूर्ण दौलतीचा स्वामी बनला. कुठेही भिंतीला भोक पाडून चोरी करण्याची गरज पडली नाही.

दासीच्या मागे-मागे, दाण-दाण पायऱ्या चढत तो राणीच्या रंगमहालात पोहोचला. चार कोपऱ्यांत उजळलेले सोन्याचे दीप. शृंगारानं लवलेली राणी. अत्तर-सुगंधी तेलाचा मंद-मधुर दरवळ. चांदीच्या चौरंगावर सोन्याची थाळी, त्यातील सोन्याच्या वाटींतील बत्तीस पक्वान्नं. रंगमहालात येताच दासी सोन्याच्या थाळीवर चवरी ढाळू लागली.

राणी म्हणाली, ''आज तुझं बोलणं ऐकून इतकं समाधान वाटलं की सांगता येत नाही. अशा नेक माणसाला शिक्षा देणं हा सर्वांत मोठा गुन्हा आहे. मी असताना या राज्यात असा गुन्हा होऊ देणार नाही. पण तू तर बक्षीसच स्वीकारलं नाहीस. जर त्या वेळी तुझ्या गुरुजीनी ते मोती घेतले नसते तर माझा नक्षा उतरला असता. त्यांनी माझी लाज राखली. जर चेला असा आहे तर गुरू असा का नसणार. तू नकार दिल्यानंतर मी मोठ्या प्रयासानं आपला संताप काबूत ठेवला. पण आता माझी कुठली गोष्ट टाळू नकोस. तुझ्यासारखा नेक, समजूतदार आणि प्रामाणिक दिवाण मिळाला तर राज्य करायला जरा मजा येईल!''

चोर म्हणाला, ''अशा निर्मळ हृदयाचे राजे असताना आपण राज्यकामाच्या चिखलात अडकताच कशाला? मी तर त्यांचं हास्य पहाताच समजलो की इतकं स्वच्छ मन जगातील कोणत्याही राजाचं नसेल. राजानं असं निर्मळ आणि स्वच्छ असून सुद्धा भागत तर नाही. त्यांचं हास्य मला राज्याच्या खजिन्यापेक्षा जास्त मोलाचं वाटलं.''

राणी हसली म्हणाली, ''तुम्ही दोघं एकाच माळेचे मणी आहात. ते तुझी स्तुती करतात आणि तू त्यांची. कुणालाही माहीत नाही की त्यांनी तुला पाहून काय म्हटलं होतं. ऐकून तू सुद्धा हसशील. मी खुणावून गप्प केलं नसतं तर देव जाणे ते आणखी काय असंबद्ध बडबडत राहिले असते. त्यांनी तर तुला राजा करण्याचं ठरवलं होतं. त्यांना अधिकार असेल तर ते तुला राजा करूनच श्वास घेतील. मला माहीत आहे की या राज्याच्या इतिहासात आजपर्यंत इतके लोक एकत्र जमलेले नव्हते. पण केवळ गर्दीनं काय होतं! परंतु त्यांनी गर्दी पाहून आपलं भोळेपण प्रकट केलंच. म्हणाले की ज्या राजासाठी याच्या पावपटसुद्धा गर्दी जमत नाही, त्याला या सिंहासनावर बसणं शोभत नाही. ज्याला बघण्यासाठी इतके लोक जमले आहेत, त्यालाच राजा झालं पाहिजे. गाडीभर भाताचा मूठभर नमुना! असं आहे, आपल्या राजाचं मन! ते तर बालकाप्रमाणे अजाण आणि भोळे आहेत.''

चोर म्हणाला, ''नाही, मला आपलं म्हणणं पटत नाही. मोठ्यातल्या मोठ्या चक्रवर्ती राजाचं सिंहासन इतकं अवघड नाही, पण असे राजा विरळेच सापडतात. आपण नशीबवान आहात कारण आपण अशा राजाची राणी आहात.''

नंतर सोन्याच्या थाळीकडे पाहून आश्चर्यानं विचारलं, ''मध्यरात्र व्हायला आली

आणि अजूनपर्यंत हुजुरांनी भोजन नाही केलं?''

दासी हसून म्हणाली, ''ही थाळी तर आपल्यासाठी सजली आहे.''

चोर घाईघाईनं म्हणाला, ''माझ्यासाठी? मी तर सोन्याच्या थाळीत न जेवण्याची शपथ घेतली आहे. पण माझ्यासाठी इतक्या आदरातिथ्याची गरज काय होती? पाहून सुद्धा विश्वास बसत नाही की एका क्षुद्र चोराचा इतका आदरसत्कार! मी तर हातात घेऊन कोरडे तुकडे खातो. असलं जेवणं मला पचत नाही. आणि संपूर्ण आयुष्यभर धिक्कारलेल्या चोराच्या गळी इतका मानसन्मान उतरत नाहीच. कुणाच्या तरी हाती त्या तळघरात दोन तुकडे पाठवायचे होते. मी तीच बत्तीस पक्वान्नं मानली असती.''

राणी अतिशय हुशार होती. बोलणं सावरीत म्हणाली, ''हिऱ्याची किंमत जवाहिराच जाणतो. बिचाऱ्या गवंड्याला त्याच्यातला आणि दगडातला फरक काय समजणार. माणसाला त्याच्या लायकीप्रमाणे मान न देणं हा सरासर अन्याय आहे. आपल्यासारखा प्रामाणिक संपूर्ण राज्यात कुणी नाही. अशा माणसाची कदर न करणं एखाद्या राणीला शोभत नाही. या दासीला विचारा. मी तर इथपर्यंत ठरविलं आहे की देव-झूलनीच्या एकादशीला श्रीकृष्णाप्रमाणे तुमचीसुद्धा मिरवणूक काढायची. हत्तीवर सोन्याचा हौदा चढवून, चवऱ्या ढाळीत तुमची सवारी गल्ली-गल्लीत फिरवायची.''

हे ऐकताच चोराला हसू आलं. त्याला हसताना पाहून राणी गप्प झाली. हसू थांबल्यावर म्हणू लागला, ''माझ्या बोलण्यावर आपला विश्वास बसला नाही तर गुरुजींना विचारावं. सोन्याच्या हौद्यात न चढण्याची सुद्धा मी शपथ घेतली आहे. माझं नशीब! त्या दिवशी कसला विचार करून या गोष्टींशी काडीमोड घेतला आणि आज त्याच समोर आल्या. आणि मी एक क्षुल्लक चोर आपल्या तोंडावरच नकार देत आहे. फक्त गुरुजींची थट्टा करण्यासाठी मी असंभवनीय गोष्टींची शपथ घेतली होती. जर त्या दिवशी स्वप्नातसुद्धा अशा योगायोगाची अपेक्षा असती तर कधीच या प्रतिज्ञांत अडकलो नसतो. पण आता पस्तावून काय फायदा! आता मेलो तरी प्रतिज्ञा मोडता येणार नाही. मी माफी मागतो. गुणी लोकांचा सन्मान करण्याचा हा गुण तर आपल्या ठायीच पाहिला. हा गुण तर देवांकडे सुद्धा सापडत नाही. माझ्या प्रामाणिकपणाची आपण इतकी कदर केलीत. आयुष्यभर कृतज्ञ राहीन. चोरी तर माझं कौशल्य आहे पण मी गुणीचोर नाही.''

त्याचं बोलणं ऐकून राणीचं मन अत्यंत आनंदित झालं. राणीनं दासीकडे पाहिलं आणि दासीनं राणीकडे. राणीच्या डोळ्यांत हृदयात उसळणारी भरती दिसली तेव्हा ती राणीनं सांगितलं नव्हतं तरी बाहेर निघून गेली आणि राणी दरवाजा बंद करून चोराजवळ आली. त्याच्या नजरेत नजर मिसळून म्हणाली, ''चोर तर

झोपलेल्यांच्या स्वप्नांचा माग काढतात आणि तुम्ही इतके अडाणी की तोंडानं बोलूनसुद्धा माझ्या मनातली गोष्ट समजली नाही. मी हे सगळं कशासाठी केलं, तुम्हाला काही माहिती तरी आहे? आत्ता तुम्ही म्हणालात की तुम्ही गुणीचोर नाहीत. यापेक्षा चांगली संधी पुन्हा कधी मिळणार! या शेजेला आता आणखी तडफडत ठेवू नको. ही केव्हापासून आपली वाट पहात आहे.''

बोलणं पूर्ण होण्याआधीच राणीनं त्याचा हात धरला तेव्हा त्याला वाटलं की एखादी नागीण त्याच्या मनगटाला लपेटली आहे. रोम-रोमी हुडहुडी पसरून गेली. झटक्यानं हात सोडवला. म्हणाला, ''हसलो तर आपण नाराज व्हाल, म्हणून ओठांवर येणारं हसू अडवीत आहे, पण सत्य तर सांगायलाच हवं. खरोखरी मी राणीच्या खाटेवर न चढण्याची शपथ घेतली आहे.''

डिवचलेली नागीण मोठ्या आवाजात म्हणाली, ''मूर्ख, राण्यांची खाट नसते, सोन्याचे पलंग असतात.''

''पण अर्थ एकच आहे.''

राणीच्या काळजातून जणू तीर आरपार गेला. आता या दगडाला कसं समजावणार! वास्तविक दगड असता तर त्याला सुद्धा समजलं असतं. हा माणूस असून सुद्धा दगड बनला. आता काय करावं? तिचा चेहरा पांढरा-फटफटीत पडला, जणू तिच्या शरीरातील संपूर्ण रक्त पिळून काढलं होतं.

माणसाची कसलीही कमजोरी राणीपासून लपलेली नव्हती. तिनं शेवटचा बाण सोडला. म्हणाली, ''आत्ता आपण म्हटलं होतं की राजाजी माणूस नाहीत, देव आहेत. तर अशा देवाला धरतीवर नव्हे, देवलोकी राज्य करायला हवं. त्यांना देवलोकी पोहचविण्याची आणि आपल्याला इथला राजा करण्याची जबाबदारी माझी. आपल्याला सिंहासनावर बसण्याचा त्रास तर घेतलाच पाहिजे. त्यानंतर आपल्याला आणखी कसली जोखीम पत्करण्याची गरज नाही. राणी असून आपल्या पायी वाकते, मात्र आणखी भडकवू नको.''

एक-एक शब्द स्पष्ट ऐकून सुद्धा त्याचा या बोलण्यावर किंचितही विश्वास बसला नाही. तळघराच्या काळोखात पडून एखादं स्वप्न तर पहात नाही ना? डोळे चोळून इकडे-तिकडे नीट बघितलं. खरोखरी, राणीचा रंगमहाल. चार कोपऱ्यांत उजळलेले सोन्याचे दीप. सोन्याचा पलंग. आणि त्याचे पाय धरून बसलेली राणी. झटकून पाय सोडवले. हात धरून तिला पलंगावर बसवलं. म्हणाला, ''राज्याची मालकीण असून आपण हा काय वेडेपणा करीत आहात! मी शेवटच्या श्वासापर्यंत खोटं बोलणार नाही. मी तर या गोष्टीची सुद्धा शपथ घेतली आहे की कधी कुठल्या राज्याचा राजा होणार नाही. दुर्भाग्याचं फुटकं नशीब विधात्याला सुद्धा बदलता येत नाही.''

राज्याची मालकीण तर आज दारोदारची भिकारीण झाली. स्फुंदत म्हणाली, ''मी लाख प्रयत्न करून सुद्धा ना आपलं भाग्य बदललं, ना माझं. मी तर माझ्याकडून कसली कसर ठेवली नाही. आपण मानलं नाही, त्याला मी तरी काय करू? आपण मानलं असतं तर कुणाचा कसला दोष नव्हता. पण आता सगळा दोष माझाच मानला जाईल. आपल्याला कुणी विचारलं तर कदापि आजच्या रात्रीचं रहस्य सांगू नको. माझी अब्रू आता आपल्या ओठांत बंद आहे.''

चोर म्हणाला, ''पण माझ्या गुरुजींनीच तर मला खोटं न बोलण्याची शपथ दिली आहे. मला खोटं कसं बोलता येईल?''

हे ऐकताच राणी रागानं लाल होऊन पलंगावरून उठून उभी राहिली. जणू नागिणीच्या शेपटीवर पाय पडला होता. डसण्यासाठी लगेच पलटली. हे सत्य प्रकट झाल्यावर तिच्या शीलाला काळोखी फासली जाईल. सगळा गौप्यस्फोट होईल. सिंहासनाला झळ लागेल, असं सत्य भले कोण सहन करील? जोरात ओरडली... चोर...चोर.....

पहारेकरी आणि शिपायी तर अशाच संधीच्या शोधात असतात आणि आवाज सुद्धा रंगमहालातून! खुद्द राणीच्या तोंडून! शिपायी चहुकडून नंग्या तलवारी घेऊन धावले. शेवटी खोटं न बोलण्याच्या शपथेचा अशा प्रकारे तलवारीनं अंत झाला. सत्तेच्या सामर्थ्यासमोर सत्याचं सामर्थ्य कुठवर टिकणार! राणीच्या डोळ्यादेखत त्यांनी सत्यवादी चोराचे तुकडे-तुकडे करून टाकले. खऱ्या-खोट्याचा जाब द्यायला संधीच मिळाली नाही.

या कहाणीला इथंच संपून जायचं होतं, पण राणीचं स्त्री-चरित्र तिला कसं संपवू देईल! ते पावला-पावलावर आडवं येत तिला खेचत आहे. दुसऱ्याच दिवशी, सूर्य ढळल्यावर पुन्हा रात्र आली. मागच्या चांदणी रात्रीपेक्षा वरचढ. तोच रंगमहाल. तीच सोन्याची थाळी. त्याच दासीनं मध्यरात्री चेल्याच्या गुरूला दिव्याच्या प्रकाशात, तशाच प्रकारे रंगमहालात आणलं. गुरूच्या बाबतीत कसल्या शपथे-बिपथेचं झंझट नव्हतं. राणीनं जसं सांगितलं, त्यानं तसंच केलं. चेल्यापेक्षा गुरू नेहमी मोठा असतो. रंगमहालातील त्या अमूल्य रात्रीनंतर पुन्हा दिवस उगवला आणि शुभ-मुहुर्ताच्या मंगलवेळी स्वतः राजाच्या हातून त्या वेषधारी पूजनीय महात्म्याला राजगुरूचा टिळा लागला. ......आणि सत्तेचे नगारे आणि वैभवासह गाजत-वाजत इथंच ही कहाणी संपवायला हवी. एका क्षुल्लक चोराच्या रक्तात माखलेली कहाणी चांगली नाही वाटत!

★